മതം മതഭ്രാന്ത് മതേതരത്വം

Matham Mathabhranth Mathetharathwam
Politics

Dr. K T Jaleel

CHINTHA PUBLISHERS
Thiruvananthapuram

First Edition
October 2020

Third Edition
August 2022

Fourth Edition
September 2022

Second Impession
September 2022

Published
Chintha Publishers, Thiruvananthapuram

Cover Design
Zainul abid

ISBN : 978-93-90301-04-1

CR - 3255 / 6207

₹ 230

Email: chinthapublishers@gmail.com
Website: www.chinthapublishers.com

A version is available at National Libraries
Kolkata, Mumbai, Chennai and Delhi

Distribution
DESHABHIMANI BOOKHOUSE
H O Thiruvananthapuram 695035

Branch
Head Office Kunnukuzhi • Statue Thiruvananthapuram
KSRTC Bus Terminal Thampanoor • Saphalyam Complex Thiruvananthapuram
KSRTC Bus Station Alappuzha • KSRTC Bus Station Ernakulam
Machingal Lane Thrissur • IG Road Kozhikode
Mavoor Road Kozhikode • NGO Union Building Kannur
Central Bus Terminal Complex Thavakkara Kannur

മതം മതഭ്രാന്ത് മതേതരത്വം

ഡോ. കെ ടി ജലീൽ

ചിന്ത പബ്ലിഷേഴ്സ്
തിരുവനന്തപുരം-695 035
വില: ₹ 230

ഡോ. കെ ടി ജലീൽ

വളാഞ്ചേരി–കാട്ടിപ്പരുത്തി, കൂരിപ്പറമ്പിൽ തെക്കുംപാട്ട് കുഞ്ഞിമുഹമ്മദിന്റെയും പാറയിൽ നഫീസയുടെയും മകനായി 1967 ൽ തിരൂരിൽ ജനനം. തിരൂരങ്ങാടി പി.എസ്.എം.ഒ. കോളേജിൽനിന്ന് ചരിത്രത്തിൽ ബിരുദാനന്തരബിരുദം. കാലിക്കറ്റ് സർവകലാശാലയിൽനിന്ന് എം.ഫിൽ. കേരള സർവകലാശാലയിൽനിന്ന് പി.എച്ച്.ഡി. 1994 ൽ പി.എസ്.എം.ഒ. കോളേജിൽ ചരിത്രാധ്യാപകനായി. 1990 ൽ പ്രഥമ മലപ്പുറം ജില്ലാ കൗൺസിൽ അംഗം, 2000 ൽ മലപ്പുറം ജില്ലാപഞ്ചായത്ത് വിദ്യാഭ്യാസ സ്റ്റാന്റിങ് കമ്മിറ്റി ചെയർമാൻ, 2001 ൽ മുസ്ലിം യൂത്ത്ലീഗ് സംസ്ഥാന ജനറൽ സെക്രട്ടറി എന്നീ നിലകളിലും പ്രവർത്തിച്ചു. ജനപക്ഷ വികസന കാഴ്ചപ്പാട് ഉയർത്തിപ്പിടിച്ചതിന്റെ പേരിൽ 2005 ൽ മുസ്ലിംലീഗിൽ നിന്ന് പുറത്താക്കപ്പെട്ടു.

2006 ൽ കുറ്റിപ്പുറത്തുനിന്ന് ഇടതുപക്ഷപിന്തുണയോടെ ചരിത്ര വിജയം നേടി കേരളനിയമസഭയിൽ എത്തി. കാലിക്കറ്റ് സർവകലാശാല സിന്റിക്കേറ്റ് അംഗം, നോർക്ക റൂട്ട്സ് ഡയറക്ടർ തുടങ്ങിയ പദവികളും വഹിച്ചു. 2011 ലും 2016 ലും 2021 ലും സി.പി.ഐ.(എം) സ്വതന്ത്രസ്ഥാനാർത്ഥിയായി തവനൂരിൽനിന്ന് വിജയിച്ച് നിയമസഭാംഗമായി.

ഒരു കൊടുങ്കാറ്റായ ന്യൂനപക്ഷരാഷ്ട്രീയം ആദ്യകൃതിയാണ്. *മലബാർ കലാപം: ഒരു പുനർവായന*യാണ് രണ്ടാമത്തെ ഗ്രന്ഥം. *മുഖ്യധാര* ത്രൈമാസികയുടെ ചീഫ് എഡിറ്ററായും പ്രവർത്തിച്ചു. മികച്ച കേരളചരിത്ര ഗ്രന്ഥത്തിനുള്ള 2017 ലെ തനിമ അവാർഡ് *മലബാർ കലാപം: ഒരു പുനർവായന*യ്ക്ക് ലഭിച്ചു. സാമൂഹ്യ വിദ്യാഭ്യാസ രാഷ്ട്രീയ സാംസ്കാരിക മേഖലകളിലെ സമഗ്രസംഭാവന മുൻനിർത്തി എം.ഇ.എസ്. മലപ്പുറം ജില്ലാ കമ്മിറ്റി ഏർപ്പെടുത്തിയ പ്രഥമ എൻ.കെ. മുഹമ്മദ് മെമ്മോറിയൽ അവാർഡ് 2016 ലും മികച്ച പ്രഭാഷകനുള്ള മുഖത്തല ചക്രപാണി മാസ്റ്റർ ഫൗണ്ടേഷന്റെ പ്രഥമ പുരസ്കാരം 2017 ലും ലഭിച്ചു.

2016 ൽ കേരളസംസ്ഥാന തദ്ദേശസ്വയംഭരണ–ന്യൂനപക്ഷക്ഷേമ–ഹജ്ജ്–വഖഫ്കാര്യ വകുപ്പുകളുടെയും 2018 ൽ സംസ്ഥാനത്തെ പ്രഥമ ഉന്നതവിദ്യാഭ്യാസവകുപ്പിന്റെയും ചുമതലക്കാരനായി പിണറായി വിജയൻ മന്ത്രിസഭയിൽ അംഗം.

ഭാര്യ : ഫാത്തിമക്കുട്ടി
മക്കൾ : അസ്മാബീവി, മുഹമ്മദ് ഫാറൂഖ്, സുമയ്യാബീഗം
മരുമകൻ : അജീഷ് എലിക്കോട്ടിൽ
വിലാസം : ഗസൽ, പി.ഒ. തൊഴുവാനൂർ, വളാഞ്ചേരി, മലപ്പുറം
ഫോൺ : 9895073107

ഉള്ളടക്കം

ഭാഗം മൂന്ന്
അഭിമുഖം

പ്രസാധകക്കുറിപ്പ്

നാട്ടിൽ ഭിന്നതകൾ സൃഷ്ടിക്കുന്നവരെ തുറന്നു കാട്ടുകയും, യോജിപ്പിന്റെ മേഖലകളെ അരക്കിട്ടുറപ്പിക്കുകയും ചെയ്യുന്ന അന്വേഷണമാണ് ഈ ഗ്രന്ഥത്തിന്റെ ഉള്ളടക്കം. മതവിശ്വാസത്തോടു മതഭ്രാന്തു കലർന്നാൽ ഫലം വിനാശകരമായിരിക്കും. ഇവ രണ്ടും വിവേചിച്ച് അറിയുന്നിടത്ത് ഒരു വിശ്വാസി വിജയം വരിക്കുന്നു. മതവും മതഭ്രാന്തും വേർതിരിച്ച് അറിയുന്നിടത്ത് ഒരു മതേതരവാദി വിജയം വരിക്കുകയും സമൂഹഭദ്രതയ്ക്ക് തന്റെ പങ്ക് സംഭാവന ചെയ്യുകയും ചെയ്യുന്നു. സംഘപരിവാർ സങ്കല്പനങ്ങൾക്കു ഔദ്യോഗിക അധികാരശക്തികളുടെ പിൻബലം ലഭിക്കുമ്പോൾ മതേതരവാദികൾക്കു ചെയ്യാനുള്ളത് ഇതാണ്.

ഈ ഉദ്യമത്തിൽ ശക്തി പകരാൻ ഡോ. കെ ടി ജലീലിന്റെ *മതം മതഭ്രാന്ത് മതേതരത്വം* എന്ന ഈ പുസ്തകം സഹായകമാകട്ടെ എന്ന് പ്രതീക്ഷിക്കുന്നു.

ചിന്ത പബ്ലിഷേഴ്സ്

പ്രാരംഭമൊഴി

കൊവിഡിന്റെ വ്യാപനം ലോകമെമ്പാടും അടച്ചുപൂട്ടലിന്റെ സാഹചര്യമൊരുക്കി. സാമൂഹ്യ അകലം പാലിച്ച് മനുഷ്യർ വീടുകളിലും താമസസ്ഥലങ്ങളിലുമൊതുങ്ങി. എന്തിന് വിടുതൽ നൽകിയാലും വായനയ്ക്ക് മൊറോട്ടോറിയം പ്രഖ്യാപിക്കാൻ കഴിയില്ലല്ലോ? അക്ഷരസ്നേഹികൾ ഏതാണ്ട് രണ്ടുമാസം പുസ്തകങ്ങളുടെയും വായനയുടെയും ലോകത്തായിരുന്നു. അക്കൂട്ടത്തിൽ ഒരോരത്ത് ഈയുള്ളവനും പതുങ്ങിനിന്നു. ബഷീറും മാധവിക്കുട്ടിയും ടി. പത്മനാഭനും എം.ടി.യും ഓർമ്മച്ചെപ്പിൽ നിന്ന് വീണ്ടും പുറത്തുചാടി മനമാകെ കുളിരണിയിച്ചു. ഔദ്യോഗിക കൃത്യനിർവഹണം ഓൺലൈൻ വഴി നടത്തിയത് പുതിയൊരനുഭവമായി. അകലെയിരുന്നാണെങ്കിലും, സ്കൈപ്പിലും സൂമിലും വീഡിയോ കോൺഫറൻസിങ്ങിലും ഭരണകാര്യങ്ങൾ ചർച്ചചെയ്തതും അഭിപ്രായങ്ങൾ പങ്കുവെച്ചതും തീരുമാനങ്ങളെടുത്തതും നവ്യാനുഭൂതിയാണ് പകർന്നത്. പ്രതിസന്ധികൾ അനന്തസാധ്യതകളുടെ ജാലകങ്ങളാണ് ഏവർക്കും മുന്നിൽ തുറന്നിട്ടു തരിക. ഭൂരിപക്ഷമാളുകളും വീട്ടിലിരിപ്പ് ആഘോഷമാക്കി മാറ്റിയത് സ്വാഭാവികം. തിരക്കുപിടിച്ച ഓട്ടപ്പാച്ചിലുകൾക്കിടയിൽ ചില ഇടവേളകൾ അനിവാര്യമാണെന്ന് ലോക്ക്ഡൗൺ മനുഷ്യരാശിയെ ബോദ്ധ്യപ്പെടുത്തിയിട്ടുണ്ടാകണം.

ഗൃഹാന്തരീക്ഷം കശപിശകളും സ്നേഹത്തലോടലുകളും കളിതമാശകളുംകൊണ്ട് മുഖരിതമായ ദിവസങ്ങൾ മനുഷ്യനെ പഠിപ്പിച്ച പാഠങ്ങൾക്ക് കൈയും കണക്കുമുണ്ടാവില്ല. ശരീരംകൊണ്ട് അകന്നുകഴിഞ്ഞപ്പോഴും മനസ്സുകൊണ്ട് ഇഴപിരിയാനാവാത്തവിധം അടുക്കുകയായിരുന്നു കുടുംബവും സമൂഹവും. ദുരന്തമുഖത്തും സന്തോഷനാളുകളിലും ഭാവപ്പകർച്ചകളില്ലാതെ അവയെ മറികടക്കാനുള്ള സിദ്ധി മഹാമാരി ഓരോ

രുത്തരെയും പരിശീലിപ്പിച്ചു. സ്വാതന്ത്ര്യത്തിന്റെ മധുരവും പാരതന്ത്ര്യത്തിന്റെ കയ്പ്പും എന്തെന്ന് തിരിച്ചറിയാൻ ഒരു കൊറോണ വൈറസ് പ്രത്യക്ഷപ്പെടേണ്ടിവന്നു! എല്ലാം നല്ലതിനാകുമെന്ന് നമുക്ക് പ്രത്യാശിക്കാം.

പാൽപ്പായസത്തിൽ നഞ്ഞ് ചേർന്നാൽ എന്താകും സ്ഥിതി? മതത്തോട് മതഭ്രാന്ത് കലർന്നാൽ അതിനേക്കാൾ ഭീകരമായതാണ് സംഭവിക്കുക. മതം തനി തങ്കമാണെങ്കിൽ മതഭ്രാന്ത് തനി മുക്കാണ്. ഇവ വിവേചിച്ചറിയുന്നിടത്താണ് ഒരു വിശ്വാസി വിജയം വരിക്കുന്നത്. വർത്തമാന ഇന്ത്യയിൽ മതവും മതഭ്രാന്തും ഇഴപിരിക്കാനാവാത്ത വിധം ഇണചേർന്നിരിക്കുകയാണ്. മതമാകുന്ന ഗോൾഡും മതഭ്രാന്താകുന്ന റോൾഡ് ഗോൾഡും ഏതെന്ന് പരസ്പരം വേർതിരിക്കുന്ന ശ്രമകരമായ ജോലിയാണ് മോദിഭക്തി പടരുമ്പോൾ മതേതരവാദികൾക്ക് നിർവഹിക്കാനുള്ളത്. മതത്തെ പ്രണയിച്ച് മതഭ്രാന്തിനെ വെറുക്കാൻ മതേതരവാദികളായ വിശ്വാസികൾക്കേ കഴിയൂ. അത്തരമൊരു ആശയപരിസരത്താണ് *മതം മതഭ്രാന്ത് മതേതരത്വം* എന്ന ഈ പുസ്തകത്തിന്റെ പിറവി. വിഷയാധിഷ്ഠിതമായ ലേഖനങ്ങളും പ്രഭാഷണങ്ങളും ക്രോഡീകരിക്കണമെന്ന് പല സുഹൃത്തുക്കളും എന്നോട് പലപ്പോഴായി പറഞ്ഞിരുന്നു. സമയക്കുറവുമൂലം അതിനു മുതിരാൻ സാധിച്ചില്ല. അവിചാരിതമായാണ് അടച്ചുപൂട്ടൽ വരുന്നത്. അതൊരവസരമാക്കാൻ മനസ്സിലുറപ്പിച്ചു. ഒരു കാര്യത്തിനിറങ്ങിയാൽ ലക്ഷ്യം കണ്ടേ അടങ്ങൂ എന്ന ജന്മനാ കിട്ടിയ വാശിപ്പുറത്തേറി മുന്നോട്ടൊരു കുതിപ്പായിരുന്നു. ആൾക്കൂട്ടത്തിനും ശബ്ദഘോഷങ്ങൾക്കുമിടയിൽ ഏകാഗ്രമായി നടത്തിയ നിതാന്തപരിശ്രമത്തിന്റെ പരിസമാപ്തിയാണ് പുസ്തകരൂപത്തിൽ നിങ്ങളുടെ കൈകളിലെത്തുന്നത്.

ഈ ഉദ്യമത്തിന് എനിക്ക് പ്രേരണയും സഹായവുമായവർ ഏറെയാണ്. മാധ്യമപ്രവർത്തകനും എന്റെ അഭ്യുദയകാംക്ഷിയുമായ പി.കെ. പ്രകാശ്, മലയാളം സർവകലാശാലയിലെ ഡോ. സി. സൈതലവി, പി.എച്ച്.ഡി. ഗവേഷകനായ അലാവുദ്ദീൻ ഹുദവി, ഡോ. കെ.ടി. അബ്ദുൽ കരീം ഹുദവി, നൗഷാദ് പുന്നത്തല തുടങ്ങിയവരുടെ സേവനം വിലമതിച്ചു കാണേണ്ടതുതന്നെയാണ്. മതവും മതഭ്രാന്തും മതേതരത്വവും വിവേചിച്ചറിയാൻ ഈ പുസ്തകം ഉപകരിക്കുമെന്ന ഉത്തമവിശ്വാസത്തോടെ വായനാപ്രേമികൾക്കായി സമർപ്പിക്കുന്നു.

സ്നേഹപൂർവം

ഡോ. കെ. ടി. ജലീൽ

അവതാരിക

ബഹുസ്വരതയാണ് നാടിന്റെ സാംസ്കാരിക സവിശേഷത എന്ന് അടയാളപ്പെടുത്തുന്ന പുസ്തകം

പിണറായി വിജയൻ

എന്റെ സഹപ്രവർത്തകൻ കൂടിയായ ഡോ. കെ.ടി. ജലീൽ വിവിധ ഘട്ടങ്ങളിലായി നടത്തിയ എഴുത്തും പ്രഭാഷണങ്ങളുമാണ് ഈ പുസ്തകത്തിലെ ഉള്ളടക്കം. കേരളത്തിന്റെ സാംസ്കാരികമായ സവിശേഷതയെയും അതിലെ വിവിധങ്ങളായ ധാരകളുടെ കൂടിച്ചേരലുകളെയും പരിചയപ്പെടുത്തുന്നതാണ് ഇതിലെ ലേഖനങ്ങൾ മിക്കതും. നാട്ടിൽ ഭിന്നതകൾ സൃഷ്ടിക്കുന്നവരെ തുറന്നുകാട്ടുകയും മനുഷ്യർക്കിടയിലെ യോജിപ്പിന്റെ മേഖലകളെ അരക്കിട്ടുറപ്പിക്കുകയും ചെയ്യുന്ന അന്വേഷണമാണ് പുസ്തകത്തിലുടനീളം ജലീൽ നടത്തുന്നത്.

നാനാത്വത്തിൽ ഏകത്വം എന്ന ഇന്ത്യൻ ദേശീയതയുടെ കാഴ്ചപ്പാടിൽ നിന്നുകൊണ്ടാണ് സമൂഹത്തെ അദ്ദേഹം വിലയിരുത്തുന്നത്. എല്ലാ സംസ്കൃതികളെയും നാഗരികമായ മൂല്യങ്ങളെയും അലിയിച്ചെടുത്ത് സ്വന്തമാക്കിയെടുക്കാനുള്ള പാടവമാണ് നമ്മുടെ രാജ്യത്തിന്റെ സവിശേഷത. മനുഷ്യരെ ഭിന്നിപ്പിക്കലല്ല, യോജിപ്പിക്കുകയാണ് മതവിശ്വാസികളുടെ ഉത്തരവാദിത്വമെന്ന്, ഇസ്ലാംമതത്തിന്റെ സവിശേഷതകളെ പരിചയപ്പെടുത്തി ഇതിൽ ഓർമ്മപ്പെടുത്തുന്നുണ്ട്. മറ്റു വിശ്വാസങ്ങളെ ബഹുമാനിച്ചും അംഗീകരിച്ചും ബഹുസ്വരതയുടെ അടിത്തറയിൽ നിന്നുകൊണ്ടാണ് ലേഖകന്റെ നിരീക്ഷണങ്ങൾ.

കേരളത്തിന്റെ സവിശേഷസാഹചര്യത്തിൽ നിന്നുകൊണ്ട് കേരളവും അറേബ്യയും തമ്മിലുള്ള ബന്ധത്തെ വിശദീകരിക്കുന്ന കേരള–അറബ് സാംസ്കാരികവിനിമയം: ഒരന്വേഷണം എന്ന ലേഖനത്തോടെയാണ് പുസ്തകം ആരംഭിക്കുന്നത്. പ്രാചീനകാലം തൊട്ട് ലോകവാണിജ്യഭൂപടത്തിൽ ശ്രദ്ധേയമായ സാന്നിദ്ധ്യമാണ് കേരളത്തിനുണ്ടായിരുന്നത്. അതുകൊണ്ടുതന്നെ അവ വാങ്ങുന്നതിനും വിനിമയം

ചെയ്യുന്നതിനും അറേബ്യ ഉൾപ്പെടെയുള്ള നാടുകളിൽ നിന്ന് കേരളത്തിലേക്ക് ആളുകൾ എത്തിയിരുന്നു. അറേബ്യയുമായി നേരത്തേ ഉണ്ടായിരുന്ന ഈ ബന്ധത്തിന്റെ തുടർച്ചയായാണ് അറബി കച്ചവടക്കാരിലൂടെ ഇസ്ലാംമതം കേരളത്തിൽ എത്തിച്ചേരുന്നത്. ഈ വിശ്വാസവും കേരളത്തിന്റെ സമൂഹത്തിൽ നിലനിന്ന കാഴ്ചപ്പാടുകളും തമ്മിൽ കൂടിക്കുഴയുകയും സഹവർത്തിത്വത്തിൽ ഏർപ്പെടുകയും ചെയ്യുന്ന പ്രക്രിയയെ ഈ ഗ്രന്ഥം വിശദീകരിക്കുന്നുണ്ട്.

ഒരു നാഗരികസമൂഹത്തിന്റെ ജീവിതത്തിൽ ആവശ്യമായ ഭൗതിക സാഹചര്യങ്ങളോടെ കേരളത്തിൽ എത്തിയ അറേബ്യൻ കച്ചവടക്കാരുമായി കേരളീയസമൂഹം ഇടപഴകുകയായിരുന്നു. കച്ചവടം മാത്രം അറിയാമായിരുന്ന അറബികൾ മറ്റെല്ലാ ജോലികൾക്കും സേവനങ്ങൾക്കും പ്രദേശവാസികളെ ആശ്രയിച്ചു. ഇത് തദ്ദേശീയരുമായുള്ള അടുത്ത ബന്ധങ്ങളുടെ സാധ്യത തുറന്നു. ഇങ്ങനെ പരസ്പരാശ്രിതമായ ഒരു ജീവിതരീതി കേരളത്തിന്റെ തീരങ്ങളിൽ വളർന്നുവന്നു. കപ്പലുകൾ നിർമ്മിക്കുന്നതിനും പള്ളികൾ പണിയുന്നതിനുമെല്ലാം തന്നെ കേരളീയരായ കരകൗശലവിദഗ്ധരെ തന്നെ ഉപയോഗപ്പെടുത്തിയത് ഇതിന്റെ ഭാഗമാണ്. ഹിന്ദുമതവിശ്വാസികൾക്ക് കടൽയാത്ര നിഷിദ്ധമായിരുന്ന കാലത്ത് കച്ചവടത്തിനായി യാത്ര ചെയ്യാൻ സന്നദ്ധതയുള്ളവർ നാടിന് ആവശ്യമായതിനാൽ മുസ്ലിം ജനവിഭാഗത്തിന്റെ വളർച്ചയും സാന്നിദ്ധ്യവും ഒരു രക്ഷാമാർഗ്ഗമെന്ന നിലയിലാണ് സാമൂതിരി കണ്ടതെന്നാണ് ജലീൽ നിരീക്ഷിക്കുന്നത്.

കേരളത്തിന്റെ പരമ്പരാഗതമായ ജീവിതത്തെയും കലാരൂപങ്ങളെയും സ്വാംശീകരിച്ചുകൊണ്ട് കേരളീയമായ രീതിയിലേക്ക് മാറുന്ന ഇസ്ലാമിന്റെ ഉൾക്കൊള്ളലിന്റെ മുഖത്തെ ഇതിൽ പരിചയപ്പെടുത്തുന്നുണ്ട്. കല, വാദ്യം, ആരാധന, ഭക്ഷണം തുടങ്ങിയവയിലെല്ലാം രൂപപ്പെട്ടുവന്ന ഈ യോജിപ്പിനെ ജലീൽ വിശദീകരിക്കുന്നത് ചിന്താർഹമാണ്. ഇത്തരത്തിലുള്ള കൂടിച്ചേരലിന്റെ ഭാഗമായി അറബിമലയാളം എന്ന ഭാഷ തന്നെ രൂപപ്പെട്ട കാര്യവും പുസ്തകത്തിൽ വിശകലന വിധേയമാക്കുന്നുണ്ട്. പ്രാചീനകാലത്ത് അറബികളുടെ ലക്ഷ്യസ്ഥാനം കേരളമായിരുന്നെങ്കിൽ കഴിഞ്ഞ അരനൂറ്റാണ്ടുകാലമായി മലയാളികളുടെ പ്രധാനലക്ഷ്യം അറബ്‌രാഷ്ട്രങ്ങളായി മാറിയിട്ടുണ്ട്. പ്രാചീനകാലത്ത് അറബികളെ എങ്ങനെയാണോ കേരളം സ്വീകരിച്ചത്, അതുപോലെ അറബ് രാജ്യങ്ങളും മലയാളിയെ മതഭേദമെന്യേ സ്വീകരിക്കുകയും പരസ്പരബന്ധത്തെ അന്നത്തെ പോലെ ഇന്നും അരക്കിട്ടുറപ്പിച്ചുകൊണ്ടിരിക്കുന്നുവെന്നും പ്രസ്തുത ലേഖനം ഓർമ്മപ്പെടുത്തുന്നു.

പ്രബോധനത്തിലൂടെയും സ്വാംശീകരണത്തിലൂടെയും കേരളീയ സംസ്കാരത്തിന്റെയും ജീവിതത്തിന്റെയും ഭാഗമായി മുസ്ലിങ്ങൾ മാറുകയാണുണ്ടായത്. മതനിരപേക്ഷമൂല്യങ്ങൾ ഉയർത്തിപ്പിടിച്ചുകൊണ്ട്, നമ്മുടെ നാടിന്റെ സംസ്കാരങ്ങളെ സ്വാംശീകരിച്ചും വികസി

പ്പിച്ചും മുന്നോട്ടുപോകുന്ന രീതിയാണ് മുസ്ലിംസമൂഹം സ്വീകരിച്ചുവന്നത്. എന്നാൽ ഇത്തരം സ്ഥിതിവിശേഷത്തിന് തടസ്സം സൃഷ്ടിക്കുന്ന രാഷ്ട്രീയപ്രക്രിയകളെ സൂക്ഷ്മമായിത്തന്നെ പുസ്തകം പരിശോധിക്കുന്നുണ്ട്.

ജമാഅത്തെ ഇസ്ലാമി, എസ്.ഡി.പി.ഐ. തുടങ്ങിയ സംഘടനകൾ മുസ്ലിം ജനവിഭാഗത്തിനിടയിൽ നിലനിൽക്കുന്ന മതനിരപേക്ഷതയുടെയും പരസ്പരസ്നേഹത്തിന്റെയും ജീവിതരീതികളെ തകർക്കാനാണ് പരിശ്രമിക്കുന്നത്. ഇത് യഥാർത്ഥത്തിൽ ന്യൂനപക്ഷങ്ങൾക്ക് ആപൽക്കരമായ ചിന്തകളാകുന്നത് എന്തുകൊണ്ടാണെന്ന് തെളിവുകൾ നിരത്തി വിശദീകരിക്കുന്നത് പഠനാർഹമാണ്. ഇസ്ലാം മുന്നോട്ടുവെക്കുന്ന സ്നേഹത്തിന്റെയും സൗഹൃദത്തിന്റെയും കാഴ്ചപ്പാടുകൾക്ക് വിരുദ്ധമായ ഇത്തരം ധാരകളെ യഥാർത്ഥ ഇസ്ലാംമതവിശ്വാസികൾ ഒറ്റപ്പെടുത്തേണ്ടതിന്റെ പ്രാധാന്യവും ജലീൽ വ്യക്തമാക്കുന്നുണ്ട്. ഇസ്ലാമിക രാഷ്ട്രവാദം മുന്നോട്ടുവെക്കുന്ന മൗദൂദിയും ഹിന്ദുരാഷ്ട്രവാദം മുന്നോട്ടുവെക്കുന്ന ഗോൾവാൾക്കറും ആശയപരമായ ഒരു നാണയത്തിന്റെ രണ്ടുവശങ്ങളാണ്. 'ഗോൾവാൾക്കറും മൗദൂദിയും ഉയർത്തുന്ന സ്വത്വഭീതി' എന്ന ലേഖനത്തിൽ ഇക്കാര്യം എടുത്തുപറയുന്നുണ്ട്. ജമാഅത്തെ ഇസ്ലാമിയുടെയും വെൽഫെയർ പാർട്ടിയുടെയും ആദർശ അടിത്തറ എങ്ങനെ മതേതരത്വവിരുദ്ധവും ജനാധിപത്യ സങ്കൽപ്പങ്ങൾക്ക് എതിരുമായിത്തീരുന്നുവെന്ന് മൗദൂദിയുടെ പ്രസിദ്ധ ഗ്രന്ഥമായ *ഖുതുബാത്തി*ലെ ഉദ്ധരണികളിലൂടെ ജലീൽ സമർത്ഥിക്കുന്നു.

ആരാധനയുടെ ലക്ഷ്യം തന്നെ ഭരണപരിശീലനമാണെന്ന് കരുതുന്നവരാണ് ജമാഅത്തെ ഇസ്ലാമിക്കാർ. മതമെന്നാൽ രാഷ്ട്രം തന്നെയാണെന്ന് മൗദൂദി മുതൽ അമീർ മൗലാനാ ഹുസൈനി വരെയുള്ളവർ മുന്നോട്ടുവെച്ച ആശയമാണെന്ന് ഉദ്ധരണികൾ സഹിതം വിശദമാക്കുന്നത് പലർക്കും പുതിയ അറിവായിരിക്കും. 'നമ്മുടെ വീക്ഷണത്തിൽ മതേതരത്വം, ദേശീയത, ജനാധിപത്യം എന്നീ മൂന്ന് ആശയങ്ങളും അബദ്ധജടിലങ്ങളാണെന്ന് മാത്രമല്ല, മനുഷ്യൻ അടിപ്പെട്ടുപോയ സകല ദുരിതങ്ങളുടെയും വിനാശങ്ങളുടെയും നാരായവേര് ആ തത്ത്വങ്ങളാണെന്ന് കൂടി ദൃഢമായി വിശ്വസിക്കണം' എന്ന വീക്ഷണമാണ് അബുൽ അഅ്ലാ മൗദൂദി മുന്നോട്ടുവെച്ചിട്ടുള്ളത്. ഇത്തരത്തിൽ ആധുനികമൂല്യങ്ങളിൽ നിന്നെല്ലാം മാറിനിൽക്കുന്ന ജമാഅത്തെ ഇസ്ലാമി മുന്നോട്ടുവെക്കുന്ന ഇസ്ലാമികരാഷ്ട്രവാദം, ആർ.എസ്.എസിന്റെ ഹിന്ദുരാഷ്ട്രസംസ്ഥാപനം പോലെ വർജ്യമാകണം എന്നാണ് ജലീൽ വരഞ്ഞുകാട്ടുന്നത്.

മോദിഭരണത്തിൻകീഴിൽ മുസ്ലിം ജനവിഭാഗം അനുഭവിക്കുന്ന പ്രശ്നങ്ങളെയും ഈ പുസ്തകത്തിൽ പ്രതിപാദിക്കുന്നുണ്ട്. സ്വാതന്ത്ര്യസമരകാലത്ത് ജനങ്ങളെ ഭിന്നിപ്പിക്കുന്നതിന് ബ്രിട്ടീഷുകാർ ചെയ്തുവെച്ച കുതന്ത്രങ്ങളെക്കുറിച്ചും പുസ്തകം പ്രതിപാദിക്കുന്നുണ്ട്.

അത്തരത്തിലുള്ള നിലപാടുകളാണ് ഇപ്പോൾ രാജ്യത്ത് പൊതുവിൽ ഉയർന്നുവരുന്നത്. നാനാത്വത്തിൽ ഏകത്വം എന്ന കാഴ്ചപ്പാടിന്റെ അടിസ്ഥാനത്തിൽ പരസ്പരബഹുമാനത്തോടെ കഴിയേണ്ട ജനവിഭാഗങ്ങളെ തമ്മിലടിപ്പിക്കാനുള്ള നയങ്ങളാണ് ഇപ്പോൾ രാജ്യത്ത് നടപ്പിലാക്കുന്നത് എന്ന കാര്യവും ജലീൽ ഓർമ്മപ്പെടുത്തുന്നു. 'ദേശീയവാദിയായ വാരിയൻകുന്നൻ' എന്ന ലേഖനം മലബാർ കലാപത്തിന്റെ കരുത്തും ദൗർബല്യങ്ങളും ചൂണ്ടിക്കാട്ടുന്നതാണ്. ഇതുമായി ബന്ധപ്പെട്ട് ഉയർന്നുവന്ന വിവാദങ്ങളെ മതനിരപേക്ഷമൂല്യങ്ങളിൽ ഉറച്ചുനിന്നുകൊണ്ട് വിലയിരുത്തുകയാണ് പ്രസ്തുത ലേഖനം. ഇങ്ങനെ വർത്തമാനകാലത്തെ രാഷ്ട്രീയചർച്ചകളിലെ നിലപാടുപറച്ചിലായി ജലീലിന്റെ രചനകൾ പരിണമിക്കുന്നത് ശ്രദ്ധേയമാണ്. ബാബറി മസ്ജിദിന്റെ പശ്ചാത്തലത്തിൽ തുർക്കിയിലെ 'ഹാഗിയ സോഫിയ' വിവാദം വിശകലനം ചെയ്യുന്ന ലേഖനം ഓരോ രാജ്യത്തും വിശ്വാസികൾ പരസ്പരം അനുവർത്തിക്കേണ്ട മാന്യമായ ധാരണകളിലേക്ക് വായനക്കാരുടെ ചിന്തയെ കൊണ്ടുപോകാൻ പര്യാപ്തമാണ്.

പുസ്തകത്തിന്റെ രണ്ടാം ഭാഗം വിവിധ ഘട്ടങ്ങളിൽ ജലീൽ നടത്തിയ പ്രഭാഷണങ്ങളാണ്. ഈ പ്രഭാഷണങ്ങളിലെല്ലാം മതങ്ങൾ ഉയർത്തിപ്പിടിച്ച മനുഷ്യസ്നേഹപരമായ മുഖങ്ങളെ അനാവരണം ചെയ്യാനാണ് ശ്രമിക്കുന്നത്. വിവിധ വിശ്വാസങ്ങൾ പരസ്പരം ഇഴുകിച്ചേർന്ന് കഴിയുന്നതാണ് നമ്മുടെ പാരമ്പര്യമെന്ന് ഓർമ്മപ്പെടുത്തുന്ന നിരവധി സംഭവങ്ങൾ പുസ്തകത്തിൽ ഉടനീളമുണ്ട്. 'മമ്പുറം തങ്ങളും കോന്തു നായരും: നാടുണർത്തിയ സൗഹൃദം' പോലുള്ളവ ഈ സമീപനത്തിന്റെ സാക്ഷ്യപത്രങ്ങളാണ്. ചരിത്രത്തിലെ ഇത്തരം ബന്ധങ്ങളെ ഓർമ്മപ്പെടുത്തിക്കൊണ്ട് മതനിരപേക്ഷതയുടെ വളർച്ചയ്ക്ക് കരുത്തും പ്രചോദനവുമായി ഈ പുസ്തകം മാറുന്നു.

ചരിത്രാധ്യാപകൻ എന്ന നിലയിൽ സ്വാംശീകരിച്ച ജ്ഞാനവും രാഷ്ട്രീയ-സാമൂഹ്യ രംഗങ്ങളിൽ ഇടപെട്ടുകൊണ്ട് ഉണ്ടാക്കിയ അറിവും ഈ പുസ്തകത്തെ ഏറെ സമ്പന്നമാക്കുന്നതാണ്. മതത്തിന്റെ പേരുപറഞ്ഞ് അക്രമങ്ങളും സംഘർഷങ്ങളും സൃഷ്ടിക്കാൻ വേണ്ടിയുള്ള പരിശ്രമങ്ങൾ നടക്കുന്ന നമ്മുടെ നാട്ടിൽ, അവക്കെതിരേയുള്ള ആശയപ്രചരണങ്ങൾക്ക് സഹായിക്കുന്ന ഒട്ടേറെ വിവരങ്ങളാലും കാഴ്ചപ്പാടുകളാലും സമ്പന്നമാണ് ഈ ഗ്രന്ഥം. മതവും വർഗ്ഗീയതയും രണ്ടാണെന്ന നിലപാടിൽ നിന്നുകൊണ്ട് മനുഷ്യരുടെ പരസ്പരയോജിപ്പിനെ മുന്നോട്ടുവെക്കുന്ന രചനകൾ ഉൾക്കൊള്ളുന്ന ഈ പുസ്തകം വർത്തമാനകാലത്തെ ശക്തമായ ഇടപെടലാണെന്നതിൽ സംശയമില്ല. നമ്മുടെ നാടിന്റെ സാംസ്കാരികസവിശേഷതകളെ മനസ്സിലാക്കാൻ ആഗ്രഹിക്കുന്നവർക്ക് തീർച്ചയായും ഒരു കൈപ്പുസ്തകം തന്നെയാണ് *മതം മതഭ്രാന്ത് മതേതരത്വം* എന്ന ഈ കൃതി.

ഭാഗം ഒന്ന്
ലേഖനങ്ങൾ

കേരള-അറബ് സാംസ്കാരിക വിനിമയം: ഒരന്വേഷണം

ഇതരസംസ്കാരങ്ങൾക്കു മുമ്പിൽ വാതിൽ കൊട്ടിയടച്ച് സ്വന്തമായി നിർമ്മിക്കുന്ന കുടുസായ ഒരു ലോകത്ത് ഒതുങ്ങിക്കൂടാനല്ല ഒരുകാലത്തും ഇന്ത്യ ശ്രമിച്ചിട്ടുള്ളത്. എല്ലാ സംസ്കാരങ്ങളെയും ലോകാനുഭവങ്ങളെയും കൈനീട്ടി സ്വീകരിക്കുകയും സ്വാംശീകരിക്കുകയും ചെയ്യുന്ന പൈതൃകമാണ് ഇന്ത്യ എന്ന യാഥാർത്ഥ്യത്തിന്റെ ആത്മാവ്. വിവിധ വിശ്വാസങ്ങളും ആചാരാനുഷ്ഠാനങ്ങളും സാംസ്കാരിക ശീലങ്ങളും വംശീയസവിശേഷതകളും പരസ്പരം കൈകോർത്തും കൂടിക്കലർന്നും ഉയിർകൊണ്ടതാണ് ഭാരതത്തിന്റെ സമ്പന്നമായ സാംസ്കാരികസ്വത്വം. ഏതു സംസ്കൃതിയെയും നാഗരികമൂല്യങ്ങളെയും അലിയിച്ചെടുത്ത് സ്വന്തമാക്കാനുള്ള ഈ പാടവം ഏറെ രാജ്യങ്ങൾക്കൊന്നും അവകാശപ്പെടാനാകില്ല. എല്ലാറ്റിനെയും ഹൃദയത്തോട് ചേർക്കാനുള്ള ഈ വിശാലതയാണ് ഇന്ത്യൻ മണ്ണിലേക്ക് ലോകത്തിന്റെ വിവിധ കോണുകളിൽ നിന്നുള്ള ജനവിഭാഗങ്ങളുടെ അനുസ്യൂതമായ പ്രവാഹത്തിന് പ്രധാന പ്രേരകമായിത്തീർന്നത്. ഈ ഒഴുക്കുകളിൽ കാലം സൃഷ്ടിച്ച മനോഹരമായ സാംസ്കാരികചിത്രങ്ങൾ തന്നെയാണ് ഏകശിലാത്മകത ലക്ഷ്യം വെക്കുന്ന പ്രത്യയശാസ്ത്രത്തെ ബൗദ്ധികതലത്തിൽ ഇന്ത്യൻ മണ്ണിൽ പ്രതിരോധിക്കുന്നതും പ്രായോഗിക രംഗത്ത് ശക്തമായ പ്രതിബന്ധം സൃഷ്ടിക്കുന്നതും. ആദാനപ്രദാനങ്ങളുടെ നൂലിഴകൾ കൊണ്ട് സ്വാഭാവികമായി നെയ്തെടുത്ത സഹവർത്തിത്വത്തിന്റെയും സഹിഷ്ണുതയുടെയും മൂല്യങ്ങളെ തുടച്ചുമാറ്റാനുള്ള ഏതൊരു ശ്രമവും വ്യർഥാവിലാക്കുന്നതും ഈ മണ്ണിലെ ബഹുസ്വരതയുടെ പൊട്ടാത്ത കണ്ണികളാണ്. ഇത്തരം കണ്ണികളെ ഇരുട്ടിൽനിന്ന് വെളിച്ചത്തേക്ക് കൊണ്ടുവരിക എന്നതുകൂടിയാണ് ചരിത്രത്തിന്റെ സാമൂഹികധർമ്മം. സങ്കരസംസ്കൃ

തിയുടെ പഥങ്ങൾ ചികയുന്നതുതന്നെ പ്രതിരോധത്തിന്റെ രീതിശാസ്ത്രമാവേണ്ടിയിരിക്കുന്നു. സംസ്കാരങ്ങളുടെ വിവിധവഴികൾ വേർപിരിയുന്നതിനു പകരം ഇഴചേർന്ന് ഒന്നായി നിലകൊള്ളുന്നത് എങ്ങനെയാണെന്ന് കേരളീയ പശ്ചാത്തലത്തിൽ നടത്തുന്ന അന്വേഷണമാണ് ഈ പഠനം.

കേരളത്തിന് അറേബ്യയുമായുള്ള സാംസ്കാരികബന്ധമാണ് വിശകലനത്തിനുള്ള ഏകകമായി സ്വീകരിച്ചിരിക്കുന്നത്. വിവിധ സമൂഹങ്ങളും സംസ്കാരങ്ങളുമായുള്ള ക്രയവിക്രയങ്ങളിലൂടെ അനുസ്യൂതമായി ഉദ്ഗ്രഥിക്കപ്പെട്ട ഒരു ചരിത്രമാണ് കേരളത്തിന്റേത്. പശ്ചിമേഷ്യയിൽ ഉദയംകൊണ്ട മതങ്ങളുടെയും നാഗരികതകളുടെയും സ്വാധീനവും ഇന്ത്യയിൽ ആവിർഭവിച്ച ജൈന-ബൗദ്ധ പാരമ്പര്യങ്ങളുടെ സ്വാധീനവും ആര്യ-ദ്രാവിഡ ശീലങ്ങളുടെ വംശീയപശ്ചാത്തലവുമെല്ലാമുള്ള കേരളം ലോകചരിത്രത്തിൽത്തന്നെ നിർണ്ണായകപ്രാധാന്യമുള്ള ഒരു പ്രദേശമാണ്. ചരിത്രാതീതകാലം മുതലേ ലോക വാണിജ്യഭൂപടത്തിൽ ശ്രദ്ധേയസ്ഥാനമുണ്ടായിരുന്ന ദക്ഷിണേന്ത്യയിലെ ഈ മേഖലയെ സംബന്ധിച്ച് പുരാതന ഗ്രീക്ക്-റോമൻ-ബൈസന്റൈൻ രേഖകളിൽ കാണാം. ക്രിസ്തുവിനു മുമ്പുതന്നെ റോമാക്കാരും ഇന്ത്യയും തമ്മിൽ കരമാർഗ്ഗമുള്ള വാണിജ്യബന്ധങ്ങൾ ഉണ്ടായിരുന്നു. നാലാം നൂറ്റാണ്ടോടെ റോമാസാമ്രാജ്യം തകർച്ചയെ അഭിമുഖീകരിച്ചതിനെത്തുടർന്ന് ഈ വാണിജ്യവിനിമയരംഗത്ത് ഊർജ്ജസ്വലതയോടെ കടന്നുവന്നവർ അറബികളും പേർഷ്യക്കാരുമെല്ലാമായിരുന്നു. ഇന്ത്യയോട് ഏറ്റവും അടുത്തുകിടക്കുന്ന യമൻ, ഒമാൻ പോലുള്ള രാജ്യങ്ങളുമായി ചരിത്രാതീതകാലം മുതൽക്കുതന്നെ കേരളമുൾപ്പെടെയുള്ള ഇന്ത്യയുടെ പശ്ചിമതീരങ്ങൾക്ക് അടുപ്പമുണ്ടായിരുന്നുവെന്ന് തെളിയിക്കുന്ന നിരവധി പ്രമാണങ്ങൾ ലഭ്യമാണ്. സോളമന്റെ (സുലൈമാൻ നബി) കാലംതൊട്ടേ കേരളത്തിലെ വന്യമൃഗങ്ങളും വനോൽപ്പന്നങ്ങളും ലോകവ്യാപാരമേഖലയിൽ ഒന്നാം സ്ഥാനം നേടിയിരുന്നു. അക്കാലത്ത് ഏലം, കുരുമുളക്, കറുവപ്പട്ട, ആനക്കൊമ്പ്, മയിൽപ്പീലി, തുണിത്തരങ്ങൾ മുതലായവ ഇവിടെനിന്ന് മധ്യപൗരസ്ത്യ രാജ്യങ്ങളിലേക്ക് കയറ്റി അയക്കപ്പെട്ടിരുന്നതായി കാണാം. സോളമന്റെ സമയത്ത് കൊല്ലംതോറും സ്വർണ്ണം, വെള്ളി, ആനക്കൊമ്പ്, കുരങ്ങുകൾ തുടങ്ങിയവയുമായി കപ്പൽസേന പോകുമായിരുന്നതായി ചരിത്രം സാക്ഷ്യപ്പെടുത്തുന്നുണ്ട്.

പ്രധാനമായും അറബിക്കച്ചവടക്കാരിലൂടെയാണ് കേരളത്തിലേക്ക് ഇസ്ലാംമതം എത്തിയത്. ക്രിസ്തുവർഷം ഏഴാം നൂറ്റാണ്ടിൽ കേരളക്കരയിൽ ഇസ്ലാം സമാധാനത്തോടെ പ്രചരിച്ചു തുടങ്ങി. കടൽ കടന്നെത്തിയ പുതിയ സമൂഹങ്ങളുമായുള്ള സമ്പർക്കങ്ങളുടെ ഫലമായി അവരുടെ വിശ്വാസവും ജീവിതവും ദ്രാവിഡപാരമ്പര്യമുള്ള ദക്ഷിണേന്ത്യൻ സമൂഹങ്ങളുടെ വിശ്വാസങ്ങളുമായി കൂടിക്കലരുകയും കൈകോർക്കുകയും ചെയ്തു. പൂർവേഷ്യൻ രാജ്യമായ സുമാത്രയുമായി പോലും

ക്രിസ്ത്വബ്ദം ഒന്നാം നൂറ്റാണ്ടുതൊട്ടേ അറബികൾക്ക് ബന്ധമുണ്ടായിരുന്നുവെന്ന് *Origin and Early History of the Muslims of Kerala* എന്ന ഗ്രന്ഥത്തിൽ ജെ.ബി.പി. മോർ പ്രമാണങ്ങളുദ്ധരിച്ച് സ്ഥാപിക്കുന്നുണ്ട്. മാത്രമല്ല, എ.ഡി. 626 ൽ അഥവാ ഹിജ്റ നാലിലോ അഞ്ചിലോ ചൈനയിൽ ഇസ്ലാം എത്തിയിട്ടുണ്ടെന്ന് മോർ തന്നെ പ്രസ്താവിച്ചിട്ടുണ്ട്. അക്കാലത്ത് ചൈനയിൽ ഇസ്ലാംമതം എത്തിയിട്ടുണ്ടെങ്കിൽ മലബാർ തീരങ്ങളിലും ഇസ്ലാം വന്നണയാനുള്ള സാധ്യത തള്ളിക്കളയാനാവില്ലെന്ന് മോർ അഭിപ്രായപ്പെടുന്നത് മുഖവിലക്കെടുക്കാതിരിക്കാനാവില്ല. 'കീയാതാം' എന്ന പേരിലറിയപ്പെട്ട സമുദ്രവിജ്ഞാനീയങ്ങളിൽ, അഗ്രഗണ്യനായ ഒരു ഭൂമിശാസ്ത്രജ്ഞന്റെ രേഖകളിൽ പൂർവേഷ്യയിലെ ചില കച്ചവടകേന്ദ്രങ്ങൾ മുതൽ ദക്ഷിണേന്ത്യൻ തീരങ്ങൾ വഴി പേർഷ്യൻ ഗൾഫ് വരെയുള്ള സമുദ്രസഞ്ചാര റൂട്ട് വിശദീകരിക്കുന്നുണ്ട് എന്നതും ഇതോടൊപ്പം ചേർത്തുവായിക്കേണ്ടതാണ്. എ.ഡി. 785 നും 805 നുമിടയിലുള്ള സഞ്ചാരികളിൽ നിന്നുള്ള വിവരണങ്ങളെ ആധാരമാക്കിയാണ് ഇത്തരമൊരു വിവരണം. കേരളത്തിലെ 'കൂലംമലൈയെ' പറ്റിപ്പോലും അതിൽ പരാമർശിക്കുന്നുണ്ട്.

സോളമൻ ചക്രവർത്തിക്കുവേണ്ടി സ്വർണ്ണവും വെള്ളിയും ആനക്കൊമ്പും മയിലുകളും കുരങ്ങുകളുമെല്ലാം 'ഓഫീർ' എന്ന തുറമുഖത്തുനിന്നും കപ്പൽ കയറിയിരുന്നുവെന്ന് *ബൈബിളിൽ* പരാമർശമുള്ളതും സ്മരണീയമാണ്. ഈ 'ഓഫീർ' കേരളത്തിലെ ബേപ്പൂർ ആണെന്ന് ചില ചരിത്രകാരന്മാർ അഭിപ്രായപ്പെട്ടിട്ടുണ്ട്. എന്നാൽ ഇത് 'പൂവാർ' ആണെന്ന മറ്റൊരു വാദഗതിയും നിലനിൽക്കുന്നുണ്ട്. പല ഗ്രീക്കോ-റോമൻ ചരിത്രകാരന്മാരും കേരളത്തിലെ 'മുസിരിസി'നെക്കുറിച്ചു പ്രസ്താവിച്ചത് കാണാം. വിദേശങ്ങളിൽ ഇന്ത്യൻ സുഗന്ധദ്രവ്യങ്ങളുടെ വ്യാപാരവിപണനങ്ങൾ ഗ്രീക്കുകാരെ പിന്തുടർന്ന് അറബികളാണ് ഏറ്റെടുത്തത്. ഏഡനും ഷഹറും കച്ചവടകേന്ദ്രങ്ങൾ എന്നതിനുപുറമേ നാവികർക്ക് യാത്രാമധ്യേ നങ്കൂരമിട്ടു വിശ്രമിക്കാനുള്ള താവളങ്ങൾകൂടിയായിരുന്നു. ഈ രണ്ടു കേന്ദ്രങ്ങളുടെയും നിയന്ത്രണം അറബികളുടേതായതോടുകൂടി ഇന്ത്യയുമായി, പ്രത്യേകിച്ച് കേരളവുമായുള്ള വാണിജ്യത്തിന്റെ കുത്തക അവരുടേതായി മാറി.

കേരളത്തിന് മധ്യപൗരസ്ത്യ പ്രദേശങ്ങളുമായുള്ള ബന്ധത്തിന് ഭാഷാപരമായി ധാരാളം തെളിവുകൾ ലഭ്യമാണ്. സുഗന്ധവ്യഞ്ജന വസ്തുക്കൾക്ക് അറബിയിലും മലയാളത്തിലുമുള്ള വാക്കുകളിൽ കാണുന്ന സാമ്യത ആകസ്മികമാകാൻ ഇടയില്ല. സഞ്ചബിൽ (ഇഞ്ചി), സാന്ദൽ (ചന്ദനം), ഹെയ്ൽ (ഏലം), കറൻഫുൽ (കറാമ്പൂ), താംബുൽ (താംബൂലം) എന്നിവ ഉദാഹരണങ്ങളിൽ ചിലതാണ്. അറബിയിലെയും മലയാളത്തിലെയും ധാതുക്കൾ സമന്വയിപ്പിച്ചാണ് (മല+ബർറ്) മലബാർ എന്ന പേര് അറബികൾ സൃഷ്ടിച്ചത്. ബാർ എന്നതിന്റെ മൂലരൂപം പേർഷ്യൻ ആണെന്നും അഭിപ്രായമുണ്ട്. അറബികളെ സംബന്ധിച്ചിടത്തോളം

മലബാർ എന്ന നാട് വടക്ക് ഏഴിമല മുതൽ തെക്ക് കന്യാകുമാരി വരെ വ്യാപിച്ചുകിടക്കുന്ന ഇന്നത്തെ കേരളത്തിന്റെ ഭൂരിഭാഗത്തേയും ഉൾക്കൊള്ളുന്നതായിരുന്നു. അല്ലാതെ, സമകാലിക ഭാഷാവ്യവഹാരത്തിൽ കാണുന്നപോലെ വടക്കൻകേരളം എന്ന അർത്ഥത്തിലായിരുന്നില്ല. അൽബിറൂനി ആവണം മലബാർ എന്ന പദം ചരിത്രരചനയിൽ ആദ്യമായി ഉപയോഗിച്ചതെന്ന് സി.എ. ഇൻസ് അഭിപ്രായപ്പെട്ടിട്ടുണ്ട്.

മൈക്കിൾ പിയേഴ്സൺ പറയുന്നു: സോളമന്റെ കാലത്തിനു വളരെ മുമ്പുതന്നെ (ബി.സി. 1000ത്തിൽ) അറബികൾ കടൽമാർഗ്ഗം പേർഷ്യൻ തീരപ്രദേശങ്ങളിൽനിന്നും ഒമാനിൽനിന്നും കേരളത്തിലേക്ക് വന്നെത്തിയിട്ടുണ്ട്. ഈ വൈദേശികർ സിത്ത്, ബയ്സരികൾ, അഹാമിറ എന്നീ പേരുകളിൽ അറിയപ്പെട്ടിരുന്നു.' ശംസുദ്ദീൻ ഖാദിരി പറയുന്നത് നോക്കുക: '(യമനിലെ) ഹദർമൗത്തിന്റെ പ്രാന്തപ്രദേശമായ ദിഫാർ തുറമുഖം മലബാറിന്റെയും അറബികളുടെയും നേർക്കുനേരെയുള്ള വാണിജ്യകേന്ദ്രമായിരുന്നു.' പ്രൊഫസർ അഹ്മദ് ശലബിയുടെ നിഗമനം, 'കേരളത്തിന്റെ ഗ്രാമങ്ങളിലും കുഗ്രാമങ്ങളിലും ഉൽപ്പാദിപ്പിക്കുന്ന ഇഞ്ചി, കുരുമുളക്, ഏലം എന്നിവ ഇസ്ലാമിന്റെ ആഗമനത്തിനു മുമ്പുതന്നെ അറേബ്യൻ ചന്തകളിൽ കാണപ്പെട്ടിരുന്നു' എന്നുള്ളതാണ്. ലോകസഞ്ചാരിയായിരുന്ന ഇബ്നു ബത്തൂത്ത താൻ കേരളത്തിൽ കണ്ട അറേബ്യൻ അടയാളങ്ങളെയും ഗോത്രങ്ങളെയും ഇസ്ലാമിക പൈതൃകങ്ങളെയും തന്റെ സഞ്ചാരക്കുറിപ്പിൽ സാന്ദ്രതം രേഖപ്പെടുത്തിയിട്ടുണ്ട്.

മതപ്രചാരകരുടെ തീർത്തും സമാധാനപരമായ പ്രബോധനരീതിയുടെ ഫലമായിരുന്നു ഇസ്ലാമിന്റെ വ്യാപനം. വടക്കേ ഇന്ത്യയിൽനിന്ന് വ്യത്യസ്തമായി, കേരളതീരങ്ങളിൽ എത്തിയ ആദ്യകാല മുസ്ലിങ്ങൾ കച്ചവടക്കാരും പ്രബോധകരുമായിരുന്നു. ചെന്നണയുന്ന നാട്ടിലെ ജനങ്ങൾക്ക് ഇസ്ലാം എന്ന വിശ്വാസധാരയെ പരിചയപ്പെടുത്തുക മാത്രമായിരുന്നു അവരുടെ ലക്ഷ്യം. അല്ലാതെ മതപരിവർത്തനമായിരുന്നില്ല. കച്ചവടാവശ്യാർത്ഥം വന്ന അറബികൾ, തങ്ങൾ വിശ്വസിക്കുകയും അനുഷ്ഠിക്കുകയും ചെയ്യുന്ന മതത്തെ കേരളത്തിലെ ഹൈന്ദവ സഹോദരങ്ങൾക്ക് പരിചയപ്പെടുത്തുകയും ആ മതം ഉയർത്തിപ്പിടിക്കുന്ന മൂല്യങ്ങളുടെ ശുദ്ധമാതൃകകളായി ജീവിച്ചു കാണിച്ചുകൊടുക്കുകയും ചെയ്തു. ഈ സുഹൃദ്ബന്ധം പിന്നീട് ഇസ്ലാമിന്റെ പ്രചാരണത്തിനു സഹായകമായെന്നത് വസ്തുതയാണ്. ഇതരമതങ്ങളുടെ വ്യാപനത്തിനും വ്യത്യസ്ത മതവിഭാഗങ്ങൾക്കിടയിൽ സഹവർത്തിത്വം രൂപപ്പെടുന്നതിനും അടിസ്ഥാനമായി വർത്തിച്ചത് വിവിധ മതവിഭാഗങ്ങൾക്കിടയിൽ നിലനിന്നിരുന്ന കച്ചവടതാൽപ്പര്യങ്ങളായിരുന്നുവെന്ന് ചരിത്രകാരന്മാരായ കെ.എൻ. പണിക്കരും ഫ്രഡറിക് ഡെയിലും നിരീക്ഷിച്ചിട്ടുണ്ട്. ആദ്യകാല ഹിന്ദു-മുസ്ലിം സഹവർത്തിത്വത്തിന്റെ മൂലകാരണം കച്ചവടബന്ധമായിരുന്നുവെങ്കിലും, അതിന്റെ ഉപോൽപ്പന്നമാണ് കേരളതീരങ്ങളിലെ ഇസ്ലാമിന്റെ സാന്നിദ്ധ്യം. ഇസ്ലാമിനു മുമ്പേ രൂപപ്പെട്ട ഈ സഹ

വർത്തിത്വം പിന്നീട് ഇസ്ലാമികപ്രചാരണത്തിന് ശക്തമായ അടിത്തറ പാകുകയാണുണ്ടായത്. സമാധാനപരമായ സഹവാസം തീർത്ത സവിശേഷമായ അന്തരീക്ഷമാണ് ഇസ്ലാമിന്റെ കേരളത്തിലെ വളർച്ചയ്ക്ക് ഒരളവോളം അനുകൂലമായി വർത്തിച്ച ഘടകം.

കച്ചവടക്കാരായി കേരളത്തിലെത്തിയ അറബിമുസ്ലിങ്ങളുടെ ജീവിതരീതി തദ്ദേശീയരെ വളരെയധികം ആകർഷിച്ചിരുന്നുവെന്ന് ഡോ. വിജയലക്ഷ്മി എഴുതുന്നുണ്ട്. ഒരു നാഗരികസമൂഹത്തിന്റെ ജീവിതത്തിനാവശ്യമായ എല്ലാ ഭൗതികസൗകര്യങ്ങളും അറേബ്യൻ മുസ്ലിങ്ങൾക്ക് ഉണ്ടായിരുന്നുവെന്ന് ചുരുക്കം. സാധാരണക്കാരെ അറബികളിലേക്കടുപ്പിച്ച മറ്റൊരു ഘടകം അവരുടെ സാമ്പത്തികാഭിവൃദ്ധിയായിരുന്നു. കച്ചവടത്തിലൂടെ അവർ സമ്പത്തു നേടുന്നത് തദ്ദേശീയരെ അറേബ്യൻ വ്യാപാരികളോട് അടുപ്പമുള്ളവരാക്കിത്തീർത്തു. കേരളതീരങ്ങളിൽ ആദ്യകാലത്ത് താമസമാക്കിയ അറബികൾക്ക് കച്ചവടമല്ലാത്ത മറ്റൊരു തൊഴിലും അറിയുമായിരുന്നില്ല. അതിനാൽ മറ്റെല്ലാ ജോലികൾക്കും സേവനങ്ങൾക്കും അവർക്ക് തദ്ദേശീയരെ ആശ്രയിക്കേണ്ടി വന്നു. തദ്ദേശീയരായ ജനങ്ങളും അറബിമുസ്ലിങ്ങളും തമ്മിൽ അടുത്ത ബന്ധങ്ങൾക്കുള്ള സാധ്യതകൾ തുറക്കുന്നതായിരുന്നു ഈ ചങ്ങാത്തം. അറേബ്യൻ കച്ചവടക്കാരുടെ ജീവിതരീതി ഇഷ്ടപ്പെടാനും അവരുടെ മതവുമായി ഹൃദയബന്ധം സ്ഥാപിക്കാനും പിന്നീട് ക്രമേണ ഇസ്ലാംമതം സ്വീകരിക്കാനും ഇത്തരം സൗഹൃദങ്ങൾ കാരണമായിട്ടുണ്ടാകാം. മാത്രമല്ല, കേരളത്തിൽ നിലനിന്നിരുന്ന തൊട്ടുകൂടായ്മയും തീണ്ടിക്കൂടായ്മയും അടിസ്ഥാനമാക്കിയുള്ള ജാതിക്രമവും സാമൂഹ്യവ്യവസ്ഥയും സമത്വമാഗ്രഹിച്ചവരുടെ മനസ്സിൽ ചലനങ്ങൾ സൃഷ്ടിച്ചതും ഇസ്ലാമിന്റെ വ്യാപനത്തിന് വഴിയൊരുക്കിയിട്ടുണ്ടാകാം.

മതസൗഹാർദ്ദം, മതസഹിഷ്ണുത എന്നിവയേക്കാൾ മതസഹവർത്തിത്വമാണ് വർത്തമാന സാഹചര്യത്തെ പരിചയപ്പെടുത്താൻ കുടുതൽ അനുയോജ്യം. കാരണം മതസഹിഷ്ണുത, മതസൗഹാർദ്ദം എന്നീ പദങ്ങൾ വിവിധ മതസ്ഥർക്കിടയിലെ സഹിഷ്ണുതാപരമായ മനോഭാവത്തെയാണ് സൂചിപ്പിക്കുന്നത്. എന്നാൽ സഹവർത്തിത്വം എന്ന പദം, മതസഹിഷ്ണുത എന്ന ആശയലോകത്തുനിന്നും പ്രായോഗിക ലോകത്തേക്കുള്ള ഇറങ്ങിവരലാണ്. ആ നിലക്ക് മതസഹിഷ്ണുതയുടെ തുടർഘട്ടവും മൂർത്തരൂപവുമാണ് മതസഹവർത്തിത്വം. ആദ്യകാല മുസ്ലിങ്ങളും ഹൈന്ദവരും തമ്മിൽ രൂപപ്പെട്ട ഈ സഹവർത്തിത്വത്തെ ഡോ. എം.ജി.എസ്. നാരായണൻ പരസ്പരാശ്രിത സാമൂഹികത എന്നാണ് വിശേഷിപ്പിക്കുന്നത്. ആദ്യകാലത്തു രൂപപ്പെട്ട ഈ പരസ്പരാശ്രിത സാമൂഹികതയാണ് പിന്നീട് ഇസ്ലാമിന്റെ വളർച്ചയ്ക്കും നിദാനമായത്.

ഹിന്ദു-മുസ്ലിം ജനവിഭാഗങ്ങൾ തമ്മിലുള്ള വ്യാപാരം നല്ല രീതിയിൽ നടന്നുപോകുന്നതിന് സമാധാനപരമായ ഇഴുകിച്ചേരൽ ആവശ്യമായിരുന്നു. ആദ്യകാല മുസ്ലിങ്ങൾക്ക് സമുദ്രയാത്രയ്ക്ക് കപ്പലുകൾ

വേണ്ടിവന്നപ്പോൾ ഹിന്ദുക്കളായ ആശാരിമാരാണ് അവർക്കത് നിർമ്മിച്ചു നൽകിയിരുന്നത്. അക്കാലത്തെ മുസ്ലിം പള്ളികൾ പണിതിരുന്നതും ഈ ഹിന്ദു ആശാരിമാർ തന്നെയായിരുന്നു. അമ്പലങ്ങളുടെയും മസ്ജിദുകളുടെയും നിർമ്മാണത്തിലെ സമാനതകൾ സൂചിപ്പിക്കുന്നതും മറ്റൊന്നല്ല. ഹൈന്ദവരായ മരപ്പണിക്കാരെ സംബന്ധിച്ചിടത്തോളം അവർക്ക് ഒരു തൊഴിൽ ആവശ്യമായിരുന്നു. മുസ്ലിങ്ങളാകട്ടെ, അത്തരക്കാർക്ക് തൊഴിൽ നൽകാൻ സന്നദ്ധരുമായിരുന്നു. ഈ സൗഹൃദവും പരസ്പരാശ്രിത സഹവർത്തിത്വവും തീർത്ത സമാധാനപരമായ അന്തരീക്ഷം ഇസ്ലാമിന്റെ നിശബ്ദവളർച്ചയ്ക്ക് വഴിയൊരുക്കി. ഹിന്ദു ഭരണാധികാരികളുടെ സഹിഷ്ണുതാപരമായ നിലപാട് കേരളത്തിൽ ഇസ്ലാമിന്റെ വ്യാപനത്തിന് ഏറെ സഹായകരമാവുകയും ചെയ്തു.

ഇസ്ലാമിനോടും മുസ്ലിങ്ങളോടുമുള്ള തദ്ദേശീയരായ ഹിന്ദുരാജാക്കന്മാരുടെ സ്നേഹപൂർണ്ണമായ സമീപനം മനസ്സിലാക്കിയ ഇംഗ്ലീഷ് ചരിത്രകാരന്മാരിൽ പലരും കോഴിക്കോട്ടെ സാമൂതിരിയെ 'മൂറിഷ് കിംഗ്' (മുസ്ലിങ്ങളുടെ രാജാവ്) എന്നാണ് വിശേഷിപ്പിച്ചതെന്ന് ഡോ. എം.ജി.എസ്. നാരായണൻ എഴുതിയിട്ടുണ്ട്. ഹിന്ദുക്കളുടെയും മറ്റു മതവിഭാഗക്കാരുടെയുമെല്ലാം ഭരണാധികാരിയായിരുന്നിട്ടും മുസ്ലിങ്ങളുടെ രാജാവ് എന്ന സവിശേഷനാമത്തിൽ സാമൂതിരി ചരിത്രത്തിൽ അടയാളപ്പെടുത്തപ്പെട്ടത് മുസ്ലിങ്ങളോട് അദ്ദേഹം സ്വീകരിച്ച അനുകമ്പാപൂർണ്ണമായ മനോഭാവം കൊണ്ടാണെന്നതിൽ സംശയമില്ല. ഹിന്ദു–മുസ്ലിം സഹവർത്തിത്വത്തിനും കേരളത്തിലെ ഇസ്ലാമിന്റെ വ്യാപനത്തിനും മലയാളക്കരയുടെ പൊതുവായ സഹിഷ്ണുതാമനോഭാവം രൂപപ്പെടുത്തുന്നതിനും സാഹചര്യമൊരുക്കിയ കോഴിക്കോട് സാമൂതിരിമാരുടെ സഹോദരമതസ്ഥരോടുള്ള പെരുമാറ്റം എടുത്തു പറയത്തക്കതാണ്. മുസ്ലിങ്ങളെ സാമൂതിരി രാജാക്കന്മാർ വിശ്വസ്തപ്രജകളായിട്ടാണ് പരിഗണിച്ചിരുന്നത്. കോഴിക്കോട് തുറമുഖനഗരത്തിന്റെ ചുങ്കം പിരിക്കാനും അതിന്റെ സംരക്ഷണം ഉറപ്പുവരുത്താനും സാമൂതിരിമാർ നിയമിച്ചത് മുസ്ലിങ്ങളെയായിരുന്നു.

തിരുനാവായ നിളാനദിക്കരയിൽ പന്ത്രണ്ടുവർഷത്തിൽ ഒരിക്കൽ മാത്രം കൊണ്ടാടപ്പെട്ടിരുന്ന മാമാങ്കത്തിൽ സാമൂതിരിയുടെ അടുത്തു നിൽക്കാൻ കോയമാർക്ക് മാത്രമേ (തുറമുഖ ചുങ്കപ്പിരിവുകാരായ മുസ്ലിങ്ങൾക്ക് സാമൂതിരി നൽകിയ സ്ഥാനപ്പേര്) അനുവാദം നൽകിയിരുന്നുള്ളൂ. അറേബ്യയിൽ നിന്നു വന്നിരുന്ന മുസ്ലിങ്ങൾക്ക് സാമൂതിരി പ്രത്യേകം ആതിഥ്യമരുളുന്ന പതിവും സാധാരണമായിരുന്നു. ഹിന്ദുക്കൾക്ക് കടൽയാത്ര നിഷിദ്ധമായിരുന്ന കാലത്ത്, കച്ചവടാവശ്യാർത്ഥം യാത്ര ചെയ്യാൻ സന്നദ്ധതയുള്ളവർ നാടിന് ആവശ്യമായിരുന്നതിനാൽ ഹിന്ദുക്കളിൽ താൽപ്പര്യമുള്ളവരെ മുസ്ലിങ്ങളാവാൻ അനുവദിക്കലാണ് സാമൂതിരി കണ്ട മാർഗ്ഗം. ഇതിനായി കടലോരപ്രദേശത്ത് ജീവിക്കുന്ന മുക്കുവക്കുടുംബങ്ങളിലെ ഒരു കുട്ടിയെ മുസ്ലിമായി വളർത്താൻ സാമൂതിരി ചട്ടംകെട്ടി. ഇത്തരം നടപടികൾ സങ്കരസംസ്കൃതി പുഷ്ക്കലമാ

കാൻ സാഹചര്യമൊരുക്കി. ഭക്ഷ്യശീലങ്ങളിലും വസ്ത്രധാരണരീതിയിലും കലകളിലും ആചാരാനുഷ്ഠാനങ്ങളിലും കുടുംബം, വിവാഹം എന്നിവയുൾപ്പെടെ പ്രാഥമിക സാമൂഹിക ഘടനകളിലുമൊക്കെയുള്ള ഇടകലരലുകളെത്തുടർന്ന് പുതുസാംസ്കാരികരൂപങ്ങളും പിറവിയെടുത്തുകൊണ്ടിരുന്നു. വരേണ്യമെന്നോ അധഃകൃതമെന്നോ ക്ലാസിക്കെന്നോ ഫോക്കെന്നോ ഭേദമില്ലാതെ ഏതു സാംസ്കാരിക മാതൃകകളെയും തങ്ങളുടെ അടിസ്ഥാന വിശ്വാസപ്രമാണങ്ങളെ ബലിയർപ്പിക്കാതെതന്നെ ഉൾക്കൊള്ളാനുള്ള തുറസ്സ് അക്കാലത്തെ ഇസ്ലാമിന് ഉണ്ടായിരുന്നു എന്നുള്ളതും പ്രത്യേകം ശ്രദ്ധേയമാണ്.

ഇസ്ലാമിന്റെ തുറന്ന മനസ്സ് ഏറിയ രൂപത്തിൽ ഇന്നും ദൃശ്യമാകുന്നത് മാപ്പിള കലാരൂപങ്ങളിലാണ്. നേരത്തേ സൂചിപ്പിച്ചതുപോലെ കേരള-അറബ് സംസ്കാരങ്ങളുടെ കൂട്ടുകെട്ടാണ് മാപ്പിളകലകളുടെ മജ്ജയും മാംസവും ആത്മാവും രൂപപ്പെടുത്തിയത്. അറബി ഈണവും കേരളീയ മാപ്പിള താളവുമാണ് മിക്ക മാപ്പിളകലകളുടെയും അടിപ്പടവ്. തനത് വിശ്വാസങ്ങളിൽ പ്രാദേശികസംസ്കാരത്തിന്റെ മേമ്പൊടി വിതറിയതുകൊണ്ടാണ് ഇസ്ലാം കേരളീയർക്ക് രുചികരമായതെന്ന കാര്യം വിസ്മരിക്കാവതല്ല. മാപ്പിളകലകൾ മതനിരപേക്ഷമായതും ജനകീയമായതും ഇതിന്റെ ബഹിർസ്ഫുരണമായേ കാണാനാകൂ. കേരളീയമായ കോലാട്ടം മാപ്പിളരൂപം പൂണ്ട് കോൽക്കളിയായി. ഹിന്ദുഭക്തിഗാനങ്ങൾക്ക് പകരം ഇസ്ലാമികവിശ്വാസങ്ങളിലൂന്നിയ സ്തുതിഗീതങ്ങളും അറേബ്യൻ പാരമ്പര്യമുൾക്കൊള്ളുന്ന കാൽപ്പനിക ശൃംഗാര ഇശലുകളും അവയ്ക്ക് പശ്ചാത്തലമായെന്ന് മാത്രം. കൈകൊട്ടിക്കളിയോടും തിരുവാതിരക്കളിയോടും ഒപ്പനയ്ക്കുള്ള സാമ്യതയും ശ്രദ്ധേയമത്രെ. രണ്ടിന്റെയും സ്ഥായീഭാവം ലാസ്യമാണല്ലോ.

കുറച്ചുകൂടി സൂക്ഷ്മമായി നിരീക്ഷിച്ചാൽ വാദ്യോപകരണങ്ങളിലും ഇത്തരം ഇഴയടുപ്പം കണ്ടെത്താൻ നമുക്ക് കഴിയും. മാപ്പിളമാർക്കിടയിലെ ചീനിമുട്ടിന്റെ കാര്യം ഉദാഹരണമായെടുക്കാം. ക്ഷേത്രോത്സവങ്ങളിലെ പഞ്ചവാദ്യത്തോടാണ് ഇതിന്റെ ചായ്വ്. ഷെഹനായി എന്ന പേർഷ്യൻ വേരുകളുള്ള വാദ്യോപകരണത്തോട് സാദൃശ്യമുള്ളതാണ് ചീനി. ഇതിന് അകമ്പടിയാകുന്ന പശ്ചാത്തലവാദ്യങ്ങൾ തനി ദ്രാവിഡമായ ഒറ്റയും മുരശുമാണ്. ഉത്സവങ്ങൾക്കു പകരം നേർച്ച. ഉത്സവത്തിലെ പഞ്ചവാദ്യത്തിന് സമാനമായി നേർച്ചയിൽ ചീനിമുട്ട്. ഇത്തരം സമാനതകൾ ഹിന്ദു-മുസ്ലിം സമുദായങ്ങളിലെ പല കലാ-സാംസ്കാരികരൂപങ്ങളിലും നമുക്ക് ദർശിക്കാനാകും. ഈ ഇടകലരൽ ഏകദിശീയമായിരുന്നില്ല എന്നുകൂടി ഇതോടൊപ്പം നാം ഓർക്കണം.

കഥകളിയിലെ മിനുക്ക് വേഷം (സ്ത്രീവേഷം) തനി മാപ്പിള പുതുപ്പെണ്ണിന്റേത് തന്നെയെന്ന് പറഞ്ഞാൽ ആർക്കാണ് നിഷേധിക്കാനാവുക? മാപ്പിളപ്പാട്ടുകൾ കേരളീയ സാംസ്കാരികജീവിതത്തിൽ നിർവഹിച്ചു പോരുന്ന സാമൂഹികധർമ്മം ഈ ലേഖനത്തിൽ ആനുഷംഗിക പരാമർശ

ത്തിൽ ഒതുക്കാൻ പ്രയാസമാണ്. അത്രയേറെ വിപുലമാണ് അത് തുറന്നിട്ട സാംസ്കാരിക പ്രപഞ്ചം. മതത്തിന്റെ ഇടുങ്ങിയതും വികലമായതുമായ അതിക്രമസാധ്യതയെ പ്രതിരോധിക്കുന്നതിൽ മാപ്പിളപ്പാട്ടുകൾ വഹിച്ച പങ്ക് ഇനിയും വേണ്ടത്ര അടയാളപ്പെടുത്തപ്പെട്ടിട്ടില്ല. മറ്റേതൊരു സാഹിത്യജനുസും പോലെ ശൃംഗാര, കരുണാദി നവരസങ്ങൾ സൃഷ്ടിക്കുന്നതോടൊപ്പം മാപ്പിളപ്പാട്ടുകൾ നൽകിപ്പോന്ന മതമൈത്രിയുടെയും സാമൂഹികപരിഷ്കരണ ധർമ്മത്തിന്റെയും സന്ദേശങ്ങൾ ആഴത്തിൽ വിശകലനം ചെയ്യപ്പെടേണ്ടതുണ്ട്. പടപ്പ് പടപ്പോട് പിരിശത്തിൽ നിൽക്കാൻ ആഹ്വാനം ചെയ്യുന്ന ഈരടികൾ പൊന്നും മിന്നും വാങ്ങുന്ന സ്ത്രീധനത്തിനെതിരേ പടവാളുയർത്തുകയും ചെയ്യുന്നു. അറേബ്യൻ ഈണവും പദങ്ങളും ചേറിക്കൊഴിച്ചാൽ മാപ്പിളപ്പാട്ടുകളിൽ ബാക്കിയാകുന്നത് കേരളത്തിന്റെ മഹനീയമായ മതേതരപൈതൃകമാകും. ഇപ്പോഴും പരസ്യങ്ങൾക്കും തെരഞ്ഞെടുപ്പ് പ്രചാരണങ്ങൾക്കും മാപ്പിളപ്പാട്ടുകൾ സ്വീകാര്യമായ ഒരു മാധ്യമമായി നിലകൊള്ളുന്നതും അവയുടെ രൂപത്തിലും ഭാവത്തിലുമുള്ള മതേതരഭാവം കൊണ്ടാകാം.

പോർച്ചുഗീസുകാരുടെ വരവിനു മുമ്പുള്ള കേരളത്തിന്റെ ചരിത്രം മനസ്സിലാക്കുവാനുള്ള മാർഗ്ഗം ഇന്നും ഏറെക്കുറെ അറബിഗ്രന്ഥങ്ങളാണ്. കേരളത്തിലെ സാമൂഹികസ്ഥിതിയെയും രാജാക്കന്മാരെയും രാജസ്ഥാനങ്ങളെയും കയറ്റുമതിയെയും ഇറക്കുമതിയെയും വ്യാവസായിക സമ്പർക്കങ്ങളെയും സംബന്ധിച്ച് അറബി ചരിത്രപണ്ഡിതരും ഭൂമിശാസ്ത്രജ്ഞരും വ്യക്തമായ വിവരണങ്ങളാണ് നൽകിയിട്ടുള്ളത്. കേരളം സന്ദർശിച്ച അറബിസഞ്ചാരികളായ ഇബ്നു ബത്തൂത്ത, സുലൈമാൻ തുടങ്ങിയവരുടെ വിവരണങ്ങൾ കേരളചരിത്രത്തിന്റെ ശക്തമായ ഉപാദാനങ്ങളാണ്. എ.ഡി. 851 ൽ കേരളത്തിൽ വന്ന സുലൈമാൻ അദ്ദേഹത്തിന്റെ 'സിൽസിലത്തു തവാരീഖിൽ' കേരളത്തിലെ സാമൂഹിക-രാഷ്ട്രീയ-സാമ്പത്തിക സ്ഥിതിഗതികളെക്കുറിച്ച് പ്രതിപാദിച്ചിട്ടുണ്ട്. ഇതേത്തുടർന്നാണ് സഞ്ചാരികളും ചരിത്രകാരന്മാരുമായ യാഖൂബി, ഇബ്നുൽ ഫക്കീഹ്, അബുസൈദ്, മസ്ഊദി, ഇസ്തഖരി, ഇബ്നു ഹൗക്കൽ, മഖ്ദീസി, അല്ബിറൂനി, അൽ ഇദ്രീസി, യാഖൂത്, അല്കഖസ്വീനി, ദിവിഷ്ഖി, അബുല്ഫിഹദ, ഇബ്നു ബത്തൂത്ത, അബ്ദുർറസാക്ക് എന്നീ അറബിപണ്ഡിതന്മാർ കേരളം സന്ദർശിച്ചത്. അവരെഴുതിയിട്ടുള്ള യാത്രാക്കുറിപ്പുകളും വിവരണങ്ങളും ലോകത്തിന്റെ പല ഭാഗങ്ങളിലുമുള്ള ഗ്രന്ഥശേഖരങ്ങളിൽ പരതിയാൽ കാണാം. 9 മുതൽ 14 വരെ നൂറ്റാണ്ടുകളിലെ കേരളചരിത്രത്തെക്കുറിച്ചറിയാൻ ഈ കൃതികൾ ഏറെ സഹായകരമാണ്.

അറബി ഭാഷയ്ക്കും സാഹിത്യത്തിനും കേരളം നൽകിയ സംഭാവനകൾ അതുല്യമാണ്. കേരളത്തിൽനിന്ന് എണ്ണമറ്റ അറബിഗ്രന്ഥങ്ങളാണ് പ്രസിദ്ധീകരിക്കപ്പെട്ടിട്ടുള്ളത്. അവയിൽ പത്തു കിത്താബ്, ഇർശാഗദ്, അസ്സൈറു വസുലൂക്ക് എന്നിവ കേരളത്തിലെ എല്ലാ അറബിവി

ദ്യാലയങ്ങളിലും പാഠപുസ്തകങ്ങളായി ഉപയോഗിച്ചു വരുന്നു. ഇതിൽ അസ്സൈറു വസുലൂക്കിന്റെ കർത്താവ് ഫക്കീഹ് ഹുസൈൻ ഇബ്നു അഹമ്മദ് ദഹ്ഫന്തി എന്ന അറബിപണ്ഡിതനാണ്. അറുന്നൂറുകൊല്ലം മുമ്പ് കേരളത്തിൽ വന്ന ഇബ്നു ബത്തൂത്ത ധർമ്മപട്ടണത്തുവെച്ച് ഇദ്ദേഹത്തെ കണ്ടതായി രേഖപ്പെടുത്തിയത് പ്രസക്തമാണ്. കേരളത്തിൽ പിറവിയെടുത്ത ഏറ്റവും പഴക്കംചെന്ന അറബിഗ്രന്ഥം ഇതായിരിക്കാമെന്ന് ഊഹിച്ചാൽ അതു തെറ്റാവില്ല. അറബിഭാഷയും സാഹിത്യവും പ്രചരിപ്പിക്കുന്നതിൽ സുപ്രധാന പങ്കുവഹിച്ച കേന്ദ്രം പൊന്നാനിയായിരുന്നു. അവിടുത്തെ ശൈഖ് സെയ്നുദ്ദീൻ ഇബ്നു അലി എന്ന വലിയ സൈനുദ്ദീൻ മഖ്ദൂമാണ് അറബിഗ്രന്ഥകാരന്മാരിൽ അഗ്രഗണ്യൻ. 1468 നും 1521 നും ഇടയ്ക്ക് ജീവിച്ചിരുന്ന സൈനുദ്ദീൻ മഖ്ദൂം ഇസ്ലാമികലോകത്തെങ്ങും അറിയപ്പെട്ടിരുന്ന പണ്ഡിതശ്രേഷ്ഠനായിരുന്നു. അദ്ദേഹം എഴുതിയ അറബിഗ്രന്ഥങ്ങൾ ഇനി പറയുന്നവയാണ്: (1) മൂർഷികദുത്തുല്ലാബ് (2) സിറാജുല്ഖുങ്ങലുബ് (3) ഷംസുല്ഹുയദാ (4) ഇർശാദുൽ ഖാസീദിൻ (5) തുഹ്ഫത്തുൽ അഹിബ്ബാ (6) ശുഅബ്ല് ഈമാൻ (7) കിഫായത്തുൽ ഫറായിദ് (8) കിതാബുസ് സഫാമിനശിഫാ (9) തസ്ഹീലുൽ കാഫിയ

മഖ്ദൂമിന്റെ പൗത്രൻ ശൈഖ് സൈനുദ്ദീൻ മഖ്ദൂമാണ് പ്രസിദ്ധനായ മറ്റൊരു ഗ്രന്ഥകർത്താവ്. *ഫത്തഹുൽ മുഈനും തുഹ്ഫത്തുൽ മുജാഹിദീനു*മാണ് ഇദ്ദേഹത്തിന്റെ കൃതികൾ. ഒന്നാമത്തേത് അറബിരാജ്യങ്ങളിലും ജാവയിലും മറ്റും പ്രചാരമുള്ള ഒരു ഗ്രന്ഥമാണ്. ഈ ഗ്രന്ഥത്തിന് വ്യാഖ്യാനങ്ങൾ എഴുതിയിട്ടുള്ള പണ്ഡിതർ ധാരാളമാണ്. സൈനുദ്ദീൻ മഖ്ദൂമിന്റെ സമകാലികനായിരുന്ന ഖാസി മുഹമ്മദ് *മുഹിയിദ്ദീൻ മാലയും ഫത്തഹുല്മുംബീനും* രചിക്കുകയുണ്ടായി. ആദ്യത്തേത് ഒരു ഭക്തികാവ്യവും രണ്ടാമത്തേത് പോർച്ചുഗീസുകാരുടെ ആഗമനവും അവർ കേരളത്തിൽ നടത്തിയ ആക്രമണങ്ങളും വിവരിക്കുന്ന കൃതിയുമാണ്.

കേരളീയരായ മതപണ്ഡിതരിൽ പലരും അറബിഭാഷയിൽ ഗ്രന്ഥരചന നടത്തിയിട്ടുള്ളവരാണ്. മലയാളികളുടെ അറബിഭാഷയിലുള്ള ആദ്യകാലരചനകളിൽ ഭൂരിഭാഗവും സൂഫിസത്തെക്കുറിച്ചുള്ളതാണ്. കേരളത്തിൽ അക്കാലത്ത് സൂഫിസത്തിൽ ഊന്നിയ പ്രബോധനരീതി നിലനിന്നിരുന്നതുകൊണ്ടാകാം അങ്ങനെ സംഭവിച്ചത്. പിന്നീട് കർമ്മശാസ്ത്രം, നിയമം, ചരിത്രം തുടങ്ങിയ വിഷയങ്ങളിൽ ഗ്രന്ഥങ്ങൾ രചിക്കപ്പെട്ടു തുടങ്ങി. കേരളത്തിലെ ചരിത്രഗ്രന്ഥങ്ങളിൽ പ്രധാനപ്പെട്ട *തുഹ്ഫത്തുൽ മുജാഹിദീൻ* അറബിഭാഷയിൽ രചിക്കപ്പെട്ടതാണ്. ഇന്ത്യയിൽ വിവിധസ്ഥലങ്ങളിൽ അധികാരത്തിലിരുന്ന പേർഷ്യക്കാരും മധ്യേഷ്യക്കാരുമായ അധികാരിവർഗ്ഗത്തിന് കേരളത്തെ പരിചയപ്പെടുത്താനായിരുന്നു ഇത് അറബിഭാഷയിൽ രചിച്ചതെന്നാണ് പ്രമുഖചരിത്രകാരനായ ജെ.ബി.പി. മോർ രേഖപ്പെടുത്തിയിട്ടുള്ളത്. അറബിമലയാളം എന്ന ഭാഷാകൈവഴി രൂപപ്പെടുന്നതോടെ അറബിഗ്രന്ഥരചനകളിൽ ഗണ്യമായ

കുറവു വന്നു. ഇതോടുകൂടി മുസ്ലിങ്ങളുടെ സംവേദനമാർഗ്ഗത്തിൽ മാറ്റവുമുണ്ടായി. *മുഹിയിദ്ദീൻ മാല* പോലുള്ള വിഖ്യാത അറബിമലയാള ഗ്രന്ഥങ്ങൾ ഈ ഘട്ടത്തിലാണ് പിറവിയെടുത്തത്. മമ്പുറം തങ്ങന്മാരും ഒട്ടനവധി ഗ്രന്ഥങ്ങൾ രചിച്ചവരുടെ കൂട്ടത്തിൽപ്പെടും. സയ്യിദ് അലവി തങ്ങളുടെ *സൈഫുൽ ബത്താർ* എന്ന ഗ്രന്ഥവും ഫസൽ പൂക്കോയ തങ്ങളുടെ *ഉദ്ദത്തിൽ ഉമറ* എന്ന ഗ്രന്ഥവും അവരുടെ കുടുംബത്തിൽപ്പെട്ട ഷെയ്ഖ് ജിഫ്രിയുടെ രചനകളും സ്മരണീയമാണ്.

ഹിജ്റ ഒമ്പതാം നൂറ്റാണ്ടിൽ ഇന്ത്യയിൽ ജീവിച്ചിരുന്ന വിഖ്യാതനായ പണ്ഡിതനാണ് ശൈഖ് സൈനുദ്ദീൻ ഇബ്നു അലി. ഫിഖ്ഹിലും തസവ്വുഫിലും ചരിത്രത്തിലും ഇസ്ലാമികവിജ്ഞാനീയങ്ങളിലും അറബിഭാഷയുടെ വ്യാകരണത്തിലും നിപുണനായിരുന്നു ഇദ്ദേഹം. ഇന്ത്യയിൽ അറബിഭാഷയുടെ പ്രചാരണത്തിലും ഇസ്ലാമികവിജ്ഞാനീയങ്ങളുടെ പ്രബോധനത്തിലും നിസ്തുലമായ സേവനങ്ങൾ അർപ്പിച്ച കുടുംബമായിരുന്നു ഇബ്നു അലിയുടേത്. മതവിദ്യാഭ്യാസത്തിനുവേണ്ടി അദ്ദേഹം പൊന്നാനിയിൽ ഒരു മദ്രസ സ്ഥാപിച്ചു. പിന്നീട് കേരളത്തിലെ ഇസ്ലാമികവിജ്ഞാനീയങ്ങളുടെ കേന്ദ്രമായി ആ സ്ഥാപനം മാറി. ഈജിപ്ത്, സിറിയ പോലുള്ള അറേബ്യൻ രാജ്യങ്ങളിൽനിന്നും ഇന്ത്യയുടെ വിവിധ ഭാഗങ്ങളിൽനിന്നും വിജ്ഞാനസമ്പാദനത്തിനായി പൊന്നാനി ലക്ഷ്യംവെച്ച് ധാരാളം വിദ്യാർത്ഥികൾ വന്നിരുന്നു. അക്കാലത്തെ ഏറ്റവും പ്രഗത്ഭരായ പണ്ഡിതന്മാർ അധ്യാപകരായി അവിടെ സേവനമനുഷ്ഠിച്ചതും സ്ഥാപനത്തിന്റെ യശസ്സുയർത്തി. അറബിഭാഷയിലും ഇസ്ലാമികവിഷയങ്ങളിലും 'ദർസ്' (പള്ളികൾ കേന്ദ്രീകരിച്ചുള്ള മതപഠനം) നടത്തിയിരുന്നത് പ്രഗത്ഭപണ്ഡിതനായിരുന്ന ശൈഖ് ശിഹാബുദ്ദീൻ അഹ്മദ് ഇബ്നു ഹജറുൽ ഹൈതമി (ഹി.909) ആയിരുന്നു. അദ്ദേഹത്തിന്റെ പ്രധാന ശിഷ്യന്മാരിൽ ഒരാളായിരുന്നു ഒന്നാം സൈനുദ്ദീൻ മഖ്ദൂമിന്റെ പൗത്രനായിരുന്ന സൈനുദ്ദീൻ ഇബ്നു അബ്ദുൽ അസീസ്.

മലബാറിലെ ജനങ്ങൾക്ക് വെളിച്ചമാകുന്ന ഒരു മതവിജ്ഞാനകേന്ദ്രവും അറബിഭാഷാ പഠനകേന്ദ്രവുമാകണം തന്റെ പള്ളിയെന്ന് അദ്ദേഹം ആഗ്രഹിച്ചു. ക്ലാസുകളും മറ്റു വിജ്ഞാനസദസ്സുകളും നടത്താൻ കഴിയുന്ന തരത്തിലായിരുന്നു പള്ളിയുടെ നിർമ്മാണം. നഗരത്തിന് പുറത്തുനിന്ന് വരുന്ന വിദ്യാർത്ഥികൾക്ക് വിദ്യാഭ്യാസം നൽകാൻ കഴിയുംവിധം പള്ളിയുടെ ഒരുഭാഗം തിരിച്ചിരുന്നു. ഇന്ത്യക്കകത്തും പുറത്തുമുള്ള പ്രഗത്ഭരായ ഇസ്ലാമികപണ്ഡിതന്മാരും ഭാഷാജ്ഞാനികളുമായിരുന്നു പ്രധാന അധ്യാപകർ. ഈ വിജ്ഞാനകേന്ദ്രത്തിൽ നിന്ന് ധാരാളം വിദ്യാർത്ഥികളാണ് ഇസ്ലാമികവിജ്ഞാനീയങ്ങളിൽ അവഗാഹം നേടി പുറത്തിറങ്ങിയത്. ശൈഖ് സൈനുദ്ദീൻ മഖ്ദൂം രചിച്ച *തുഹ്ഫത്തുൽ മുജാഹിദീൻ* എന്ന അറബിഭാഷയിലുള്ള ചരിത്രഗ്രന്ഥം 36 ഭാഷകളിലേക്കാണ് വിവർത്തനം ചെയ്യപ്പെട്ടിട്ടുള്ളത്. അദ്ദേഹം തന്നെ

രചിച്ച *ഫത്ഹുൽ മുഈൻ* എന്ന ഇസ്ലാമിക കർമ്മശാസ്ത്രഗ്രന്ഥം ഈജിപ്തിലെ അൽ അസ്ഹർ സർവകലാശാലയിൽ പോലും പാഠ്യവിഷയമാണ്.

അറബിയിൽ നിന്ന് മലയാളത്തിലേക്കും തിരിച്ചും ധാരാളം മത–മതേതര സാഹിത്യങ്ങൾ പരിഭാഷ ചെയ്യപ്പെട്ടിട്ടുണ്ട്. മതസാഹിത്യങ്ങളിൽ പ്രധാനം *ഖുർആൻ* വിവർത്തനം തന്നെ. മായിൻ കുട്ടി ഇളയ (മുഹിയദ്ദീൻ ബിൻ അബ്ദുൽ കബീർ, അറക്കൽ പാലസ്, 1855) അറബിമലയാളത്തിൽ എഴുതിയതാണ് ഖുർആന്റെ ആദ്യ മലയാളപരിഭാഷ. വക്കം അബ്ദുൾഖാദർ മൗലവി, കെ.എം. മൗലവി എന്നിവരും *ഖുർആൻ* പരിഭാഷ നടത്തിയവരിൽ പ്രമുഖരത്രെ. സി.എൻ. അഹമ്മദ് മൗലവിയാണ് ആധുനിക മലയാളഭാഷയിൽ ആദ്യമായി *ഖുർആന്റെ* സമ്പൂർണ്ണപരിഭാഷ നിർവഹിച്ചത് (4 വോള്യം 1953, അൻസാരി പബ്ലിക്കേഷൻ, പെരുമ്പാവൂർ). പിന്നീട് വ്യാഖ്യാനമില്ലാതെ പരിഭാഷകൾ ഇറങ്ങാൻ തുടങ്ങി. പ്രഥമമായി ഇങ്ങനെ ഇറങ്ങിയ ഗ്രന്ഥം ഉമർ മൗലവിയുടെ തർജുമാനുൽ *ഖുർആനാണ്* (1955). മുട്ടാണിശ്ശേരി കോയക്കുട്ടി മൗലവിയുടെ വിവാദവിഷയങ്ങളെ പരാമർശിക്കാതെയുള്ള ഒരു പരിഭാഷ (1960) എ.എം. ഉസ്മാൻ സാഹിബിന്റെ നീണ്ട ആമുഖത്തോടെ പ്രസിദ്ധീകൃതമായി. കേരളത്തിൽ ഏറ്റവും കൂടുതൽ പ്രചാരം നേടിയ പരിഭാഷ അമാനി മൗലവിയുടേതാണ്. 1960 ൽ കെ.എം. മൗലവിയുടെ നേതൃത്വത്തിൽ തുടങ്ങിയ പ്രൊജക്റ്റ് 1977 ലാണ് പൂർത്തീകരിക്കപ്പെടുന്നത്. 1970 ൽ പ്രസിദ്ധീകരിച്ച കെ.വി. മുഹമ്മദ് മുസ്ല്യാർ കൂറ്റനാടിന്റെ *ഫത്ഹുറഹ്മാൻഫീ തഫ്സീറിൽ ഖുർആൻ* എന്ന ഗ്രന്ഥം പരിഭാഷകളിൽ പ്രാധാന്യമർഹിക്കുന്നതാണ്.

അറബിയിൽ നിന്ന് മലയാളത്തിലേക്കും തിരിച്ചുമുള്ള വിവർത്തനരംഗം ഇന്ന് ഏറെ സജീവമാണ്. യുവതലമുറയിലെ നിരവധിപേർ ഈ രംഗത്ത് സ്തുത്യർഹമായ സേവനമനുഷ്ഠിക്കുന്നുണ്ട്. കൂട്ടത്തിൽ മുഹിയുദ്ദീൻ ആലുവായ് നടത്തിയ വിവർത്തനപരിശ്രമങ്ങൾ ഏറെ പ്രശംസനീയമാണ്. ഹംസ മലബാരി (അൻവർ അബ്ദുല്ല ഫൾഫരി), അബ്ദുൽഖാ ദർ ഫൾഫരി, അഹമ്മദ് കോയ ശാലിയാത്തി, സുഹൈൽ വാഫി, അനസ് വാഫി, മുസ്തഫ വാഫി തുടങ്ങിയവരുടെ സംഭാവനകളും ഓർമ്മിക്കപ്പെടേണ്ടതാണ്. മലയാളത്തിന്റെ അഭിമാനഭാജനങ്ങളായ എം.ടി. വാസുദേവൻ നായരും തകഴിയും ഉൾപ്പെടെയുള്ള മുൻനിര എഴുത്തുകാരുടെ വിവർത്തനസാഹിത്യം അറബ്ലോകം കൊണ്ടാടുന്നത് നൂറ്റാണ്ടുകളുടെ ആത്മബന്ധത്തിന് മാറ്റുകൂട്ടുന്നു. സാംസ്കാരികമായ പാലം ശക്തമായി നിലനിർത്തുന്നതിൽ മൊഴിമാറ്റക്കാരുടെ പങ്ക് വളരെ വലുതാണ്. *ചെമ്മീൻ* (തകഴി), *ശബ്ദിക്കുന്ന കലപ്പ* (പൊൻകുന്നം വർക്കി), *ഒരു സങ്കീർത്തനംപോലെ* (പെരുമ്പടവം), *നിലാവ്, ത്വലാഖ്* (ബി.എം. സുഹറ), *കാലം, നാലുകെട്ട്* (എം.ടി.), *ആടുജീവിതം* (ബെന്യാമിൻ), *വീണപൂവ്* (കുമാരനാശാൻ), *യാ അല്ലാഹ്* (കമല സുരയ്യ) തുട

ങ്ങിയവ അവയിൽ എണ്ണപ്പെട്ടവയാണ്. ഇടശ്ശേരി, വൈലോപ്പിള്ളി, സച്ചിദാനന്ദൻ, കമല സുരയ്യ, കടമ്മനിട്ട, സുഗതകുമാരി എന്നിവരുടെ കവിതകൾ ഉൾക്കൊള്ളുന്ന 'മത്വർ അല്ലെൽ: ഖസായിദ് അൽ ശർഖി വൽ ഗർബ്' എന്ന വിവർത്തനഗ്രന്ഥവും അറബ് സാഹിത്യലോകത്ത് ഏറെ സ്വീകാര്യത നേടിയിട്ടുള്ള ഒന്നാണ്. വൈക്കം മുഹമ്മദ് ബഷീർ, എൻ.പി. മുഹമ്മദ്, പി.കെ. പാറക്കടവ്, കമല സുരയ്യ തുടങ്ങിയവരുടെ നിരവധി കഥകൾ അറബിയിലേക്ക് മൊഴിമാറ്റം ചെയ്യപ്പെട്ടിട്ടുണ്ട്. ആധുനിക അറേബ്യൻ സാഹിത്യലോകത്തെ മലയാളത്തിന് സുപരിചിതമാക്കുന്നതിൽ എസ്.എ. ഖുദ്സിയെപ്പോലുള്ള വിവർത്തകർ നിസ്തുലമായ സേവനമാണ് നിർവഹിച്ചിട്ടുള്ളത്. നവാൽ അൽ സഅദാവി, ഖാദാ സമ്മാൻ, നജീബ് മഹ്ഫൂസ്, സൽവ ബക്കർ, ഗസ്സാൻ കനാഫാനി, നജ്‌വ ബറക്കാത്ത് തുടങ്ങിയ ഒട്ടനവധി അറബ് എഴുത്തുകാരുടെ കൃതികൾ മലയാളക്കര അതീവ താൽപ്പര്യത്തോടെയാണ് ചർച്ച ചെയ്തത്.

അറബിഭാഷയുടെയും മലയാളത്തിന്റെയും സമ്പർക്കത്തെക്കുറിച്ചുള്ള ആലോചനകളിൽ അറബിമലയാളം എന്ന മിശ്രഭാഷയുടെ ആവിർഭാവവും സംഭാവനകളും വിപുലമായ ചർച്ച അർഹിക്കുന്നു. കേരളത്തിൽ ഇസ്ലാംമത പ്രചാരണത്തിന്റെ ആരംഭഘട്ടത്തിൽ മലയാളം ഒരു സ്വതന്ത്രഭാഷയായി വികാസം പ്രാപിച്ചിരുന്നില്ല. ഇക്കാലത്ത് മതപരമായ ആവശ്യങ്ങളെ മുൻനിർത്തി അറബിഭാഷ ഇവിടെ ക്രമേണ പ്രചരിച്ചു തുടങ്ങി. എങ്കിലും, ശക്തമായ പരിശീലനം കൊണ്ടുമാത്രം സ്വായത്തമാക്കാൻ സാധിക്കുന്ന ഈ ഭാഷ ജനസമ്പർക്കത്തിന് ഉതകുംവണ്ണം വേരുന്നിയില്ല. തൽഫലമായി രൂപംകൊണ്ട സങ്കരഭാഷാഭേദങ്ങളാണ് അറബിമലയാളവും അറബിത്തമിഴും. ജനങ്ങളുടെ ഭാഷ അറബിലിപിയിൽ എഴുതപ്പെട്ടപ്പോൾ ഇരുകൂട്ടർക്കും ആശയവിനിമയത്തിന് കൂടുതൽ സൗകര്യം ലഭിച്ചു. അറബിമലയാളം കേരളത്തിന് സംഭാവനചെയ്ത സാഹിത്യസമ്പത്ത് വിപുലവും സവിശേഷവുമാണ്. അറബികളുമായുള്ള നിരന്തര സമ്പർക്കത്തിന്റെയും സാംസ്കാരികവിനിമയത്തിന്റെയും ഫലമായി നിരവധി അറബിപദങ്ങളാണ് മലയാളത്തിലേക്ക് ആദാനം ചെയ്യപ്പെട്ടത്. ഇവയിൽ ഒട്ടൊക്കെ പി.എം. ജോസഫൈന്റെ *മലയാളത്തിലെ പരകീയപദങ്ങൾ* എന്ന ഗ്രന്ഥത്തിൽ രേഖപ്പെടുത്തിയിട്ടുണ്ട്. ജുബ്ബാ (നീളക്കുപ്പായം), ബർക്കത്ത് (അനുഗ്രഹം), ദുനിയാവ് (ഇഹലോകം), ജാമ്യം (ഉത്തരവാദിത്തം ഏറ്റെടുക്കുന്നവൻ), മുക്താർ/മുഖ്താർ (തെരഞ്ഞെടുക്കപ്പെട്ടവൻ), ബദൽ (പകരം), കീസ (കവർ), കലാസ് (തീർച്ചപ്പെടുത്തൽ), ഇൻകിലാബ് (പരിവർത്തനം), സക്കാത്ത് (ദാനം), സായിപ്പ്/സാഹിബ് (കൂട്ടുകാരൻ), കബർ (ശവകുടീരം), ഹൽവ (മധുരപലഹാരം), ഹിമാർ (കഴുത), വക്കീൽ (അഭിഭാഷകൻ), സലാം (രക്ഷ), അസ്സൽ (യഥാർത്ഥ), കരാർ (ഉറപ്പിക്കൽ/തീരുമാനിക്കൽ), ഹമ്ക്ക് (മണ്ടൻ), ബാക്കി (ശേഷിച്ചത്), കാലി (ഒഴിഞ്ഞ), ഹാജർ (സന്നിഹിതൻ) തുടങ്ങിയവ അവയിൽ ചിലതുമാത്രം.

കേരളത്തിന്റെ പരമ്പരാഗത ഭക്ഷണരീതിയിൽ മാത്രമല്ല, പുതിയകാല ഫാസ്റ്റ്ഫുഡ് സ്റ്റൈലിലും അറേബ്യൻ ടച്ച് പ്രകടമാണ്. കാസർഗോഡ് മുതൽ തിരുവനന്തപുരം വരെ സഞ്ചരിക്കുമ്പോൾ നഗരവീഥികളിലും ഗ്രാമപ്രദേശങ്ങളിലും കാണുന്ന കുഴിമന്തിയും ഷവായിയും ഷവർമയുമെല്ലാം ഗൾഫ് കുടിയേറ്റത്തിന്റെ ശേഷിപ്പുകളായി കേരളത്തിലെത്തിയതാണ്. മതപരമായ യാതൊരു കെട്ടുപാടുകളുമില്ലാത്ത, തീർത്തും സാംസ്കാരികമായ കൊള്ളൽകൊടുക്കൽ പ്രക്രിയയാണിത്. അതുകൊണ്ടുതന്നെയാണ് നാനാജാതി മതവിഭാഗങ്ങൾ ഇത്തരം പുതുരീതികളെ തങ്ങളുടെ നിത്യജീവിതത്തിന്റെ ഭാഗമാക്കാൻ മടിക്കാത്തത്.

പ്രാദേശികമായ തനിമ നിലനിർത്തുന്നതോടൊപ്പം നവീനമായതിനെ സ്വീകരിക്കുവാനുള്ള ത്വര മനുഷ്യന്റെ സഹജവാസനയാണ്. മതശാസനകൾക്കപ്പുറം തങ്ങളുടെ മനസ്സിന് ഇണങ്ങുന്നതെന്തും സ്വീകരിക്കുകയെന്ന കാഴ്ചപ്പാടാണ് സർവമേഖലയിലുമുള്ള സാംസ്കാരിക വിനിമയങ്ങളുടെ ചേതോവികാരം. ഭക്ഷണശീലത്തിലെന്നപോലെ വസ്ത്രധാരണരീതിയിലും മധ്യപൗരസ്ത്യ സ്വാധീനം മലയാളമണ്ണിലുണ്ടായിട്ടുണ്ട്. മുസ്ലിംപുരുഷനും സ്ത്രീയും നീളൻ വസ്ത്രങ്ങൾ ധരിക്കുകയെന്നത് പ്രാചീന അറബികളുടെ രീതിയായിരുന്നു. മരുഭൂമിയിലെ മണൽക്കാറ്റിൽ നിന്ന് രക്ഷപ്പെടാനായിരുന്നു അവർ ഇത്തരം വസ്ത്രം ധരിച്ചിരുന്നത്. അപ്രകാരം വലിയ തലപ്പാവ് ധരിക്കലും പ്രവാചകനു മുമ്പുതന്നെ അറബികളുടെ പതിവായിരുന്നു. മണൽക്കാറ്റിൽ നിന്നുള്ള രക്ഷ തന്നെയായിരുന്നു ഇതിന്റെയും ഉദ്ദേശം. ഈ രീതികളും ശീലങ്ങളും ഇസ്ലാമികമായിരുന്നില്ല. മറിച്ച്, അറേബ്യനായിരുന്നു. തിരിച്ചുള്ള വായന വസ്തുതാവിരുദ്ധമാണ്. മതശാസനകൾക്ക് വിരുദ്ധമാകാത്ത പ്രാചീന അറബ്സംസ്കാരത്തെ അതേപടി നിലനിർത്തുകയാണ് മുഹമ്മദ് നബി ചെയ്തത്. ജീവിതവ്യവഹാരങ്ങൾക്കിടയിലെ സാംസ്കാരിക വിനിമയങ്ങളിൽ കടുംപിടുത്തം വേണ്ടെന്നും ഇസ്ലാം ഏകശിലാത്മകമല്ലെന്നുമാണ് പ്രവാചകൻ ഇതിലൂടെ പഠിപ്പിക്കുന്നത്. ലോകത്തിലെ എല്ലാ പ്രദേശങ്ങളിലും ജീവിക്കുന്ന മുസ്ലിങ്ങൾക്കും ബാധകമാണ് ഈ പ്രവാചകചര്യ.

ചരിത്രത്തെ ഇരുതലമൂർച്ചയുള്ള ആയുധമായി ചിത്രീകരിച്ച ചിന്തകന്മാർ ഒട്ടേറെയാണ്. ഗതകാല സ്മരണകളാണ് ഭാവിയിലേക്കുള്ള പാതകളുടെ ബലവും ക്ഷയവും നിർണ്ണയിക്കുന്നത് എന്നതുകൊണ്ടാണ് ചരിത്രത്തെ വക്രീകരിക്കാൻ നിക്ഷിപ്തതാൽപ്പര്യക്കാരും പ്രതിലോമശക്തികളും നിരന്തരം ശ്രമിക്കുന്നത്. സ്നേഹത്തിന്റെയും സൗഹാർദ്ദത്തിന്റെയും പരസ്പര ഐക്യത്തിന്റെയും സാംസ്കാരിക സഹവർത്തിത്വത്തിന്റെയും ഇന്നലകളെക്കുറിച്ചുള്ള ഓർമ്മപ്പെടുത്തലാണ് മതേതര ജനാധിപത്യവാദികളുടെ ഒഴിച്ചുകൂടാനാകാത്ത കടമ. 1960 കൾക്കുശേഷം ആരംഭിക്കുകയും കേരളത്തിന്റെ സമ്പദ്വ്യവസ്ഥയെ പതിറ്റാണ്ടുകളായി താങ്ങിനിർത്തുകയും ചെയ്ത ഗൾഫ്കുടിയേറ്റം നിർണ്ണായ

കസന്ധിയിൽ എത്തിനിൽക്കുന്ന സന്ദർഭവും കൂടിയാണിത്. കുടിയേറ്റങ്ങളും വാണിജ്യബന്ധങ്ങളും തിരിച്ചും മറിച്ചും സംഭവിക്കുമ്പോൾ വലിയ അക്കാദമിക് ചർച്ചകൾക്കും ഗവേഷണങ്ങൾക്കും സാംസ്കാരികസംവാദങ്ങൾക്കും പ്രസക്തിയും പ്രാധാന്യവുമുണ്ട്.

പ്രാചീനകാലത്ത് അറബികളുടെ പ്രധാനലക്ഷ്യം കേരളമായിരുന്നെങ്കിൽ കഴിഞ്ഞ അരനൂറ്റാണ്ടുകാലമായി മലയാളിയുടെ പ്രധാനലക്ഷ്യം അറബ്രാഷ്ട്രങ്ങളായിരുന്നു. പഴയകാലത്ത് അറബികളെ മലയാളമണ്ണ് സ്വീകരിച്ചതുപോലെ അറേബ്യൻനാടുകളും മലയാളിയെ മതഭേദമെന്യേ സ്വീകരിച്ചു. അറബ് കച്ചവടസംഘങ്ങൾ മലയാളക്കരയെ സാമൂഹികവും സാംസ്കാരികവും സാമ്പത്തികവും രാഷ്ട്രീയപരവുമായി സ്വാധീനിച്ചതിനെക്കുറിച്ച് നിരവധി ഗവേഷണങ്ങളും സംവാദങ്ങളും നടന്നുകഴിഞ്ഞുവെങ്കിലും, മലയാളിയുടെ അറബ് കുടിയേറ്റത്തിന്റെ വിവിധതലങ്ങളെക്കുറിച്ച് ഇനിയും അക്കാദമിക് ചർച്ചകൾ നടക്കേണ്ടതുണ്ട്. അതിനു വഴിമരുന്നാകട്ടെ ഈ ജ്ഞാനസഞ്ചാരം.

അവലംബം

1) Arab Seafaring in the Indian Ocean in Ancient and Early Medieval Times / George Hourani
2) Origin and early history of the Muslims of Kerala / J.B.P. More
3) The History of India, as told by its own historians: The volume 1, / Sir Henry Miers Elliot, John Dowson
4) Studies in Kerala history / Ilamkulam Kunjan Pilla
5) അഹ്ബാറുൽ സീൻ വൽ ഹിന്ദ്/അബൂ സൈദ് അൽ ഹസൻ ഇബ്നു യസീദ് സൈറാഫി
6) സിൽസിലത്തു തവാരീഖ്/സുലൈമാൻ താജിർ
7) അജാഇബുദ്ദുൻയാ വ കിയാസുൽബുഗല്ദാൻ/സുലൈമാൻ താജിർ
8) കേരളചരിത്രത്തിന്റെ ഇരുളടഞ്ഞ ഏടുകൾ/ഇളംകുളം കുഞ്ഞൻ പിള്ള
9) ജാതിവ്യവസ്ഥയും കേരളചരിത്രവും/പി.കെ. ബാലകൃഷ്ണൻ
10) കോഴിക്കോട് ചരിത്രത്തിൽ നിന്ന് ചില ഏടുകൾ/എം.ജി.എസ്. നാരായണൻ
11) മലബാറിലെ ആദ്യകാല മുസ്ലിംസമൂഹം/വിജയലക്ഷ്മി

ഹാഗിയ സോഫിയ: ലീഗ് നിലപാടിലെ വൈരുദ്ധ്യങ്ങൾ

നയതന്ത്രജ്ഞനായിരുന്ന തൽമീസ് അഹമ്മദ് എഴുതിയ *ചിൽഡ്രൻ ഓഫ് അബ്രഹാം അറ്റ് വാർ* എന്ന പ്രസിദ്ധമായ പുസ്തകം മതങ്ങൾ തമ്മിലുള്ള സംഘർഷങ്ങളുടെ സംഭവകഥകളാണ് പറയുന്നത്. മധ്യകാലഘട്ടത്തിലെ പ്രക്ഷുബ്ധമായ രാഷ്ട്രീയാന്തരീക്ഷത്തിൽ, മതസമൂഹങ്ങൾ തമ്മിൽ നടന്ന ആധിപത്യത്തിനായുള്ള പോരാട്ടങ്ങളുടെയും ആരാധനാലയങ്ങളും സാംസ്കാരിക കേന്ദ്രങ്ങളും ഗ്രന്ഥപ്പുരകളും അതിന്റെ വേദിയായതിന്റെയും വിശദമായ ചരിത്രം ഈ പുസ്തകത്തിൽ പ്രതിപാദിക്കുന്നുണ്ട്. ഇസ്ലാമും ക്രിസ്റ്റ്യാനിറ്റിയും ഏറ്റുമുട്ടിയ യൂറോപ്പിലാണ് ഏറ്റവുമധികം ദേവാലയങ്ങൾ കയ്യേറ്റങ്ങൾക്ക് വിധേയമായത്. ഇവയിൽ ഏതെങ്കിലുമൊരു വിഭാഗം വിശ്വാസികളുടെ ആധിയായി അത്തരം കയ്യേറ്റങ്ങൾ ഇന്നും നീറിപ്പുകയുന്നുണ്ട്. ഇന്ത്യൻ ഉപഭൂഖണ്ഡത്തിലും സമാന അനുഭവങ്ങൾ നിരവധിയാണ്.

ബൈസന്റൈൻ തലസ്ഥാനമായിരുന്ന കോൺസ്റ്റാന്റിനോപ്പിളിന്റെ ഹൃദയഭാഗത്ത്, ഓർത്തഡോക്സ് ക്രൈസ്തവപ്രഭാവത്തിന്റെ പ്രതീകമായി തൊള്ളായിരം വർഷങ്ങളോളം നിലകൊണ്ട ചർച്ചായിരുന്നു ഹാഗിയ സോഫിയ. 1453 ൽ ഇത് മുസ്ലിംപള്ളിയായി പരിവർത്തിതമായി. പിന്നീടത് തൊണ്ണൂറു വർഷം മ്യൂസിയമായി അറിയപ്പെടുകയും ചെയ്തു. എന്നാൽ, അതേ ഹാഗിയ സോഫിയ 2020 ജൂലൈ 24 മുതൽ മസ്ജിദായി പുനരവതരിച്ചത് ലോകമാകെ ചർച്ചാവിഷയമായിരിക്കുകയാണ്. ഇത് 'നാഗരികതകളുടെ ഏറ്റുമുട്ടലി'നെ (Clash of Civilizations) കുറിച്ചുള്ള പുതിയ ഉൽക്കണ്ഠകൾ ലോകസമൂഹത്തിൽ ഉയർത്തുകയും ചെയ്തിരിക്കുകയാണ്.

'അത്താതുർക്ക്' എന്ന പേരിൽ ലോകത്തിന് പരിചിതനായ

ആധുനിക തുർക്കിയുടെ പിതാവ് മുസ്തഫ കമാൽ പാഷ, തുർക്കിയുടെ മതേതരവൽക്കരണത്തിന്റെ ഭാഗമായി ഏതാനും വർഷം അടച്ചുപൂട്ടുകയും 1935 മുതൽ മ്യൂസിയമായി പ്രഖ്യാപിക്കുകയും ചെയ്ത മത സാംസ്കാരിക കേന്ദ്രമാണ് ഹാഗിയ സോഫിയ. കഴിഞ്ഞ തെരഞ്ഞെടുപ്പിലുണ്ടായ രാഷ്ട്രീയമാറ്റത്തിനു ശേഷം അധികാരത്തിലേറിയ ഉർദുഗാന്റെ നേതൃത്വത്തിലുള്ള സർക്കാർ ഭരിക്കവെയാണ് തുർക്കി ഹൈക്കോടതി പ്രസ്തുത കേന്ദ്രം മുസ്ലിങ്ങൾക്ക് ആരാധനയ്ക്കായി തുറന്നുകൊടുക്കാൻ വിധിച്ചത്. പ്രസിഡന്റ് റജബ് ത്വയ്യിബ് ഉർദുഗാനാകട്ടെ, കാത്തിരുന്ന വിധികണക്കേ ഒട്ടും സമയം പാഴാക്കാതെയും അത്യാവേശത്തോടെയും കോടതിവിധി നടപ്പാക്കുകയും ചെയ്തു. ഇതോടെ തീവ്രവലതുപക്ഷം ശക്തിയാർജിച്ചുവരുന്ന പടിഞ്ഞാറൻ ലോകത്ത് ഒടുങ്ങാത്ത സംഘർഷത്തിന് വഴിയൊരുങ്ങിയിരിക്കുകയാണ്.

ബൈസന്റൈൻ ചക്രവർത്തി ജസ്റ്റീനിയൻ ഒന്നാമൻ പണിതീർത്ത കോൺസ്റ്റാന്റിനോപ്പിളിലെ ഏറ്റവും വലിയ ഈ കത്തീഡ്രൽ, ഓട്ടോമൻ ഭരണാധികാരി (ഉസ്മാനിയ്യ ഖലീഫ) മഹമൂദ് രണ്ടാമന്റെ ആധിപത്യത്തിൽ വരുന്നത് 1453 മെയ് മാസത്തിലാണ്. കോൺസ്റ്റന്റൈൻ പതിനൊന്നാമൻ ചക്രവർത്തിയുടെ കാലത്താണ്, പിന്നീട് ഇസ്താംബുളായി അറിയപ്പെട്ട നഗരം ഓട്ടോമൻ സൈന്യത്തിന് കീഴടങ്ങുന്നത്. അക്കാലത്താണ് ഖലീഫ വൻതുക കൊടുത്ത് ഈ ക്രൈസ്തവ ദേവാലയം വാങ്ങിയത് എന്നാണ് ഓട്ടോമൻ ചരിത്രം രേഖപ്പെടുത്തുന്നത്. അതുകൊണ്ടുതന്നെ, ഹാഗിയ സോഫിയ ഇപ്പോൾ പള്ളിയായി പുനരുജ്ജീവിപ്പിച്ചതിൽ മതപരമായ അപാകതയില്ലെന്നാണ് മുസ്ലിങ്ങളിലെ 'തീവ്രന്മാരുടെ' ശക്തമായ അഭിപ്രായം. കമാൽ പാഷ നടപ്പാക്കിയ മതനിരാസാധിഷ്ഠിത പരിഷ്കാരങ്ങളുടെ തിരുത്താണിതെന്നാണ് 'ഉർദുഗാൻ ഫാൻസി'ന്റെ നിലപാട്. മതരാഷ്ട്രവാദത്തെ പിന്തുണയ്ക്കുന്ന ലോകത്തിന്റെ നാനാഭാഗങ്ങളിലുള്ള വലതുപക്ഷ മുസ്ലിം മതമൗലികവാദികളുടെ ഇക്കാര്യത്തിലെ അഭിപ്രായവും ഭിന്നമല്ല.

തീവ്രമതാവേശത്തെയും ജമാഅത്തെ ഇസ്ലാമിയുടെ തലതിരിഞ്ഞ മതരാഷ്ട്രവാദത്തെയും പല്ലും നഖവുമുപയോഗിച്ച് എതിർത്തുപോന്നിരുന്ന, സൂഫി പാരമ്പര്യത്തിന്റെ തുടർക്കണ്ണികളായ കേരളത്തിലെ പരമ്പരാഗത സുന്നികൾക്ക് മേധാവിത്തമുള്ള മുസ്ലിംലീഗ് പാർട്ടി ഈ വിഷയത്തിൽ സ്വീകരിച്ച നിലപാടാണ് ഇവിടെ എല്ലാവരെയും അത്ഭുതപ്പെടുത്തുന്നത്. മുസ്ലിം ബ്രദർഹുഡും ഇന്ത്യാ-പാക്ക്-ബംഗ്ലാ ജമാഅത്തെ ഇസ്ലാമിയും പുലർത്തുന്ന ഇസ്ലാമിലെ തീവ്രവലതുപക്ഷ കാഴ്ചപ്പാടിനെ അനുകൂലിക്കാൻ ബഹുസ്വരത മുഖമുദ്രയാക്കി പ്രവർത്തിക്കുന്നുവെന്ന് അവകാശപ്പെടുന്ന ലീഗിന് എങ്ങനെയാണ് സാധിക്കുക? ഹാഗിയ സോഫിയയെ പള്ളിയാക്കിയ നടപടിയെ സലഫികളും അനുകൂലിക്കാനിടയില്ലെന്നിരിക്കേ, തുർക്കിയുടെ നിലപാടിനെ മുസ്ലിംലീഗ് പിന്തുണച്ചത് അവരുടെ അവശേഷിക്കുന്ന

മതേതരമുഖവും നഷ്ടപ്പെടുത്താനല്ലേ സഹായിക്കൂ? ക്രൈസ്തവ വിശ്വാസികളുടെ ഭാഗത്തുനിന്ന് വ്യാപകമായ എതിർപ്പുയരാനിടയാക്കിയ ഈ പ്രതികരണം കേരളത്തിന്റെ സാമുദായിക സൗഹാർദ്ദാന്തരീക്ഷത്തെ പ്രതികൂലമായി ബാധിക്കുമെന്നതിൽ സംശയമില്ല. അതോടൊപ്പം, ഇന്ത്യൻ ഫാസിസ്റ്റുകൾ നടത്തുന്ന ന്യൂനപക്ഷവിരുദ്ധ വേട്ടയുടെ പ്രതിരോധനിരയെ ദുർബലമാക്കാനും ലീഗിന്റെ ബുദ്ധിശൂന്യമായ കാഴ്ചപ്പാട് ഇടവെച്ചേക്കും.

രാഷ്ട്രീയാധികാരം അരക്കിട്ടുറപ്പിക്കാനായി വർത്തമാന ഇന്ത്യൻ മത-സമുദായ സാഹചര്യങ്ങളെ എങ്ങനെയാണോ നരേന്ദ്ര മോദി ഉപയോഗിക്കുന്നത്, സമാനരീതി തന്നെയാണ് തുർക്കിയിൽ ഉർദുഗാനും സ്വീകരിക്കുന്നത്. ഭൂരിപക്ഷ മതാവേശത്തെ ഒരുതരം ഭ്രാന്താക്കി രൂപപ്പെടുത്തിയെടുത്താണ് സംഘ്പരിവാറിന്റെ നേതൃത്വത്തിൽ മുസ്ലിം ആരാധനാലയങ്ങൾക്ക് നേരേ ഇന്ത്യയിൽ ഭീഷണി മുഴക്കുന്നത്. 465 വർഷം ഇസ്ലാംമത വിശ്വാസികൾ ആരാധന നടത്തിയ അയോദ്ധ്യയിലെ ബാബരി മസ്ജിദ് പട്ടാപ്പകൽ ലോകം കാൺകെയാണ് സംഘ്പരിവാരങ്ങൾ തച്ചുതകർത്തത്. മൃഗീയഭൂരിപക്ഷവികാരം ആളിക്കത്തിച്ചു കൊണ്ടായിരുന്നു ആ കൃത്യം നടത്തിയത്. ബാബരി മസ്ജിദിന്റെ താഴികക്കുടങ്ങൾ തകർന്നു വീഴുമ്പോൾ കേന്ദ്ര-സംസ്ഥാന ഭരണകൂടങ്ങൾ നിർവികാരരായി നോക്കിനിൽക്കുകയായിരുന്നു. ഇപ്പോഴിതാ, ബാബരി മസ്ജിദ് സ്ഥിതിചെയ്തിരുന്ന സ്ഥലത്ത് രാമക്ഷേത്രം നിർമ്മിക്കാൻ സുപ്രീംകോടതിയുടെ വിധിയുടെ പശ്ചാത്തലത്തിൽ കൊണ്ടുപിടിച്ച നീക്കങ്ങളാണ് മോദിയും യോഗിയും തോളോടുതോൾ ചേർന്ന് നടത്തുന്നത്. കോടതിവിധിയും പ്രാചീനചരിത്രവും പള്ളിപണിയാൻ നൽകിയ സൗജന്യഭൂമിയുടെ വിലയുമൊക്കെത്തന്നെയാണ് അവരും പറയുന്നതെന്ന് തുർക്കി സർക്കാരിന് സ്തുതിഗീതം പാടുന്നവർ മറന്നുപോകരുത്. ഇതരമതവിഭാഗങ്ങളോട് സഹിഷ്ണുതാപൂർണ്ണമായ നിലപാട് സ്വീകരിക്കണമെന്നു പഠിപ്പിക്കുന്ന ഇസ്ലാമികപാഠങ്ങളിൽ നിന്ന് തീർത്തും വിരുദ്ധമായതാണ് തുർക്കിയിൽ സംഭവിച്ചിരിക്കുന്നത്.

ഇതരമതസ്ഥരുടെ ആരാധനാലയങ്ങളുടെ പരിപാവനത കാത്തുസുക്ഷിക്കാനാണ് പ്രവാചകൻ മുഹമ്മദ് നബിയും സച്ചരിതരായ അനുചരന്മാരും ലോകത്തെ പഠിപ്പിച്ചത്. കീഴടക്കപ്പെട്ട മണ്ണിൽ മറ്റുള്ളവരുടെ ദേവാലയങ്ങൾ നശിപ്പിക്കാനോ പിടിച്ചെടുക്കാനോ അവരുടെ ദൈവങ്ങളെ നിന്ദിക്കാനോ പാടില്ല എന്നത് ഇസ്ലാമിന്റെ സുവിദിതമായ അധ്യാപനമാണ്. അതിന്റെ ഏറ്റവും നല്ല മാതൃകയാണ് രണ്ടാം ഖലീഫ ഉമർ കാഴ്ചവെച്ചത്. റോമൻ സാമ്രാജ്യത്തോട് പൊരുതി ഡമാസ്ക്കസ് കീഴടക്കിയ മുസ്ലിംസൈന്യം ആമിറുബ്നു ജർറാഹ് എന്ന സൈന്യാധിപന്റെ നേതൃത്വത്തിൽ പലസ്തീൻ കീഴടക്കുന്ന സന്ദർഭം ചിന്തോദ്ദീപകമാണ്. ഖലീഫ ഉമർ ജറുസലേമിൽ പ്രവേശിക്കുന്നതു വരെ ആരും ഇങ്ങോട്ട് കടക്കരുതെന്ന് പാത്രിയാർക്കീസ് നിബന്ധന വെച്ചു.

ഒത്തുതീർപ്പിന്റെ ഭാഗമായി മദീനയിൽ നിന്ന് ജറുസലേമിലെത്തിയ ഉമർ, ക്രൈസ്തവ മേലധികാരികളുമായി സമാധാന ഉടമ്പടിയിലേർപ്പെട്ടു. ജറുസലേമിലെ പ്രസിദ്ധമായ ഉയിർത്തെഴുന്നേൽപ്പ് പള്ളിയിൽ ഇന്നും സൂക്ഷിച്ചുപോരുന്ന ആ ഉടമ്പടിരേഖ 'അൽ അഹ്ദത്തുൽ ഉമരിയ്യ' (ഉമറിന്റെ ഉടമ്പടി) എന്ന പേരിലാണ് അറിയപ്പെടുന്നത്. പ്രസ്തുത കരാറിനു ശേഷം ഖുദ്സ് ചുറ്റിക്കാണുന്നതിനിടയിൽ ഉയിർത്തെഴുന്നേൽപ്പ് പള്ളിക്കരികിലെത്തിയ ഖലീഫ ബാങ്ക് വിളി മുഴങ്ങുന്നത് കേട്ടു. ഉടൻ പള്ളിയിൽ കയറി നമസ്കരിക്കാൻ ക്രൈസ്തവപുരോഹിത മേലധ്യക്ഷൻ പാത്രിയാർക്കീസ് ഖലീഫയോട് അഭ്യർത്ഥിച്ചു. ഉമറിന്റെ പ്രതികരണം പെട്ടെന്നായിരുന്നു: 'അതു വേണ്ട! ഞാനീ പള്ളിക്കകത്തു കയറി നമസ്കരിച്ചാൽ, ഖലീഫ ഉമർ നമസ്കാരം നിർവഹിച്ച പള്ളിയാണെന്ന ന്യായം പറഞ്ഞുകൊണ്ട് ഭാവിയിൽ മുസ്ലിങ്ങൾ ഈ ദേവാലയത്തിനുമേൽ അവകാശവാദമുന്നയിച്ചേക്കാം.' ബൈത്തുൽ മുഖദ്ദിസിന്റെ അവശിഷ്ടങ്ങൾക്ക് മുകളിൽ തന്റെ തലപ്പാവ് അഴിച്ചുവിരിച്ചാണ് ജേതാവായ ഉമർ നമസ്കാരം നിർവഹിച്ചതെന്നാണ് ചരിത്രം പറയുന്നത്. സഹോദരമതസ്ഥരുടെ ആരാധനാലയം കയ്യൂക്കുകൊണ്ടോ അധികാരബലത്തിൽ പ്രവർത്തിക്കുന്ന കോടതിവിധി ഉയർത്തിക്കാട്ടിയോ വിലയ്ക്കു വാങ്ങിയെന്ന് തെളിയിക്കുന്ന കടലാസുകൾ ചൂണ്ടിക്കാണിച്ചോ സ്വന്തമാക്കുന്നത് ഉചിതമല്ലെന്നാണ് ഇസ്ലാം വ്യക്തമാക്കുന്നത്. അത്തരം സ്ഥലങ്ങളിൽ വെച്ച് പ്രാർത്ഥിച്ചാൽ അത് ദൈവത്തിങ്കൽ സ്വീകാര്യമാവില്ലെന്നു പോലും അഭിപ്രായപ്പെട്ട പണ്ഡിതന്മാരുണ്ട്.

മധ്യകാലത്ത് പ്രജകളുടെയും ആധുനികയുഗത്തിൽ പൗരന്മാരുടെയും മതവികാരം ആളിക്കത്തിച്ച് അധികാരം അരക്കിട്ടുറപ്പിക്കാൻ അതാതു കാലത്തെ ഭരണാധികാരികൾ നടത്തിക്കൊണ്ടിരുന്ന ശ്രമങ്ങൾ ജുഗുപ്സാവഹമാണ്. തുർക്കിയിൽ ജസ്റ്റിസ് ആന്റ് ഡെവലപ്മെന്റ് പാർട്ടിയുടെ ജനകീയാടിത്തറയിൽ വിള്ളലുണ്ടായതും കഴിഞ്ഞ മുനിസിപ്പൽ തെരഞ്ഞെടുപ്പിൽ ഇസ്താംബൂളിൽ തിരിച്ചടിയേറ്റതുമാണ് ഉർദുഗാനെ ഇപ്പോഴത്തെ തീരുമാനത്തിന് പ്രേരിപ്പിച്ചതെന്നാണ് രാഷ്ട്രീയനിരീക്ഷകരുടെ വിലയിരുത്തൽ. ഭൂതവും വർത്തമാനവും ഏറ്റുമുട്ടുമ്പോൾ വിവിധ മതസ്വത്വങ്ങളെ പ്രതികാരബുദ്ധിയോടെ കാണുന്നത് കാലത്തോടുള്ള വെല്ലുവിളിയാണ്. എഡി 756 മുതൽ 1500 വരെ മുസ്ലിംചക്രവർത്തിമാർ ഭരിച്ച ആന്തലൂസിയയിലെ (സ്പെയിൻ) പ്രമുഖ നഗരങ്ങളായ കൊർദോവ, ഗ്രനേഡ, സെവില്ല എന്നിവിടങ്ങളിലെ വാസ്തുശിൽപ്പകലയിൽ മികച്ചുനിന്ന മുസ്ലിം പള്ളികൾ പിൽക്കാലത്ത് ചർച്ചുകളായി രൂപാന്തരപ്പെടുത്തിയെന്നത് ശരിയായിരിക്കാം. അതിനൊക്കെ വർത്തമാനകാലത്ത് കണക്കുചോദിക്കാൻ നിന്നാൽ ഏറ്റുമുട്ടലുകളും സംഘട്ടനങ്ങളും ഒഴിവായ നേരമുണ്ടാവില്ല. അത് എവിടെയുമെത്തുകയുമില്ല.

കൊർദോവ പള്ളി വിട്ടുകിട്ടാൻ സൗദി അറേബ്യ നിരന്തരം ശ്രമി

ച്ചിട്ടും സ്പാനിഷ് അധികൃതർ നിസ്സഹായത പ്രകടിപ്പിച്ചത് ഏവർക്കു മറിയാവുന്നതാണ്. അതേസമയം, മാഡ്രിഡിൽ ബൃഹത്തായ പള്ളിയും സാംസ്കാരിക കേന്ദ്രവും നിർമ്മിക്കാൻ സൗദി ഭരണകൂടത്തിന് സ്ഥലം അനുവദിക്കുന്നതിനായി സ്പെയിനിലെ രാജാവ് മുൻകയ്യെടുത്തത് മുസ്ലിം–ക്രൈസ്തവ ബന്ധത്തിലുണ്ടാക്കിയ ഊഷ്മളത ചെറുതല്ല. മുൻ സൗദി ഭരണാധികാരി അബ്ദുല്ലാ രാജാവ് മുൻകയ്യെടുത്ത് യൂറോപ്പിൽ സർവമതസമ്മേളനം (ഇന്റർഫെയ്ത്ത് കോൺഫറൻസ്) വിളിച്ചുകൂട്ടാൻ തീരുമാനിച്ചപ്പോൾ മാഡ്രിഡിലെ രാജകൊട്ടാരമാണ് അതിനു വേദിയായത്. 500 വർഷം മുമ്പ് ക്രിസ്റ്റ്യാനിറ്റിയും ഇസ്ലാമും ജൂതായിസവും പരസ്പരം കൈകോർത്ത് മാനവരാശിക്ക് സമർപ്പിച്ച അനർഘലങ്ങളായ സംഭാവനകൾ സമ്മേളനത്തിൽ അനുസ്മരിക്കപ്പെട്ടു. മുസ്ലിം–ക്രൈസ്തവ–ജൂത പണ്ഡിതന്മാർക്കു പുറമേ, ഹിന്ദു–ബുദ്ധ–താവോയിസ്റ്റ് ആശയധാരകളെ പ്രതിനിധീകരിച്ച് 50 രാജ്യങ്ങളിൽ നിന്നായി മുന്നൂറിലേറെ മതനേതാക്കളും ഇന്റർഫെയ്ത്ത് കോൺഫറൻസിൽ പങ്കെടുത്തിരുന്നു. ഭീകരവാദത്തിനും മതഭ്രാന്തിനും എതിരായ ക്രിയാത്മക ചുവടുവെപ്പായി ആ സമ്മേളനം വിലയിരുത്തപ്പെടുകയും ചെയ്തു. മാതൃകാപരമായ ഇത്തരമൊരു നീക്കത്തിന് മുൻകയ്യെടുത്ത അബ്ദുല്ലാ രാജാവിനെ സമാധാനത്തിനുള്ള നൊബേൽ സമ്മാനത്തിന് പരിഗണിക്കണമെന്നു പോലും അക്കാലത്ത് നിർദേശമുയർന്നത് ആരും മറന്നുകാണില്ല.

ഹാഗിയ സോഫിയയുടെ സ്റ്റാറ്റസ്കോ തെറ്റിച്ചതിലൂടെ ഉർദുഗാൻ ചരിത്രഘടികാരത്തെ പിറകോട്ടാണ് ചലിപ്പിച്ചത്. രണ്ടു ഭൂഖണ്ഡങ്ങളുടെയും നാഗരികതകളുടെയും സംഗമഭൂമിയാണ് തുർക്കി. ബോസ്പോറസ് കടലിടുക്കിന്റെ ഇരുകരകളിലുമായി പരന്നുകിടക്കുന്ന ഇസ്താംബുളിന്റെ ഓരങ്ങളിൽ വെച്ചാണ് യൂറോപ്പും ഏഷ്യയും കണ്ടുമുട്ടുന്നത്. കുരിശുയുദ്ധകാലത്ത് പോലും കിഴക്കൻ റോമാസാമ്രാജ്യത്തിന്റെ തലസ്ഥാനനഗരിയായ കോൺസ്റ്റാന്റിനോപ്പിൾ മുസ്ലിം സൈന്യത്താൽ ആക്രമിക്കപ്പെട്ടിട്ടില്ല. ഓട്ടോമൻ യുഗത്തിൽ ഹാഗിയ സോഫിയക്ക് പോറലേൽക്കാതിരിക്കാൻ ഖലീഫമാർ ശ്രദ്ധിച്ചിരുന്നു. പ്രഗത്ഭനായ വാസ്തുശിൽപ്പി മിമാർ സിനാന്റെ സഹായത്തോടെ ബസിലിക്കയെ മസ്ജിദാക്കി മാറ്റിയെടുത്തപ്പോൾ മക്കയിലേക്കുള്ള ദിശ – 'ഖിബ്ല' – സൂചിപ്പിക്കുന്ന പ്രസംഗപീഠവും മിനാരങ്ങളും കൂട്ടിച്ചേർക്കപ്പെട്ടു. അതോടെ വിശ്വോത്തരങ്ങളായ രണ്ടു മതനാഗരികതകളുടെ സമന്വയശിൽപമായി ഹാഗിയ സോഫിയ വികസിച്ചു. യുനെസ്കോയുടെ 'വേൾഡ് ഹെറിറ്റേജ്' പട്ടികയിൽ ഇടം നേടിയ ഈ ദേവാലയം പ്രതിവർഷം നാലു ദശലക്ഷം ടൂറിസ്റ്റുകളെയാണ് ആകർഷിക്കുന്നത്.

കുഴിമാടം തോണ്ടി ചരിത്രത്തിന്റെ അസ്ഥിപഞ്ജരം മാന്തിയെടുക്കാനും അതുവഴി മിത്തുകളെ പുതിയകാല രാഷ്ട്രീയവുമായി കൂട്ടിക്കെട്ടി വിനാശകരമായ അജണ്ടകൾ നടപ്പാക്കാനും നടത്തുന്ന

ഹീനശ്രമങ്ങൾ എന്തുമാത്രം അനർത്ഥങ്ങൾക്ക് വഴിവെക്കുമെന്ന് മുസ്ലിംലീഗും ജമാഅത്തെ ഇസ്ലാമിയും ആലോചിച്ചു നോക്കിയിട്ടുണ്ടോ? ബാബരി മസ്ജിദ്-രാമക്ഷേത്ര തർക്കം നമ്മുടെ കാലഘട്ടത്തിന് പഠിപ്പിച്ചു തരുന്നത് കണ്ണുനീർ വറ്റാത്ത അത്തരമൊരു ദുരന്തത്തിന്റെ കഥയല്ലേ?

ബാബർ ചക്രവർത്തിയുടെ പേരിൽ 1528ൽ സരയു നദിക്കരയിൽ ബാബരി മസ്ജിദ് നിർമ്മിച്ചത് ശ്രീരാമന്റെ ജന്മസ്ഥലത്താണ് എന്ന വാദമുന്നയിച്ചാണ് സംഘ്പരിവാർശക്തികൾ ബി.ജെ.പി.യുടെ രാഷ്ട്രീയ പിൻബലത്തിൽ പള്ളി തകർക്കുകയും അത് നിലകൊണ്ട ഭൂമി കയ്യേറുകയും ചെയ്തത്. ഇത് ആധുനിക ഇന്ത്യയുടെ ചരിത്രത്തെ പ്രക്ഷുബ്ധമാക്കി. ഇതേത്തുടർന്നാണ്, ബാബരി മസ്ജിദിന്റെ തകർച്ചയ്ക്ക് മുമ്പും പിമ്പും എന്ന നിലയിൽ ഇന്ത്യാചരിത്രം വിഭജിക്കപ്പെടുന്ന സ്ഥിതിപോലും ഉണ്ടായത്. കയ്യേറ്റം ചെയ്യപ്പെട്ട ഭൂമി രാമക്ഷേത്രം പണിയാൻ വിട്ടുകൊടുത്തുകൊണ്ട് പരമോന്നതനീതിപീഠം 2019 നവംബർ ഒമ്പതിന് പുറപ്പെടുവിച്ച വിധി തൊടുത്തുവിട്ട വിവാദങ്ങൾക്ക് ഇപ്പോഴും ശമനമായിട്ടില്ല. മുസ്ലിങ്ങൾ 465 വർഷം ആരാധന നടത്തിയ ഒരു ദേവാലയം ഫാഷിസ്റ്റ്ശക്തികൾ കൈക്കലാക്കിയതിലെ അനീതി ജനഹൃദയങ്ങളിൽ മുഴച്ചുനിൽക്കുന്നത് ആർക്കാണ് കണ്ടില്ലെന്നു നടിക്കാനാവുക? രാമന്റെ ജന്മസ്ഥാനം ബാബരി മസ്ജിദ് നിലകൊണ്ട മണ്ണിലാണെന്ന് തെളിയിക്കുന്ന അഖണ്ഡനീയമായ തെളിവുകളുടെ അഭാവം കോടതിമുറികളിൽ നിഴലിച്ചു നിന്നു. രാമഭക്തർ അങ്ങനെയാണ് വിശ്വസിക്കുന്നത് എന്ന 'ന്യായം' പറഞ്ഞായിരുന്നു ചീഫ് ജസ്റ്റിസായിരുന്ന രഞ്ജൻ ഗൊഗോയിയുടെ നേതൃത്വത്തിലുള്ള അഞ്ചംഗ ബെഞ്ചിന്റെ വിധി ഉണ്ടാകുന്നത്. ആ വിധി പ്രസ്താവിച്ച ഗൊഗോയിയെ താമസിയാതെ കേന്ദ്രസർക്കാർ രാജ്യസഭയിലെത്തിച്ചതും നാം കണ്ടു. കോടതിവിധികൾ മാത്രം പൊക്കിപ്പിടിച്ച് കുടില അജണ്ടകളുമായി ഭരണകൂടങ്ങൾ മുന്നോട്ടു പോകുന്നത് ഏതൊരു രാജ്യത്തിന്റെയും സ്വാസ്ഥ്യം കെടുത്തുമെന്ന കാര്യത്തിൽ തർക്കമില്ല. ഇത്തരം നീക്കങ്ങൾ വിവിധ ജനതതികൾക്കിടയിലെ അവസാനിക്കാത്ത അന്തഃസംഘർഷങ്ങൾക്കും സാമൂഹികാകൽച്ചകൾക്കും വർഗ്ഗീയകലാപങ്ങൾക്കും വഴിമരുന്നിടുമെന്നാണ് നമ്മുടെ കൺമുന്നിലെ അനുഭവം. ആഗസ്റ്റ് ആറിന് പ്രധാനമന്ത്രി നരേന്ദ്ര മോദി രാമക്ഷേത്ര ശിലാന്യാസം നടത്തുമ്പോൾ അദ്ദേഹം കേവലം ഒരു മതവിഭാഗത്തിന്റെ മാത്രം നേതാവായി ചുരുങ്ങുകയാണ് ചെയ്യുക. അത്തരമൊരു പരിമിതപ്പെടൽ ഉർദുഗാനും സംഭവിച്ചിരിക്കുകയാണ്. ഇവിടെയാണ് ഹാഗിയ സോഫിയ പള്ളിയുടെ വിഷയത്തിൽ ഉർദുഗാൻ പുലർത്തുന്ന സമീപനത്തെ പിന്തുണയ്ക്കുന്നവർ വിമർശിക്കപ്പെടുന്നതിലെ അർത്ഥതലങ്ങൾ വിപുലമാകുന്നത്.

പാക്കിസ്ഥാനിലെ ലാഹോറിലുള്ള ഷാഹിദ് ഗൻജ് മസ്ജിദ് കേസിൽ സിഖുകാർക്ക് അനുകൂലമായി നിയമത്തിന്റെ ബലത്തിൽ

ഉന്നതനീതിപീഠം വിധിച്ചപ്പോൾ ആ വിധി സ്വീകരിക്കാൻ മുസ്ലിങ്ങൾ സന്നദ്ധരായത് വളരെ പ്രസക്തമാണ്. 1722 ൽ ഫലക് ബേഗ് ഖാൻ ഒരു സ്വത്ത് വഖഫ് ചെയ്തതിനും അവിടെ പള്ളി പണിതതിനും വ്യക്തമായ രേഖകൾ ഉണ്ടായിട്ടും, സിഖുകാർക്ക് അത് വിട്ടുകൊടുത്തത് ലോ ഓഫ് ലിമിറ്റേഷൻ പ്രകാരം സമയപരിധി കഴിഞ്ഞു എന്ന് നിരീക്ഷിച്ചുകൊണ്ടായിരുന്നു. നിയമനിർമ്മാണത്തിലൂടെ മുസ്ലിങ്ങൾക്ക് ഷാഹിദ് ഗൻജ് മസ്ജിദ് തിരിച്ചുകൊടുക്കണമെന്ന മുറവിളി നാനാഭാഗങ്ങളിൽനിന്നും ഉയർന്നപ്പോൾ 1937–38 ൽ അന്നത്തെ പഞ്ചാബ് പ്രധാനമന്ത്രി സർ സിക്കന്തർ ഹയാത്ത് ഖാൻ ആ നീക്കത്തോട് വിയോജിച്ചു. മുസ്ലിമേതര വിഭാഗങ്ങൾ സമാനമായ ആവശ്യം ഉന്നയിക്കുകയാണെങ്കിൽ മുസ്ലിങ്ങളുടെ അധീനതയിലുള്ള നിരവധി ദേവാലയങ്ങൾ വിട്ടുകൊടുക്കേണ്ടിവരുമെന്ന യുക്തി നിരത്തിയായിരുന്നു ആ എതിർപ്പ്.

കാശിയിലെയും മഥുരയിലെയും പള്ളികളുടെമേൽ ഇതേസമയം തന്നെ അവകാശവാദങ്ങൾ ഉന്നയിച്ച് അന്തരീക്ഷം കൂടുതൽ കലുഷിതമാക്കാനാണ് സംഘ്പരിവാർ ശ്രമിക്കുന്നതെന്ന് ആരും മറക്കരുത്. പ്രതികാരത്തിന്റെയും പിടിച്ചടക്കലിന്റെയും തിരിച്ചുപിടിക്കലിന്റെയും രാഷ്ട്രീയം ആരെയും എവിടെയുമെത്തിക്കില്ല. പറ്റിയ തെറ്റുകൾ ആവർത്തിക്കാനല്ല നാം ചരിത്രം വായിക്കേണ്ടത്, പിന്നിട്ട നാൾവഴികളിൽ സംഭവിച്ച പാകപ്പിഴവുകളും അബദ്ധങ്ങളും തിരുത്തി ജനങ്ങൾക്കിടയിലെ സ്നേഹവും സൗഹൃദവും ഊട്ടിയുറപ്പിച്ച് മുന്നോട്ടുപോകാനാണ്. മനുഷ്യരാശിയെ ഉൾക്കൊള്ളലിന്റെയും ചേർത്തുവെക്കലിന്റെയും രീതിശാസ്ത്രം പഠിപ്പിച്ച സൂഫിവര്യന്മാരായ മഹത്തുക്കളുടെ മാതൃകയാണ് പുതിയകാലത്തിന് ഏറ്റവും അഭികാമ്യം. ആ പാരമ്പര്യത്തിന്റെ നേരവകാശികളുടെ പട്ടികയിൽ ഇടംപിടിക്കാൻ ശ്രമിക്കുന്നതിനു പകരം, ഹാഗിയ സോഫിയ വിഷയത്തിൽ ഇസ്ലാമിലെ പുത്തൻകൂറ്റുകാരായ വലതുപക്ഷ മതരാഷ്ട്രവാദികളുടെ താവളം തേടി മുസ്ലിംലീഗ് പോയത് ഒട്ടും അഭികാമ്യമായില്ല. ലീഗിന്റെ വോട്ടുബാങ്കായ സുന്നികളും മുജാഹിദുകളും അംഗീകരിക്കാത്ത വാദം ലീഗ് എഴുന്നള്ളിച്ചു കൊണ്ടുവരുന്നത് ആരെ പ്രീതിപ്പെടുത്താൻ വേണ്ടിയാണ്? കയ്യിലെ ഏറ്റവും വിലപിടിപ്പുള്ള പ്രാവുകളെ വിട്ട് മാനത്ത് പറക്കുന്ന കാക്കയെ പിടിക്കാൻ ശ്രമിക്കുന്ന ലീഗിന്റെ ശ്രമം അവർക്ക് നഷ്ടങ്ങൾ മാത്രമേ വരുത്തൂ.

ഗോൾവാൾക്കറും മൗദൂദിയും ഉയർത്തുന്ന സ്വത്വഭീതി

പൗരത്വഭേദഗതി നിയമത്തിനെതിരായ പ്രക്ഷോഭത്തിന്റെ മറവിൽ ജമാഅത്തെ ഇസ്ലാമിയേയും അതിന്റെ ഉപഗ്രഹസംഘടനകളേയും വെളുപ്പിച്ചെടുക്കാനുള്ള ശ്രമത്തിലാണ്, ഒരുകാലത്ത് അവരെ നിശിതമായി വിമർശിക്കുകയും സമുദായത്തിന്റെ പൊതുധാരയിൽ നിന്ന് മാറ്റി നിർത്തുകയും ചെയ്തിരുന്ന കേരളത്തിലെ ചില വലതുപക്ഷ സംഘടനകൾ. ഹിന്ദുത്വരാഷ്ട്രവാദം ഉയർത്തി സംഘ്പരിവാർ ഫാഷിസം കലാപാഗ്നി പടർത്തുമ്പോൾ ജമാഅത്തെ ഇസ്ലാമിയുടെ മതരാഷ്ട്ര കാഴ്ചപ്പാട് എങ്ങനെയാണ് അലിഞ്ഞില്ലാതാവുന്നത്? ഇന്ത്യൻ സ്വാതന്ത്ര്യസമരത്തോട് ആർ.എസ്.എസ്. സ്വീകരിച്ച നിലപാടിനോട് സമാനമായ സമീപനം കൈക്കൊണ്ട ജമാഅത്തെ ഇസ്ലാമിയുടെ കാപട്യം എങ്ങനെയാണ് ചരിത്രത്തിന്റെ ഭാഗമല്ലാതാവുക? ബ്രിട്ടീഷ്വിരുദ്ധ സമരത്തിൽ പങ്കാളികളായതിന്റെ പേരിൽ ആർ.എസ്.എസ്. നേതാക്കളാരും ജയിൽവാസമുൾപ്പെടെ ഒരു ശിക്ഷയും അനുഭവിച്ചിട്ടില്ലെങ്കിൽ അതേ ഇന്നലെകളാണ് മൗലാനാ മൗദൂദി ഉൾപ്പെടെയുള്ള ജമാഅത്തെ ഇസ്ലാമിക്കുമുള്ളത്. മറിച്ചാണ് വസ്തുതയെങ്കിൽ ഇരുസംഘങ്ങളിലെയും നേതാക്കളോ പ്രവർത്തകരോ സ്വാതന്ത്ര്യസമരത്തിൽ പങ്കുകൊണ്ടതിന്റെ പേരിൽ അനുഭവിച്ച ത്യാഗത്തിന്റെ കഥകൾ എന്നേ നാട്ടിൽ പാട്ടാകുമായിരുന്നു. അവരിലെ രക്തസാക്ഷികൾ ദിനേനയെന്നോണം മാലോകരെല്ലാം കേൾക്കേ അനുസ്മരിക്കപ്പെടുകയും ചെയ്യുമായിരുന്നു. അവിഭക്ത ഇന്ത്യയിൽ സാമ്രാജ്യത്വവിരുദ്ധ പോരാട്ടം കൊടുമ്പിരികൊള്ളുമ്പോൾ മത–സാമൂഹ്യരംഗത്ത് സജീവമായിരുന്ന മൗലാനാ മൗദൂദിയുടെ ഇന്ത്യൻ സ്വാതന്ത്ര്യസമരത്തോടുള്ള സമീപനം എന്തായിരുന്നു? ബ്രിട്ടീഷ്വിരുദ്ധ പ്രസംഗം നടത്തിയതിന്റെ പേരിലോ സമരപങ്കാളിയായതിന്റെ പേരിലോ അബുൽ

അല്ലാ മൗദൂദിക്ക് ഒരു നിമിഷമെങ്കിലും രാജ്യത്തെ ഏതെങ്കിലുമൊരു ജയിലിൽ കിടക്കേണ്ടി വന്നിട്ടുണ്ടോ? നാടിന്റെ വിമോചനത്തിന് പരിശ്രമിച്ചു എന്നതിന്റെ പേരിൽ അക്കാലത്തെ ഏതെങ്കിലും ജമാഅത്ത് നേതാക്കൾക്കെതിരേ ബ്രിട്ടീഷ് ഭരണകൂടം ഒരു പെറ്റി കേസെങ്കിലും ചാർജ് ചെയ്തിട്ടുണ്ടോ? ഈ ചോദ്യങ്ങൾക്കുള്ള ഉത്തരം തേടിയുള്ള അന്വേഷണത്തിന്റെ വെളിച്ചത്തിൽ വേണം ആർ.എസ്.എസിന്റെ ഹിന്ദുത്വ ഫാഷിസത്തെ നേരിടാനുള്ള കൂട്ടായ്മയിൽ നിന്ന് രൂപീകരണകാലം മുതൽ ഇസ്ലാമികരാഷ്ട്രവാദമുയർത്തുന്ന ജമാഅത്തെ ഇസ്ലാമി മാറ്റിനിർത്തപ്പെടണമെന്ന സി.പി.ഐ. (എം)ന്റെ സുചിന്തിത അഭിപ്രായത്തെ ഒരു സൂക്ഷ്മാപഗ്രഥനത്തിന് വിധേയമാക്കാൻ. സി.എ.എ. വിരുദ്ധ സമരങ്ങളിൽ ജമാഅത്തെ ഇസ്ലാമി ചേർത്തുനിർത്തപ്പെടുമ്പോൾ യഥാർത്ഥത്തിൽ ദുർബലമാകുന്നത് ഒരു വലിയ ജനകീയമുന്നേറ്റത്തിന്റെ അടിത്തറതന്നെയാണെന്ന് തിരിച്ചറിയാൻ ഇനിയും സമയം വൈകിയാൽ അതുകൊണ്ട് കരുത്താർജ്ജിക്കുക അതിതീവ്ര ഹിന്ദുത്വശക്തികളാണെന്ന കാര്യത്തിൽ ആർക്കാണ് തർക്കം? U.D.F. ഏതെങ്കിലും മതരാഷ്ട്രവാദികളുമായി ചങ്ങാത്തം കൂടുന്നതും അവർക്ക് പൊതുസ്വീകാര്യത നേടിക്കൊടുക്കാൻ ഒരുമ്പെടുന്നതും അവരുടെതന്നെ മതേതരമുഖത്തെയാണ് വികൃതമാക്കുക.

പൗരത്വഭേദഗതി നിയമത്തിനെതിരായ സമരത്തെ കേവല മുസ്ലിംസ്വത്വപ്രശ്നമാക്കി മാറ്റാൻ ജമാഅത്തെ ഇസ്ലാമി, എസ്.ഡി.പി.ഐ. കക്ഷികൾ നടത്തിയ നിഗൂഢനീക്കം ആത്യന്തികമായി പ്രസ്തുത മൂവ്മെന്റിനെ മുഖ്യധാരയിൽ നിന്ന് അകറ്റുകയാണ് ചെയ്തത്. പലയിടത്തും നിക്ഷിപ്ത താൽപ്പര്യത്തിനായി അവർ സി.എ.എ. വിരുദ്ധ മുസ്ലിംബഹുജനപ്രക്ഷോഭങ്ങളെ ഹൈജാക്ക് ചെയ്ത് അവയുടെ പിതൃത്വം ഏറ്റെടുക്കാൻ ശ്രമിച്ചതും അത്തരം സമരങ്ങളെ മതാധിഷ്ഠിത മുദ്രാവാക്യങ്ങൾ കൊണ്ട് മുഖരിതമാക്കിയതും നാം കണ്ടതാണ്. അവസാനം മുസ്ലിംലീഗിനു തന്നെ പൗരത്വസമരത്തിൽ മതമുദ്രാവാക്യങ്ങൾ വിളിക്കരുതെന്ന് പറയേണ്ടിവന്നതും ആരും മറന്നുകാണില്ല. ആരെന്തൊക്കെ ന്യായങ്ങൾ പറഞ്ഞാലും, ജമാഅത്തെ ഇസ്ലാമിയേയും അവരുടെ കോന്തൽസംഘടനകളേയും നൈമിഷിക പ്രചാരവേലയ്ക്കായി കൂടെക്കൂട്ടുന്നവർ അവരുടെ തനിനിറം കാണാതെപോകരുത്.. മറ്റു മുസ്ലിംസംഘടനകളിൽ നിന്ന് ജമാഅത്തെ ഇസ്ലാമിയെ വ്യത്യസ്തമാക്കുന്ന ഘടകങ്ങൾ എന്തൊക്കെയാണെന്ന് പരിശോധിക്കുന്നത് പുതിയ സാഹചര്യത്തിൽ പ്രത്യേകം പ്രസക്തമാണ്.

പ്രഥമമായി മനസ്സിലാക്കേണ്ടത് ജമാഅത്തെ ഇസ്ലാമി കേവലമൊരു ഇസ്ലാമികപ്രസ്ഥാനമോ മുസ്ലിംമതസംഘടനയോ അല്ല എന്നുള്ളതാണ്. മുസ്ലിംമതസംഘടനകളിൽ സ്വന്തമായി രാഷ്ട്രീയപ്പാർട്ടിയും മതരാഷ്ട്രവീക്ഷണവുമുള്ള ഒരേയൊരു സംഘടന ജമാഅത്തെ ഇസ്ലാമിയാണ്. ജമാഅത്തിന്റെയും വെൽഫെയർ പാർട്ടിയുടെയും ആദർശാടിത്തറ മതേതരവിരുദ്ധവും ജനാധിപത്യസങ്കൽപ്പങ്ങൾക്ക് എതിരുമാണെന്ന് അവ

രുടെ തന്നെ പഴയകാല സാഹിത്യങ്ങൾ സാക്ഷ്യപ്പെടുത്തുന്നുണ്ട്. പ്രത്യക്ഷത്തിൽ ആർ.എസ്.എസിനെപ്പോലെ അക്രമാസക്തരല്ലെങ്കിലും, ജനങ്ങളെ ആത്യന്തികമായി ഭിന്നിപ്പിക്കുന്ന പ്രത്യയശാസ്ത്രമാണ് ജമാഅത്തെ ഇസ്ലാമിയും ഉയർത്തിപ്പിടിക്കുന്നത്. ഇസ്ലാമികരാഷ്ട്രസ്ഥാപനമാണ് അവരുടെ പരമമായ ലക്ഷ്യമെന്ന് ജമാഅത്ത് സ്ഥാപകനേതാവുകൂടിയായ മൗലാനാ മൗദൂദിയുടെ കൃതികളിൽ നിന്ന് വാചകങ്ങൾ കുട്ടിവായിക്കാനറിയുന്നവർക്ക് നിഷ്പ്രയാസം മനസ്സിലാക്കാനാകും.

ഓരോ ജമാഅത്ത് പ്രവർത്തകന്റെയും പ്രഥമവും പ്രധാനവുമായ ബാധ്യതയായി അവരോരുത്തരും കരുതുന്നത് ഇസ്ലാമികരാഷ്ട്രസ്ഥാപനമാണ്. ഇന്ത്യാ-പാക്ക്-ബംഗ്ലാ-കാശ്മീർ ജമാഅത്തെ ഇസ്ലാമികളുടെ *ബൈബിൾ* എന്നു വിശേഷിപ്പിക്കപ്പെടുന്ന അബുൽ അഅ്ലാ മൗദൂദിയുടെ *ഖുതുബാത്ത്* എന്ന ഗ്രന്ഥത്തിൽ സംശയലേശമെന്യേ വ്യക്തമാക്കുന്നത് കാണുക: 'മതം എന്നതിന്റെ ശരിയായ അർത്ഥം സ്റ്റേറ്റ് എന്നാണ്. ആ നിയമവ്യവസ്ഥയനുസരിച്ച് ജീവിതം നയിക്കുന്നതിനാണ് 'ഇബാദത്ത്' അഥവാ ആരാധന എന്നു പറയുന്നത്.' ('ഖുതുബാത്ത്', പേജ്:395)

മതം എന്നാൽ രാഷ്ട്രം തന്നെയാണെന്ന് മൗദൂദി മുതൽ പുതിയ അമീർ മൗലാനാ ഹുസൈനി വരെ കൃത്യമായി വിശദീകരിച്ചിട്ടുണ്ട്. മൗലാനാ മൗദൂദിയുടെ ഖുർആൻ വ്യാഖ്യാനങ്ങളിൽ ദീൻ അഥവാ മതം എന്ന വാക്കിന് 'പാർട്ടി' എന്നും പരിഭാഷ നൽകിയിട്ടുണ്ട്. ജനാധിപത്യപ്രക്രിയയിൽ ഭാഗഭാക്കായി ഇസ്ലാമിക് സ്റ്റേറ്റ് ഭാഗികമായെങ്കിലും നടപ്പിൽ വരുത്തലാണ് വെൽഫെയർ പാർട്ടി രൂപീകരിച്ചതിനു പിന്നിലെ ഹിഡൺ അജണ്ട എന്ന് ജമാഅത്തെ ഇസ്ലാമിയുടെ കുതന്ത്രങ്ങളും കുറുക്കുവഴികളും ശരിയാംവിധം മനസ്സിലാക്കിയിട്ടുള്ളവർക്ക് പെട്ടെന്ന് പിടികിട്ടും. ജമാഅത്തിന്റെ മലയാളംജിഹ്വയായ *പ്രബോധനം* വാരികയുടെ 2018 ഡിസംബർ 7 ന് പ്രസിദ്ധീകരിച്ച 'സംക്രമണഘട്ടത്തിലെ ദീനിന്റെ (മതത്തിന്റെ) സംസ്ഥാപനം' എന്ന ലേഖനത്തിൽ ഒരു മറയുമില്ലാതെ സയ്യിദ് സആദത്തുല്ലാ ഹുസൈനിയും ഇക്കാര്യം വ്യക്തമാക്കിയിട്ടുണ്ട്. ലേഖനത്തിന്റെ ആമുഖമായി അദ്ദേഹം എഴുതി: 'സ്വാതന്ത്ര്യത്തിനു ശേഷം ഇന്ത്യൻ സാഹചര്യം വലിയ രീതിയിൽ മാറി. ഇന്ത്യ വിഭജിക്കപ്പെട്ടു. ഇന്ത്യയിൽ മുസ്ലിങ്ങൾ പതിനൊന്നോ പന്ത്രണ്ടോ ശതമാനമായി ചുരുങ്ങി. സെക്യുലർ ജനാധിപത്യസംവിധാനം തങ്ങളുടെ ഭരണരീതിയായി ജനങ്ങൾ സർവാത്മനാ സ്വീകരിച്ചു. രാഷ്ട്രീയസാഹചര്യങ്ങൾ ഈവിധം മാറിയതിനാൽ രാജ്യം ഏത് ഭരണരീതി സ്വീകരിക്കണം എന്ന ചോദ്യം അവശേഷിക്കുന്നില്ല. അപ്പോൾ സ്വാഭാവികമായും ഇസ്ലാമികപ്രസ്ഥാനത്തിന് നൂതനമായ ഒരു ചിന്താവ്യവഹാരം ഉയർത്തിക്കൊണ്ടുവരേണ്ടിവരും. വ്യവസ്ഥാമാറ്റമെന്നത് എളുപ്പത്തിൽ നടക്കുന്ന ഒന്നല്ല. ദീർഘകാലത്തെ യത്നങ്ങൾ അതിനാവശ്യമുണ്ട്.' ഇന്ത്യയിൽ ദൈവീകമാർഗ്ഗത്തിലുള്ള പ്രവർത്തനങ്ങൾ (ഇസ്ലാമികരാഷ്ട്രസ്ഥാപനമുൾ

പ്പടെ) എന്തൊക്കെയാവണം എന്ന സുപ്രധാനചോദ്യത്തിന് ജമാഅത്തെ ഇസ്ലാമിയുടെ ധിഷണാശാലികൾ കണ്ടെത്തിയ ഉത്തരങ്ങൾ സംഗ്രഹിച്ചുകൊണ്ടാണ് പ്രസ്തുത ലേഖനം ആരംഭിക്കുന്നത്. മതപ്രബോധനത്തിന്റേയും അതിലൂടെ നേടാനാകുന്ന മതപരിവർത്തനത്തിന്റേയും തന്ത്രങ്ങൾ എന്തൊക്കെയായിരിക്കണമെന്നും ലേഖനത്തിൽ വിശദീകരിക്കുന്നുണ്ട്. മുസ്ലിങ്ങൾ അല്ലാത്തവരിൽ നിന്നുള്ള പിന്തുണയുണ്ടെങ്കിലേ പ്രസ്ഥാനത്തിന് അതിന്റെ യഥാർത്ഥ കർമ്മമണ്ഡലത്തിൽ ശോഭിക്കാൻ കഴിയുകയുള്ളൂ എന്ന് മൗലാനാ സദ് റുദ്ദീൻ ഇസ്ലാഹിയെ ഉദ്ധരിച്ചുകൊണ്ട് ഹുസൈനി ലേഖനത്തിൽ സമർത്ഥിക്കുന്നുണ്ട്. അപ്പോൾ പിന്നെ വെൽഫെയർ പാർട്ടിയുടേയും കാമ്പസുകളിൽ പുതുതായി രൂപംകൊണ്ട ഫ്രറ്റേണ്ണിറ്റിയുടേയും നിഗൂഢലക്ഷ്യം എന്താണെന്ന് അരിയാഹാരം കഴിക്കുന്നവർക്ക് ആരും വിശദീകരിച്ചു കൊടുക്കേണ്ട കാര്യമില്ല.

ആരാധനയുടെ ലക്ഷ്യം ഭരണപരിശീലനമാണെന്നാണ് ജമാഅത്തെ ഇസ്ലാമി കരുതുന്നത്. ഇന്ത്യയിലെ മറ്റൊരു മുസ്ലിംസംഘടനയും ഇത്തരമൊരു ചിന്താഗതി മുന്നോട്ടുവെക്കുന്നില്ല. കേരളത്തിലെ മഹാഭൂരിപക്ഷം വരുന്ന സുന്നികളും പ്രബലവിഭാഗമായ മുജാഹിദ് പ്രസ്ഥാനങ്ങളും ജമാഅത്തെ ഇസ്ലാമിയെ കാലങ്ങളായി രൂക്ഷമായി എതിർത്തുപോരുന്നതും ഇത്തരം വീക്ഷണവൈകൃതങ്ങൾ കൊണ്ടാണ്. ആരാധനാനുഷ്ഠാനങ്ങൾ പോലും സൈനികപരിശീലനവും ഭരണനിർവഹണ ട്രെയിനിങ്ങുമാണെന്നാണ് ജമാഅത്തിന്റെ പക്ഷം. 'ഖുതുബാത്തി'ൽ മൗദൂദി നിരീക്ഷിക്കുന്നത് നോക്കുക: 'ചുരുക്കത്തിൽ ദിനംപ്രതി അഞ്ചുതവണ ഓരോ പള്ളിയിൽ വെച്ചും സംഘംചേർന്നുള്ള നമസ് കാരനിർവഹണത്തിലൂടെ ഉദ്ദേശിക്കുന്നത് സുശക്തവും വിപുലവുമായ ഒരു ഭരണകൂടം നടത്തുവാൻ നിങ്ങളെ പരിശീലിപ്പിക്കുകയും അതിന് നിങ്ങളെ പ്രാപ്തമാക്കുകയും ചെയ്യുക എന്നതാണ്.' ('ഖുതുബാത്ത്', പേജ്:199). 'നമസ്കാരം, നോമ്പ്, സകാത്ത് എന്നീ ആരാധനാകർമ്മങ്ങൾ നിങ്ങളുടെ മേൽ നിർബന്ധമാക്കിയതിൽ സമാന ഒരുക്കങ്ങളും പരിശീലനങ്ങളും ഉദ്ദേശിക്കപ്പെട്ടിരിക്കുന്നു. ഇവിടുത്തെ ഭരണകൂടങ്ങളെല്ലാം തങ്ങളുടെ പട്ടാളം, പോലീസ്, സിവിൽ സർവ്വീസ് മുതലായ വകുപ്പുകളിലേക്ക് തെരഞ്ഞെടുക്കപ്പെടുവാൻ ഉദ്ദേശിക്കുന്ന ജനങ്ങൾക്ക് ആദ്യമായി ഒരു പ്രത്യേകതരം പരിശീലനം നൽകുകയും അനന്തരം അവരെ അതതു ജോലികളിൽ നിയമിക്കുകയും ചെയ്യുന്നതുപോലെ ഇസ്ലാമികദർശനവും അതിലെ നാനാവിധ ഉദ്യോഗങ്ങളിൽ നിയമിക്കാനുദ്ദേശിക്കുന്ന ആളുകൾക്ക് പ്രഥമമായി ഒരു പ്രത്യേകവിധം പരിശീലനം നൽകുകയും പിന്നീട് അവരെക്കൊണ്ട് സമരത്തിനും അല്ലാഹുവിന്റെ ആധിപത്യത്തിനുമുള്ള സേവനം ചെയ്യിക്കുവാൻ ഉദ്ദേശിക്കുകയുമാണ് ചെയ്യുന്നത്' ('ഖുതുബാത്ത്', പേജ്: 388,389)

'സ്വന്തമായി ഭരണമില്ലാത്ത ദീനിന്റെ (മതത്തിന്റെ) സ്ഥിതി ഭൂമി

യിൽ സ്ഥാപിക്കപ്പെടാത്ത ഒരു സങ്കൽപ്പവീടുപോലെയാണ്. ഭൂമിയിൽ സ്ഥാപിതമായ ഒരു വീട്ടിൽ മാത്രമേ നിങ്ങൾക്ക് താമസിക്കാൻ സാധിക്കുകയുള്ളൂ എങ്കിൽ പിന്നെ, തലച്ചോറിൽ മറ്റൊരു വീടിന്റെ പ്ലാനുണ്ടായിരിക്കുന്നതുകൊണ്ട് എന്തു പ്രയോജനമാണുള്ളത്?' ('ഖുതുബാത്ത്', പേജ്:398)

ഇന്ത്യൻ ബഹുസ്വരതയുടെ ആധാരശിലകളായ മതേതരത്വവും ജനാധിപത്യവും നിരാകരിക്കപ്പെടേണ്ട ചിന്താധാരകളാണെന്ന് ഉൽഘോഷിച്ച ഇന്ത്യയിലെ ഏക മുസ്ലിംസംഘടന ജമാഅത്തെ ഇസ്ലാമിയാണ്. 'നമ്മുടെ വീക്ഷണത്തിൽ മതേതരത്വം, ദേശീയത, ജനാധിപത്യം എന്നീ മൂന്ന് ആശയങ്ങളും അബദ്ധജടിലങ്ങളെന്നു മാത്രമല്ല, മനുഷ്യനിന്ന് അടിപ്പെട്ടുപോയിട്ടുള്ള സകല ദുരിതങ്ങളുടെയും വിനാശങ്ങളുടെയും നാരായവേര് ആ തത്ത്വങ്ങളാണെന്നു കൂടി നാം ദൃഢമായി വിശ്വസിക്കുന്നു. നമ്മുടെ വിരോധം വാസ്തവത്തിൽ അതേ തത്ത്വങ്ങളോടത്രെ. നാം നമ്മുടെ മുഴുശക്തിയുമുപയോഗിച്ച് അവക്കെതിരേ സമരം നടത്തിയേ തീരൂ.' (അബുൽ അഅ്ലാ മൗദൂദി, 'മതേതരത്വം-ദേശീയത്വം-ജനാധിപത്യം: ഒരു താത്വികവിശകലനം', പേജ്:11)

ഈ നിമിഷം വരെയും മേൽപ്പറഞ്ഞ ആശയങ്ങളെ ജമാഅത്തെ ഇസ്ലാമി തള്ളിപ്പറയുകയോ തിരുത്തുകയോ ചെയ്തിട്ടില്ലെന്നത് പ്രത്യേകം എടുത്തുപറയേണ്ടതാണ്. എന്നാൽ, ഒരേസമയം രണ്ടു തോണിയിൽ കാലിട്ട് പുതിയ സാധ്യതകളാരായുന്ന തിരക്കിലാണ് ജമാഅത്തെ ഇസ്ലാമി.

'മതേതരത്വം ആദ്യമേ ജനങ്ങളെ ദൈവഭയശൂന്യരും സനാതന ധാർമ്മികതത്ത്വങ്ങളിൽ നിന്ന് വിമുക്തരുമാക്കിത്തീർത്തു. അവർ തന്മൂലം ലഗാനില്ലാത്ത, ഉത്തരവാദിത്തബോധമില്ലാത്ത തനി സ്വേച്ഛാപൂജകരായിക്കഴിഞ്ഞു.' ('മതേതരത്വം-ദേശീയത്വം-ജനാധിപത്യം: ഒരു താത്വികവിശകലനം', പേജ്: 15). കാര്യവും കാരണവുമെന്തായിരുന്നാലും, കേരളത്തിലെ ജമാഅത്തുകാരുടെ കാര്യത്തിൽ മൗദൂദി സാഹിബിന്റെ ഈ നിരീക്ഷണം പൂർണ്ണമായും ശരിയാണ്. ലക്കും ലഗാനുമില്ലാത്ത പോക്കാണവരുടേത്. ഇത് എവിടെച്ചെന്നവസാനിക്കുമെന്നറിയാൻ വരാനിരിക്കുന്ന ഒന്നോ രണ്ടോ തെരഞ്ഞെടുപ്പുകൾ വരെ നമുക്ക് കാത്തിരിക്കാം.

തെരഞ്ഞെടുപ്പ് സമ്പ്രദായത്തെ അപ്പാടെ നിഷേധിച്ച ജമാഅത്തെ ഇസ്ലാമി പിന്നീട് സ്വന്തമായി ഒരു രാഷ്ട്രീയപ്പാർട്ടി തന്നെ രൂപീകരിച്ച് നിയമസഭയിലേക്കും ലോകസഭയിലേക്കും മത്സരിക്കുന്ന കാഴ്ചയാണ് നാം കണ്ടത്. അവരുടെ മുൻനിലപാടും ഇപ്പോഴത്തെ നയവും തമ്മിൽ എന്തുമാത്രം വൈരുദ്ധ്യമുണ്ടെന്നറിയാൻ പഴയ ജമാഅത്ത് പ്രസിദ്ധീകരണങ്ങളിലൂടെ വെറുതെ ഒന്നു കണ്ണോടിച്ചാൽ മതി.

'ജനാധിപത്യപ്രക്രിയയിൽ വോട്ടുചെയ്യുന്നതും ഒരാൾ തെരഞ്ഞെടുപ്പിൽ മത്സരിക്കുകയും അസംബ്ലിയിൽ പോവുകയും ചെയ്യുന്നതും തൗഹീദിന് (ഏകദൈവവിശ്വാസത്തിന്) എതിരാവുന്നു.' (ഇന്ത്യൻ ജമാഅ

ത്തെ ഇസ്ലാമി ഇരുപത്തേഴ് വർഷം, ഇലക്ഷൻ പ്രശ്നം).

'ഏതെങ്കിലും അനിസ്ലാമിക പ്രസ്ഥാനവുമായി കൂട്ടുചേർന്ന് ഭരണ നടത്തിപ്പിൽ പങ്കുകാരാവുകയോ ആ പ്രസ്ഥാനങ്ങൾക്ക് വോട്ട് നൽകുകയോ ചെയ്യുന്നത് ജമാഅത്തിന്റെ വീക്ഷണത്തിൽ അനുവദനീയമല്ല.' (പ്രബോധനം, 1970 ജൂലൈ, പു:31, ലക്കം:3).

'നമ്മുടെ അഭിപ്രായത്തിൽ ഇന്നു മുസ്ലിങ്ങൾ ചെയ്യേണ്ട ശരിയായ പ്രവൃത്തി തെരഞ്ഞെടുപ്പിൽ നിന്ന് തികച്ചും വിട്ടുനിൽക്കുക എന്ന നിഷേധാത്മകതയിൽ നിന്നാണാരംഭിക്കേണ്ടത്. അവർ സ്വയം സ്ഥാനാർത്ഥികളായി നിൽക്കുകയോ ഇതരസ്ഥാനാർത്ഥികൾക്ക് വോട്ടു നൽകുകയോ അരുത്. യഥാർത്ഥ വഴിയിൽക്കൂടി ചലിക്കാനുള്ള ഒന്നാമത്തെ കാലടിയാണത്.' (പ്രബോധനം. പു:4, ലക്കം:2, 1956 ജൂലൈ, പേജ്:35, 'മുസ്ലിങ്ങളും വരാനിരിക്കുന്ന പൊതുതെരഞ്ഞെടുപ്പും', അബുലൈസ് സാഹിബ്).

ഖുതുബാത്തും വിചാരധാരയും: ചില ആലോചനകൾ

പണ്ഡിറ്റ് ജവഹർലാൽ നെഹ്റുവിന്റെ നേതൃത്വത്തിൽ ഇന്ത്യയിൽ ജനാധിപത്യം അതിന്റെ എല്ലാ സൗന്ദര്യത്തിലും പൂത്തുലഞ്ഞ് നിന്ന കാലത്തായിരുന്നു ജമാഅത്തെ ഇസ്ലാമിയുടെ ജനായത്തത്തെ നിരാകരിക്കുന്ന നിരീക്ഷണങ്ങൾ എന്നോർക്കുക. നെഹ്റു പ്രധാനമന്ത്രിയും സഖാവ് എ.കെ.ജി. പ്രതിപക്ഷനേതാവുമായിരുന്ന കാലത്ത് നിഷിദ്ധമായ ജനാധിപത്യം നരസിംഹ റാവുവിന്റെയും മൻമോഹൻ സിങ്ങിന്റെയും നരേന്ദ്ര മോദിയുടെയും കാലത്ത് എങ്ങനെയാണ് സ്വീകാര്യമായതെന്ന ചോദ്യത്തിന് തൃപ്തികരമായ മറുപടി നൽകാൻ ജമാഅത്ത് ബുദ്ധിജീവികൾക്ക് ഈ നിമിഷം വരെയും കഴിഞ്ഞിട്ടില്ല. 'ജമാഅത്തെ ഇസ്ലാമി തെരഞ്ഞെടുപ്പ് ബഹിഷ്കരിക്കുകയും മുസ്ലിങ്ങൾ മുഴുവൻ അതു ബഹിഷ്കരിക്കണമെന്ന് ആശ പ്രകടിപ്പിക്കുകയും ചെയ്തത്, പ്രപഞ്ചകർത്താവായ അല്ലാഹുവിനെയും അവന്റെ നിർദേശങ്ങളെയും തിരസ് കരിച്ചുകൊണ്ടുള്ള ഒരു ഭൗതികരാഷ്ട്രത്തോട് സ്വയം സഹകരിക്കുകയെന്നത് തങ്ങൾ പ്രതിനിധീകരിക്കുന്ന ഇസ്ലാമിന് തികച്ചും കടകവിരുദ്ധമാണെന്ന് ജമാഅത്ത് വിശ്വസിക്കുന്നതുകൊണ്ട് മാത്രമാണ്.' (പ്രബോധനം, 1952, ഫെബ്രുവരി). മൗലാനാ മൗദൂദി ജനാധിപത്യവിരുദ്ധനും മതേതരവിരുദ്ധനുമായിരുന്നു എന്നതിന് ഇതിൽപ്പരം തെളിവ് മറ്റെന്തു വേണം? മാത്രവുമല്ല, ജനാധിപത്യം ഒരിക്കലും പൊറുക്കാത്ത പാപമായ ശിർക്ക് അഥവാ ബഹുദൈവത്വമാണെന്നാണ് അദ്ദേഹം വിധിയെഴുതിയത്. അത്തരം വ്യവസ്ഥിതി വാഴുന്നിടത്ത് ഇസ്ലാം വെറും ജലരേഖ മാത്രമായിരിക്കുമെന്നും അവ തമ്മിൽ യോജിക്കുന്ന ഒറ്റ പോയിന്റുമില്ല എന്നും അദ്ദേഹം അർത്ഥശങ്കയ്ക്കിടയില്ലാതെ പ്രഖ്യാപിച്ചു. മതാടിസ്ഥാനത്തിൽ രാജ്യം വിഭജിക്കപ്പെടുന്ന കാലത്താണ് മൗദൂദി ഇന്ത്യൻ

ദേശീയതയുടെ ആണിക്കല്ലായ മതേതരത്വത്തെ തള്ളിപ്പറഞ്ഞതെന്ന് ഓർക്കണം! വിഭജനത്തിന്റെ ഭീകരത നാടെങ്ങും തിമർത്താടിയ നാളുകളിൽ ഇന്ത്യയിൽ അവശേഷിച്ച മുസ്ലിങ്ങൾക്ക് അവരുടെ മുന്നിലെ ഏക രജതരേഖയായിരുന്നു മതേതരത്വം. ആ സൂര്യൻ ഉദിച്ചില്ലായിരുന്നുവെങ്കിൽ ഇന്ത്യയും പാക്കിസ്ഥാനെപ്പോലെ അന്നേ ഒരു മതാധിഷ്ഠിത രാജ്യമാകുമായിരുന്നു. ബഹുസ്വരതയാണ് ഇന്ത്യയുടെ ജീവവായു എന്ന് തിരിച്ചറിയാനുള്ള സാമാന്യവിവേകം പോലും വിഭജനാനന്തരം ഇന്ത്യയിൽ അവശേഷിച്ച ജമാഅത്ത് നേതാക്കൾക്ക് ഉണ്ടായില്ലെന്നത് എത്രമേൽ അവിവേകവും അപരാധവുമാണ്!

ഇന്ത്യാരാജ്യവുമായി ഒരു നിലയ്ക്കും മുസ്ലിങ്ങൾക്ക് പൊരുത്തപ്പെടാൻ കഴിയില്ലെന്നാണ് മൗദൂദി കണ്ടെത്തിയത്. അവർ സ്വാതന്ത്ര്യസമരത്തിൽ നിന്ന് വിട്ടുനിന്നതും അതുകൊണ്ടുതന്നെയാണ്. മൗദൂദിയും കുറച്ചാളുകളും വിട്ടുനിന്നതുകൊണ്ടോ, മറ്റുള്ളവരോട് വിട്ടുനിൽക്കാൻ അവർ ആഹ്വാനം ചെയ്തതുകൊണ്ടോ കാര്യമായ ഒരു പ്രതികരണവും മുസ്ലിങ്ങൾക്കിടയിൽ ഉണ്ടായില്ല. മൗദൂദിയുടെ തലതിരിഞ്ഞ ആശയത്തോട് വിയോജിപ്പുള്ളവരായിരുന്നു അവിഭക്ത ഇന്ത്യയിലെ 99.99% മുസ്ലിങ്ങളും. ദയൂബന്തിലെ ഇസ്ലാമികപണ്ഡിതന്മാരുടെ വാക്കുകളാണ് അവർ മുഖവിലക്കെടുത്തത്. കേരളത്തിലെ സുന്നി മുസ്ലിങ്ങളും സലഫീ ധാരയിൽ വരുന്നവരുമായ തൊണ്ണൂറ്റി ഒൻപതേമുക്കാൽ ശതമാനം മുസ്ലിങ്ങളും മൗദൂദിയുടെ വാദം ചവറ്റുകൊട്ടയിലേക്ക് വലിച്ചെറിഞ്ഞ് സ്വാതന്ത്ര്യസമരത്തിന്റെ മുന്നണിപ്പോരാളികളായി വർത്തിച്ചു. സ്വാതന്ത്ര്യത്തിനുശേഷം ഇന്ത്യയിൽ ഇസ്ലാമികഭരണം നടത്താൻ അവസരമുണ്ടാവില്ലെങ്കിൽ അത്തരം സ്വാതന്ത്ര്യസമരത്തിന് ആയിരംവട്ടം ശാപം എന്നാണ് മൗലാനാ മൗദൂദി പറഞ്ഞത്. അതിനുവേണ്ടിയുള്ള ചെറിയൊരു ശ്രമംപോലും ഹറാമാണെന്ന് (നിഷിദ്ധം) മൗദൂദി പ്രസ്താവിച്ചു. ബ്രിട്ടീഷുകാരൻ പോയി ഇന്ത്യക്കാരൻ ഭരണാധികാരിയായാൽ 'ലാത്ത (പ്രാചീന അറേബ്യയിലെ ഒരു ദൈവം) പോയി മനാത്ത (പ്രാചീന അറേബ്യയിലെ മറ്റൊരു ദൈവം) വന്നു' എന്ന വ്യത്യാസമേയുള്ളൂ എന്നും രണ്ടും ബഹുദൈവത്വവും ദൈവനിഷേധവുമാണെന്നുമായിരുന്നു അദ്ദേഹത്തിന്റെ സുവ്യക്തമായ അഭിപ്രായം. മൗദൂദിയുടെ വിലയിരുത്തൽ നോക്കുക: 'സ്വാതന്ത്ര്യത്തിന് വേണ്ടിയുള്ള ഈ സമരമെല്ലാം സാമ്രാജ്യത്വദൈവത്തെ കുടിയിറക്കി ജനാധിപത്യദൈവത്തെ ഭരണത്തിന്റെ ശ്രീകോവിലിൽ പ്രതിഷ്ഠിക്കാനാണെങ്കിൽ മുസ്ലിമിനെ സംബന്ധിച്ചിടത്തോളം രണ്ടും തുല്യമാണ്. 'ലാത്ത' പോയി 'മനാത്ത' വന്നു എന്നുമാത്രം. ഒരു കള്ളദൈവത്തിനു പകരം മറ്റൊരു കള്ളദൈവം വന്നു എന്നു സാരം. അസത്യത്തിനുള്ള അടിമത്തം അങ്ങനെതന്നെ നിലനിൽക്കുകയും ചെയ്തു. ഏതു മുസ്ലിമാണ് ഇതിന്നു സ്വാതന്ത്ര്യം എന്ന് പറയുക?' ('മുസൽമാൻ ഔർ മൗജൂദാ സിയാസീ കശ്മകശ്', പേ:97,98)

'ഇംഗ്ലീഷുകാരനായ അമുസ്ലിമിൽ നിന്ന് ഇന്ത്യക്കാരനായ അമുസ്ലി

മിലേക്കു നീങ്ങുകയാണ് ഈ സ്വാതന്ത്ര്യസമരത്തിന്റെ ഫലം. ആദ്യമേ ഞാൻ പറഞ്ഞതുപോലെ, മുസ്ലിമിനെ സംബന്ധിച്ചിടത്തോളം ഇത്തരമൊരു സമരം ഹറാമാണ് എന്നത് ഖണ്ഡിതമായ കാര്യമാണ്. മാത്രമല്ല, ഇത്തരമൊരു നീക്കം നടക്കുമ്പോൾ അതു മൂകമായി നോക്കിനിൽക്കുകയെന്നതും മുസ്ലിമിന് അനുവദനീയമല്ല.' (തഹ്‌രീകേ ആസാദി ഔർ മുസൽമാൻ, പേ:81). സ്വാതന്ത്ര്യസമര പോരാട്ടത്തിൽ പങ്കാളികളായ മുസ്ലിങ്ങളെ ജമാഅത്തെ ഇസ്ലാമിയുടെ സ്ഥാപകനായ മൗദൂദി അപഹസിച്ചത് ഇങ്ങനെയാണ്: 'പ്രജായത്തം നടപ്പിൽ വരുത്താനായി സമരം ചെയ്യുന്ന കപടവിശ്വാസികളെക്കുറിച്ച് ഞാനെന്തു പറയാനാണ്?' ('ഖുതുബാത്ത്', പേ:140).

ജനാധിപത്യ മതേതര ഇന്ത്യയിലെ സ്കൂളുകളും കോടതികളുമൊന്നും ഒരു മുസ്ലിമിന് സ്വീകാര്യമാകരുതെന്ന് ശഠിച്ച പ്രസ്ഥാനമാണ് ഇന്ത്യൻ ജമാഅത്തെ ഇസ്ലാമി. വിഗ്രഹങ്ങളെ ഉപേക്ഷിക്കുന്നതു പോലെ മുസ്ലിങ്ങൾ ഈ സ്ഥാപനങ്ങളിൽ നിന്നെല്ലാം തുല്യ ദൂരം പാലിക്കണമെന്നാണ് ആ സംഘടന ആഹ്വാനം ചെയ്തത്. 'അനിസ്ലാമിക വ്യവസ്ഥിതി അധികാരം വാഴുന്ന രാജ്യങ്ങളിലധിവസിക്കുന്ന മുസ്ലിങ്ങളുടെ ജീവിതത്തിലേക്ക് നോക്കുക. ദൈവേതരമായ സകല സ്ഥാപനങ്ങളുമായും അവർ ബന്ധപ്പെട്ടു ജീവിക്കുന്നതു കാണാം. അവിടുത്തെ അനിസ്ലാമിക കോടതികളിൽ മുസ്ലിങ്ങൾ ശരണം പ്രാപിക്കുന്നു. അനിസ്ലാമിക പാഠശാലകളിലേക്ക് തങ്ങളുടെ സന്താനങ്ങളെ അയക്കുന്നു.' (മൗദൂദി, 'ശിർക്ക്', പേ: 212). ഇന്ത്യയിൽ ഇസ്ലാമികേതര ഭരണവ്യവസ്ഥയ്ക്കു കീഴിൽ നടത്തപ്പെടുന്ന വിദ്യാഭ്യാസസ്ഥാപനങ്ങളുമായി ബന്ധപ്പെടുന്നതു പോലും മൗലാനാ മൗദൂദി നിരുത്സാഹപ്പെടുത്തി. ജമാഅത്ത് സാഹിത്യങ്ങളിൽ അത്തരം സ്ഥാപനങ്ങളെ 'കൊലാലയങ്ങൾ' എന്നായിരുന്നു വിശേഷിപ്പിച്ചിരുന്നത്. ('ഇന്ത്യൻ ജമാഅത്തെ ഇസ്ലാമി ഇരുപത്തേഴ് വർഷം', പേജ്:61). ഇത്തരം സ്ഥാപനങ്ങളിൽ പഠിച്ച് കുറേപേർ അഭ്യസ്തവിദ്യരായതുകൊണ്ട് ഇസ്ലാമിന് യാതൊരു നേട്ടവുമില്ലെന്നും അദ്ദേഹം നിഗമനത്തിലെത്തി. ('മുസ്ലിം ഒരു പാർട്ടി', ഐ.പി.എച്ച്., പേജ്: 10)

ഇത്തരം വിഡ്ഢിത്തരങ്ങൾ അണ്ണാക്കു തൊടാതെ വിഴുങ്ങാൻ തയ്യാറാകാതിരുന്ന മുസ്ലിം ജനസാമാന്യത്തെ (സുന്നികളെയും മുജാഹിദുകളെയും) ജമാഅത്തെ ഇസ്ലാമി എതിർത്തത് ഇപ്രകാരം അധിക്ഷേപിച്ചു കൊണ്ടാണ്: 'ഒരു വശത്ത് നാം അല്ലാഹുവിലും പരലോകത്തിലും ദിവ്യസന്ദേശത്തിലും പ്രവാചകത്വത്തിലും വിശ്വസിക്കുന്നു എന്നു പറയുക. മറുവശത്ത് ഭൗതികത്വലഹരി തലയ്ക്കു കയറി മനുഷ്യനെ അല്ലാഹുവിൽ നിന്ന് വിദൂരപ്പെടുത്തുന്നതും പരലോകത്തെ വിസ്മരിപ്പിച്ചുകളയുന്നതും ഭൗതിക സേവനത്തിൽ ലയിപ്പിക്കുന്നതുമായ വിദ്യാഭ്യാസസ്ഥാപനങ്ങളിലേക്ക് സ്വയം കുതിക്കുകയും മറ്റുള്ളവരെ അതിലേക്ക് പ്രേരിപ്പിക്കുകയും സ്വന്തം ഉത്തരവാദിത്തത്തിൽ അത്തരം സ്ഥാപനങ്ങൾ നടത്തുകയും ചെയ്യുക. ഇത്തരം സംഖ്യാതീതമായ വൈരുദ്ധ്യങ്ങൾ വർ

ത്തമാന മുസ്ലിങ്ങളുടെ ജീവിതത്തിൽ കാണപ്പെടുന്നു.' (പ്രബോധനം, പു: 4, ലക്കം: 3, 'ഇസ്ലാമിക പ്രസ്ഥാനം', പേജ്: 11)

കേരളത്തിലെ ഇടതുപക്ഷ സർക്കാരിന്റെ നേതൃത്വത്തിൽ പൊതുവിദ്യാഭ്യാസമേഖല ഉണർന്ന് വളർന്ന് പന്തലിച്ച് പൂത്തുലഞ്ഞതു കണ്ട് സഹിക്കവയ്യാതെ ജമാഅത്തെ ഇസ്ലാമിയുടെ പ്രസംഗകന്മാർ അതിനെ ഇസ്ലാമിനെ തകർക്കാനുള്ള പദ്ധതിയായി വ്യഖ്യാനിച്ച് മുസ്ലിംസമൂഹത്തെ തെറ്റിദ്ധരിപ്പിക്കാൻ പള്ളിമിമ്പറുകൾ പോലും ദുരുപയോഗപ്പെടുത്തിയത് മൂന്നുനാല് മാസങ്ങൾക്കു മുമ്പാണ്. പെരുമ്പിലാവ് അൻസാർ ഹോസ്പിറ്റലിനു മുന്നിലുള്ള ജമാഅത്തെ ഇസ്ലാമിയുടെ നിയന്ത്രണത്തിലുള്ള പള്ളിയിൽ നടന്ന വെള്ളിയാഴ്ച പ്രസംഗത്തിലെ അതിരുകടന്ന പരാമർശങ്ങൾ അന്നവിടെ പ്രാർത്ഥനയിൽ പങ്കെടുത്ത അഡ്വ: ജാബിർ തന്റെ ഫേസ്ബുക്കിൽ പോസ്റ്റു ചെയ്തത് സോഷ്യൽ മീഡിയയിൽ വൈറലായത് വായനക്കാർ മറന്നുകാണാനിടയില്ല.

ഗോൾവാൾക്കറും മൗദൂദിയും ഒരേ നാണയത്തിന്റെ രണ്ടുവശങ്ങളാണെന്ന് മനസ്സിലാക്കാൻ മേൽവിവരിച്ചതിലും കൂടുതൽ തെളിവുകൾ ആവശ്യമുണ്ടെന്ന് തോന്നുന്നില്ല. ഗോൾവാൾക്കറുടെ *വിചാരധാര*ക്കു തുല്യമാണ് മൗദൂദിയുടെ 'ഖുതുബാത്ത്'. രണ്ടും ഒരേ റൂമിലിരുന്ന് പരസ്പരം ചർച്ച ചെയ്തും ഇടയ്ക്കിടെ ചായകുടിച്ചും ഇരുവരും എഴുതിയതുപോലെ തോന്നും. *വിചാരധാര*യുടെ മുസ്ലിംവർഗ്ഗീയ പതിപ്പാണ് *ഖുതുബാത്ത്*. ഖുതുബാത്തിന്റെ തീവ്രഹിന്ദുത്വ എഡിഷനാണ് *വിചാരധാര*. രണ്ടും വായിച്ചു നോക്കിയാൽ മതാന്ധതയും വർഗ്ഗീയതയും ബന്ധപ്പെട്ടവരിൽ ആളിക്കത്തുമെന്നുറപ്പ്. ഇരുവരും ഇന്ത്യൻ സ്വാതന്ത്ര്യസമരത്തെ നോക്കിക്കണ്ടതും ഒരേ ദിശയിലായിരുന്നു. സ്വാതന്ത്ര്യത്തെ സംബന്ധിച്ചും രണ്ടുപേരുടെയും ചിന്തകൾ സമാനമായിരുന്നു. ഈ സാദൃശ്യങ്ങളാണ് മൗദൂദിയും ജമാഅത്തെ ഇസ്ലാമിയും ഇന്ത്യൻ മുസ്ലിങ്ങളുടെ കാൽ ശതമാനത്തിന്റെ പോലും പിന്തുണ നേടാനാകാത്ത വ്യക്തിയും പ്രസ്ഥാനവുമായി ചരിത്രത്തിൽ ചുരുങ്ങിപ്പോയതിന്റെ കാരണം. ഓരോ തെരഞ്ഞെടുപ്പ് കഴിയുമ്പോഴും വെൽഫെയർ പാർട്ടി പടവലങ്ങ പോലെ കീഴ്പ്പോട്ട് 'വളരു'ന്നതും വെറുതെയല്ല. കാഴ്ചയിൽ 'ശുദ്ധ'രെന്ന് തോന്നിപ്പിക്കുന്ന ഇക്കൂട്ടർ തേനിൽ പൊതിഞ്ഞ വിഷമാണ് വിളമ്പുന്നതെന്ന് മുസ്ലിംസമുദായം എന്നേ തിരിച്ചറിഞ്ഞിട്ടുണ്ട്. കുറച്ചു വൈകിയാണെങ്കിലും, മുസ്ലിമേതര സമൂഹവും അതു മനസ്സിലാക്കി എന്നുള്ളതാണ് പുതിയ വിവാദം കൊണ്ടുണ്ടായ മെച്ചം.

മോദീകാലത്തെ മുസ്ലിംദുരവസ്ഥ

'ദ വണ്ടർ ദാറ്റ് വാസ് ഇന്ത്യ' എന്ന തലവാചകത്തിൽ എ.എൽ. ബാഷാമിന്റെ മനോഹരമായ ഒരു കൃതിയുണ്ട്. നമ്മുടെ രാജ്യത്തിന്റെ വിസ്മയകരമായ ബഹുസ്വരതയിലേക്കുള്ള ഒരു വാതായനമാണ് ഈ കൃതി. ലോകത്ത് മറ്റെവിടെയുമില്ലാത്ത വിധം വൈവിധ്യങ്ങളുടെ ഉജ്ജ്വലമായ സമ്മിശ്രതയിൽ കോർത്തിണക്കപ്പെട്ടതാണ് ഇന്ത്യയെന്ന് ബാഷാം വരച്ചുകാട്ടുന്നു. ആദിസമൂഹത്തിന്റെ ശ്രേണീവൈവിധ്യങ്ങളിൽനിന്ന് തുടങ്ങുന്ന ബഹുസ്വരത കാലാതീതമായ മഹാപ്രവാഹമായി മുന്നോട്ടൊഴുകുകയാണ്. ഇതേ യാഥാർത്ഥ്യമാണ് ജവഹർലാൽ നെഹ്റു തന്റെ 'ഡിസ്കവറി ഓഫ് ഇന്ത്യ'യിലും കണ്ടെത്തുന്നത്. ബഹുസ്വരതയാണ് വ്യത്യസ്ത മതങ്ങളും സമുദായങ്ങളുമടങ്ങുന്ന നമ്മുടെ നാടിന്റെ മുഖമുദ്ര. ജാതികളും ഉപജാതികളും ആചാരങ്ങളും അനുഷ്ഠാനങ്ങളും അസംഖ്യം ഭാഷകളും അവയിൽ നിന്നുത്ഭവിച്ച സംസ്കാരങ്ങളും തുടങ്ങി എണ്ണിയാലൊടുങ്ങാത്ത വൈവിധ്യങ്ങളുടെ മഹാകലവറ. ഇവയിലോരോന്നും മറ്റൊന്നിലേക്കുള്ള പ്രയാണവും തുടർച്ചയുമായിരുന്നു. അതുകൊണ്ടാണ് നമ്മുടെ രാജ്യം ഏകശിലോന്മുഖമല്ലാതായത്. മാനവരാശിയുടെ ചരിത്രത്തിലെ ഏറ്റവും പഴക്കമുള്ള നാഗരികതകളിലൊന്നായ സിന്ധുനദീതട സംസ്കാരം ജ്വലിച്ചുനിന്ന മണ്ണാണിത്. നാലായിരത്തിലേറെ വർഷം പഴക്കമുണ്ട് ഈ സംസ്കാരത്തിന്. പ്രാചീന ഇറാഖിലെ മെസപ്പൊട്ടോമിയൻ നാഗരികതയുമായി നമ്മുടെ ആദിമസംസ്കൃതിക്ക് ജനിതകബന്ധമുണ്ടായിരുന്നു. രാജ്യത്തെ എണ്ണമറ്റ ദ്രവീഡിയൻ ജനവിഭാഗങ്ങൾ ഉയിരെടുത്തത് ഈ സംസ്കൃതിയിൽ നിന്നാണ്.

ആര്യന്മാരുടെ രംഗപ്രവേശത്തോടെയാണ് വൈദികസംസ്കാരം നിലവിൽവന്നത്. വേദങ്ങളും ഇതിഹാസങ്ങളും ഉപനിഷത്തുക്കളും ധർമ്മ

ശാസ്ത്രങ്ങളും ധർമ്മസൂത്രങ്ങളും ബ്രാഹ്മണങ്ങളും ആരണ്യകങ്ങളും വൈദികസംസ്കാരത്തിന് ഊടും പാവുമേകി. വിസ്മയകരമായ ഒരു ദാർശനികപ്രപഞ്ചംതന്നെ ലോകത്തിന് ദൃശ്യമായി. പുതിയ ജനതതികളുടെ, ഭാഷകളുടെ, ആചാരാനുഷ്ഠാനങ്ങളുടെ നവജന്മങ്ങളുണ്ടായി. രാജ്യം കൂടുതൽ പ്രബലമായി. തുടർന്നുള്ള കാലങ്ങളിൽ ഹൂണന്മാരും യവനന്മാരും അറബികളും യൂറോപ്യന്മാരുമൊക്കെ ഇവിടേക്ക് കടന്നുവന്നു. ഓരോ ആഗമനവും ഓരോ സാംസ്കാരിക അധ്യായങ്ങളായിരുന്നു. പരസ്പരം ഇടകലരുകയും ഇടപഴകുകയും ചെയ്തതിലൂടെ പുതിയ സമൂഹങ്ങളുടെ ആവിർഭാവമുണ്ടായി. മനുഷ്യരാശിയുടെ രാസഘടനയിൽ ഈ ഇഴുകിച്ചേരലുകളുടെ രക്താംശങ്ങളുണ്ട്. ഏകോന്മുഖമെന്ന് പറയാൻ ലോകത്ത് ഒരൊറ്റ ജനതയുമില്ലെന്നതാണ് സത്യം. നൂറുനൂറു കൊച്ചരുവികൾ ചേർന്ന് ഒരു മഹാനദിയായി പരുവപ്പെടുന്നതുപോലെ, യുഗാന്തരങ്ങളിലൂടെ സങ്കലിച്ചുണ്ടായതാണ് നമ്മുടെ പൊതുസമൂഹം. മതപരവും സാമുദായികപരവും ജാതിപരവുമായ സ്വത്വങ്ങളത്രയും പരസ്പരം തിരിച്ചറിയാനുള്ള ഓരോ അടയാളക്കുറികൾ മാത്രമാണ്. മനുഷ്യരാശിയെക്കുറിച്ച ഈ മൗലികസത്യത്തെ നിരാകരിക്കുന്ന ഏക പ്രത്യയശാസ്ത്രമാണ് ഫാഷിസം.

ബഹുസ്വരപാരസ്പര്യത്തെ ഫാഷിസം നിരാകരിക്കുന്നു. മനുഷ്യത്വത്തിന്റെ അടിസ്ഥാനമൂല്യങ്ങളുടെ തിരസ്കാരമാണ് 'വെറുപ്പിസം' എന്നതുകൊണ്ടുതന്നെ, മാനവീയതയുടെ ബഹുസ്വരതയെയോ വൈവിധ്യാടിത്തറയെയോ ഫാഷിസം അംഗീകരിക്കുന്നില്ല. സമഗ്രാധിപത്യത്തിന്റെ രാഷ്ട്രീയമാണ് ഫാഷിസം. കീഴടക്കലാണ് അതിന്റെ രീതി. ദുർബലപ്പെടുത്തുകയും അതുവഴി എളുപ്പത്തിൽ കീഴടക്കുകയും ചെയ്യാനാണ് ഇടകലർപ്പുകളെയും കൂടിച്ചേരലുകളെയും ഫാഷിസം ആദ്യമേ നിരാകരിക്കുന്നത്. ജർമ്മനിയിൽ അഡോൾഫ് ഹിറ്റ്ലർ വിജയകരമായി പരീക്ഷിച്ച തന്ത്രമാണിത്. പാസ്റ്റർ നിമോയ്ളർ ചൂണ്ടിക്കാണിച്ചതുപോലെ, ആദ്യം ജൂതരെയും തുടർന്ന് കമ്മ്യൂണിസ്റ്റുകളെയും തൊട്ടുപിറകെ സോഷ്യൽ ഡെമോക്രാറ്റുകളെയും പിന്നീട് ലിബറൽ ക്രിസ്ത്യാനികളെയും ഹിറ്റ്ലർ ഒറ്റതിരിഞ്ഞ് ആക്രമിക്കുകയായിരുന്നു. സംസ്കാരത്തിന്റെ ഏകോന്മുഖവാദത്തിന്റെ തീവ്രമുഖമാണ് വംശവിശുദ്ധിവാദം. ആര്യൻ വംശം വിശുദ്ധവംശമാണെന്നായിരുന്നു ഹിറ്റ്ലറുടെ അവകാശവാദം. വിശുദ്ധവംശത്തിനേ അതിജീവിക്കാൻ അർഹതയുള്ളു എന്നും ഹിറ്റ്ലർ വിശ്വസിച്ചു. ജർമ്മൻ ജനതയെ വൈകാരികമായി തന്നോടൊപ്പം നിർത്താനുള്ള ഒരു സൂത്രം കൂടിയായിരിന്നു അത്. തീവ്ര ജർമ്മൻദേശീയതയെ ഹിറ്റ്ലറും മുസ്സോളിനിയും പൊലിപ്പിച്ചു. വൈകാരികോന്മാദത്തെ ഉച്ചിയിലെത്തിക്കാൻ അസംഖ്യം മിത്തുകളെയും ഫാഷിസം നട്ടുവളർത്തി. വാസ്തവങ്ങളുമായി പുലബന്ധം പോലുമില്ലാത്ത പൊള്ളയായ മിത്തുകളെ ഉപജീവിച്ചു കൊണ്ടാണ് അതു വളർന്നത്. ഫാഷിസ്റ്റ് സൈദ്ധാന്തികരായ സോറലും ഗംബ്ലോവിക്സും മോസ്

കയുമൊക്കെ ഇക്കാര്യം തുറന്നു സമ്മതിച്ചിട്ടുണ്ട്.

നാസി ഫാഷിസ്റ്റ് പ്രത്യയശാസ്ത്രവുമായി ആർ.എസ്.എസിനുള്ള ബന്ധത്തെ ഇറ്റാലിയൻ ചരിത്രഗവേഷകനായ മാർസിയ ഗസലാറി വിശകലനം ചെയ്തത് പ്രസക്തമാണ്. വെറുപ്പിന്റെ പ്രത്യയശാസ്ത്രവും മിത്തുകളോടള്ളിപ്പിടിച്ച പാരസ്പര്യവും വേട്ടക്കാരന്റെ ക്രൗര്യവുമാണ് രണ്ടിന്റെയും പൊതുവായ സ്വഭാവം. ജർമ്മനിയിൽ നിന്നും ഹിറ്റ്ലറിൽ നിന്നുമാണ് യഥാർത്ഥത്തിൽ ആർ.എസ്.എസ്. ആത്മാവും ആശയങ്ങളും കടംകൊണ്ടത്. ആർ.എസ്.എസിന്റെ താത്വികാചാര്യനായ ഗോൾവാൾക്കറുടെ *വിചാരധാരയിലും* *We or Our Nationhood Defined* എന്ന കൃതിയിലും ഫാഷിസത്തിന്റെ ന്യായീകരണവും അതിൽ നിന്ന് പാഠമുൾക്കൊള്ളാനുള്ള ആഹ്വാനവും സമൃദ്ധമായി കാണാം. ഫാഷിസ്റ്റ് സിദ്ധാന്തത്തിന്റെ ബീജപുരുഷനായ ഗംബ്ലോവിക്സിനെ ഗോൾവാൾക്കർ തന്റെ കൃതികളിൽ ഉദ്ധരിക്കുന്നുണ്ട്. ആർ.എസ്.എസ്. എന്ന സങ്കൽപ്പകത്തിന് വിത്തുപാകിയ ഡോ. ബി.എസ്സ്. മുഞ്ചെക്ക് തന്റെ നിലപാടിന്റെ കോശം ലഭിച്ചതുതന്നെ ലോകോത്തര ഫാഷിസ്റ്റായ മുസ്സോളിനിയിൽ നിന്നാണ്. ഇറ്റലിയിൽ ചെന്ന് മുസ്സോളിനിയുമായി നേരിട്ടുകണ്ടും മനസ്സിലാക്കിയുമാണ് മുഞ്ചെ തന്റെ ആശയങ്ങൾക്ക് മൂർത്തരൂപം നൽകിയത്.

ഫാഷിസത്തിന്റെ ഭിന്നിപ്പിക്കൽ നയവും സാമ്രാജ്യത്വത്തിന്റെ 'ഭിന്നിപ്പിക്കുക, ഭരിക്കുക' എന്ന നിലപാടും തമ്മിൽ രൂപസാദൃശ്യം മാത്രമല്ല, ആശയപ്പൊരുത്തവുമുണ്ട്. രണ്ടിന്റെയും അധീശത്വ തത്ത്വങ്ങൾ ഒന്നാണ്. സാമ്രാജ്യത്വം കമ്പോളത്തിനും മൂലധനത്തിനും വിറ്റുവരവിന്റെ ലാഭക്കണക്കിനും കൂടുതൽ മുൻഗണന നൽകുന്നുവെന്ന് മാത്രം. ജനതതികളെ കമ്പാർട്ട്മെന്റുവൽക്കരിക്കുന്നതിൽ മുമ്പേ വിജയം വരിച്ചത് സാമ്രാജ്യത്വമാണ്. ഭാരതീയസമൂഹത്തെ മതാടിസ്ഥാനത്തിൽ വിഭജിക്കുന്നതിലും സ്ഥായിയായ വിരോധം പരസ്പരം കുത്തിനിറയ്ക്കുന്നതിലും ഇംപീരിയലിസം ഏറെ വിജയിച്ചിട്ടുണ്ട്. ഈ മതവൈര്യത്തെ തങ്ങളുടെ വിഭാഗീയപ്രവർത്തനങ്ങൾക്ക് ഇന്ധനമാക്കുകയാണ് ആർ.എസ്.എസ്. ചെയ്തത്. ബാബറി മസ്ജിദിന്റെ കാര്യം ഒരുദാഹരണം മാത്രമാണ്. അയോദ്ധ്യയെ വിവാദഭൂമിയാക്കിയത് ബ്രിട്ടീഷുകാരാണ്. ബ്രിട്ടീഷുദ്യോഗസ്ഥനായ എച്ച്.ആർ. നെവീലിന്റെ 'ഫൈസാബാദ് ഗസറ്റിയർ' ഒരു കള്ള പ്രമാണമാണ്. അതിനകത്താണ് ബാബറുടെ പള്ളിയെക്കുറിച്ചുള്ള കെട്ടുകഥ ആദ്യം പ്രത്യക്ഷപ്പെടുന്നത്. അതിനെ ആസ്പദിച്ചാണ് പ്രമാദമായ കേസുകളും കൈയേറ്റങ്ങളും ആരംഭിച്ചത്. 1857ലെ ഒന്നാം സ്വാതന്ത്ര്യസമരകാലത്ത് അയോദ്ധ്യയുൾപ്പെട്ട ഫൈസാബാദ് പ്രവിശ്യയിൽ നിന്ന് ബ്രിട്ടീഷുകാർക്ക് ഏൽക്കേണ്ടിവന്ന കനത്ത തിരിച്ചടിയാണ് എച്ച്.ആർ. നെവീലിനെ വ്യാജചരിത്രം നിർമ്മിക്കാൻ പ്രേരിപ്പിച്ച രാഷ്ട്രീയഘടകം. അവധിലെ നവാബ് വാജിദ് അലിഷായുടെ കീഴിൽ ഹിന്ദുക്കളും മുസ്ലീങ്ങളും ഒറ്റക്കെട്ടായി ബ്രിട്ടീഷുകാർക്കെതിരേ പൊരുതിയത് അവരെ തെല്ലൊന്നുമല്ല പ്രകോപിപ്പിച്ചത്. ഏറെ പണി

പ്പെട്ട് അവധ് കീഴടക്കിയ ബ്രിട്ടീഷുകാർ ഹിന്ദു–മുസ്ലീം നേതാക്കളായ രാംചരൺ ദാസിനേയും സയ്യിദ് അമീർ അലിയേയും ഒരേ മരത്തിൽ തൂക്കിലേറ്റുകയാണുണ്ടായത്. ഹിന്ദു–മുസ്ലിം ഐക്യം പിന്നീടൊരിക്കലും രൂപപ്പെടാതിരിക്കാനുള്ള സ്ഥായിയായ തന്ത്രങ്ങളിലൊന്നായിരുന്നു നെവീലിന്റെ വിഷപ്രയോഗം. എന്നിട്ടും ഫൈസാബാദിലെയോ അയോദ്ധ്യയിലെയോ ജനങ്ങളെ ഭിന്നിപ്പിക്കാൻ ബ്രിട്ടീഷുകാർക്കായില്ലെന്നതാണ് സത്യം.

രാജ്യത്ത് വർഗ്ഗീയത മാരകമായി വളർന്നു പന്തലിച്ചതിന്റെ നാൾവഴികൾ പരിശോധിച്ചാൽ ആർ.എസ്.എസിന്റെയും സംഘ്പരിവാർ സംഘടനകളുടെയും അതിലുള്ള പങ്ക് കൃത്യമായി മനസ്സിലാക്കാനാവും. ചെറിയ പ്രകോപനങ്ങളെപ്പോലും ഭീകരമായ കലാപമാക്കി മാറ്റാനുള്ള സംഘാടനവൈഭവമുണ്ട് സംഘ്പരിവാറിന്. പ്രായേണ വിദ്യാഭ്യാസമില്ലാത്തവരും ക്ഷിപ്രകോപികളുമായ ആളുകളെ പക്വതയില്ലാത്ത എടുത്തുചാട്ടങ്ങളുടെ കെണിയിൽപ്പെടുത്താൻ സംഘ്പരിവാറിന് എളുപ്പത്തിൽ കഴിയും. കലാപങ്ങളുടെ നിലമൊരുക്കുന്നതിൽ ഈ എടുത്തുചാട്ടങ്ങൾ പലപ്പോഴും കാരണമായിട്ടുണ്ട്. വിഭജനത്തിന് മുമ്പും പിമ്പുമായി രാജ്യത്ത് അനേകായിരം വർഗ്ഗീയകലാപങ്ങൾ അരങ്ങേറിയത് നമുക്കറിയാം. കൂട്ടക്കൊലകൾക്കും വലിയ വിനാശങ്ങൾക്കും ശേഷം പോലീസിന്റെയോ സൈന്യത്തിന്റെയോ ഇടപെടലുകളുണ്ടാകും. ചിലപ്പോൾ അന്വേഷണ കമ്മീഷനുകൾ പ്രഖ്യാപിക്കപ്പെടും. വിഷയം പതുക്കെ കെട്ടടങ്ങുകയും വിസ്മൃതമാവുകയും ചെയ്യും. എന്നാൽ ബാബരി മസ്ജിദ് സംഭവത്തിന് ശേഷമുണ്ടായ കലാപങ്ങൾ, വിശേഷിച്ചും 2002ലെ ഗുജറാത്ത് കലാപം കൃത്യമായി ആസൂത്രണം ചെയ്യപ്പെട്ട മറ്റൊരു രാഷ്ട്രീയനടപടിയുടെ മുന്നൊരുക്കമാവുകയായിരുന്നു. അതാണ് ഡൽഹിയിലെ മോദിഭരണം.

കേന്ദ്രത്തിൽ അധികാരം കിട്ടിയപ്പോൾ, പാർലമെന്റിൽ വീർ സവർക്കറുടെ ഛായാചിത്രം സ്ഥാപിക്കുകയാണ് സംഘ്പരിവാർ ആദ്യമായി ചെയ്തത്. വളരെ കൃത്യതയുള്ള ഒരു നിലപാടിന്റെ വെളിപ്പെടുത്തൽ കൂടിയായിരുന്നു അത്. മുസ്ലിങ്ങളോട് കടുത്ത വിദ്വേഷം വെച്ചുപുലർത്തിയിരുന്ന വ്യക്തിയായിരുന്നു സവർക്കർ. തന്റെ വിഷലിപ്തമായ പ്രതിലോമചിന്തകളെ അദ്ദേഹം ഒരിക്കലും മറച്ചുപിടിച്ചിട്ടില്ല. 'ഹിന്ദുക്കളോട് മുസ്ലിങ്ങൾ ചെയ്ത അതിക്രമങ്ങൾക്ക് പകരംചോദിക്കാനായി' രാഷ്ട്രീയ ആയുധമെന്ന നിലയിൽ ബലാത്സംഗത്തെ ആയുധമാക്കണമെന്നുപോലും പറയാൻ അദ്ദേഹം മടി കാണിച്ചില്ല (Six Glorious Epoches of History). സവർക്കർ കുത്തിയിളക്കിയ മാദകാവേശം, കലാപവേളകളിൽ പ്രത്യേകിച്ചും പലകുറി പൊട്ടിയൊഴുകിയിട്ടുണ്ട്. കത്വയിലെ ബാലികയുടെ കൊല അതിന്റെ ഒടുവിലത്തെ ഒരുദാഹരണം മാത്രം. കത്വയിൽ നടന്നത് ഒരു രാഷ്ട്രീയബലാത്സംഗം കൂടിയാണ്. ക്ലാസിക്കൽ ഫാഷിസത്തിന്റെയും അപ്പുറത്ത് വംശീയ ഉന്മൂലനത്തിന്റെ പുതിയ രാസായുധം നിർമ്മിക്കാൻ തങ്ങൾ സജ്ജരാണെന്ന സംഘ്പരിവാറിന്റെ വെളിപ്പെടു

ത്തലായിരുന്നു അത്. ഒരാളിലൂടെ ഒരു വംശത്തെ മുഴുവൻ പലായാനം ചെയ്യിക്കാനുള്ള ഒരു കുടിലതന്ത്രം പയറ്റുകയായിരുന്നു അവർ. പ്രതികൾക്ക് വേണ്ടി ബി.ജെ.പി.യുടെ നേതാക്കളും ജനപ്രതിനിധികളും രംഗത്തിറങ്ങുകയുണ്ടായല്ലോ. നിഷ്കളങ്കയായ ഒരു പിഞ്ചുകുഞ്ഞിനെ ഭീകരമായി ചീന്തിയെറിഞ്ഞ നരാധമന്മാർക്കു വേണ്ടി കത്വ ടൗണിൽ ഹിന്ദു ഏകതാ മഞ്ച് നടത്തിയ പ്രകടനത്തിൽ ജയ് ശ്രീറാം വിളികൾക്കൊപ്പം ദേശീയപതാകകളേന്തുകയുമുണ്ടായി എന്നത് പൈശാചികമായ ബീഭത്സതകൾക്ക് തികവാർന്ന രാഷ്ട്രീയമാനവും ദേശീയമാനവും നൽകുന്നതിന്റെ കൃത്യമായ സൂചനയാണ്.

മോദിഭരണത്തിൻ കീഴിൽ നടമാടുന്ന ആൾക്കൂട്ട കൊലകളും ഇതോടൊപ്പം ചേർത്തുവായിക്കാം. ദാദ്രിയിലെ മുഹമ്മദ് അഖ്ലാഖിന്റെ കൊലയാണ് ഇക്കൂട്ടത്തിൽ ഏറെ വാർത്തയായത്. രാജ്യത്തെ സേവിക്കുന്ന ഒരു സൈനികന്റെ പിതാവായിരുന്നല്ലോ അഖ്ലാഖ്. പശുവിനെ കൊന്നെന്നും അയാളുടെ വീട്ടിലെ ഫ്രിഡ്ജിൽ മാട്ടിറച്ചിയുണ്ടെന്നും കളവു പറഞ്ഞുകൊണ്ടാണ് വലിയൊരു ജനക്കൂട്ടം അയാളുടെ വീട്ടിലേക്കിരച്ചുകയറിയത്. ഭാര്യയുടെയും മക്കളുടെയും മുമ്പിലിട്ടവർ അഖ്ലാഖിനെ അടിച്ചുകൊല്ലുകയായിരുന്നു. യു.പി.യിലെ ഹാംപറിൽ കാസിമെന്ന നാൽപത്തിയഞ്ചുകാരൻ ഇതേപ്രകാരം കൊല്ലപ്പെടുകയുണ്ടായി. ബറേലിയിൽ സലിം ഖുറൈശിയും രാജസ്ഥാനിൽ ഭട്ട ഷെയ്ഖും ഝാർഖണ്ഡിൽ മുഹമ്മദ് അലീമുദ്ദീനും ഇതേതരത്തിൽ കൊല്ലപ്പെട്ടു. നാൽപതിലധികം പേർ ആൾക്കൂട്ടക്കൊലകൾക്കിരയായിട്ടുണ്ട്. ഭട്ട ഷെയ്ഖിനെ പച്ചയ്ക്ക് കത്തിച്ച് ചാമ്പലാക്കുകയും അതിന്റെ വീഡിയോ സോഷ്യൽ മീഡിയയിലൂടെ പ്രചരിപ്പിക്കുകയും ചെയ്തു സംഘികൾ. കൊല്ലുക എന്നതല്ല ഫാഷിസത്തിന്റെ രീതി. ഭയാനകമായി വകവരുത്തുക എന്നതാണ്. അതിനകത്ത് ജുഗുപ്സാവഹമായ ഒരു സന്ദേശം ഒളിഞ്ഞിരിപ്പുണ്ട്. ഒറ്റയായ കൊലയിലൂടെ കൂട്ടായ ഒരു ദൗത്യത്തിന്റെ നിയോഗം എങ്ങനെ പൂർത്തിയാക്കാമെന്ന സംഘ്പരിവാറിന്റെ കുടിലതന്ത്രമാണ് അതിലൂടെ വെളിപ്പെട്ടത്.

ഗോരക്ഷയുടെ പിന്നാമ്പുറങ്ങളിൽ മികച്ച കച്ചവടതാൽപര്യങ്ങളുമുണ്ട്. ഭാരതീയ ഗോരക്ഷക് ദൾ (ബി.ജി.ആർ.ഡി.) എന്ന സംഘ്പരിവാർ സംഘടനയാണ് ഗോരക്ഷാഹത്യകളുടെ വക്താക്കളായി കണക്കാക്കപ്പെടുന്നത്. ഇതേ സംഘടന വഴിയാണ് ഉത്തരേന്ത്യയിലെ അറവു ഫാക്ടറികളിലേക്ക് ചരക്കുകളെത്തുന്നതും. ഇത്തരം കമ്പനികളിൽ ഭൂരിഭാഗവും ബി.ജെ.പി.യുമായി അടുത്ത ബന്ധമുള്ള കുടുംബാംഗങ്ങളുടേതാണ്. മുഹമ്മദ് അഖ്ലാഖിനെ കൊന്ന ഗോരക്ഷകരുടെ മുൻപന്തിയിലുണ്ടായിരുന്ന ബി.ജെ.പി. എം.എൽ.എ. ആയ സംഗീത് സോം യു.പിയിലെ അൽദുആ, അൽഅനാം എന്നീ രണ്ട് മാട്ടിറച്ചി കമ്പനികളുടെ ഡയറക്ടറായിരുന്നു. രാജസ്ഥാനിലെ രാജസമന്ദിൽ നിന്നുള്ള കർഷകനായ ബിഹാരിലാൽ തന്റെ അനുഭവത്തിലൂന്നി ഈ കള്ളക്കച്ചവടത്തി

ലേക്ക് വിരൽ ചൂണ്ടുന്നുണ്ട്. തന്റെ പതിനഞ്ച് കാളകളെ പശുഭക്തർ ബലാൽക്കാരമായി പിടിച്ചുകൊണ്ടു പോവുകയായിരുന്നുവെന്നാണ് ബിഹാരിലാൽ പറഞ്ഞത്. തലങ്ങും വിലങ്ങും ഇപ്രകാരം മാടുകൾ തട്ടിയെടുക്കപ്പെടുന്നുണ്ട്. നിയമാനുസൃത രേഖകളോടെ കച്ചവടം നടത്തുന്ന കാലിക്കച്ചവടക്കാർ പോലും കൊല്ലപ്പെടുകയോ പീഡിപ്പിക്കപ്പെടുകയോ ചെയ്യുമ്പോൾ അവ ശകലം വാർത്തയാവുന്നു. അതിന്റെ പിന്നാമ്പുറങ്ങളിൽ, തട്ടിയെടുക്കപ്പെടുന്ന കാലികൾക്ക് സംഭവിക്കുന്നത് ആരും ഗൗനിക്കാറേയില്ല. ഗോഭക്തിയുടെ മറവിൽ തകൃതിയായി നടത്തപ്പെടുന്ന ഈ അതിലാഭതന്ത്രം കാലിക്കച്ചവടത്തിൽ മാത്രം പരിമിതപ്പെടുന്നുവെന്ന് വിചാരിക്കരുത്. രാജ്യത്തരങ്ങേറിയ അസംഖ്യം വർഗ്ഗീയകലാപങ്ങളെക്കുറിച്ച് നടന്ന വസ്തുതാന്വേഷണ റിപ്പോർട്ടുകൾ വെളിപ്പെടുത്തിയ കണക്കുകൾ സമാനമായ കൊള്ളകളുടെയും തട്ടിയെടുക്കൽ വിൽപ്പനകളുടെയും പട്ടികകളാണ്.

വെറുപ്പിന്റെ അങ്ങേയറ്റം അസ്വാസ്ഥ്യജനകമായ സാഹചര്യമൊരുക്കുകയാണ് സംഘ്പരിവാർ. വർഗ്ഗീയതയുടെ തീപാറുന്ന പ്രചാരവേലകളിലൂടെ സമൂഹത്തിൽ ആഴത്തിലുള്ള മുറിവുകളുണ്ടാക്കാൻ സംഘ്പ്രചാരകർ ബദ്ധശ്രദ്ധരാണ്. അതിന്റെ കൂരമ്പുകൾ ഏതൊക്കെ ദിശകളിലേക്ക് പാഞ്ഞെത്തുമെന്ന് സംഘ്പരിവാറിന്റെ നേതാക്കൾ ഗൗനിക്കാറേയില്ല. ഇപ്രകാരം, ഗുജറാത്ത് കലാപത്തിന്റെ മുന്നൊരുക്കമെന്നോണം പ്രചണ്ഡമായ വിദ്വേഷപ്രസംഗങ്ങൾ അവിടെ അലതല്ലിയിട്ടുണ്ട്. വിശ്വഹിന്ദുപരിഷത്തിന്റെ അന്തർദ്ദേശീയനേതാക്കളായ പ്രവീൺ തൊഗാഡിയ, അശോക് സിംഗാൾ, ആചാര്യ ഗിരിരാജ് കിഷോർ, ബജ്‌രംഗ് ദളിന്റെ എസ്.കെ. ജയിൻ, ഇപ്പോഴത്തെ യു.പി. മുഖ്യമന്ത്രി യോഗി ആദിത്യനാഥ് തുടങ്ങി സന്ന്യാസിനിമാരെന്ന് വിളിക്കപ്പെടുന്ന സാധ്വി ഋതംബര, സാധ്വി പ്രാചി, ഉമാഭാരതി ഉൾപ്പെടെ വളരെയധികം പേർ വിദ്വേഷപ്രസംഗത്തിൽ പരസ്പരം കടത്തിവെട്ടുന്നവരാണ്. 'മുസ്ലിങ്ങൾ മരിച്ചാൽ ദഹിപ്പിക്കണം, കുഴിച്ചിടാൻ മണ്ണിൽ ഇടമുണ്ടാകില്ല, പെറ്റുപെരുകുകയല്ലേ' എന്നു ചോദിച്ച വ്യക്തിയാണ് ഇപ്പോഴത്തെ യു.പി. മുഖ്യമന്ത്രി. ഹിന്ദുത്വത്തിന്റെ ഏറ്റവും സംഹാരാത്മകമായ ആവിഷ്കാരത്തിന് യോഗിയേക്കാൾ യോഗ്യനായ മറ്റൊരാൾ വേറെയില്ല. അദ്ദേഹത്തിന്റെ വാക്കുകൾ ഉദ്ധരിക്കുന്നതുപോലും വിദ്വേഷം ജനിപ്പിക്കുന്നതായി തോന്നപ്പെടുംവിധം വിഷലിപ്തമാണ്. ഇത്തരം അപായപ്രചരണങ്ങൾ സമൂഹത്തിലുണ്ടാക്കിയ അകൽച്ച മനുഷ്യബന്ധങ്ങൾക്കിടയിൽ വലിയ ഗർത്തങ്ങളുണ്ടാക്കിയിട്ടുണ്ട്. സമൂഹഗാത്രത്തിലുണ്ടായ ആ വിള്ളലുകൾ ചെറിയ പ്രകോപനങ്ങൾ കൊണ്ടുപോലും വർഗ്ഗീയതയുടെ ലാവ പൊട്ടിയൊഴുകാൻ പാകത്തിലുള്ളതായിരിക്കുന്നു. ജുനൈദെന്ന പതിനാറുകാരന്റെ കൊലപാതകം അത്തരത്തിലൊന്നാണ്. പെരുന്നാൾ ആഘോഷിക്കാൻ പുതുവസ്ത്രവും വാങ്ങി ഡൽഹിയിൽ നിന്നും ഫരീദാബാദിലെ വീട്ടിലേക്ക് പോവുകയായിരുന്ന ജുനൈദ് ഓടുന്ന തീവണ്ടി

യിലാണ് കൊല ചെയ്യപ്പെട്ടത്. തലയിൽ തൊപ്പി വെച്ച ജുനൈദിനെയും സഹോദരനെയും കണ്ടപ്പോൾ തന്നെ ഭജന പാടുന്ന സഹയാത്രികർക്ക് അമർഷമുണ്ടായിരുന്നുവത്രെ. അവന്റെ തൊപ്പിയൂരി ചവിട്ടിയരയ്ക്കാനും മാട്ടിറച്ചി കഴിക്കുന്നവൻ എന്നാക്ഷേപിക്കാനും അവർക്ക് പ്രത്യേകിച്ച് കാരണങ്ങളൊന്നും വേണ്ടിവന്നില്ല. തുടർന്നാണ് ക്രൂരമായ കൊലപാതകം നടന്നത്. ഹീനമായ ആ കൊലപാതകമരങ്ങേറുമ്പോൾ കൊലയാളികൾ മുഴക്കിയ മതവിദ്വേഷത്തിന്റെ ആക്രോശങ്ങൾ ഭയാനകമായൊരു വിപത്തിന്റെ മതിയായ വിളംബരമാണ്. ബംഗാളിൽനിന്നുള്ള അഫ്രാസുൽഖാനെന്ന ഒരാളെ രാജസ്ഥാനിലെ ഒരു വീട്ടുടമ പണിക്ക് വിളിച്ചതും അഫ്രാസിനെ അയാൾ മഴുകൊണ്ട് വെട്ടിയതും ഏതാണ്ടിതേ പ്രകാരം തന്നെയാണ്. ഉള്ളിൽ നിന്ന് തികട്ടിവന്ന ഒരു പകയാണ് രണ്ടുപേരുടെ കൊലയുടെയും കാതൽ. അഫ്രാസിനെ കത്തിച്ച് ചാമ്പലാക്കിയ പ്രതി അത് വീഡിയോയിൽ പകർത്തി വൈറലാക്കുകയും ചെയ്തു. പേടിപ്പെടുത്തുന്ന ഈ സംഭവങ്ങൾക്കു ശേഷം പകയുടെ തീനാമ്പുകൾ ഏതു സമയത്തും വന്നുപതിച്ചേക്കാമെന്നൊരു ഭയം മുസ്ലിങ്ങളെ പൊതുവേ പിടികൂടിയിരിക്കുന്നു. സംഘ്പരിവാർ ലക്ഷ്യമിടുന്നതും ഇതുതന്നെയാണ്.

2006 ൽ മുസ്ലിം പിന്നോക്കാവസ്ഥയുടെ വസ്തുതാന്വേഷണ റിപ്പോർട്ട് സർക്കാരിന് സമർപ്പിച്ചുകൊണ്ട് ഡോ. രജീന്ദർ സച്ചാർ ഈ ഭയപ്പാടിനെ പ്രത്യേകം എടുത്തു പറഞ്ഞിട്ടുണ്ട്. ഭയത്തിന്റെ സംഭ്രമാവസ്ഥ (Fear's Pychosis) എന്നാണ് സച്ചാർ അതിനെ വിശേഷിപ്പിച്ചത്. മുന്നോക്കം തേടാനുള്ള ഇച്ഛാശക്തിയേയും ത്വരയേയും പിറകോട്ടടിപ്പിക്കുന്നതാണ് ഈ പേടി. മോദിഭരണത്തിന്റെ ചെറുതും വലുതുമായ ഓരോ നീക്കത്തിലുമുണ്ട് 'വിശുദ്ധമായ' മുസ്ലിംവിരുദ്ധാജണ്ട. അസമിൽ അരങ്ങേറുന്ന പൗരത്വനിർണ്ണയം അതിലേറ്റവും പ്രധാനമാണ്. വിഭജനത്തോടനുബന്ധിച്ചു നടന്ന രൂക്ഷമായ സംഘർഷങ്ങളുടെ കാലുഷ്യത്തിലാണ് അതിർത്തിക്കപ്പുറത്തേക്കുള്ള കുടിയേറ്റവും അവിടെ നിന്നിങ്ങോട്ടുള്ള തിരിച്ചുവരവുമുണ്ടായത്. തിരിച്ചുവരവിനെതിരേയുള്ള പ്രതിഷേധം ശക്തവും സംഘടിതവുമാകുന്നത് 1979 മുതൽക്കാണ്. ആസു (ആൾ അസം സ്റ്റുഡന്റ്സ് യൂണിയൻ) ആയിരുന്നു അതിന് നേതൃത്വം നൽകിയിരുന്നത്. അസമികളല്ലാത്തവർ അസമിൽ നിന്ന് പുറത്തു പോവണമെന്നതായിരുന്നു അവരുടെ ആവശ്യം. ബംഗാളി സംസാരിക്കുന്ന മുസ്ലിങ്ങളെയും ഹിന്ദുക്കളെയും ഹിന്ദി സംസാരിക്കുന്ന യു.പി, ബിഹാറുകാരെയുമായിരുന്നു ആദ്യഘട്ടത്തിൽ അവർ ഉദ്ദേശിച്ചിരുന്നതെങ്കിലും, അത് മുസ്ലിംവിരുദ്ധ പ്രക്ഷോഭമായി മാറാൻ അധികം സമയമെടുത്തില്ല. 1983 ൽ പ്രക്ഷോഭം ശക്തിപ്പെടുകയും കൂട്ടക്കൊലകൾ അരങ്ങേറുകയും ചെയ്തു. 1985 ൽ അസം അക്കോഡ് ത്രികക്ഷികരാർ നിലവിൽവന്നു. അസമികളല്ലാത്ത നിയമവിരുദ്ധ കുടിയേറ്റക്കാരെ കണ്ടെത്താനുള്ള നടപടികളായിരുന്നു കരാറിലെ പ്രധാന വ്യവസ്ഥ. കോൺഗ്രസ്സ് സർക്കാ

രിന്റെ കുറ്റകരമായ അനാസ്ഥ തുടർന്നു നടന്ന ഓരോ തെരഞ്ഞെടുപ്പിലും വർഗ്ഗീയശക്തികൾക്ക് രാഷ്ട്രീയായുധം നേടിക്കൊടുത്തു. ഇതിനിടയിൽ 1951 ലെ ദേശീയ പൗരത്വരജിസ്റ്റർ നടപ്പാക്കാനുള്ള ഒരു വിധി അസംവാദികൾ സുപ്രീംകോടതിയിൽ നിന്ന് കരസ്ഥമാക്കുകയും ചെയ്തു. 2016 ൽ അധികാരത്തിൽ വന്ന ബി.ജെ.പി. സർക്കാർ ഇത് സുവർണ്ണാവസരമായി കണ്ടു. പരമാവധി മുസ്ലിങ്ങളെ പൗരത്വപട്ടികയിൽ നിന്ന് പുറത്താക്കാനുള്ള കൊണ്ടുപിടിച്ച നീക്കങ്ങളാണ് പിന്നീടരങ്ങേറിയത്. ബി.ജെ.പി. അതിനായി ഉ ദ്യോഗസ്ഥവൃന്ദത്തെ ദുരുപയോഗം ചെയ്തു. നാൽപതുലക്ഷം ന്യൂനപക്ഷങ്ങളാണ് പൗരത്വപട്ടികയിൽ നിന്ന് പുറത്താക്കപ്പെട്ടിരിക്കുന്നത്. മതിയായ കാരണങ്ങളില്ലാതെ പുറത്താക്കപ്പെട്ടവർ അനേകായിരങ്ങളാണ്. അവരുടെ നെടുവീർപ്പുകളുടെയും തേങ്ങലുകളുടെയും ഇടയിലാണ് ബി.ജെ.പി.യുടെ ആഘോഷം.

ലോക്സഭ പാസാക്കിയ ദേശീയ പൗരത്വനിയമ ഭേദഗതി ബിൽ, മുസ്ലിം സമൂഹത്തോട് ബി.ജെ.പി. സർക്കാർ കാണിച്ച സമീപകാലത്തെ ഏറ്റവും വലിയ വിവേചനമാണ്. പാക്കിസ്ഥാൻ, അഫ്ഗാനിസ്ഥാൻ, ബംഗ്ലാദേശ് എന്നിവിടങ്ങളിൽ നിന്ന് ഇന്ത്യയിലേക്ക് കുടിയേറിയ മുസ്ലിങ്ങളല്ലാത്തവർക്ക് ഇന്ത്യൻ പൗരത്വം നൽകുന്നതിനുള്ള വ്യവസ്ഥയാണ് ബില്ലിലുള്ളത്. നിലവിലെ നിയമമനുസരിച്ച്, ഇന്ത്യയിൽ പന്ത്രണ്ടു വർഷം സ്ഥിരതാമസമാക്കിയവർക്കാണ് പൗരത്വത്തിനുള്ള യോഗ്യതയുണ്ടാവുക. പുതിയ ബില്ലനുസരിച്ച് അതിന് ആറു വർഷം മതിയാകും. എന്നാൽ മുസ്ലിങ്ങൾക്ക് ഇത് ബാധകമായിരിക്കില്ല. അവർക്ക് പൗരത്വത്തിന് അവകാശമേയുണ്ടാവില്ല. ഈ വിവേചനം കടുത്ത ഭരണഘടനാലംഘനം കൂടിയാണെന്ന് പ്രത്യേകം പറയേണ്ടതില്ലല്ലോ. ഭരണഘടന അനുഛേദം 14 പ്രകാരം നിയമത്തിന്റെ മുമ്പിൽ എല്ലാവരും തുല്യരാണ്. വിദേശിയായാലും സ്വദേശിയായാലും തുല്യതയ്ക്കുള്ള അവകാശം ഒരുപോലെയാണ്. ഒരു പ്രത്യേക സമുദായത്തിൽപ്പെട്ടയാൾ എന്ന നിലയിൽ തുല്യതയ്ക്കുള്ള അവകാശം കൂടുകയോ കുറയുകയോ ചെയ്യുന്നില്ല. ജാതി, മതം, ലിംഗം തുടങ്ങിയവയെ മുൻനിർത്തിയുള്ള വിവേചനം ഭരണഘടനാവിരുദ്ധമാണ്.

ലോക്സഭയിൽ അവതരിപ്പിച്ച് പാസാക്കിയ മുത്ത്വലാഖ് ബിൽ മുസ്ലിംന്യൂനപക്ഷ ജനവിഭാഗങ്ങളോടുള്ള ബി.ജെ.പി.സർക്കാരിന്റെ ഇരട്ട സമീപനത്തിന്റെ മറ്റൊരുദാഹരണമാണ്. മൂന്നു ഘട്ടങ്ങളിലായി നടത്തേണ്ട വിവാഹമോചനം ഒറ്റ സന്ദർഭത്തിൽ നടത്തി ഭാര്യാഭർത്തൃബന്ധം പിരിയുന്നത് സുപ്രീംകോടതി നിയമവിരുദ്ധമാക്കിയിരുന്നു. ഇക്കാര്യത്തിൽ ഭൂരിഭാഗം മുസ്ലിംസംഘടനകളും സുപ്രീംകോടതിയുടെ വിധിയുടെ സ്പിരിറ്റിനോട് യോജിക്കുകയും ചെയ്തതാണ്. എന്നാൽ, ഇതിന്റെ മറപിടിച്ചുകൊണ്ട് മുത്ത്വലാഖിന്റെ പേരിൽ മുസ്ലിംപുരുഷന്മാരെ മൂന്നുവർഷം ജയിലിലിടക്കാനുള്ള അനുവാദം നൽകുന്ന ബിൽ മോദിഗവൺമെന്റ് അവതരിപ്പിച്ചത് തീർത്തും ദുരുദ്ദേശത്തോടു കൂടിയാണ്. ഇതി

നെതിരേ പൊതുസമൂഹത്തിന്റെ അഭിപ്രായരൂപീകരണത്തിനുള്ള ശക്തമായ ഇടപെടലുണ്ടായത് സി.പി.ഐ.(എം) അഖിലേന്ത്യാ സെക്രട്ടറി സീതാറാം യെച്ചൂരിയുടെ ഭാഗത്തുനിന്നാണ്. അദ്ദേഹത്തിന്റെ വാക്കുകൾ കടമെടുത്തുപറഞ്ഞാൽ, ഒറ്റ ത്വലാഖായാലും മൂന്നു ത്വലാഖായാലും തത്ത്വത്തിൽ അതിലൂടെ സംഭവിക്കുന്നത് വിവാഹമോചനമാണ്. വിവാഹമോചനം നടത്തുന്ന മുസ്ലിംപുരുഷന്മാർക്ക് ഒരു നിയമവും മറ്റു മതവിഭാഗത്തിൽപ്പെടുന്നവർക്ക് വേറൊരു നിയമവും എന്നത് അംഗീകരിക്കാനാവുന്നതല്ല. ഒരു തെറ്റ് മുസ്ലിം ചെയ്താൽ അവർക്ക് മൂന്നുവർഷം തടവും അതേ തെറ്റ് മറ്റുള്ളവർ ചെയ്താൽ അത് സിവിൽ കേസിന്റെ പരിധിയിൽ വരുന്നതുമാവുക എന്നുള്ളത് തീർത്തും ജനാധിപത്യ വിരുദ്ധമാണ്. ഒരു നാട്ടിൽ ഒരേ തെറ്റ് ചെയ്യുന്ന ആളുകൾക്ക് അവരുടെ മതവിശ്വാസങ്ങളുടെ അടിസ്ഥാനത്തിൽ ശിക്ഷ പലതാകുന്നത് ആർക്കും അംഗീകരിക്കാൻ കഴിയുന്ന കാര്യമല്ല. നിലവിൽ മുസ്ലിംസമുദായത്തിൽപ്പെടുന്ന നൂറുകണക്കിനാളുകളെ ഇന്ത്യയിലെ വിവിധ സംസ്ഥാനങ്ങളിലെ ബി.ജെ.പി.സർക്കാരുകൾ പലവിധ കാരണങ്ങൾ പറഞ്ഞ് ജയിലിലിടച്ചിട്ടുണ്ട്. ഈ നിയമം കൂടി നിലവിൽ വന്നാൽ വ്യാപകമായി അത് ദുരുപയോഗം ചെയ്ത് ന്യൂനപക്ഷ ജനങ്ങൾക്കിടയിൽ വലിയ അരക്ഷിതബോധം ഉണ്ടാക്കാൻ അത്തരം സർക്കാരുകൾക്കാകും. ഇത് ആത്യന്തികമായി ഇന്ത്യയുടെ മതേതരമൂല്യങ്ങളെ പ്രതികൂലമായി ബാധിക്കുമെന്നുറപ്പാണ്.

അത്യന്തം അഭിശപ്തമായ ഈ ദശാസന്ധിയെ അങ്ങേയറ്റത്തെ പക്വതയോടെയാവണം മുസ്ലിംസമൂഹം സമീപിക്കേണ്ടത്. വൈകാരികവും വിവേകശൂന്യവുമായ നിലപാടുകൾ കൂടുതൽ അപകടകരമായ സാഹചര്യങ്ങൾക്കേ വഴിവെക്കൂ. നരേന്ദ്ര മോദിയുടെ മുസ്ലിംസമീപനത്തെ നിർണ്ണയിക്കുന്നതിൽ ഇസ്രായേലിന്റെയും മൊസാദിന്റെയും പങ്കുണ്ടെന്ന് സംശയിക്കുന്നവരുണ്ട്. മുസ്ലിംസമൂഹത്തോട് കാലങ്ങളിലൂടെ കൈമാറ്റം ചെയ്യപ്പെട്ട തീരാത്ത പകയുടെ കൊടിയ രോഷം വെച്ചുപുലർത്തുന്ന ജൂത തീവ്രവാദത്തിന് കിട്ടാവുന്നതിൽ വെച്ചേറ്റവും നല്ല കൂട്ടാണ് സംഘ് പരിവാർ. ചതിക്കുഴികൾ തീർക്കുന്നതിലുള്ള സംഘ്പരിവാറിന്റെ മിടുക്ക് അംഗീകരിച്ചേ മതിയാവൂ. അജ്മീരിലും മക്ക മസ്ജിദിലും സംഝോതാ എക്സ്പ്രസിലും മലേഗാവിലും സ്ഫോടനം നടന്നപ്പോൾ പിടിക്കപ്പെട്ടതത്രയും മുസ്ലിംയുവാക്കളായിരുന്നു. പലരും വിചാരണ ചെയ്യപ്പെടുകയും ശിക്ഷിക്കപ്പെടുകയും ചെയ്യുകയുണ്ടായി. പിന്നീടാണ് ഹേമന്ത് കർക്കറെ എന്ന സത്യസന്ധനും നീതിമാനുമായ പോലീസ് ഓഫീസർ സ്ഫോടനപരമ്പരകളുടെ പിന്നിലുള്ള യഥാർത്ഥശക്തികളെ പുറംലോകത്തേക്ക് പിടിച്ചിറക്കിക്കൊണ്ടു വന്നത്. ഹിന്ദുത്വ തീവ്രവാദികളായ കേണൽ പുരോഹിത്, സാധ്വി പ്രഹ്യാസിംഗ്, സ്വാമി അസിമാനന്ദ തുടങ്ങിയവരാണ് സ്ഫോടനങ്ങളുടെ സൂത്രധാരരെന്ന് ഞെട്ടലോടുകൂടിയാണ് രാജ്യം ശ്രവിച്ചത്. പിന്നീട് മുംബൈ ഭീകരാക്രമണമൊഴുക്കിയ കട്ടച്ചോരയുടെ ന

ടുവിൽ ഹേമന്ത് കർക്കറെ പിടഞ്ഞു മരിച്ചത് അതിലേറെ ഞെട്ടലോടും വേദനയോടും കൂടിയാണ് ലോകം കേട്ടത്. മുൻ മഹാരാഷ്ട്ര പോലീസ് ഇൻസ്പെക്ടർ ജനറൽ എസ്.എം. മുശ്രിഫ് എഴുതിയ പുസ്തകത്തിന്റെ ശീർഷകം 'ഹു കിൽഡ് കർക്കറെ' എന്നാണ്. ഉത്തരമില്ലാത്ത ഒരു പ്രഹേളികയായി ഈ ചോദ്യം ഇപ്പോഴും തുടരുന്നു.

സംഘ്പരിവാറൊരുക്കുന്ന പ്രകോപനത്തിന്റെ കെണിയിൽപ്പെടാതിരിക്കാൻ മുസ്ലിംസമൂഹം ജാഗ്രത പാലിച്ചേ മതിയാവൂ. ദേശീയമുന്നേറ്റത്തിലും സ്വാതന്ത്ര്യസമര പോരാട്ടത്തിലും സമുജ്ജ്വലവും ധീരോദാത്തവുമായ പങ്കുവഹിച്ച പോയകാല തലമുറയുടെ പിന്മുറക്കാരെന്ന അഭിമാനത്തിന്റെയും അതേസമയം ഉത്തരവാദിത്വബോധത്തിന്റെയും നിറവിലായിരിക്കണം മുസ്ലിംസമൂഹം അവരുടെ സാമൂഹ്യജീവിതം രൂപപ്പെടുത്തേണ്ടത്. വർഗ്ഗീയതയ്ക്ക് ബദൽ വർഗ്ഗീയതയല്ല. സാമുദായികവാദങ്ങൾ വർഗ്ഗീയതയെ ബലപ്പെടുത്തുകയേ ചെയ്യുകയുള്ളൂ. ബഹുസ്വര സമൂഹത്തിനകത്ത് മതനിരപേക്ഷതയ്ക്കേ പ്രസക്തിയുള്ളൂ. ജനാധിപത്യവും മതനിരപേക്ഷതയും മാനവരാശിയുടെ ആത്മബലവും ആത്മ പ്രതിരോധവുമാണ്. ഇക്കാര്യങ്ങളാണ് പതിറ്റാണ്ടുകളായി ഇടതുപക്ഷവും സി.പി.ഐ. (എം) ഉം ഇന്ത്യൻ ജനതയോട് പറഞ്ഞുകൊണ്ടിരിക്കുന്നത്. ജനാധിപത്യം മരിക്കുമ്പോൾ മാനവികതയാണ് മരിക്കുന്നത്. മതനിരപേക്ഷത തിരോഭവിക്കുമ്പോൾ മാനവീയമൂല്യങ്ങളാണ് തിരോഭവിക്കുന്നത്. സംഘർഷങ്ങളുടെയും അനുബന്ധമായ ഭയപ്പാടിന്റെയും വിഹ്വലതയിൽ പുരോഗതിയുടെ സർവനാമ്പുകളും കൂമ്പടയും. അപ്രകാരമുള്ള മുരടിപ്പിന്റെ ദാരുണാവസ്ഥയിലേക്ക് മുസ്ലിംസമൂഹം സ്വയം എടുത്തുചാടരുത്. ഇന്നത്തെ പകലുകൾക്ക് തീർച്ചയായും ആശങ്കയുടെ നിഴൽപ്പാടുണ്ടാകാം. പക്ഷേ, അസ്തമയത്തോളമേ പകലുകൾക്ക് ആയുസ്സുള്ളൂ. സാഹോദര്യത്തിന്റെയും സഹിഷ്ണുതയുടെയും സുപ്രഭാതത്തിലേക്കാണ് നാളെ നമുക്കെത്താനുള്ളത്. ഭാവിയെക്കുറിച്ചുള്ള ആത്മവിശ്വാസമാകട്ടെ നമ്മുടെ വർത്തമാനത്തെ നിർണ്ണയിക്കുന്നത്.

ദേശീയവാദിയായ വാരിയൻകുന്നൻ

'വാരിയൻകുന്നൻ'ചർച്ചകൾ ഈയിടെയായി കേരളത്തിലെ കലാസാംസ്കാരിക മണ്ഡലത്തെ ചൂടുപിടിപ്പിച്ചിരിക്കുകയാണ്. അധിനിവേശശക്തികൾക്കെതിരെ പീഡിതവർഗ്ഗത്തിന്റെ രോഷാഗ്നിയിൽ രൂപംകൊണ്ട മലബാർ വിപ്ലവത്തിന്റെ നൂറാം വാർഷികത്തിൽ പൃഥിരാജിനെ നായകനാക്കി ആഷിക് അബു സംവിധാനം ചെയ്യുന്ന *വാരിയൻ കുന്നൻ* എന്ന ചിത്രവും പ്രമുഖ സംവിധായകൻ പി.ടി. കുഞ്ഞുമുഹമ്മദിന്റെ *ഷഹീദ് വാരിയൻകുന്നൻ* എന്ന ചിത്രവും രംഗത്തെത്തിയതോടെയാണ് വിവാദത്തിന് തുടക്കമായത്. ദേശഭക്തിയും ചരിത്രവും ഇതിവൃത്തമാകുന്ന സിനിമകൾ മറ്റൊരർത്ഥത്തിൽ ചരിത്രാന്വേഷണത്തിന്റെ പുതിയ കവാടങ്ങൾ തുറക്കുകയാണ് ചെയ്യുന്നത്. പതിവുരീതിയിലുള്ള ആരോപണ പ്രത്യാരോപണങ്ങൾക്കതീതമായി പലരുടെയും രോഗാതുരവും വികലവുമായ മാനസികവൈകൃതങ്ങൾ അറിഞ്ഞോ അറിയാതെയോ ഈ ചർച്ചകളിൽ മുഴച്ചുനിൽക്കുന്നു എന്ന് നിസ്സംശയം പറയാം. കേരളത്തിലെ പല യുഗപുരുഷന്മാരും സിനിമകൾക്ക് വിഷയീഭവിച്ചിട്ടുണ്ടെങ്കിലും, വാരിയൻകുന്നത്ത് കുഞ്ഞഹമ്മദാജിയുടേത് മാത്രം വിവാദമാക്കുന്നതിന്റെ ചിന്താപരിസരം പരിശോധിക്കപ്പെടേണ്ടതുണ്ട്.

യഥാർത്ഥത്തിൽ ആരായിരുന്നു കുഞ്ഞഹമ്മദാജി? നൂറ്റാണ്ടുകൾക്കു മുമ്പ് ഐതിഹ്യങ്ങളിൽ ജീവിച്ച വീരപുരുഷനായിരുന്നില്ല അദ്ദേഹം. ഒന്നു തിരിഞ്ഞുനോക്കിയാൽ നമ്മുടെ വിദൂരമല്ലാത്ത ഇന്നലെകളിൽ ജീവിച്ച, ബ്രിട്ടീഷ് സാമ്രാജ്യത്വത്തിനെതിരെയുള്ള പോരാട്ടവീഥിയിൽ മിന്നൽപിണറായി അടർക്കളത്തിൽ ഉറച്ചുനിന്ന ധീരയോദ്ധാവായിരുന്നു വാരിയൻകുന്നൻ. സമാനതകളില്ലാത്ത വിധം ചെറുത്തുനിൽപ്പിന്റെ വീരേതിഹാസം രചിച്ച് കേരളത്തിലെ സ്വാതന്ത്ര്യസമര പോ

രാട്ടങ്ങളിൽ വരുംതലമുറയ്ക്ക് ആത്മധൈര്യത്തിന്റെ ആവേശം പകർന്നുനൽകിയ ദേശാഭിമാനിയായിരുന്നു അദ്ദേഹം. വൈദേശികരായ ചൂഷകവർഗ്ഗവും അവർക്ക് ഒത്താശകൾ ചെയ്തുകൊടുത്ത വഞ്ചകരും മണ്ണും വിളയും സ്വന്തമാക്കി തദ്ദേശീയരെ പീഡിപ്പിക്കുന്നതും അപമാനിക്കുന്നതും കാഴ്ചക്കാരനായി നോക്കിനിൽക്കാതെ, മലപ്പുറത്തെ കുന്നിൻചെരുവിൽ ബ്രിട്ടീഷ് പട്ടാളം പരസ്യമായി വെടിവെച്ചു വീഴ്ത്തുന്നതുവരെ പിറന്ന നാടിന്റെ മാനം കാക്കാൻ വെള്ളക്കാരുടെ മുന്നിൽ തല കുനിച്ചില്ലെന്ന തെറ്റല്ലാതെ മറ്റൊരു കുറ്റവും കുഞ്ഞഹമ്മദാജി ചെയ്തിട്ടില്ല. വാരിയൻകുന്നന്റെ ജീവിതത്തെയും പോരാട്ടങ്ങളെയും വർഗ്ഗീയതയുടെയും വിദ്വേഷത്തിന്റെയും കണ്ണിലൂടെ കാണുകയും ചരിത്രത്തിലെ ഒരു സുവർണ്ണ അധ്യായത്തെ വിഷമയമാക്കുകയും ചെയ്യുന്ന തെറ്റായ പ്രവണതയോട് ചരിത്രബോധമുള്ള ആർക്കും യോജിക്കാൻ കഴിയില്ല.

1921 ൽ മലബാറിൽ നടന്ന വിപ്ലവം അതുവരെ നടന്നിട്ടുള്ള മറ്റു സമരപോരാട്ടങ്ങളിൽ നിന്ന് തീർത്തും വ്യത്യസ്തമായിരുന്നു. നൂറ്റാണ്ടുകളായി ഇടമുറിയാതെ ഒറ്റപ്പെട്ടും സംഘടിതമായും ഏറനാട്, വള്ളുവനാട് പ്രദേശങ്ങളിൽ നടന്നുവന്നിരുന്ന ജന്മിത്വവിരുദ്ധ സമരങ്ങളെ തീക്ഷ്ണമാക്കുകയും ജനകീയമാക്കുകയും ചെയ്യുന്നതിൽ മലബാറിലെ ഖിലാഫത്ത് പ്രക്ഷോഭം നിർണ്ണായക പങ്കുവഹിച്ചതായി കാണാം. യുദ്ധമുറയിലും സ്വഭാവത്തിലും പങ്കാളിത്തത്തിലും ഇത് വ്യത്യസ്തത പുലർത്തി. ഇന്ത്യൻ സ്വാതന്ത്ര്യസമരത്തിലെ പ്രധാനപ്പെട്ട ജനകീയസമരങ്ങളിൽ ഒന്നായി ചരിത്രകാരന്മാർ 'മലബാർ കലാപ'ത്തെ രേഖപ്പെടുത്തിയത് അതിന്റെ പ്രാധാന്യം പരിഗണിച്ചു കൊണ്ടുതന്നെയാണ്.

ജനിച്ച നാടിനോടുള്ള അടങ്ങാത്ത അഭിനിവേശവും കൂറും തുടിച്ചുനിൽക്കുന്ന നിസ്തുലമായ സംഭവവികാസങ്ങൾക്കാണ് അക്കാലത്ത് മലബാർ സാക്ഷ്യം വഹിച്ചത്. ലഹളയുടെ ഗതി നിയന്ത്രിക്കുന്നതിൽ നിർണ്ണായക പങ്കുവഹിച്ചവരിൽ പ്രമുഖനായിരുന്നു വാരിയൻകുന്നത്ത് കുഞ്ഞഹമ്മദാജി. 1857 ലെ ഒന്നാം സ്വാതന്ത്ര്യസമരത്തിൽ ബഹദൂർഷാ സഫറിനുള്ള സ്ഥാനമാണ് മലബാറിലെ വൈദേശികവിരുദ്ധ പ്രക്ഷോഭത്തിൽ ഹാജിക്കുണ്ടായിരുന്നത്. കഴിവും മിടുക്കും സ്വാധീനവും കൊണ്ട് അധികാരികളുടെ ഉറക്കംകെടുത്താൻ കുഞ്ഞഹമ്മദാജിക്ക് അധികസമയം വേണ്ടിവന്നില്ല. മലബാറിലെ ഏറ്റവും അപകടകാരിയായ പോരാളിയെന്ന് ബ്രിട്ടീഷ് ഭരണകൂടം അദ്ദേഹത്തെ വിശേഷിപ്പിച്ചതും വെറുതെയല്ല. ബ്രിട്ടീഷ് ഉദ്യോഗസ്ഥനായ എഫ്.ബി. ഇവാൻസിന്റെ നിരീക്ഷണം പ്രസക്തമാണ്: 'ലഹളക്കാരിൽ വെച്ച് അങ്ങേയറ്റം ആപൽക്കാരിയും സ്വാധീനശക്തിയുള്ളവനുമാണ് കുഞ്ഞഹമ്മദാജി.'

ഒരു കർഷക കുടുംബത്തിലാണ് വാരിയൻകുന്നൻ ജനിച്ചത്. എങ്കിലും, ഉയർന്ന ചരിത്രബോധവും മതവിദ്യാഭ്യാസവുമുണ്ടായിരുന്ന അദ്ദേഹത്തിന്റെ കുടുംബം പതിറ്റാണ്ടുകളായി നടന്നുവന്നിരുന്ന അധിനിവേശവിരുദ്ധ പോരാട്ടങ്ങളിലെ സജീവസാന്നിദ്ധ്യമായിരുന്നു. ആ കുടും

ബത്തിലെ ചിലയാളുകൾ മുമ്പ് നടന്ന ചില കാർഷിക കലാപങ്ങളിൽ വീരമൃത്യു വരിച്ചതായി ചരിത്രത്തിൽ വായിക്കാം. ഇത്തരം പോരാട്ടങ്ങളെ പ്രകീർത്തിച്ചു കൊണ്ടുള്ള ധാരാളം നാടൻപാട്ടുകൾ അക്കാലങ്ങളിൽ പ്രചാരത്തിലുണ്ടായിരുന്നു. കോഴിക്കോട് കച്ചവടവൃത്തിയിൽ ഏർപ്പെട്ടിരുന്ന ഹാജി തന്റെ കർമ്മകുശലതകൊണ്ടും ധീരതകൊണ്ടും സർവോപരി മറ്റുള്ളവരോടുള്ള ദയാവായ്പുകൊണ്ടും ജനമനസ്സുകളിൽ സ്ഥാനം പിടിച്ചു. നീതിബോധവും സത്യസന്ധതയും സഹിഷ്ണുതയും അദ്ദേഹത്തിന്റെ മുഖമുദ്രയായിരുന്നു.

1896 ൽ മഞ്ചേരിയിൽ നടന്ന ചരിത്രപ്രസിദ്ധമായ കർഷക ലഹളയിൽ വാരിയൻകുന്നനും ബന്ധുക്കളും പങ്കെടുത്തിരുന്നു. എന്നാൽ അവരിൽ പലരും ബ്രിട്ടീഷുകാരാൽ കൊല്ലപ്പെടുകയും, ഹാജി രക്ഷപെടുകയുമാണുണ്ടായത്. മലബാറിൽ സ്വാധീനം ഉറപ്പിക്കാൻ ബ്രിട്ടീഷുകാർ നടത്തിയ കുതന്ത്രങ്ങളുടെ മുനയൊടിക്കാൻ അദ്ദേഹത്തിന്റെ ചടുലമായ നീക്കങ്ങൾക്ക് സാധിച്ചു. പക്ഷേ, ഹാജിയെ കുറ്റവാളിയും കൊള്ളക്കാരനും വർഗ്ഗീയവാദിയുമായി ചിത്രീകരിക്കുന്നതിൽ കൊളോണിയൽ താൽപര്യങ്ങളോട് അരുചേർന്നുനടന്ന ചരിത്രരചയിതാക്കൾ ഒരുപരിധി വരെ വിജയിച്ചതായി കാണാം. ബ്രിട്ടീഷ്‌വിരുദ്ധ സമരങ്ങൾക്ക് നായകത്വം വഹിച്ച വാരിയൻകുന്നനെ കേവലം ഒരു കവലച്ചട്ടമ്പിയെന്ന രീതിയിൽ ചുരുക്കിക്കാട്ടാൻ സാമ്രാജ്യത്വഭരണകാലത്ത് നടന്നതുപോലെ തന്നെയുള്ള ശ്രമങ്ങൾ ഇന്നും പലകോണുകളിൽ നിന്നും നടക്കുന്നുണ്ട്. സ്വാതന്ത്ര്യസമര ചരിത്രത്തിലെ നാഴികക്കല്ലായ മലബാർ കലാപത്തെപ്പോലും വർഗ്ഗീയമായി ചിത്രീകരിക്കാൻ കൊണ്ടുപിടിച്ച ഗൂഢ നീക്കങ്ങൾ നടക്കുമ്പോൾ സമരനായകനും വക്രീകരിക്കപ്പെടുന്നതിൽ അത്ഭുതപ്പെടാനില്ല. വാരിയൻകുന്നന്റെ ദേശസ്നേഹവും സമരാവേശവും സാമുദായികമൈത്രിയും മനസ്സിലാക്കാൻ അന്നത്തെ കോൺഗ്രസ്സ്–ഖിലാഫത്ത് ചരിത്രവും പശ്ചാത്തലവും അറിഞ്ഞിരിക്കുന്നത് നന്നാകും. ഇന്ത്യൻ നാഷണൽ കോൺഗ്രസ്സിന്റെയും ഖിലാഫത്ത് പ്രസ്ഥാനത്തിന്റെയും സംയുക്തവേദിയായ ഭാരത മഹാജനസഭ 1920 മുതൽ സർക്കാരിനോട് നിസ്സഹകരിക്കുന്നതിനുള്ള ആഹ്വാനം നൽകിക്കഴിഞ്ഞിരുന്നു. ചെറുപ്പം തൊട്ടേ വെള്ളക്കാർക്കെതിരായിരുന്ന കുഞ്ഞഹമ്മദാജി ഈ കൂട്ടായ്മയുടെ അഭിവാജ്യഘടകമായി മാറിയത് സ്വാഭാവികം.

ഖിലാഫത്ത് യോഗങ്ങളിൽ പങ്കെടുക്കുകയും മഹാത്മാ ഗാന്ധിയെപ്പോലെയുള്ള സ്വാതന്ത്ര്യസമര നേതാക്കളുടെ പ്രസംഗങ്ങളിൽ ആവേശം കൊള്ളുകയും ചെയ്ത വാരിയൻകുന്നൻ കറകളഞ്ഞ ഒരു കോൺഗ്രസ്സുകാരൻ കൂടിയായിരുന്നു. 1906 ൽ ഡാക്കയിൽ സർവേന്ത്യാ മുസ്ലിം ലീഗ് രൂപീകരിക്കപ്പെട്ടിരുന്നെങ്കിലും, മലബാറിലെ മുസ്ലിം ജനവിഭാഗത്തിനിടയിൽ ലീഗിന് ഒരു സ്വാധീനവുമുണ്ടായിരുന്നില്ല. മതരാഷ്ട്രീയത്തോട് ഒരുഘട്ടത്തിലും സമരസപ്പെടാതെയാണ് മലബാർകലാപ നായകരായ വാരിയൻകുന്നത്ത് കുഞ്ഞഹമ്മദാജിയും ആലി മുസ്ല്യാരും ആദ്യം

മുതൽ അവസാനം വരെ നിലകൊണ്ടത്. വർഗ്ഗീയരാഷ്ട്രീയം വേണ്ടെന്നു വെച്ച് മതേതര രാഷ്ട്രീയത്തെ വരിച്ച ഇരുവരും ഹിന്ദു-മുസ്ലിം ഭേദമെന്യേ ഏറനാട്ടിലെ മുഴുവൻ ജനങ്ങളെയും ബ്രിട്ടീഷുകാർക്കെതിരായ സമരഗോദയിൽ അണിനിരത്താനുള്ള അശ്രാന്തപരിശ്രമമാണ് നടത്തിയിരുന്നത്. ഖിലാഫത്ത് നേതാക്കളുടെ സന്ദേശങ്ങളിൽ സ്വാധീനിക്കപ്പെട്ട കുഞ്ഞഹമ്മദാജി പോലീസിന്റെ നിതാന്തനിരീക്ഷണത്തിലായത് വെറുതെയായിരുന്നില്ല. അദ്ദേഹത്തിനെതിരെ നിരവധി കള്ളക്കേസുകൾ വെള്ളക്കാർ കെട്ടിച്ചമച്ചു. 1920 ആഗസ്റ്റ് 18 ന് ഗാന്ധിജിയും ഷൗക്കത്തലിയും പങ്കെടുത്ത കോഴിക്കോട്ടെ യോഗത്തിൽ സംബന്ധിക്കാനെത്തിയ വാരിയൻകുന്നനെയും ചെമ്പ്രശ്ശേരി തങ്ങളെയും യോഗസ്ഥലത്തേക്ക് ആനയിച്ചത് ഹിന്ദുക്കളും മുസ്ലിങ്ങളും ഉൾപ്പെട്ട സന്നദ്ധഭടന്മാരായിരുന്നു എന്നാണ് ചരിത്രം പറയുന്നത്.

ഹിന്ദുക്കളോടായാലും മുസ്ലിങ്ങളോടായാലും ഹാജിയുടെ സമീപനം അവർ ബ്രിട്ടീഷ് വിരുദ്ധരാണോ അല്ലയോ എന്നു നോക്കിയായിരുന്നു. ബ്രിട്ടീഷ് അനുകൂലികളായ മുസ്ലിങ്ങളും ഹിന്ദുക്കളും അദ്ദേഹത്തിന്റെ കടുത്ത ശിക്ഷകൾക്ക് വിധേയരായിട്ടുണ്ട്. മുസ്ലിംപക്ഷപാതിയും ഹിന്ദു വിരുദ്ധനുമാണെന്നാണല്ലോ അദ്ദേഹത്തിനെതിരെ ചില കേന്ദ്രങ്ങൾ ഉയർത്തുന്ന പ്രധാന ആരോപണം. വിശദമായ ചരിത്രവായന നടത്തിയവർ ആരും ഈ അഭിപ്രായത്തോട് യോജിക്കാനിടയില്ല. മുസ്ലിങ്ങൾക്ക് അനുകൂലമായി ഒരു ഘട്ടത്തിലും പക്ഷം പിടിച്ചിട്ടില്ലാത്ത ഹാജി ബ്രിട്ടീഷ് അനുകൂലികളായ ധാരാളം മുസ്ലിങ്ങളെ വധിക്കാൻ ആജ്ഞയും നൽകിയിട്ടുണ്ട്.

അക്കാലത്തെ കോൺഗ്രസ്സ് നേതൃനിരയിലെ പ്രമുഖനായിരുന്ന മാധവൻ നായരുമായുള്ള വാരിയൻകുന്നന്റെ സൗഹൃദവും കരുതലും പരസ്യമായ കാര്യമാണ്. ഹൈന്ദവന്റെ വീട് കൊള്ളയടിക്കുന്ന മുസ്ലിമിന്റെ കൈവെട്ടുമെന്ന് ഹാജി പ്രഖ്യാപിച്ചു. സമരക്കാരായ മുസ്ലിങ്ങളിൽ ചിലർ ഹിന്ദുക്കളെ ആക്രമിക്കുന്നുണ്ടെന്ന് കേട്ടറിഞ്ഞ അദ്ദേഹം മഞ്ചേരിയിൽ നേരിട്ടെത്തി അതു തടയുന്നതിന് നേതൃത്വം നൽകി. ബ്രിട്ടീഷ് പട്ടാളത്തെ സഹായിച്ചവർ എന്നു സംശയിക്കുന്ന മാപ്പിളമാരുൾപ്പെടെയുള്ള ഏതാനും പേർ കലാപകാലത്ത് കുഞ്ഞഹമ്മദാജിയുടെ സൈന്യത്താൽ കൊലചെയ്യപ്പെട്ടു എന്നത് ശരിയാണ്. ആനക്കയത്തെ മുസ്ലിമായ ചേക്കുട്ടിയായിരുന്നു അക്കൂട്ടത്തിലെ പ്രധാനി. വിരമിച്ച പോലീസുകാരനായിരുന്ന ചേക്കുട്ടി ബ്രിട്ടീഷുകാരിൽ നിന്ന് 'ഖാൻബഹദൂർ' പട്ടം കിട്ടിയ ആളുമായിരുന്നു. കലാപകാരികളെ ബ്രിട്ടീഷുകാർക്ക് ഒറ്റുകൊടുത്തതിന്റെ പേരിലാണ് വാരിയൻകുന്നന്റെ നേതൃത്വത്തിൽ ചേക്കുട്ടിയെ കൊന്ന് തല കുന്തത്തിൽ കുത്തി മഞ്ചേരിയിലേക്ക് ജാഥ നടത്തിയത്. ഏതു മതക്കാരായാലും ചാരന്മാരുടെ ഗതി ഇതാകും എന്ന് ബോദ്ധ്യപ്പെടുത്തലായിരുന്നു അതിന്റെ ഉദ്ദേശ്യം.

കുഞ്ഞഹമ്മദാജി കൃത്യമായ പെരുമാറ്റച്ചട്ടങ്ങളും നിയമാവലി

യുമുള്ള ഒരു സൈനികവ്യൂഹത്തെ പരിശീലിപ്പിച്ചത് വ്യക്തമായ കണക്കുകൂട്ടലോടെയായിരുന്നു. വാരിയൻകുന്നനെപ്പോലെ ഒരു പോരാളി ഇല്ലായിരുന്നുവെങ്കിൽ മലബാർ അടങ്ങുന്ന പ്രദേശത്തിന്റെ ചരിത്രഗതി തന്നെ മറ്റൊന്നാകുമായിരുന്നു. അത്രമേൽ അധികാരസ്വഭാവത്തോടെയാണ് ബ്രിട്ടീഷുകാർ ഇവിടെയുള്ളവരെ കൈകാര്യം ചെയ്തിരുന്നതെന്ന് കെ. മാധവൻ നായർ *മലബാർ കലാപം* എന്ന തന്റെ പുസ്തകത്തിൽ രേഖപ്പെടുത്തുന്നുണ്ട്. ബ്രഹ്മദത്തൻ നമ്പൂതിരിപ്പാട്, എം.പി. നാരായണ മേനോൻ തുടങ്ങി സമരമുഖത്തുണ്ടായിരുന്ന ഒരാളും കുഞ്ഞഹമ്മദാജിയെ തള്ളിപ്പറഞ്ഞതായി ചരിത്രത്തിലെവിടെയുമില്ല. ബ്രഹ്മദത്തൻ നമ്പൂതിരിപ്പാടിന്റെ *ഖിലാഫത്ത് സ്മരണകൾ*, ഡോ. കെ.പി.എസ്. മേനോൻ എഴുതിയ *മലബാർ കലാപം: എം.പി. നാരായണ മേനോനും സഹപ്രവർത്തകരും* എന്നീ പുസ്തകങ്ങൾ ഉദാഹരണങ്ങളാണ്. മാപ്പിള ലഹളയെന്ന് ബ്രിട്ടീഷുകാർ വിളിച്ചാക്ഷേപിച്ച സാമ്രാജ്യത്വവിരുദ്ധ സമരത്തെ വിമർശനാത്മകമായി വിശകലനം ചെയ്ത കെ. മാധവൻ നായരുടെ *മലബാർ കലാപം* എന്ന പുസ്തകത്തിൽ പോലും വാരിയൻകുന്നനെ മോശക്കാരനോ ഹിന്ദുവിരുദ്ധനോ ആയി ചിത്രീകരിക്കുന്നില്ല. 1921 ലെ 'മാപ്പിള ലഹള'യുടെ കേന്ദ്രങ്ങളിലൊന്നായിരുന്ന കൊണ്ടോട്ടിയിലെ നെടിയിരുപ്പ് സ്വദേശിയും മുൻകാല അധ്യാപകപ്രസ്ഥാനത്തിന്റെ നേതാവും കമ്മ്യൂണിസ്റ്റുകാരനുമായിരുന്ന കമ്പളത്ത് ഗോവിന്ദൻ നായർ തന്റെയും കുടുംബത്തിന്റെയും അനുഭവസാക്ഷ്യങ്ങളെ മുൻനിർത്തി 1936–37 കാലത്ത് എഴുതിയ കവിതയിൽ മലബാർ കലാപത്തിന്റെ കാര്യകാരണങ്ങൾ മനോഹരമായി വിശകലനം ചെയ്യുന്നുണ്ട്. 'നമ്മളുണ്ടാക്കിയ നെല്ല് ജന്മിമാരെ തീറ്റാൻ സമ്മതിക്കാത്തതും നമ്മുടെ കാശ് ഇംഗ്ലണ്ടിലേക്കയക്കാൻ കൂട്ടുനിൽക്കാത്തതുമാണ്' കലാപത്തിന്റെ കാരണങ്ങളെന്നാണ് അദ്ദേഹം അഭിപ്രായപ്പെടുന്നത്. വാരിയൻകുന്നനെ ഗോവിന്ദൻ നായർ തന്റെ കവിതയിൽ പ്രകീർത്തിക്കുന്നുമുണ്ട്. ഇതു പ്രസിദ്ധീകരിച്ചതിനാണ് 1944 ൽ ബ്രിട്ടീഷുകാർ *ദേശാഭിമാനി* കണ്ടുകെട്ടിയത്. കേരളീയസംസ്കാരത്തെ സൂക്ഷ്മനിരീക്ഷണം നടത്തി ഗാനരചന നിർവഹിച്ചിട്ടുള്ള പി. ഭാസ്കരൻ മാസ്റ്ററും മലബാറിലെ ഖിലാഫത്ത് സമരത്തെയും അതിലെ പോരാളികളെയും വാനോളം വാഴ്ത്തിയത് സ്മരണീയമാണ്.

കുഞ്ഞഹമ്മദാജിയുടെ വധത്തിനുശേഷമുള്ള സാഹചര്യം മാധവൻ നായർ വിവരിക്കുന്നത് ഇങ്ങനെയാണ്:

> 1922 ജനുവരി 20 ന് വാരിയൻകുന്നത്ത് കുഞ്ഞഹമ്മദ് ഹാജിയുടെ വധശിക്ഷ നടപ്പിലായതോടെ മലബാർ കലാപത്തിന് അന്ത്യം കുറിക്കപ്പെട്ടു. 1857 ലെ ശിപായി ലഹളയ്ക്ക് ശേഷം ബ്രിട്ടീഷുകാർക്കെതിരേ ഇന്ത്യയിൽ നടന്നിട്ടുള്ള സമരങ്ങളിൽ വെച്ച് ഏറ്റവും മഹത്തായത് മലബാർ കലാപമായിരുന്നു. കലാപത്തിന്റെ

മുന്നണിപ്പോരാളി കുഞ്ഞഹമ്മദ് ഹാജി ആയിരുന്നു. അക്രമസമരത്തിലൂടെ ബ്രിട്ടീഷ് സർക്കാരിനെ അടിയറവ് പറയിക്കാം എന്ന് അദ്ദേഹം വിശ്വസിച്ചിരുന്നു. അഹിംസ കൊണ്ട് ഫലം ഇല്ലെന്ന് കരുതിയിരുന്ന അദ്ദേഹം അഹിംസാമാർഗ്ഗം പിന്തുടർന്നില്ല. തന്റെ മതത്തെ പ്രതിരോധിക്കുന്നതിനു വേണ്ടി ഹാജി നടത്തിയ പോരാട്ടങ്ങളെ അപമാനകരമെന്ന് വിളിച്ചുകൂടാ. പ്രത്യാഘാതങ്ങൾ എന്തുതന്നെ ആയാലും അദ്ദേഹത്തിന് ചില ഉറച്ച ധാരണകളുണ്ടായിരുന്നു. അവയ്ക്ക് വേണ്ടി ജീവൻ വെടിയാനും അദ്ദേഹം ഒരുക്കമായിരുന്നു. അത്തരത്തിലുള്ള ആളുകൾ ലോകത്ത് ആദരിക്കപ്പെടുക തന്നെ ചെയ്യും.

ബ്രിട്ടീഷ് ഔദ്യോഗികരേഖകളും റവന്യൂ-പോലീസ് സംവിധാനങ്ങളുടെ ഭാഗമായിരുന്ന വിദേശികളും സ്വദേശികളുമായ ഉദ്യോഗസ്ഥരുമല്ലാതെ മറ്റാരും വാരിയൻകുന്നത്ത് കുഞ്ഞഹമ്മദാജിയെ ദയാരഹിതനെന്നോ ചട്ടമ്പിയെന്നോ ഹിന്ദുവിരുദ്ധനെന്നോ ക്ഷേത്രാക്രമിയെന്നോ വിശേഷിപ്പിച്ചതായി പ്രമാണങ്ങളുടെ പിൻബലത്തിൽ ആർക്കും ഇതുവരെയും ചൂണ്ടിക്കാണിക്കാനായിട്ടില്ല.

1921 ലെ മലബാർ കലാപത്തെ ഗാന്ധിജിയും അംബേദ്കറും തള്ളിപ്പറഞ്ഞിട്ടുണ്ടെന്ന് പറഞ്ഞാണ് രാജ്യത്തു നടന്ന ഉജ്ജ്വലമായ ഒരു സാമ്രാജ്യത്വവിരുദ്ധ സമരത്തെ ഇകഴ്ത്തിക്കാണിക്കാൻ ചില കേന്ദ്രങ്ങൾ ആസൂത്രിതമായി ശ്രമിക്കുന്നത്. അഹിംസയിലധിഷ്ഠിതമായ സമരങ്ങളെ മാത്രമേ ഗാന്ധിജി അംഗീകരിച്ചിരുന്നുള്ളൂ. ഭഗത് സിംഗിന്റെ നിലപാടുകളോട് ഒരു ഘട്ടത്തിലും മഹാത്മജി യോജിച്ചിരുന്നില്ല. ഭഗത് സിംഗിനെ തൂക്കിലേറ്റാൻ തീരുമാനിച്ച ബ്രിട്ടീഷ് നടപടിക്കെതിരായി കോൺഗ്രസ്സോ മഹാത്മാ ഗാന്ധിയോ ഒരക്ഷരം പോലും ഉരിയാടിയിരുന്നില്ലെന്നതും ആരും മറന്നുപോകരുത്. ഭഗത് സിംഗിന്റെ വിപ്ലവചെയ്തികളെ ഗാന്ധിജി തള്ളിപ്പറഞ്ഞതിന്റെ പേരിൽ ഭഗത് സിംഗോ അദ്ദേഹത്തിന്റെ നേതൃത്വത്തിൽ നടന്ന സ്വാതന്ത്ര്യസമര മുന്നേറ്റങ്ങളോ ചരിത്രത്തിൽ ഇടംപിടിക്കാതിരുന്നിട്ടില്ല. സമാനമാനദണ്ഡം വാരിയൻകുന്നന്റെ കാര്യത്തിലും സ്വീകരിക്കപ്പെടേണ്ടതല്ലേ? നിസ്സഹകരണ പ്രസ്ഥാനം കൊടുമ്പിരി കൊള്ളവേ, നിരായുധരായ മനുഷ്യർക്കു നേരെ വെടിയുതിർത്ത പോലീസിനെതിരേയുള്ള അമർഷം അണപൊട്ടിയൊഴുകിയപ്പോൾ പ്രകോപിതരായ ജനങ്ങൾ ചൗരിചൗരയിലെ പോലീസ് സ്റ്റേഷന് തീയിട്ടു. 22 പോലീസുകാരുൾപ്പെടെ 25 പേരാണ് തൽക്ഷണം വെന്തുമരിച്ചത്. പ്രസ്തുത സംഭവത്തെ തുടർന്നാണ് വളരെ മുന്നോട്ടു പോയിരുന്ന നോൺ കോപ്പറേഷൻ മൂവ്മെന്റ് പൊടുന്നനെ ഗാന്ധിജി പിൻവലിച്ചത്. മഹാത്മജി അംഗീകരിച്ചില്ലെന്നതിന്റെ പേരിൽ ചൗരിചൗര സംഭവം സ്വാതന്ത്ര്യസമരത്തിന്റെ ഭാഗമല്ലെന്ന് ഒരാളും പറഞ്ഞതായി നാം കേട്ടിട്ടില്ല. അതേ അളവുകോൽ മലബാർ കലാപകാര്യത്തിലും സ്വീകരിക്കലല്ലേ

ന്യായം? ആരംഭഘട്ടം തൊട്ടേ മലബാറിലെ ഖിലാഫത്ത് സമരത്തോട് പുറംതിരിഞ്ഞു നിന്ന കോഴിക്കോട്ടെ കോൺഗ്രസ്സ് നേതാക്കളിൽ നിന്നാകുമല്ലോ ഗാന്ധിജിക്കും അംബേദ്കർക്കുമൊക്കെ സമരവുമായി ബന്ധപ്പെട്ട റിപ്പോർട്ടുകൾ ലഭിച്ചിട്ടുണ്ടാവുക. മലബാർ സമരത്തെപ്പറ്റി അന്നു മുതലേ സംഘടിതമായി നടത്തപ്പെട്ടിരുന്ന തെറ്റായ പ്രചരണങ്ങളും ഇരുവരുടെയും തൽസംബന്ധമായ അഭിപ്രായപ്രകടനങ്ങളെ സ്വാധീനിച്ചിട്ടുണ്ടാകാമെന്നതും വിസ്മരിച്ചുകൂടാ.

ലോകത്തെവിടെയും അരങ്ങേറിയ ചൂഷകവിരുദ്ധവും അസംഘടിതവുമായ എല്ലാ വിപ്ലവങ്ങളിലും സമരങ്ങളിലും സംഭവിച്ച തെറ്റുകളും ആശയഭ്രംശങ്ങളും മലബാർ കലാപവേളയിലും ഉണ്ടായിട്ടുണ്ട്. അതുപക്ഷേ, സമരനേതാക്കളുടെയോ പോരാട്ടത്തിന്റേതു തന്നെയോ ആദർശങ്ങൾക്കും നിലപാടുകൾക്കും വിരുദ്ധമായിരുന്നുതാനും. മലബാറിലെ ഖിലാഫത്ത് പ്രക്ഷോഭം ഒരു ഘട്ടം പിന്നിട്ടപ്പോൾ ചില സ്ഥലങ്ങളിൽ മതാന്ധരായ ക്രിമിനലുകളുടെയും സാമൂഹ്യവിരുദ്ധരുടെയും ദുഷ്കൃത്യങ്ങൾകൊണ്ട് വികൃതമായിട്ടുണ്ടെന്നുള്ളത് ശരിയാണ്. അത്തരം ഹീനപ്രവൃത്തികളിൽ കുറച്ചാളുകൾക്ക് ജീവഹാനിയും നേരിട്ടിട്ടുണ്ട്. ബ്രിട്ടീഷ് അനുകൂലികളും കുടിയാൻവിരുദ്ധരുമായിരുന്ന ഏതാനും ചില സവർണ്ണ ഹിന്ദുജന്മികളുടെ വീടുകളും അവരുടെ ഉടമസ്ഥതയിലുള്ള ക്ഷേത്രങ്ങളും അക്രമത്തിനിരയായെന്നതും നേരാണ്. മതമെന്തെന്നറിയാത്ത ക്രിമിനൽ മാപ്പിളമാരിൽ നിന്ന് വിരലിലെണ്ണാവുന്ന മതപരിവർത്തനങ്ങളും ഹൈന്ദവ സഹോദരങ്ങൾക്ക് നേരിടേണ്ടി വന്നിട്ടുണ്ട്. എന്നാൽ അത്തരം മനുഷ്യത്വരഹിതമായ തോന്നിവാസങ്ങൾ ആലി മുസ്ല്യാരോ വാരിയൻകുന്നത്ത് കുഞ്ഞഹമ്മദാജിയോ അറിയപ്പെടുന്ന സമരനേതാക്കളാരെങ്കിലുമോ അംഗീകരിച്ചില്ലെന്ന് മാത്രമല്ല, അതിനെ ശക്തമായി അപലപിക്കുകയും തങ്ങളുടെ മുന്നിലെത്തിയ അത്തരം പരാതികളിൽ കർശനശിക്ഷ ബന്ധപ്പെട്ടവർക്ക് നൽകുകയും ചെയ്തതിന് വ്യക്തമായ തെളിവുകളുണ്ട്. അവ സൂക്ഷ്മനിരീക്ഷണം നടത്താതെ, 1921 ൽ ഏറനാട്, വള്ളുവനാട് താലൂക്കുകളിൽ നടന്ന ഖിലാഫത്ത് ലഹളയെ അപഗ്രഥിക്കുക സാദ്ധ്യമല്ല. എന്നാൽ അത്തരം ഒറ്റപ്പെട്ട സംഭവങ്ങൾക്ക് അമിതപ്രാധാന്യം നൽകി പർവതീകരിച്ച് മലബാറിൽ നടന്ന ബ്രിട്ടീഷ്വിരുദ്ധ സായുധപ്പോരാട്ടത്തേയും അതിന് നേതൃത്വം നൽകിയ ധീരന്മാരായ ദേശസ്നേഹികളേയും പിറന്ന മണ്ണിനോടുള്ള കൂറും പ്രത്യയശാസ്ത്ര പ്രതിബദ്ധതയും ഉയർത്തിപ്പിടിച്ച് ആ വിമോചനമുന്നേറ്റത്തിൽ പങ്കാളികളായ സാധുക്കളായ മനുഷ്യരേയും അപമാനിക്കുന്നത് ചരിത്രത്തോടു ചെയ്യുന്ന മഹാപരാധമായിരിക്കും.

ഖിലാഫത്ത് പ്രക്ഷോഭകർക്ക് ഉൽകൃഷ്ടമായ ഒരു ലക്ഷ്യമുണ്ടെന്ന സത്യം ബോദ്ധ്യപ്പെട്ടതുകൊണ്ട് തന്നെയാകുമല്ലോ കോട്ടക്കൽ ആര്യവൈദ്യശാലയുടെ സ്ഥാപകനും വിശ്വപ്രസിദ്ധനുമായ വൈദ്യരത്നം പി.എസ്. വാര്യർ കലാപകാരികൾക്ക് തന്നാലാവുന്ന സഹായങ്ങൾ നൽ

കിയത്. ലഹളക്കാരുടെ നേതാക്കളെ കാണണമെന്ന ആഗ്രഹം അദ്ദേഹം പ്രകടിപ്പിച്ചെന്നറിഞ്ഞ് അവിടെയെത്തിയ സമരനേതാക്കളോട് പി.എസ്. വാര്യർ സുദീർഘം സംസാരിച്ചതും അവർക്ക് ചായ നൽകിയതും മടങ്ങിപ്പോകുമ്പോൾ 500 രൂപയും നെല്ലിൻചാക്കുകളും സംഭാവന ചെയ്തതും കോട്ടക്കൽ ആര്യവൈദ്യശാലയുടെ പ്രസിദ്ധീകരണവിഭാഗം അച്ചടിച്ചിറക്കിയ *വൈദ്യരത്ന*ത്തിന്റെ ജീവചരിത്രത്തിൽ കാണാം. സമരക്കാരുടെ വിഹാരഭൂമിയായിരുന്നിട്ടുപോലും ആര്യവൈദ്യശാലയുടെ ഒരോടിനു പോലും കലാപവേളയിൽ നാശം സംഭവിച്ചില്ലെന്നത് നമ്മെ ഇരുത്തിച്ചിന്തിപ്പിക്കേണ്ട വസ്തുതയാണ്. തന്റെ സ്ഥാപനം ആക്രമിക്കപ്പെടുമെന്ന ഭയം കൊണ്ടായിരിക്കും പി.എസ്. വാര്യർ സമരക്കാർക്ക് സംഭാവന നൽകിയതെന്നാണ് മറുവാദമെങ്കിൽ, കലാപാനന്തരം കഷ്ടപ്പെടുകയും പട്ടിണി കിടക്കുകയും ചെയ്ത മാപ്പിളമാർക്ക് അടിയന്തരസഹായം നൽകണമെന്നാവശ്യപ്പെട്ട് അദ്ദേഹം ബ്രിട്ടീഷ് അധികാരികൾക്ക് കത്തെഴുതിയത് എന്തിനായിരുന്നു? വാര്യരെ കണ്ട് കാര്യങ്ങൾ ചർച്ച ചെയ്യാൻ ഭാരതീയ സേവാസംഘം പ്രസിഡന്റ് ജി.കെ. ദേവ്ധർ കോട്ടക്കലെത്തിയപ്പോൾ 'നിങ്ങളുടെ ആശ്വാസനടപടികൾ ഹിന്ദുക്കൾക്ക് മാത്രം പോരെന്നും കൊടിയ വിഷമതകൾ ബാധിച്ചിട്ടുള്ള മാപ്പിളസ്ത്രീകൾക്കും കുട്ടികൾക്കും കൂടി നൽകേണ്ടതാണെന്നും നിരാലംബരായ അവരെ സംരക്ഷിക്കേണ്ടത് ധർമ്മം മാത്രമാണെന്നും' അദ്ദേഹം എന്തിനാണ് പറഞ്ഞത്? സംശയമുള്ളവർക്ക് ആര്യവൈദ്യശാല പ്രസിദ്ധീകരിച്ച പി.എസ്. വാര്യരുടെ ജീവചരിത്രം പരിശോധിക്കാവുന്നതാണ്. ബോംബേയിൽ നിന്ന് പ്രസിദ്ധീകരിച്ചിരുന്ന *Times of India* എന്ന പത്രത്തിൽ മലബാർ കലാപത്തെക്കുറിച്ചെഴുതിയ ലേഖനത്തിൽ ദേവ്ധർ തന്നെ ഇക്കാര്യം പരാമർശിച്ചിരുന്നു. ഇന്നലെകൾ പുനർവായിക്കപ്പെടേണ്ടത് പറ്റിയ പിശകുകൾ ആവർത്തിക്കാനല്ല. മറിച്ച്, മനുഷ്യസഹജമായ അത്തരം അബദ്ധങ്ങൾ തിരുത്തി, സൗഹൃദം കാത്തുസൂക്ഷിച്ച് മുന്നോട്ടുപോകാനാണ്.

കുമാരനാശാൻ തന്റെ 'ദുരവസ്ഥ'യിൽ എഴുതിയ 'ക്രൂരമുഹമ്മദർ ചിന്തുന്ന ഹൈന്ദവച്ചോര' എന്ന വരികൾ പൊക്കിപ്പിടിച്ച് മലബാർ കലാപം ഹിന്ദുവിരുദ്ധമായിരുന്നെന്ന് വരുത്തിത്തീർക്കാൻ ബോധപൂർവം ചിലർ നടത്തുന്ന ശ്രമത്തിന്റെ സത്യമെന്താണ്? ആശാനെക്കുറിച്ച് ഗഹനമായ പഠനം നടത്തിയ ഡോ. എം.എം. ബഷീർ, *കലാകൗമുദി* വാരികയുടെ 2020 ജൂൺ 28–ജൂലൈ 05 ലക്കത്തിന് നൽകിയ അഭിമുഖത്തിൽ പറയുന്നത് ശ്രദ്ധിക്കുക:

> ഇതിന്റെ നിജസ്ഥിതി കേരളകൗമുദിയുടെ സ്ഥാപക പത്രാധിപരായ സി.വി. കുഞ്ഞുരാമൻ സ്വന്തം പ്രസിദ്ധീകരണത്തിലൂടെ തന്നെ അക്കാലങ്ങളിൽ സമൂഹത്തിന്റെ ശ്രദ്ധയിൽ പെടുത്തിയിട്ടുള്ളതാണ്. 1921 ൽ മലബാർ കലാപം നടക്കുന്ന കാലത്ത്, മദ്രാ

സിൽ നിന്നും അച്ചടിച്ച് തിരുവനന്തപുരത്ത് എത്തിയിരുന്ന ഇംഗ്ലീഷ് പത്രങ്ങളിലാണ് മലബാർ വാർത്തകൾ വന്നിരുന്നത്. അന്ന് മദ്രാസ് പ്രവിശ്യയുടെ ഭാഗമായിരുന്നു മലബാർ. തിരുവനന്തപുരത്ത് ധാരാളം ഇംഗ്ലീഷുകാർ ഉണ്ടായിരുന്നതിനാൽ ആംഗലേയഭാഷാ പത്രങ്ങൾ അവിടെ എത്തുക പതിവായിരുന്നു. കുമാരനാശാൻ മദ്രാസിൽ നിന്നുള്ള ഇംഗ്ലീഷ് പത്രങ്ങൾ മുടങ്ങാതെ വായിച്ചിരുന്ന ആളായിരുന്നു. മലബാറിൽ ഖിലാഫത്ത് പ്രക്ഷോഭത്തോടനുബന്ധിച്ച് ഹിന്ദുക്കൾക്കെതിരായ വർഗ്ഗീയകലാപമാണ് നടക്കുന്നതെന്ന വിധത്തിലാണ് മദ്രാസിൽ നിന്നുള്ള ഇംഗ്ലീഷ് പത്രങ്ങൾ വാർത്തകൾ നൽകിയിരുന്നത്. ആശാൻ *ദുരവസ്ഥ* രചിച്ചുകൊണ്ടിരുന്ന കാലവും കൂടിയായിരുന്നു അത്. ലഹളയിൽ നാടുവിട്ടുപോരുന്ന സ്ത്രീയായിരുന്നല്ലോ ദുരവസ്ഥയിലെ നായികാകഥാപാത്രം. ഉന്നതകുലജാതയായ ഒരു സ്ത്രീ എങ്ങനെ പുലയക്കുടിലിൽ എത്തിയെന്ന പശ്ചാത്തലം വിവരിക്കവേയാണ് ഇത്തരമൊരു പരാമർശം ആശാൻ നടത്തിയത്. ഇംഗ്ലീഷ് പത്രങ്ങളിലെ വർഗ്ഗീയച്ചുവയുള്ള നിറംപിടിപ്പിച്ച വരികൾ സ്വാധീനിച്ചതിന്റെ ഫലമായാണ് അത്തരമൊരു പദപ്രയോഗം അദ്ദേഹത്തിൽ നിന്നുണ്ടായതെന്നാണ് അന്വേഷണത്തിൽ മനസ്സിലാക്കാനായത്. ഇതു സംബന്ധമായി ഒരു പറ്റം മുസ്ലിംചെറുപ്പക്കാർ ആശാന് എഴുതിയ കത്തിനുള്ള മറുപടിയിൽ താൻ തെറ്റിദ്ധരിക്കപ്പെട്ട് ഇത്തരത്തിൽ എഴുതാനിടയായ സാഹചര്യം അദ്ദേഹം വിശദമായി എഴുതിയിരുന്നു. ഇതിന്റെ പേരിൽ നിങ്ങൾ തെറ്റിദ്ധരിക്കുകയോ പ്രക്ഷുബ്ധരാവുകയോ ചെയ്യരുതെന്ന് കുമാരനാശാൻ മറുപടിക്കത്തിൽ അഭ്യർത്ഥിക്കുകയും ചെയ്തിരുന്നു. സി.വി. കുഞ്ഞുരാമൻ ആ കത്തിടപാടുകൾ സംബന്ധിച്ച വിവരങ്ങൾ വിശദമായി *കേരളകൗമുദി*യിൽ എഴുതിയിരുന്നു. അബദ്ധം ബോദ്ധ്യമായ ആശാൻ അടുത്ത പതിപ്പിൽ അത് തിരുത്താമെന്ന് ആലപ്പുഴയിൽ തന്നെ വന്നുകണ്ട ചെറുപ്പക്കാർക്ക് വാക്കും നൽകിയിരുന്നു. എന്നാൽ തുടർ എഡിഷൻ ഇറങ്ങുന്നതിനു മുമ്പ് അദ്ദേഹം ഈ ലോകം വിട്ടുപോവുകയാണുണ്ടായത്. ബോധപൂർവം മുഹമ്മദീയരെ ഹിന്ദുവിരുദ്ധരായി ചിത്രീകരിക്കാൻ കുമാരനാശാൻ ശ്രമിച്ചിട്ടില്ല. അദ്ദേഹത്തിന് മുസ്ലിംവിരുദ്ധതയും ഉണ്ടായിരുന്നില്ല.

വസ്തുത ഇതായിരിക്കെ, മറിച്ചുള്ള പ്രചരണം ചരിത്രനിഷേധമാണ്. 'കവലച്ചട്ടമ്പി'യെന്ന് വെള്ളപ്പട്ടാളവും ബ്രിട്ടീഷ് കോടതികളും പോലീസ് രേഖകളും വാരിയൻകുന്നനെ വിശേഷിപ്പിച്ചിട്ടുണ്ടെങ്കിൽ, അതുതന്നെയാണ് അദ്ദേഹത്തിന്റെ ഏറ്റവും വലിയ മഹത്വവും യോഗ്യതയും. ഗോൾവാൾക്കർക്കും സവർക്കർക്കും സായിപ്പ് നൽകിയ 'ഗുഡ് സർട്ടിഫിക്കറ്റ്' വാരിയൻകുന്നനും കിട്ടിയിരുന്നെങ്കിൽ കാലം ഇന്നും ആ ഓർമ്മകൾക്കു മുന്നിൽ കാർക്കിച്ചു തുപ്പി കടന്നുപോകുമായിരുന്നു.

പലവിധത്തിൽ വ്യാഖ്യാനിക്കപ്പെട്ട ഇന്ത്യൻ സ്വാതന്ത്ര്യസമരങ്ങളിൽ ഒന്നായിരുന്നു മലബാറിൽ ബ്രിട്ടീഷുകാർക്കെതിരെ സാധാരണക്കാരായ കർഷകർ നടത്തിയ ഐതിഹാസികമായ ചെറുത്തുനിൽപ്പ്. പണ്ഡിതനും എഴുത്തുകാരനുമായിരുന്ന കേരളത്തിന്റെ മുൻമുഖ്യമന്ത്രി ഇ.എം.എസ്. മലബാർ കലാപം വിശകലനം ചെയ്തുകൊണ്ട് എഴുതിയ വാക്കുകൾ ഏറെ പ്രസക്തമാണ്:

> 1921 ലെ മലബാർ കലാപം ഒരു മാപ്പിളകലാപമായിരുന്നുവെന്ന വികലമായ സിദ്ധാന്തം നാം തള്ളിക്കളയേണ്ടതാണ്. ഒരുപക്ഷേ, മാപ്പിളമാർ ഈ കലാപത്തിന്റെ മുന്നണിപ്പോരാളികൾ ആയിരുന്നതു കൊണ്ടാകാം ഇങ്ങനെയൊരു ധാരണ ഉണ്ടായത്. എന്നാൽ പ്രക്ഷോഭത്തിന്റെ ഒരു ഘട്ടത്തിൽ, അതായത് ബ്രിട്ടീഷ്സേന സംഹാരപരമായി പ്രവർത്തിക്കുകയും ബ്രിട്ടീഷ് അധികാരികളും അവരുടെ ഹിന്ദുക്കളായ പിണിയാളുകളും കർഷകരുടെ പോരാട്ടവീര്യത്തിന്റെ സ്രോതസ്സ് മുസ്ലിം മതമൗലികവാദമാണെന്ന തരത്തിൽ കെട്ടുകഥകൾ പ്രചരിപ്പിക്കുകയും ചെയ്തപ്പോൾ പ്രസ്ഥാനത്തിന് ഒരു വർഗ്ഗീയനിറം കൈവന്നുവെന്നത് തർക്കമറ്റ വസ്തുതയാണ്. എങ്കിലും കലാപം ഒരു വർഗ്ഗീയ ലഹളയായിരുന്നെന്നും അതിന്റെ ലക്ഷ്യം ഹിന്ദുമത സംഹാരമായിരുന്നുവെന്നും ആറുമാസക്കാലത്തോളം ഹിന്ദുവിരുദ്ധ അക്രമങ്ങളുടെ കാലമായിരുന്നുവെന്നും പറഞ്ഞാൽ അത് സത്യത്തിന നിന്ന് എത്രയോ അകലെയായിരിക്കും.

(`The Great National Upsurge and the Disgraceful Betrayal', Charithram, October - December 1971, pp. 171-73). 'ഹിന്ദു ജന്മിമാരാണ് ഭൂമിയുടെ യഥാർത്ഥ നാഥന്മാരെന്നും മാപ്പിളമാരായ കൃഷിക്കാർക്ക് ഭൂമിയുടെമേൽ യാതൊരു അവകാശവും ഇല്ലെന്നുമുള്ള ധാരണയിൽ ബ്രിട്ടീഷ് ഗവൺമെന്റ് കൈക്കൊണ്ട തെറ്റായ നികുതിനയങ്ങൾ കലാപങ്ങളുടെ യഥാർത്ഥ കാരണമായി' എന്ന് വില്ല്യം ലോഗന്റെ നിരീക്ഷണവും മലബാർ കലാപം എല്ലാ അർത്ഥത്തിലും ഒരു കർഷകലഹളയായിരുന്നു എന്ന് ഉറപ്പിച്ചുപറയുകയാണ്.

കാര്യങ്ങളുടെ വസ്തുതാപരമായ വിശകലനത്തിൽ നിന്ന് തെന്നി, വർഗ്ഗീയ-രാഷ്ട്രീയ താൽപര്യങ്ങളും അന്ധമായ ചരിത്രവിരോധവും മുൻനിർത്തി സൃഷ്ടിക്കുന്ന സാമുദായിക ധ്രുവീകരണത്തിന്റെ അപകടകരമായ പരിണിതികളെ കേരളത്തിന്റെ സാംസ്കാരികപരിസരം വളരെ ഗൗരവമായിത്തന്നെ കാണണം. മലബാർ, മലപ്പുറം എന്നൊക്കെ കേൾക്കുമ്പോഴേക്കും വർഗ്ഗീയതയുടെ ഈറ്റില്ലമെന്ന ബ്രിട്ടീഷ് ചരിത്രവ്യാഖ്യാനത്തെ അണ്ണാക്കു തൊടാതെ വിഴുങ്ങുന്നവരും മതവൈര്യം ജനങ്ങൾക്കിടയിൽ രൂഢമൂലമാക്കി നിലനിർത്താൻ ഉത്സുകരായ അവരുടെ പാദ

സേവകരും വാരിയൻകുന്നനെന്ന ധീരനായ ബ്രിട്ടീഷ്‌വിരുദ്ധ പോരാളിയെ സത്യസന്ധമായി വിലയിരുത്തിക്കൊള്ളണമെന്നില്ല. ഭിന്നിപ്പിച്ചു ഭരിക്കുക എന്ന ബ്രിട്ടീഷുകാരുടെ കുടിലതന്ത്രം അതേപടി പകർത്തുന്നവർ അധിനിവേശ ശക്തികളുടെ അധികാരതാൽപര്യങ്ങളുടെ പിന്മുറക്കാരല്ലാതെ മറ്റാരാണ്? അത്തരം അബദ്ധജടിലമായ വിശകലനങ്ങൾ രാജ്യത്തിന്റെ അടിസ്ഥാന ബഹുസ്വരമൂല്യങ്ങളെ തുരങ്കം വെക്കാൻ മാത്രമേ ഉപകരിക്കൂ. ഒരു കലാകാരന്റെ ആവിഷ്‌കാര സ്വാതന്ത്ര്യത്തെപ്പോലും നിഷേധിക്കുന്ന ഇത്തരം ഫാഷിസ്റ്റ് മനോഭാവങ്ങളെ സമൂഹം തള്ളിക്കളയുകയാണ് വേണ്ടത്. ഇന്ത്യയിൽ നടന്ന അധിനിവേശവിരുദ്ധ പോരാട്ടങ്ങളുടെ ഒറ്റുകാരായി നിന്ന് ബ്രിട്ടീഷുകാരുടെ അടുത്തൂൺ പറ്റി ജീവിച്ചവരാണ് എക്കാലത്തും ചരിത്രവിരുദ്ധമായ പ്രചരണങ്ങളുടെ മുൻനിരയിൽ എന്നത് കേവലയാദൃശ്ചികതയായി കാണരുത്.

ലോകത്തിന്റെ നാലിലൊരു ഭാഗം അടക്കി വാണിരുന്ന ബ്രിട്ടീഷ് സാമ്രാജ്യത്തിനെതിരേ ചെറുത്തുനിൽപ്പിന്റെ കോട്ടകൾ തീർത്ത്, അഞ്ചു മാസത്തേക്കാണെങ്കിൽ പോലും ഒരു 'മലയാളരാജ്യം' സ്ഥാപിച്ച വാരിയൻകുന്നത്ത് കുഞ്ഞഹമ്മദാജിയെപ്പോലെയുള്ള ധീരദേശാഭിമാനികളെ സത്യസന്ധമായി ഓർത്തെടുക്കുന്നതും ആവിഷ്കരിക്കുന്നതും കാലത്തോട് ചെയ്യുന്ന നീതി മാത്രമാണ്. സർവസന്നാഹങ്ങളും ഉപയോഗിച്ച് ചരിത്രത്തെ വക്രീകരിക്കുകയും പ്രതിലോമപരമായ ചരിത്രനിർമ്മിതി ഔദ്യോഗികമായിത്തന്നെ ആസൂത്രിതമായി നടത്തുകയും ചെയ്യുന്ന വർത്തമാനസാഹചര്യത്തിൽ വാരിയൻകുന്നന്റെ ചരിത്രത്തോട് നീതിപുലർത്തുന്ന വിപ്ലവകരമായ ഉദ്യമങ്ങൾ പ്രോത്സാഹിപ്പിക്കപ്പെടേണ്ടതാണ്. വർഗ്ഗീയതയുടെ മേമ്പൊടി ചേർത്തുകുഴച്ച് വാർത്തെടുക്കുന്ന ചരിത്രനിർമ്മിതി അധിനിവേശ ശക്തികളുടെ ഏറ്റവും വലിയ ആയുധമാണെന്ന് നാം തിരിച്ചറിയേണ്ടതുണ്ട്. പൃഥിരാജും ആഷിക് അബുവും ഒരുമിച്ചു ചേർന്ന് നടത്തുമെന്ന് പ്രതീക്ഷിക്കപ്പെടുന്ന ഓർമ്മപ്പെടുത്തലുകൾ ഇരുട്ടിന്റെ ശക്തികളെ തിരസ്കരിക്കാനുള്ള പ്രകാശഗോപുരമാകട്ടെ എന്ന് നമുക്കാശിക്കാം.

ലീഗിന്റെ നേതൃയോഗവും പിടിക്കോഴികളുടെ വംശനാശവും!

ഇന്ത്യൻ പ്രധാനമന്ത്രി നരേന്ദ്ര മോദി രാമക്ഷേത്രത്തിന് ശിലാന്യാസം നടത്തിക്കഴിഞ്ഞിരിക്കുകയാണ്. കേവലമൊരു ആരാധനാലയത്തിന്റെ നിർമ്മാണാരംഭം എന്ന നിലയ്ക്കല്ല ആർ.എസ്.എസ്. ഇതിനെ കാണുന്നത്. 'രാമരാജ്യത്തിന്റെ ശിലാന്യാസം നടന്നു കഴിഞ്ഞു' എന്നാണ് മോഹൻ ഭാഗവത് തന്നെ അവകാശപ്പെട്ടത്. ബാബറി മസ്ജിദ് ഇടിച്ചുതകർത്ത സ്ഥലത്താണ് രാമക്ഷേത്രം ഉയരുന്നത്. പള്ളി പണിയാനുള്ള ഭൂമി പോലും യു.പി. സർക്കാർ ശരിയാംവിധം ഇനിയും കൈമാറിയിട്ടില്ല. ഒരുപക്ഷേ, ആധുനികയുഗത്തിൽ നഗ്നമായ കൈയേറ്റത്തെ തുടർന്ന് നടക്കുന്ന ആദ്യ മതരാഷ്ട്രസ്ഥാപനത്തിനാണ് ഇതോടെ തുടക്കം കുറിക്കപ്പെട്ടിരിക്കുന്നത്. സമാനമല്ലെങ്കിലും ഇതിനോട് അടുത്തുനിൽക്കുന്ന സംഭവമാണ് തുർക്കിയിലെ ഹാഗിയ സോഫിയയുടെ കാര്യത്തിലും നാം കണ്ടത്. പ്രസ്തുത പ്രവർത്തിയിലൂടെ താൻ നരേന്ദ്ര മോദിക്ക് പഠിക്കുകയാണെന്ന് തുർക്കി പ്രസിഡന്റ് റജബ് ത്വയ്യിബ് ഉർദുഗാനും തെളിയിച്ചു. ഇന്ത്യയിലായാലും തുർക്കിയിലായാലും ചരിത്രത്തിനു മേലുള്ള കുതിരകയറ്റം എതിർക്കപ്പെടേണ്ടതാണ്. മതവിശ്വാസ സമൂഹത്തിന് മേധാവിത്വമുള്ള രാജ്യങ്ങളെല്ലാം താന്താങ്ങളുടെ വിശ്വാസപ്രമാണത്തിന് അനുസൃതമായി അവരവരുടെ 'മതരാഷ്ട്രങ്ങളാ'യി ഓരോ നാടിനേയും രൂപാന്തരപ്പെടുത്തിയാൽ തുല്യാവകാശത്തോടെ ജീവിക്കാനാഗ്രഹിക്കുന്ന മനുഷ്യർ ഏതു മണ്ണുതേടിയാണ് പോവുക?

ഇന്ത്യയിൽ വ്യത്യസ്ത മതത്തിലും ജാതിയിലും പെട്ട, വ്യത്യസ്ത ഭാഷയും സംസ്കാരവുമുള്ള ജനവിഭാഗങ്ങളെ ഒരേ ചരടിൽ കോർത്തിണക്കിയത് നൂറ്റാണ്ടുകളായി ഇവിടെ നിലനിന്നുപോരുന്ന സർവമത

സ്നേഹമാണ്. അതാണിപ്പോൾ തകിടം മറിക്കപ്പെട്ടിരിക്കുന്നത്. ബാബറി മസ്ജിദിന്റെ മിഹ്റാബിൽ (പ്രാർത്ഥനയ്ക്ക് നേതൃത്വം നൽകുന്നയാൾ നിൽക്കുന്ന സ്ഥലം) രാമവിഗ്രഹം 'സ്വയംഭൂവാകു'ന്നത് 1949 ലാണ്. ഇതറിഞ്ഞ പണ്ഡിറ്റ് ജവഹർലാൽ നെഹ്റു അന്നത്തെ യു.പി. മുഖ്യമന്ത്രിയായിരുന്ന വല്ലഭപന്തിനോട് അത് സരയൂ നദിയിലേക്ക് എടുത്തുകളയാനാണ് ആവശ്യപ്പെട്ടത്. വല്ലഭപന്ത് പക്ഷേ, അതിന് കൂട്ടാക്കിയില്ല. ആ ഒരു അനുസരണക്കേടിന് രാജ്യം കൊടുക്കേണ്ടി വന്ന വില വിവരണാതീതമാണ്. ബാബറി മസ്ജിദ് തകർക്കപ്പെടുന്നതിനു മുമ്പ് തർക്കസ്ഥലത്ത് രാമക്ഷേത്രനിർമ്മാണത്തിനായുള്ള പ്രഥമശിലാന്യാസം നടത്തിയത് രാജീവ്ഗാന്ധി പ്രധാനമന്ത്രിയായിരുന്ന കാലത്താണ്. വലിയ ഒച്ചപ്പാടുകൾക്കാണ് അന്നത് വഴിവെച്ചത്. ശിലാന്യാസ പ്രശ്നത്തിൽ കോൺഗ്രസ്സ് നേതൃത്വത്തോടുള്ള വിയോജിപ്പ് പ്രകടിപ്പിച്ചുകൊണ്ടായായിരുന്നു അന്ന് മുസ്ലിംലീഗ് കേരളത്തിലെ യു.ഡി.എഫ്. മുന്നണിയിൽ നിന്ന് പുറത്തുപോന്നത്. ആ എതിർപ്പിന് ആഴ്ചകളുടെ ആയുസ്സേ ഉണ്ടായിരുന്നുള്ളൂ. അധികാരത്തിന്റെ മത്ത് തലയ്ക്കുപിടിച്ച ലീഗ് നേതൃത്വം ഞൊടിയിടയിൽ എല്ലാം മറന്നു. ആരേക്കാളുമധികം ലീഗിനെ 'മനസ്സിലാക്കിയ' കെ. കരുണാകരന് 'ചെള്ളി' തുള്ളിയാൽ എത്രത്തോളം തുള്ളുമെന്ന് അറിയാമായിരുന്നു. അദ്ദേഹം ചില പൊടിക്കൈകൾ പ്രയോഗിച്ചു. ലീഗിന് അതുതന്നെ ധാരാളമായിരുന്നു. അടിസ്ഥാനപരമായി നിലപാട് മാറ്റാതെ തന്നെ ഐക്യജനാധിപത്യ മുന്നണിയിലേക്കുള്ള മുസ്ലിംലീഗിന്റെ പുനഃപ്രവേശം കോൺഗ്രസ്സ് ഉറപ്പാക്കി. ലീഗിന്റെ മുന്നണി വിടുകയാണെന്ന പ്രഖ്യാപനവും ഒട്ടും വൈകാതെ മുന്നണിയിലേക്കു തന്നെ തിരിച്ചു പോകാനെടുത്ത തീരുമാനവും ഇന്നും കേരള രാഷ്ട്രീയത്തിലെ പരിഹാസ്യമായ എപ്പിസോഡുകളിലൊന്നാണ്.

കേരളത്തിൽ യു.ഡി.എഫിന്റെ ഭാഗമായിരിക്കുന്ന സാഹചര്യത്തിലും, ലീഗിന്റെ പ്രതിഷേധത്തിന്റെ ആഴവും വ്യാപ്തിയും എത്രത്തോളമുണ്ടാകുമെന്ന് നന്നായറിയാവുന്ന കോൺഗ്രസ്സ്, നരസിംഹറാവുവിനെ മുന്നിൽ നിർത്തി പള്ളി പൊളിക്കുന്നതിന് സർവസൗകര്യങ്ങളും ഒരുക്കിക്കൊടുത്തു. മതമൗലികവാദികൾ യാതൊരു മടിയും കാണിച്ചില്ല. അങ്ങനെ 1992 ഡിസംബർ 6ന് പള്ളി പൊളിക്കപ്പെട്ടു. മഹാത്മാ ഗാന്ധിയുടെ വധത്തിനു ശേഷം രാജ്യത്തു നടന്ന രണ്ടാമത്തെ മഹാപാതകമെന്നാണ് ബാബറി മസ്ജിദിന്റെ തകർച്ചയെ രാഷ്ട്രതന്ത്രജ്ഞർ വിശേഷിപ്പിച്ചത്. 1992 ഡിസംബർ 7ന് പല ദേശീയപത്രങ്ങളും പുറത്തിറങ്ങിയത് തൊട്ടുതലേദിവസം രാജ്യത്തു നടന്ന മഹാദുരന്തത്തിൽ പ്രതിഷേധിക്കാൻ തങ്ങൾക്ക് വാക്കുകളില്ലെന്ന് സൂചിപ്പിച്ചുകൊണ്ടായിരുന്നു. അന്നേദിവസം പല പത്രങ്ങളും കറുപ്പ് ചായമടിച്ചും ഒരക്ഷരം പോലും എഴുതാതെയും എഡിറ്റോറിയൽ കോളം പ്രസിദ്ധീകരിച്ചത് വ്രണിതമനസ്സുകൾക്ക് നൽകിയ ആശ്വാസം പറഞ്ഞറിയിക്കാനാവാത്തതായിരുന്നു. ഇന്ത്യൻ മതേതരത്വത്തിനേറ്റ

തീരാക്കളങ്കമാണ് ബാബറി മസ്ജിദ് ഇടിച്ചു തകർത്ത സംഭവമെന്ന് കോടിക്കണക്കിനു വരുന്ന ഹൈന്ദവസഹോദരങ്ങളും ലക്ഷക്കണക്കിനു വരുന്ന മറ്റു മതസ്ഥരും ഏകസ്വരത്തിൽ അഭിപ്രായപ്പെട്ടു. ബാബറി മസ്ജിദിന്റെ തകർച്ചയ്ക്ക് മുമ്പും പിമ്പും എന്ന നിലയിൽ രാജ്യത്തിന്റെ ചരിത്രം പകുക്കപ്പെടുന്ന സ്ഥിതിവിശേഷം പോലുമുണ്ടായി. വർഗ്ഗീയകലാപങ്ങളാലും ജനത്തിരക്കുള്ള കേന്ദ്രങ്ങളിൽ നടന്ന ബോംബ് സ്ഫോടന പരമ്പരകളാലും പാർലമെന്റ് ആക്രമണത്താലും അസ്വസ്ഥമായ രാജ്യം ഒടുങ്ങാത്ത ദുരന്തങ്ങളുടെ ദുരിതഭൂമിയായി മാറിയ കാഴ്ചയാണ് പിന്നീട് കണ്ടത്. ജനങ്ങൾ പ്രതിലോമപരമായി ചിന്തിക്കുമ്പോൾ അവരെ മതേതര കാഴ്ചപ്പാടിലേക്ക് മടക്കിക്കൊണ്ടുവരാൻ ബാദ്ധ്യതപ്പെട്ട രാഷ്ട്രീയപ്പാർട്ടികളും ഭരണാധികാരികളും അതിനു മുതിർന്നില്ലെന്നു മാത്രമല്ല, ആൾക്കൂട്ട മനഃശാസ്ത്രത്തിനടിപ്പെട്ട് അവർ ചുവടുമാറ്റുന്നതുമാണ് നാം കണ്ടത്.

പള്ളി പൊളിച്ച് ഇരുപത്തിയേഴു വർഷങ്ങൾക്കു ശേഷമാണ് തർക്കഭൂമിയുടെ ഉടമസ്ഥാവകാശത്തെ സംബന്ധിച്ച കേസിൽ സുപ്രീംകോടതിയുടെ തീർപ്പുണ്ടായത്. ന്യായാന്യായങ്ങൾക്കും തെളിവുകൾക്കും പകരം വിശ്വാസം മേൽക്കൈ നേടിയത് സമ്മിശ്രവികാരമാണ് രാജ്യത്ത് ഉണ്ടാക്കിയത്. ഇപ്പോഴിതാ, രാമക്ഷേത്രനിർമ്മാണം യാഥാർത്ഥ്യമായിരിക്കുന്നു. ഭൂമിപൂജയ്ക്കും തറക്കല്ലിടലിനും പ്രധാനമന്ത്രി നരേന്ദ്ര മോദി നേതൃത്വം നൽകിയിരിക്കുകയാണ്. യു.പി. മുഖ്യമന്ത്രി യോഗി ആദിത്യനാഥും ആർ.എസ്.എസ്. മേധാവി മോഹൻ ഭാഗവതും രണ്ടോ മൂന്നോ സന്ന്യാസിമാരുമാണ് ചടങ്ങിൽ പങ്കെടുത്തത്. ഇതിനെപ്പറ്റി കോൺഗ്രസ്സ് നേതാവ് പ്രിയങ്ക ഗാന്ധി നടത്തിയ പ്രസ്താവനയാണ് ഏറെ കൗതുകകരമായ കാര്യം. ഭൂമിപൂജയ്ക്ക് കോൺഗ്രസ്സിനെ ക്ഷണിക്കാത്തതിലെ കുണ്ഠിതം രേഖപ്പെടുത്തിയ പ്രിയങ്ക, കോൺഗ്രസ്സ് എന്ന മതേതരപാർട്ടിയുടെ നേതാവാണ് താനെന്ന വസ്തുത പോലും പാടേ മറന്നുകൊണ്ടാണ് 'സൗഹൃദവും സാഹോദര്യവും ഉറപ്പിക്കുന്ന ഇന്ത്യയുടെ ദേശീയ ഐക്യത്തിന്റെ ആഘോഷമാണ് രാമക്ഷേത്ര നിർമ്മാണത്തിനായുള്ള ശിലാന്യാസം' എന്നു പ്രസ്താവിച്ചത്. ചടങ്ങിന് പ്രിയങ്ക എല്ലാവിധ ആശംസയും നേർന്നു. അതും കടന്ന്, അവർ ടിറ്ററിൽ കുറിച്ചതു നോക്കുക: 'രാമന്റെയും സീതാദേവിയുടെയും അനുഗ്രഹത്താൽ ഭൂമിപൂജ ചടങ്ങ് ദേശീയ ഐക്യത്തിന്റെയും സാഹോദര്യത്തിന്റെയും സാംസ്കാരിക ഒത്തുചേരലിന്റെയും അടിത്തറയായി മാറട്ടെ. ലാളിത്യം, ധൈര്യം, സംയമനം, ത്യാഗം, പ്രതിബദ്ധത എന്നിവയാണ് ദീനബന്ധുവായ രാമൻ എന്ന പേരിന്റെ സാരം. രാമൻ എല്ലാവരുടെയും ഉള്ളിലാണ്. രാമൻ എല്ലാവരോടും ഒപ്പമുണ്ട്.' ആദ്യശിലാന്യാസത്തിന് തൊട്ടുപിറകെ രാജീവ് ഗാന്ധി നടത്തിയ പ്രസ്താവനയ്ക്കു ശേഷം നെഹ്റു കുടുംബത്തിൽ നിന്നൊരാൾ രാമക്ഷേത്രവുമായി ബന്ധപ്പെട്ട് ഒരു പൊതു

അഭിപ്രായപ്രകടനത്തിന് മുതിരുന്നത് ഇപ്പോഴാണ്.

പ്രിയങ്കയുടെ ആശംസാവചനങ്ങളിൽ ഒരു തരത്തിലുള്ള അസ്വാഭാവികതയും ഇല്ലെന്നാണ് എ.ഐ.സി.സി.യുടെ നിലപാട്. കഴിഞ്ഞവർഷം അയോദ്ധ്യാവിധി വന്നപ്പോൾ തന്നെ കോൺഗ്രസ്സ് ഇക്കാര്യം വ്യക്തമാക്കിയിരുന്നതായും പാർട്ടി അവകാശപ്പെട്ടു. മോദിയും യോഗിയും ഭാഗവതും മാത്രം പങ്കെടുക്കുന്ന ഭൂമിപൂജയ്ക്ക് ക്ഷണമില്ലാതിരുന്നിട്ടും പ്രിയങ്ക ചൊരിഞ്ഞ ആശംസ മതേതര വിശ്വാസികളിലുണ്ടാക്കിയ ഞെട്ടൽ ഇപ്പോഴും മാറിയിട്ടില്ല. സമയദോഷം കണക്കിലെടുത്ത് ചടങ്ങ് മാറ്റിവെക്കണമെന്നാണ് മുതിർന്ന കോൺഗ്രസ്സ് നേതാവും മധ്യപ്രദേശ് മുൻമുഖ്യമന്ത്രിയുമായ ദിഗ്‌വിജയ് സിംഗ് ആവശ്യപ്പെട്ടത്. പൊതുപിരിവെടുത്തു വാങ്ങിയ വെള്ളിക്കല്ലുകൾ ക്ഷേത്രനിർമ്മാണത്തിനായി കൊടുത്തയച്ചാണ് മറ്റൊരു കോൺഗ്രസ്സ് നേതാവും മധ്യപ്രദേശ് മുൻമുഖ്യമന്ത്രിയുമായ കമൽനാഥ് ചടങ്ങിനെ സ്വാഗതം ചെയ്തത്. അയോദ്ധ്യയിൽ രാമക്ഷേത്രനിർമ്മാണത്തിന് തുടക്കം കുറിച്ചത് രാജീവ് ഗാന്ധിയാണെന്ന് ഓർമ്മിപ്പിച്ച അദ്ദേഹം, രാജ്യത്ത് രാമരാജ്യം വരുമെന്ന് 1989 ൽ തന്നെ രാജീവ്ജി പറഞ്ഞിരുന്നെന്നും ഇപ്പോൾ അദ്ദേഹം ജീവിച്ചിരുന്നെങ്കിൽ ഏറെ സന്തോഷിക്കുമായിരുന്നുവെന്നും അനുസ്മരിച്ചു. രാമനെ ആരാധിക്കാനുള്ള ജനങ്ങളുടെ അവകാശം ബി.ജെ.പി. കൈയടക്കുകയാണെന്നും അത് ശരിയല്ലെന്നുമാണ് മുൻ കേന്ദ്രമന്ത്രിയും തലമൂത്ത കോൺഗ്രസ്സ് നേതാക്കളിൽ പ്രമുഖനുമായ സൽമാൻ ഖുർഷിദ് പ്രതികരിച്ചത്. ക്ഷേത്രം നിർമ്മിക്കുന്നതിനോട് തനിക്ക് ഒരെതിർപ്പുമില്ലെന്നും ജീവിതത്തിൽ നമ്മളത് തിരിച്ചറിയേണ്ട വസ്തുതയാണെന്നും കൂടി ഖുർഷിദ് കൂട്ടിച്ചേർത്തു. നിലവിലെ സാഹചര്യത്തിൽ ക്ഷേത്രനിർമ്മാണത്തിന് അനുകൂല വിധിയുണ്ടായത് ഏകദേശനീതിയാണെന്നും അദ്ദേഹം അഭിപ്രായപ്പെട്ടു.

കോൺഗ്രസ്സിനിത് എന്തുപറ്റി? ബി.ജെ.പി.യേക്കാൾ വലിയ ബി.ജെ.പി.യാകാനുള്ള ശ്രമത്തിലാണോ അവർ? നാളെ സേവാദളിനെ ആർ.എസ്.എസ്. സ്വഭാവത്തോടെ, വേഷം മാറ്റി കാക്കി ട്രൗസറും വെള്ള ഷർട്ടും കറുത്ത തൊപ്പിയും ധരിപ്പിച്ച് കോൺഗ്രസ്സ് അവതരിപ്പിക്കുകയില്ലെന്ന് ആര് കണ്ടു? ത്രിവർണ്ണം വലിച്ചെറിഞ്ഞ് കോൺഗ്രസ്സ് പീതവർണ്ണം പുൽകുന്ന കാലവും വിദൂരമല്ലെന്നല്ലേ പ്രിയങ്ക മുതൽ ഇങ്ങ് കേരളത്തിൽ മുരളീധരനും ഷീബാ രാമചന്ദ്രനും ഉൾപ്പെടെയുള്ളവരുടെ പ്രതികരണങ്ങളും, എ.കെ. ആന്റണി, രമേശ് ചെന്നിത്തല, ഉമ്മൻ ചാണ്ടി എന്നിവരടക്കമുള്ളവരുടെ വാചാലമായ മൗനവും വ്യക്തമാക്കുന്നത്?

'വല്ല്യപെരുന്നാളും വെള്ളിയാഴ്ചയും ഒപ്പം വന്നിട്ട് വാപ്പ പള്ളിയിൽ പോയിട്ടില്ല. എന്നിട്ടല്ലേ ഇപ്പോ' എന്നത് മലബാറിലെ മാപ്പിളമാർക്കിടയിൽ കേൾക്കുന്ന ഒരു ചൊല്ലാണ്. അതിപ്പോൾ ഏറ്റവും യോജ്യമാകുന്നത് ലീഗിന്റെ കാര്യത്തിലാണ്. അടിയന്തരാവസ്ഥക്കാലത്തെ തുർക്കുമാൻ ഗേറ്റിലെ കൊടിയ മുസ്ലിംപീഡനവും ബാബറി മസ്ജിദിന്റെ ദാരുണമായ

തകർച്ചയും കോൺഗ്രസ്സ് ഭരിച്ച സംസ്ഥാനങ്ങളിലെ പേടിപ്പെടുത്തുന്ന വർഗ്ഗീയകലാപങ്ങളും ഉൾപ്പെടെയുള്ള ഭീതിദമായ സംഭവങ്ങൾ നടന്ന കാലത്തൊന്നും നേരിയ ഒരു അമർഷം പോലും രേഖപ്പെടുത്താത്ത ലീഗിൽ നിന്നാണോ ഇപ്പോൾ നമ്മളൊരു നിലപാട് പ്രതീക്ഷിക്കുന്നത്? തുർക്കിയിലെ ഹാഗിയ സോഫിയ വിഷയത്തിൽ ഉർദുഗാന്റെ നിലപാടിന്റെ കൂടെനിന്ന ലീഗിന് രാമക്ഷേത്രനിർമ്മാണകാര്യത്തിൽ മോദിയെ പിന്തുണയ്ക്കുകയല്ലാതെ മറ്റെന്താണ് ചെയ്യാനാവുക?

ലീഗിന്റെ ഉന്നതാധികാരസമിതികൾ ചേർന്നാലും ഇല്ലെങ്കിലും കടലുണ്ടിപ്പുഴയിലൂടെ ഒരുപാട് വെള്ളം ഒഴുകിപ്പോകും. യുക്തമായ തീരുമാനം തക്കസമയത്ത് എടുക്കാൻ പ്രസിഡന്റിനെ ചുമതലപ്പെടുത്തി എന്ന പതിവ് പ്രസ്താവനയല്ലാതെ ആരും ഒന്നും പ്രതീക്ഷിച്ചിരുന്നില്ല. എന്നാൽ, അതും തെറ്റിച്ച് ഒരു തുണ്ടുകടലാസിൽ രണ്ടുവരിയെഴുതി ലീഗ് അവരുടെ ഇമ്മിണി വലിയ പ്രതിഷേധം കോൺഗ്രസ്സിനെ അറിയിച്ചു. ലീഗിന് ആശയത്തേക്കാൾ പ്രിയം ആമാശയത്തോടാണെന്ന് ഒരിക്കൽക്കൂടി തെളിഞ്ഞു. പാവം പിടിക്കോഴികൾക്ക് വംശനാശം സംഭവിച്ചാൽ ലീഗ് യോഗങ്ങളുടെ ഗതിയെന്താകും?

ഭാഗം രണ്ട്
പ്രഭാഷണങ്ങൾ

ഹജ്ജിന്റെ മാനവികത

രണ്ടായിരത്തി പതിനാറിലെ ഹജ്ജ് ക്യാമ്പിന്റെ സമാപനത്തിലേക്ക് പ്രവേശിക്കുകയാണ് നാം. രണ്ടാഴ്ചക്കാലം കേരളത്തിന്റെ വിവിധഭാഗങ്ങളിൽ നിന്നും ലക്ഷദ്വീപിൽ നിന്നുമുള്ള ഹാജിമാരെ യാത്രയാക്കിയതിനുശേഷം നാളെ ഉച്ചയോടുകൂടി അവസാനത്തെ സംഘവും ഇവിടെനിന്ന് മക്കയിലേക്ക് യാത്രതിരിക്കുകയാണ്. ഈ വർഷത്തെ ഹജ്ജ് ക്യാമ്പിന്റെ സമാപനച്ചടങ്ങ് ഔപചാരികമായി ഉദ്ഘാടനം ചെയ്യാൻ കേരള സർക്കാരിന്റെയും ഹജ്ജ് കമ്മിറ്റിയുടെയും ക്ഷണമനുസരിച്ച് ഇവിടെയെത്തിച്ചേർന്നിട്ടുള്ള ബഹുമാന്യരായ അതിഥികളേ, ഇക്കുറി ഹജ്ജിന് ഉദ്ദേശിച്ചെത്തിയിട്ടുള്ള സഹോദരീസഹോദരന്മാരേ, സുഹൃത്തുക്കളേ,

അത്യന്തം സന്തോഷത്തോടെയും ആഹ്ലാദത്തോടെയുമാണ് നമ്മളെല്ലാവരും ഇവിടെ ഒരുമിച്ചു കൂടിയിരിക്കുന്നത്. 15 ദിവസങ്ങൾക്കുമുമ്പ് ഈ ക്യാമ്പ് തുടങ്ങുമ്പോൾ സംഘാടകർക്ക് ഒരുപാട് ആശങ്കകളും വേവലാതികളുമുണ്ടായിരുന്നു. മുൻവർഷത്തേക്കാൾ ഏതാണ്ട് ഇരട്ടി ഹാജിമാരാണ് ഈ വർഷം വിശുദ്ധ ഹജ്ജ് കർമ്മത്തിനായി യാത്രതിരിക്കുന്നത്. ഹജ്ജ് ക്യാമ്പിലാകട്ടെ, സൗകര്യങ്ങൾ മുൻവർഷങ്ങളേക്കാൾ എടുത്തുപറയത്തക്ക കൂടുതലായി ഒരുക്കാനും സാധിച്ചിട്ടില്ല. സ്ഥലപരിമിതി തന്നെയാണ് പ്രധാന കാരണം. കരിപ്പൂർ ഹജ്ജ് ഹൗസിലേതുപോലെ സ്ഥലവിസ്തൃതിയും കാന്റീൻ സൗകര്യങ്ങളും പ്രാർത്ഥനാസ്ഥലവുമൊന്നും അതേരൂപത്തിൽ ഇവിടെ ഇല്ലെന്നുള്ളത് യാഥാർത്ഥ്യമാണ്. എന്നാൽ, ശ്രീ. കുര്യന്റെ നേതൃത്വത്തിൽ എയർപോർട്ട് മാനേജ്മെന്റ് അവരുടെ കഴിവിന്റെ പരമാവധി കാര്യങ്ങൾ തീർത്ഥാടകർക്കായി ഒരുക്കിയിട്ടുണ്ടെന്നത് നന്ദിപൂർവ്വം നാം ഓർക്കേണ്ടതുമാണ്. ക്യാമ്പിന്റെ സുഗമമായ നടത്തിപ്പിന്, ഹജ്ജ് ലക്ഷ്യമിട്ട് യാത്രയ്ക്കായി വന്നുചേർ

ന്നിട്ടുള്ള ഹാജിമാരുടെ മുന്നിൽ ഈ പരിമിതികളൊന്നും തടസ്സമാവുകയില്ലെന്ന് ഹജ്ജ് കമ്മിറ്റി ചെയർമാനും അംഗങ്ങളും ആദ്യംമുതലേ പറഞ്ഞിരുന്നു. അവസാന ഗ്രൂപ്പ് യാത്ര പുറപ്പെടുമ്പോഴും അവരുടെ പ്രതീക്ഷക്ക് മങ്ങലേറ്റിട്ടില്ല എന്നുള്ളത് പ്രത്യേകം പ്രസ്താവ്യമാണ്. ഇത്ര ഗംഭീരമായി, യാതൊരു പ്രയാസവുമില്ലാതെ ഹജ്ജ് ക്യാമ്പ് സംഘടിപ്പിച്ച് അവസാനിപ്പിക്കുന്നതിന് രചനാത്മകമായ നേതൃത്വം നൽകിയ ഹജ്ജ് കമ്മിറ്റിയെയും അതിനായി ആത്മാർത്ഥസേവനം ചെയ്ത വളണ്ടിയർമാരെയും ഉദ്യോഗസ്ഥരെയും സംസ്ഥാനസർക്കാരിനു വേണ്ടി ഞാൻ അഭിനന്ദിക്കുകയാണ്.

സദസ്സിൽ ഉപവിഷ്ടരായ എല്ലാവരും ഹജ്ജ് നിർവഹിക്കാൻ പോവുകയാണ്. ലക്ഷക്കണക്കിന് വിശ്വാസികളാണ് ലോകത്തിന്റെ വിവിധ ദിക്കുകളിൽ നിന്ന് മക്ക ലക്ഷ്യമാക്കി പുറപ്പെട്ടുകൊണ്ടിരിക്കുന്നത്. ഒന്നുരണ്ടു ദിവസങ്ങൾക്കിടയിൽ ആ പ്രവാഹം നിലയ്ക്കും. പിന്നീട്, മക്കയിൽ ഒഴുകിയെത്തിയ ജനലക്ഷങ്ങൾ ഒരു മഹാസാഗരമായി അറഫയിൽ ഒരുമിച്ചു കൂടും. മാനവിക ഐക്യത്തിന്റെ സന്ദേശമാണ് ഹജ്ജ് പകർന്നുനൽകുന്നത്. മുഴുവൻ സമൂഹത്തെയും ഉദ്ദേശിച്ചു കൊണ്ടാണ് വിശുദ്ധ *ഖുർആൻ* പറഞ്ഞത്: 'തീർച്ചയായും നിങ്ങൾ ഒരൊറ്റ ജനതയാണ്, ഒറ്റ സമൂഹമാണ്' എന്ന്. ഇബ്രാഹിം നബിയുടെ (അബ്രഹാമിന്റെ) വിളിക്കുത്തരം നൽകിയാണ് ലോകത്തിന്റെ അഷ്ടദിക്കുകളിൽ നിന്നും മുസ്ലിംസമൂഹം എത്രയോ നൂറ്റാണ്ടുകളായി മക്കയിലേക്ക് ഹജ്ജ് എന്ന ആരാധനയുടെ നിർവഹണത്തിനായി വന്നുകൊണ്ടേയിരിക്കുന്നത്. ഇബ്രാഹിം നബി ലോകചരിത്രത്തിലെ ഏറ്റവും വലിയ വിപ്ലവകാരിയായിരുന്നു. താൻ ജീവിച്ച കാലത്ത് നിലനിന്നിരുന്ന അന്ധവിശ്വാസങ്ങൾക്കും അനാചാരങ്ങൾക്കുമെതിരായി അദ്ദേഹം ഉയർത്തിയ വിമർശനശരങ്ങൾ യാഥാസ്ഥിതികത്വത്തിന്റെ കോട്ടകൊത്തളങ്ങളെ കിടുകിടാ വിറപ്പിച്ചു. അബ്രഹാം പ്രവാചകന്റെ പരിഷ്കരണശ്രമങ്ങൾ മക്കയിൽ മാത്രം ഒതുങ്ങിനിൽക്കുന്നതായിരുന്നില്ല. ലോകത്തിന്റെ സർവദിക്കുകളിലും അതിന്റെ അനുരണനങ്ങൾ പ്രകടമായി. പിൽക്കാലത്ത് പ്രത്യക്ഷപ്പെട്ട നവോത്ഥാനനായകരും പരിഷ്കർത്താക്കളും ഇബ്രാഹിം നബിയുടെ വിപ്ലവകരമായ ആശയങ്ങൾ ഏറ്റെടുക്കുന്നതാണ് ലോകം കണ്ടത്.

ആ മഹാസംരഭത്തിന് നേതൃത്വം നൽകുന്ന സമയത്ത് അബ്രഹാം ചെറുപ്പക്കാരനായിരുന്നു എന്നാണ് *ഖുർആൻ* പറയുന്നത്. 'അവർ പറഞ്ഞു, ഇബ്രാഹിം എന്ന യുവാവ് നമ്മുടെ ദൈവങ്ങളെക്കുറിച്ച് സംസാരിക്കുന്നത് ഞങ്ങൾ കേട്ടിട്ടുണ്ട്.' കഅബാലയത്തിലുണ്ടായിരുന്ന മിണ്ടാത്ത, സംസാരിക്കാത്ത കുട്ടി ദൈവങ്ങളെ നിലംപരിശാക്കി, കൂട്ടത്തിൽ തലയെടുപ്പുള്ളതിന്റെ കഴുത്തിൽ കോടാലി കെട്ടിത്തൂക്കിയതു കണ്ട് സ്തബ്ധരായ ജനതയാണ് ഇവ്വിധം പ്രതികരിച്ചതായി ഖുർആൻ ചൂണ്ടിക്കാണിച്ചത്. ഏകദൈവവിശ്വാസത്തിന്റെ ദൃഢീകരണമായിരുന്നു അബ്രഹാം പ്രവാചകന്റെ ലക്ഷ്യം. ഇബ്രാഹിമിനെ ജീവനോടെ തീക്കു

ണ്ഡത്തിലേക്ക് വലിച്ചെറിയാനാണ് അന്നത്തെ ഏകച്ഛത്രാധിപതി നംറൂദ് കൽപിച്ചത്. ഏകദൈവവിശ്വാസത്തിന്റെ സംസ്ഥാപനം മനുഷ്യന്റെ ഏകത്വത്തിന്റെ അടിസ്ഥാനമാണെന്നായിരുന്നു ഇബ്രാഹിം നബി സിദ്ധാന്തിച്ചത്. ഏകദൈവധാരണയ്ക്കു മാത്രമേ മനുഷ്യനെ സമത്വത്തോടെ കാണാനാകൂ എന്നും അദ്ദേഹം ഉൽഘോഷിച്ചു. ദൈവം സൃഷ്ടിച്ച നാനാസ്വഭാവത്തിലുള്ള സൃഷ്ടികളിൽ ഏറ്റവും ഉൽകൃഷ്ടൻ മനുഷ്യനത്രെ. മനനശക്തി കൊണ്ട് ഇതരജീവജാലങ്ങളിൽ നിന്ന് മനുഷ്യൻ വ്യത്യസ്തനായി നിൽക്കുന്നു. സാമൂഹ്യജീവി എന്ന വിശേഷണം മനുഷ്യന് മാത്രം ചേർന്നതാണ്. ഇബ്രാഹിം നബി മുന്നോട്ടുവെച്ച ഏകദൈവവിശ്വാസം മാനവിക ഐക്യത്തിന്റെ കൂടി വിളംബരമായിരുന്നു.

ലോകത്ത് ഒരുപാട് മതങ്ങളും വിശ്വാസങ്ങളും നിലനിൽക്കുന്നുണ്ട്. ഒന്നും ഒന്നിനും എതിരല്ല. എല്ലാ മതങ്ങളുടെയും വൈജാത്യങ്ങളെക്കുറിച്ചാണ് അധികംപേരും ഗവേഷണം നടത്താറ്. എന്നാൽ മതങ്ങൾക്കിടയിലെ സമാനസ്വഭാവങ്ങളെക്കുറിച്ചും വിശ്വാസാചാരങ്ങളെക്കുറിച്ചും ആളുകൾ സംസാരിക്കുന്നത് അത്യപൂർവമായേ നാം കേട്ടിട്ടുള്ളൂ. ലോകത്തെ എല്ലാ മതവിശ്വാസികളും ഒരു ജലപ്രളയകഥയിൽ വിശ്വസിക്കുന്നു. മുസ്ലിങ്ങൾ വിശ്വസിക്കുന്ന ജലപ്രളയകഥയിലെ നായകൻ നൂഹ് നബിയാണ്. ക്രൈസ്തവരും ജൂതരും വിശ്വസിക്കുന്ന ജലപ്രളയകഥയിലെ നായകൻ നോഹ പ്രവാചകനാണ്. ഹിന്ദുക്കൾ വിശ്വസിക്കുന്ന ജലപ്രളയകഥയിലെ നായകൻ മനുവാണ്. ലോകത്തെ എല്ലാ മതങ്ങളും ഒരു ബലികർമ്മത്തിൽ വിശ്വസിക്കുന്നു. ഇബ്രാഹിം നബി തന്റെ മകൻ ഇസ്മായീലിനെ ബലിയർപ്പിക്കാൻ സന്നദ്ധമായതിന്റെ ചരിത്രവും കൂടി ഓർമ്മപ്പെടുത്തിക്കൊണ്ടാണ് ഓരോ വർഷവും ഹജ്ജും പെരുന്നാളും കടന്നുവരുന്നത്. ജൂതമതക്കാരും ക്രൈസ്തവരും അബ്രഹാം പ്രവാചകൻ തന്റെ മകനെ ബലിയർപ്പിക്കാൻ സന്നദ്ധമായ ചരിത്രത്തിൽ വിശ്വസിക്കുന്നുണ്ട്. വാജശ്രവസ് എന്ന മഹർഷി തന്റെ പുത്രനായ നചികേതസിനെ മൃത്യുവിന് ദാനം ചെയ്തതിനെക്കുറിച്ച് പറഞ്ഞുകൊണ്ടാണ് കഠോപനിത്ത് തുടങ്ങുന്നത്. എല്ലാ വിശ്വാസധാരയിലും അനുഷ്ഠിച്ചു പോരുന്ന വ്രതം, എല്ലാ മതങ്ങളുമായും ബന്ധപ്പെട്ട് നടത്തപ്പെടുന്ന തീർത്ഥാടനങ്ങൾ, എല്ലാ വിശ്വാസസംഹിതകൾക്കും സ്വന്തമായുള്ള വേദഗ്രന്ഥങ്ങളും പ്രമാണങ്ങളും, അങ്ങനെ വിവിധ വിശ്വാസികൾക്കിടയിലെ മതകർമ്മങ്ങളിലെ സാമ്യതകൾ പലരീതിയിലും നമുക്ക് കണ്ടെത്താനാകും. ഇസ്ലാം എല്ലാ മതങ്ങളെയും വിശ്വാസങ്ങളെയും പ്രവാചകന്മാരെയും ആദരിക്കുകയും ബഹുമാനിക്കുകയും ചെയ്യുന്നു. വിശുദ്ധ *ഖുർആൻ* മനുഷ്യരെക്കുറിച്ചും വ്യത്യസ്തങ്ങളായിട്ടുള്ള ജനവിഭാഗങ്ങളെക്കുറിച്ചും പറയുന്നത് ഇങ്ങനെയാണ്: 'ഈ അറബി പ്രവാചകനിൽ വിശ്വസിച്ചവരോ, ക്രൈസ്തവരോ, ജൂതരോ, സാബികളോ, ആരുമാവട്ടെ, ദൈവത്തിലും പ്രതിഫലനാളിലും വിശ്വസിക്കുകയും സൽകർമ്മങ്ങൾ പ്രവർത്തിക്കുകയും ചെയ്തവരാരോ അവരെല്ലാം രക്ഷപ്പെ

ട്ടിരിക്കുന്നു. അവർ ദുഃഖിക്കുകയോ വിഷമിക്കുകയോ ചെയ്യേണ്ട കാര്യമില്ല.' അസന്നിഗ്ദ്ധമായ ഈ പ്രഖ്യാപനത്തിലൂടെ ഏകദൈവവിശ്വാസത്തെയും മാനവികതയുടെ ഏകത്വത്തെയും വിശുദ്ധ *ഖുർആൻ* സംശയലേശമെന്യേ അരക്കിട്ടുറപ്പിക്കുകയാണ് ചെയ്തത്. മുഹമ്മദ് നബി സ്ഥാപിച്ച മതമല്ല ഇസ്ലാം. ആദിമനുഷ്യൻ ആദം നബി മുതൽ ആരംഭിച്ച ജീവിതദർശനങ്ങളുടെ അവസാനത്തെ കണ്ണിയാണ് ഇസ്ലാം. അതുകൊണ്ടുതന്നെ മുഹമ്മദ് നബി പ്രവാചകശൃംഖലയിലെ ഒടുവിലത്തെ പ്രതിനിധിയുമാണ്. അന്ത്യപ്രവാചകനു ശേഷം ആ മഹനീയദൗത്യം പരിഷ്കർത്താക്കളിലും നവോത്ഥാനനായകരിലുമാണ് ഏൽപിക്കപ്പെട്ടത്.

ഹജ്ജ് വളരെ പരിപാവനമായ ഒരു കർമ്മമാണ്. കേവലമൊരു അനുഷ്ഠാനത്തിനപ്പുറം അതിന് സാമൂഹികമായ ഒരുപാട് മാനങ്ങളുണ്ട്. നിയ്യത്ത് അഥവാ ഉദ്ദേശ്യം വളരെ പ്രധാനമാണ്. എല്ലാ പ്രവർത്തനങ്ങളും നമ്മുടെ ഉദ്ദേശത്തെ ആസ്പദിച്ചാണ് നിലകൊള്ളുന്നത്. 'ഇഹ്യാ ഉലൂമുദ്ദീനി'ൽ ഇമാം ഗസ്സാലി ഹജ്ജുമായി ബന്ധപ്പെട്ട ഒരു സംഭവം പറയുന്നുണ്ട്. എ.ഡി. 760 കളിൽ മക്കയിൽ ജീവിച്ച അബ്ദുള്ളാ ഇബ്നു മുബാറക് ഒരിക്കൽ ഹജ്ജ് കഴിഞ്ഞ് തൊട്ടടുത്ത രാത്രിയിൽ കിടന്നുറങ്ങുമ്പോൾ ഒരു സ്വപ്നം കണ്ടു. ആ സ്വപ്നത്തിൽ മാലാഖമാർ സംസാരിക്കുന്നത് ഒരു അശരീരി പോലെ അദ്ദേഹത്തിന് കേൾക്കാൻ കഴിഞ്ഞുവത്രെ. മാലാഖമാർ പരസ്പരം പറയുന്നത് ശ്രദ്ധിച്ചപ്പോൾ അദ്ദേഹം ഇപ്രകാരമാണ് കേട്ടത്: 'ഈ വർഷം ഹജ്ജിന് അറുപതിനായിരത്തോളം ആളുകൾ വന്നു. പക്ഷേ, ഇത്തവണ ആദ്യമായി സ്വീകരിക്കപ്പെട്ടിരിക്കുന്ന ഹജ്ജ്, ഹജ്ജിന് വരാത്ത ഒരാളുടെ ഹജ്ജാണ്.' ഇത്തവണ ഒരുപാട് പണ്ഡിതന്മാരും മഹാന്മാരും സജ്ജനങ്ങളും ഹജ്ജ് ചെയ്തിട്ടുണ്ട്. അവരുടെയെല്ലാം ഹജ്ജ് സ്വീകരിക്കപ്പെടുന്നതിനു മുമ്പായി സ്വീകരിക്കപ്പെട്ട ഹജ്ജിന്റെ ഉടമസ്ഥൻ ആരാണ് എന്ന ചിന്തയിൽ അദ്ദേഹം മുഴുകിയിരിക്കവേ, ആരാണ് ആ സൽകർമ്മി എന്ന് മാലാഖമാർ തന്നെ പരസ്പരം പറയുന്നത് അദ്ദേഹത്തിന് കേൾക്കാനായി. ദമസ്കസിലെ ചെരുപ്പുകുത്തിയായ അലി ബിൻ മുവഫക്കിനെക്കുറിച്ചായിരുന്നു അവർ പറഞ്ഞത്.

പിറ്റേന്ന് രാവിലെ ഉറക്കമുണർന്ന അബ്ദുള്ള മാലാഖമാർ പറഞ്ഞ അലിയെ തേടി ദമസ്കസിലേക്ക് പുറപ്പെട്ടു. ഒരുപാട് അന്വേഷണങ്ങൾക്കൊടുവിൽ അയാൾ അലിയെ കണ്ടെത്തി. താൻ കണ്ട സ്വപ്നത്തെക്കുറിച്ച് അബ്ദുള്ള അദ്ദേഹത്തോട് വിശദമായി സംസാരിച്ചു. എല്ലാം സശ്രദ്ധം കേട്ട അലി പറഞ്ഞു: "ഞാനൊരു ചെരുപ്പുകുത്തിയാണ്. എനിക്ക് ഹജ്ജിന് പോകണമെന്ന് വലിയ ആഗ്രഹമുണ്ടായിരുന്നു. അതിനായി ഒരുപാട് വർഷത്തെ അധ്വാനത്തിന്റെ ഫലം ഞാൻ സ്വരൂപിച്ചുവെക്കുകയും ചെയ്തു. ഹജ്ജിന് പുറപ്പെടാൻ തീരുമാനിച്ച ദിവസത്തിന്റെ തലേനാൾ ഒരു സംഭവമുണ്ടായി. തൊട്ടടുത്ത വീട്ടിൽ നിന്നും മാംസം പാകംചെയ്യുന്ന ഗന്ധം അനുഭവിക്കാനിടയായി. ഗർഭിണിയായ എന്റെ

ഭാര്യ ആ മാംസത്തിൽ നിന്ന് അൽപം കഴിക്കാനുള്ള ആഗ്രഹം എന്നോട് പങ്കുവെച്ചു. ഞാൻ അയൽവാസിയുടെ വീടിന്റെ വാതിലിൽ മുട്ടിവിളിച്ചു കൊണ്ട് പറഞ്ഞു: എന്റെ ഭാര്യ ഗർഭിണിയാണ്. നിങ്ങളിവിടെ പാകംചെയ്യുന്ന മാംസത്തിൽ നിന്നും അൽപം കിട്ടിയാൽ കൊള്ളാമെന്ന് അവൾക്കാഗ്രഹമുണ്ട്. അയൽവാസിയായ സ്ത്രീ ഇതുകേട്ട് പൊട്ടിക്കരഞ്ഞു. എന്താണ് കരയുന്നത് എന്നന്വേഷിച്ചപ്പോൾ അവർ പറഞ്ഞു: ഇത് അനുവദനീയമായ ഭക്ഷണമല്ല. മൂന്നു ദിവസമായി എന്റെ മക്കൾ പട്ടിണിയായിരുന്നു. അവർ ഭക്ഷണത്തിനുവേണ്ടി കരഞ്ഞുകൊണ്ടിരുന്നപ്പോൾ ഇന്ന് രാവിലെ ഒരു കഴുത വഴിയിൽ ചത്തുകിടക്കുന്നത് ഞാൻ കണ്ടു. ചത്ത മൃഗത്തിന്റെ ഇറച്ചി കഴിക്കൽ നിഷിദ്ധമാണെന്നറിഞ്ഞിട്ടും അതിൽ നിന്ന് ഒരു ഭാഗം ആരും കാണാതെ ഞാൻ മുറിച്ചെടുത്തു. അതുകൊണ്ടുവന്ന് പാകംചെയ്യുകയാണിപ്പോൾ. നിഷിദ്ധമായ ആ മാംസമാണ് ഞാനെന്റെ മക്കൾക്ക് ഭക്ഷണമായി കൊടുക്കാൻ പോകുന്നത്. ഇതു കേട്ടമാത്രയിൽ വല്ലാത്ത വിഷമത്തോടു കൂടിയാണ് ഞാനെന്റെ വീട്ടിലേക്ക് തിരിച്ചുപോന്നത്. കുറ്റബോധം കൊണ്ട് എന്റെ മനസ്സ് പിടഞ്ഞു. പിന്നെ ഞാൻ ഒന്നും ചിന്തിച്ചില്ല, ഹജ്ജിന് പോകാൻ വേണ്ടി സ്വരൂപിച്ചുവെച്ചിരുന്ന 360 ദിർഹം എടുത്ത് പാവപ്പെട്ട ആ സ്ത്രീക്ക് കൊണ്ടുപോയി കൊടുത്തിട്ട് പറഞ്ഞു: മക്കൾക്ക് വേണ്ട ഭക്ഷണവും മറ്റും ഇതുപയോഗിച്ച് വാങ്ങിക്കൊടുക്കുക. ഏറെ മോഹിച്ചിരുന്നെങ്കിലും, ഇക്കാരണത്താൽ എനിക്ക് ഇപ്രാവശ്യം ഹജ്ജിന് പോവാൻ കഴിഞ്ഞില്ല."

ഹജ്ജിന്റെ ലക്ഷ്യം എന്തായിരിക്കണമെന്ന് പറയാനാണ് നമ്മ മുറ്റിനിൽക്കുന്ന ഇത്തരമൊരു കഥ ഇമാം ഗസ്സാലി നമുക്ക് പറഞ്ഞുതന്നത്. ഓരോ ഹാജിയുടെയും ഉദ്ദേശ്യവും ലക്ഷ്യവും പരിശുദ്ധവും പരിപാവനവുമാവണം. നമുക്ക് ചുറ്റും ദുരിതമനുഭവിക്കുന്ന പാവപ്പെട്ട മനുഷ്യരുടെ പ്രയാസങ്ങളും ബുദ്ധിമുട്ടുകളും കാണാതെ, ആരാധനാകർമ്മങ്ങളിൽ മാത്രം അഭിരമിച്ചുകൊണ്ട് ഒരാൾക്കും സ്വർഗ്ഗം പ്രാപ്യമാവുകയില്ല എന്നുള്ള യാഥാർത്ഥ്യം കൂടി വ്യക്തമാക്കുകയാണ് ഇമാം ഗസ്സാലി.

എന്റെ വാക്കുകൾ ദീർഘിപ്പിക്കാൻ ഞാനാഗ്രഹിക്കുന്നില്ല. ഹജ്ജ് കർമ്മത്തിനായി പോകുന്ന ഓരോ ഹാജിമാരോടും എനിക്ക് പറയാനുള്ളത്, ഈ നാടിന്റെ ഐക്യവും ജനങ്ങൾക്കിടയിലെ സ്നേഹവും സൗഹൃദവും ശാന്തിയും സമാധാനവും എന്നെന്നും നിലനിൽക്കാൻ നിങ്ങൾ പ്രാർത്ഥിക്കണമെന്നാണ്. ലോകത്ത് സമാധാനവും സ്വസ്ഥതയുമുണ്ടെങ്കിൽ മാത്രമേ നമ്മുടെ വരുംതലമുറയ്ക്ക് ഇവിടെ ശാന്തമായി ജീവിക്കാൻ കഴിയുകയുള്ളൂ. അശാന്തി നിലനിൽക്കുന്ന ഒരു നാട്ടിൽ അഭിവൃദ്ധിയും പുരോഗതിയും പുതിയ കണ്ടുപിടുത്തങ്ങളുമൊന്നും ഉണ്ടാവില്ല. സമൂഹത്തിനും സമുദായത്തിനും നാട്ടിലെ നാനാജാതി മതസ്ഥരായ ജനങ്ങൾക്കും ഐശ്വര്യവും സമൃദ്ധിയും ലഭിക്കാൻ നിങ്ങൾ പ്രാർത്ഥിക്കണമെന്ന് വിനയപുരസരം അഭ്യർത്ഥിച്ചുകൊണ്ട് ഞാനെന്റെ അധ്യക്ഷഭാഷണം അവസാനിപ്പിക്കുകയാണ്.

സൂഫിസം ഉൾക്കൊള്ളലാണ്, നിരാകരണമല്ല

എല്ലാ മതങ്ങളും വിശ്വാസങ്ങളും മനുഷ്യന്റെ നന്മയ്ക്കു വേണ്ടിയാണ്. തന്റെ സഹജീവികൾക്കു വേണ്ടി ഒന്നും ചെയ്യാതെ ഒരാൾക്കും സ്വർഗ്ഗലബ്ധി സാധ്യമാവില്ല. സ്രഷ്ടാവിന്റെ സന്നിധിയിൽ വിശിഷ്ടമായ പദവി ലഭിക്കണമെങ്കിൽ നമുക്കു ചുറ്റും ജീവിക്കുന്ന കഷ്ടപ്പെടുന്ന മനുഷ്യർക്കു വേണ്ടി നാമോരോരുത്തരും അത്യധ്വാനം ചെയ്യണം. ദൈവത്തെ സ്നേഹിക്കുക എന്നതിന്റെ വിവക്ഷ മനുഷ്യനെ സ്നേഹിക്കുക എന്നുള്ളതാണ്. ആ വികാരമാണ് മതത്തിന്റെ അന്തഃസത്ത. ഇന്ന് അധികം പേരും തീർത്തും ഉപരിപ്ലവമായാണ് മതത്തെ കാണുന്നതും വ്യാഖ്യാനിക്കുന്നതും. ആരാധനാനുഷ്ഠാനങ്ങളുടെ കേവലമായ നിർവഹണമാണ് മതവും വിശ്വാസവുമെന്നാണ് അവർ കരുതിവെച്ചിരിക്കുന്നത്. കഷ്ടപ്പെടുന്നവർക്കു വേണ്ടി യത്നിക്കലും നിലകൊള്ളലുമാണ് വിശ്വാസത്തിന്റെ ജീവൻ. ഈ യാഥാർത്ഥ്യം മനസ്സിലാക്കുന്നതിൽ വന്ന വീഴ്ചയാണ് വിവിധ മതധാരകൾക്കിടയിൽ ഇന്നു കാണുന്ന സംഘർഷങ്ങളുടേയും അകൽച്ചയുടേയുമെല്ലാം മൂലഹേതു.

ബഹുമതസാമൂഹ്യഘടന നിലനിൽക്കുന്ന ഒരു രാജ്യമാണ് ഇന്ത്യ. ഒരുപാട് മതങ്ങളും വിശ്വാസങ്ങളും ജാതികളും സംസ്കാരങ്ങളും ഭാഷകളുമൊക്കെ ഇവിടെ നൂറ്റാണ്ടുകളായി നിലനിൽക്കുന്നതാണ്. ഒന്നിനേയും ഈ മണ്ണ് പുറത്താക്കിയിട്ടില്ല. സർവതിനേയും ഉൾക്കൊള്ളുകയാണ് ചെയ്തത്. ഈ ചരിത്രബോധം ഓരോ ഭാരതീയന്റെയും ഹൃത്തടങ്ങളിൽ രൂഢമൂലമാവേണ്ടതുണ്ട്. ഇസ്ലാമികസങ്കൽപപ്രകാരം ലോകത്തിലെ എല്ലാ മതങ്ങളും ദൈവത്തിൽ നിന്ന് അവതീർണ്ണമായിട്ടുള്ളതാണ്. ലോകത്തിന്റെ വ്യത്യസ്തമായ ദിക്കുകളിൽ വ്യത്യസ്ത കാലഘട്ടങ്ങളിൽ ഒരു ലക്ഷത്തിലധികം വരുന്ന പ്രവാചകന്മാർ അവതരിച്ചിട്ടുണ്ടെന്നുള്ളത്

വിശുദ്ധ *ഖുർആൻ* സാക്ഷ്യപ്പെടുത്തുന്നുണ്ട്. ഇസ്ലാംമതവിശ്വാസികൾ എന്നാൽ *ഖുർആനിൽ* മാത്രം വിശ്വസിക്കുന്നവരല്ലെന്ന് *ഖുർആൻ* തന്നെ അടിവരയിടുന്നുണ്ട്. മുഹമ്മദ് നബിക്ക് ഇറക്കപ്പെട്ട ഗ്രന്ഥത്തിൽ മാത്രം വിശ്വസിക്കുന്നവരല്ല, മുഹമ്മദ് നബിക്ക് മുമ്പ് അവതീർണ്ണമായ ഗ്രന്ഥങ്ങളിലും ഒരുപോലെ വിശ്വസിക്കുന്നവരാണ് ഇസ്ലാംമത വിശ്വാസികൾ എന്നാണ് 'ആരാണ് ഒരു മുസ്ലിം' എന്ന ചോദ്യത്തിന്റെ ഉത്തരമായി ഇസ്ലാം പറയുന്നത്.

ലോകത്ത് ഒരു മതവും വിശ്വാസവും മതിയെന്നു പറയുന്നത് ദൈവഹിതത്തിനെതിരാണ്. സർവ മനുഷ്യരേയും ഒരു മതത്തിന്റെ വക്താക്കളും പ്രയോക്താക്കളുമാക്കാൻ ദൈവത്തിന് നിഷ്പ്രയാസം സാധിക്കുമായിരുന്നു. ലോകത്ത് ഒരുപാട് മതങ്ങൾ വേണമെന്നും നിരവധി വൈവിധ്യപൂർണ്ണമായ വിശ്വാസിസമൂഹങ്ങൾ ഉണ്ടാകണമെന്നുമാണ് ദൈവം നിശ്ചയിച്ചത്. ബഹുസ്വരത ദൈവനിശ്ചയമാണെന്നു സാരം. പരസ്പരം ആദരിക്കാനും ബഹുമാനിക്കാനും വിവിധ മതവിഭാഗങ്ങളിൽ പെടുന്നവർക്ക് കഴിയണം. അതാണ് നമ്മുടെ രാജ്യത്തിനും ലോകത്തിനും കരണീയമായിട്ടുള്ളത്. ഒരേ മതത്തിൽ വിശ്വസിക്കുന്നവർക്കേ ഒരു രാഷ്ട്രമാകാൻ കഴിയൂ എന്ന് ചിലർ പ്രചരിപ്പിക്കുന്നുണ്ട്. ചരിത്രവസ്തുതകൾക്കും യാഥാർത്ഥ്യങ്ങൾക്കും വിരുദ്ധമാണത്. ഇന്ത്യ വിഭജിക്കപ്പെട്ട് പാക്കിസ്ഥാൻ എന്ന രാഷ്ട്രമുണ്ടായത് മതത്തിന്റെ അടിസ്ഥാനത്തിലാണ്. ആ രാജ്യത്തിലെ 95 ശതമാനത്തിലധികം ജനങ്ങളും മുസ്ലിങ്ങളായിരുന്നു. 1971 ൽ പാക്കിസ്ഥാൻ പിളർന്ന് രണ്ടു രാജ്യങ്ങളായി. പാക്കിസ്ഥാനെന്നും ബംഗ്ലാദേശെന്നും. വ്യത്യസ്ത മതവിഭാഗങ്ങൾ പതിറ്റാണ്ടുകളായി അധിവസിക്കുന്ന സ്വാതന്ത്ര്യാനന്തര ഇന്ത്യയിൽ അത്തരത്തിലുള്ള ഒരു വിഭജനവും ഇതുവരെ ഉണ്ടായിട്ടില്ല. മതമല്ല ഒരു രാഷ്ട്രത്തിന്റെ അടിസ്ഥാനമെന്നതിന്റെ വ്യക്തമായ ഉദാഹരണമാണ് ഇന്ത്യയുടെയും പാക്കിസ്ഥാന്റെയും അനുഭവങ്ങൾ. നമ്മുടെ രാജ്യത്ത് എണ്ണിയാലൊടുങ്ങാത്ത സംസ്കാരങ്ങളും ജീവിതരീതികളും ഭക്ഷണസമ്പ്രദായങ്ങളുമാണ് കാലങ്ങളായി നിലനിൽക്കുന്നത്.

പശുവിനെ അറുക്കുന്നതുമായി ബന്ധപ്പെട്ട് വലിയൊരു വിവാദം അടുത്തകാലത്തുയർന്നത് നിങ്ങളുടെ ശ്രദ്ധയിലുണ്ടാകുമല്ലോ? ഇക്കാര്യത്തിൽ പ്രതിസ്ഥാനത്ത് നിർത്തപ്പെട്ടിരിക്കുന്നത് മുസ്ലിങ്ങളാണ് താനും. സത്യത്തിൽ, ഈ വിഷയത്തിലെ യാഥാർത്ഥ്യം മുസ്ലിംസമൂഹം ലോകത്തോട് ഇതുവരെയും വെളിപ്പെടുത്തിയിട്ടില്ലെന്നാണ് എനിക്കു തോന്നുന്നത്. കേരളത്തിലെ മുസ്ലിങ്ങൾ പശുവിന്റെ ഇറച്ചിയിൽ തൽപരരല്ലാത്തവരാണ്. കാളയേയും പോത്തിനേയുമാണ് അവർ സാധാരണഗതിയിൽ അറുത്ത് ഭക്ഷിക്കാറ്. പശുവിന്റെ ഇറച്ചിയാണെന്നറിഞ്ഞാൽ ഞങ്ങളാരും അത് വാങ്ങാറില്ല. മുസ്ലിംവീടുകളിൽ ഒരു കുട്ടി ജനിച്ചാൽ പതിനഞ്ചാമത്തെ ദിവസം ബലിയറുക്കും. അങ്ങനെ ബലിയറുക്കുന്ന കൂട്ടത്തിൽ എവിടെയെങ്കിലും ഒരു പശുവിനെ അറുക്കുന്നത് ആരുടെയെ

ങ്കിലും ശ്രദ്ധയിൽ പെട്ടിട്ടുണ്ടോ? എന്റെ ജീവിതത്തിൽ അത്തരമൊരു അനുഭവം ഉണ്ടായിട്ടേയില്ല. പ്രായമായ ആളുകളോട് ഞാനിതിനെക്കുറിച്ച് അന്വേഷിച്ചിരുന്നു. അവരും സമാനമായ അഭിപ്രായം തന്നെയാണ് രേഖപ്പെടുത്തിയത്. അതിന്റെ കാരണത്തെക്കുറിച്ച് ഞാൻ ഒരു കാരണവരോട് ചോദിച്ചപ്പോൾ അദ്ദേഹത്തിന്റെ മറുപടി ഏറെ അർത്ഥഗർഭമായിരുന്നു: 'പുതിയ തലമുറയുടെ വിചാരം അവരാണ് ഏറ്റവും വലിയ അറിവാളന്മാരെന്നാണ്. എന്നാൽ സത്യം അതല്ല. നമ്മുടെ പൂർവികർക്ക് വലിയ അറിവും വിദ്യാഭ്യാസവും ഇല്ലായിരുന്നിരിക്കാം. പക്ഷേ അവർക്ക് ഈ നാട് എന്താണെന്ന് വ്യക്തമായി അറിയാമായിരുന്നു. പശുവിനെ അറുത്താൽ അത് സഹോദരസമുദായത്തെ പ്രയാസപ്പെടുത്തുമോ എന്ന് അവർ ശങ്കിച്ചിരിക്കണം. അതുകൊണ്ടായിരിക്കാം പശുവിനെ അറുക്കുന്ന സമ്പ്രദായം കേരളത്തിലെ മുസ്ലിങ്ങൾക്കിടയിൽ വളരാതിരുന്നത്.' എന്നാൽ പശുവിറച്ചി വിവാദവുമായി ബന്ധപ്പെട്ട് മുസ്ലിങ്ങളിൽ പലരും പ്രതികരിക്കാറുള്ളത് വസ്തുതാവിരുദ്ധമായാണ്. 'ഞങ്ങൾ പശുവിനെ അറുക്കും, പശുവിറച്ചി കഴിക്കും' എന്ന മട്ടിലാണ് പലരുടെയും പറച്ചിൽ. ഇതൊരുതരം വാശിപ്പുറത്തുള്ള പ്രതികരണമാണ്. വൈകാരികമായ അട്ടഹാസത്തിന് അതിവൈകാരികമായ മറുപടി എന്നൊക്കെ പറയുന്നത് ഇതിനെയാണ്. അറുക്കാത്തതിനെ എന്തിനാണ് അറുക്കും എന്ന് പറയുന്നത്? സാധാരണ ഭക്ഷിക്കാത്ത മാംസം ഭക്ഷിക്കുമെന്ന് അവകാശപ്പെടുന്നതിലെ ഗുട്ടൻസ് എനിക്കിന്നും പിടികിട്ടിയിട്ടില്ല. ചോദ്യവും ഉത്തരവും ഒരു വാശിപ്പുറത്താണെന്ന് ചുരുക്കം.

എത്രമേൽ സൗഹൃദത്തിലും പാരസ്പര്യത്തിലുമാണ് ഇവിടെയുള്ള ഹിന്ദുക്കളും മുസ്ലിങ്ങളും ജീവിക്കുന്നതെന്നറിയാൻ നാട്ടിലൂടെ കണ്ണും കാതും തുറന്ന് ഒന്നു നടന്നാൽ മതി. ഞാൻ ഒരു പരിപാടിയിൽ പങ്കെടുക്കാൻ കണ്ണൂർ ജില്ലയിലെ ധർമ്മടത്ത് പോയപ്പോൾ മഗ്രിബ് നമസ്കരിക്കാൻ ഒരു പള്ളിയിൽ കയറി. നമസ്കാരാനന്തരം പ്രദേശവാസികളോട് അവിടുത്തെ സ്ഥിതിഗതികളൊക്കെ ചോദിച്ചറിഞ്ഞു. അവിടെ ഒരു വലിയ ഉത്സവം നടക്കുന്ന സമയമായിരുന്നു അത്. പ്രസ്തുത ഉത്സവം നടക്കുന്ന ഒരാഴ്ച്ചക്കാലം ആ നാട്ടിലെ ആരും മത്സ്യം കഴിക്കാറില്ല. ഹിന്ദുക്കളും മുസ്ലിങ്ങളും ക്രൈസ്തവരുമെല്ലാം അനാദികാലം മുതൽക്ക് പിന്തുടർന്നു പോരുന്ന സമ്പ്രദായമാണത്രെ അത്. ഇന്നുവരെ സഹോദരമതസ്ഥരായ ആരും മേൽരീതിക്ക് ഒരു ഭംഗവും വരുത്തിയിട്ടില്ലെന്നു കേട്ടപ്പോൾ എന്തെന്നില്ലാത്ത സന്തോഷമാണ് എനിക്കു തോന്നിയത്. ഉത്സവകാലം കഴിയേണ്ട താമസം മത്സ്യത്തിന്റെയും മാംസത്തിന്റെയും ഒരു പൊടിപൂരമാകുമത്രെ അവിടം. നൂറ്റാണ്ടുകളായി ആ ദേശത്തെ ജനങ്ങളും അവരുടെ പ്രപിതാക്കളും തുടർന്നുപോരുന്ന മൈത്രിയുടെ സുദൃഢമായ കണ്ണികളുടെ സൗന്ദര്യം അനിർവചനീയമാണ്. ചങ്ങാത്തത്തിന്റെ ആ നല്ല ശീലം തലമുറകൾ കൈമാറി ഇന്നും കെടാതെ സൂക്ഷിക്കപ്പെടുന്നു. അവർണ്ണനീയമായ ഈ സൗഹാർദ്ദത്തേയും മൈത്രിയേയുമാണ് ചില

കേന്ദ്രങ്ങൾ ബോധപൂർവം ഇല്ലാതാക്കാൻ ശ്രമിക്കുന്നത്.

സത്യത്തിൽ ഇന്ത്യയെപ്പോലുള്ള ഒരു രാജ്യത്ത് മുസ്ലിങ്ങളിലെ പാരമ്പര്യവാദികൾ ഉയർത്തിപ്പിടിക്കുന്ന ആശയങ്ങളാണ് അഭികാമ്യമെന്ന് ആരെങ്കിലും അവകാശപ്പെട്ടാൽ അത് പൂർണ്ണമായും തെറ്റാണെന്ന് പറയാനാവില്ല. സൂഫീദർശനത്തിന്റെ തുടർക്കണ്ണികളാണ് കേരളത്തിലെ മുസ്ലിങ്ങളിൽ മഹാഭൂരിഭാഗവും. സൂഫിസത്തിൽ ശത്രുതയും അകൽച്ചയുമില്ല. പരസ്പരമുള്ള സ്നേഹത്തിന്റെയും കൊള്ളൽ കൊടുക്കലിന്റെയും അംഗീകരിക്കലിന്റെയും ദർശനമാണ് സൂഫിസമെന്നർത്ഥം.

കണ്ണൂർ ജില്ലയിലെ പറശ്ശിനിക്കടവ് മുത്തപ്പൻകാവ് ക്ഷേത്രത്തിൽ പോവാൻ ഏതാനും മാസങ്ങൾക്കു മുമ്പ് എനിക്കൊരവസരമുണ്ടായി. ഇഷ്ടമുള്ളവർക്കൊക്കെ ആ ക്ഷേത്രത്തിൽ പ്രവേശിക്കാം. ഒരു നിയന്ത്രണവും ആർക്കുമില്ല. ഞാനവിടെ എല്ലാ സ്ഥലങ്ങളും നടന്നുകണ്ടു. ക്ഷേത്രക്കമ്മിറ്റിയുടെ ക്ഷണമനുസരിച്ച് അവരൊരുക്കിയ ചായസൽക്കാരത്തിൽ പങ്കുകൊള്ളാൻ ഞാനവരുടെ ഓഫീസിലെത്തി. ചായ കുടിച്ചുകൊണ്ടിരിക്കെ ക്ഷേത്രത്തിന്റെ പ്രധാന ഭാരവാഹികളിൽ ഒരാളായ, കാഴ്ചയിൽ തലയെടുപ്പുള്ള കാരണവർ പല കാര്യങ്ങളും സംസാരിച്ച കൂട്ടത്തിൽ മുത്തപ്പൻകാവ് ക്ഷേത്രത്തിന്റെ മതേതരപാരമ്പര്യത്തെ കുറിച്ച് പറഞ്ഞതു കേട്ടപ്പോൾ അക്ഷരാർത്ഥത്തിൽ ഞാൻ ഹർഷപുളകിതനായി. ദശാബ്ദങ്ങളായി ക്ഷേത്രത്തിലെ ഓരോ ദിവസത്തേയും പൂജാസാധനങ്ങൾ അവർ വാങ്ങുന്നത് ഒരു മുസ്ലിംകുടുംബം നടത്തുന്ന കടയിൽ നിന്നാണത്രെ. പണ്ടേക്കുപണ്ടേ അങ്ങനെ തന്നെ. ആരും ഇതുവരെ അത് മാറ്റാൻ തുനിഞ്ഞിട്ടില്ല. ഓരോ ദിവസവവും രാവിലെ അഞ്ചുമണിക്ക് ക്ഷേത്രവാതിൽ തുറക്കുന്ന സമയത്ത് ആ മുസ്ലിംകുടുംബത്തിലെ കാരണവർ സാധനങ്ങളുമായി അവിടെയുണ്ടായിരിക്കും. ഇന്നത്തെ വിലയനുസരിച്ച് അയ്യായിരം രൂപയോളം വരും ആ പൂജാസാധനങ്ങൾക്ക്. വർഷങ്ങളായി അതിരാവിലെ പൂജാസാമഗ്രികൾ കൊണ്ടുവരുമായിരുന്ന 'കാക്ക' മരണപ്പെട്ടു. ഒരു ദിവസം രാത്രിയാണത്രെ അദ്ദേഹം മരിച്ചത്. ഖബറടക്കം പിറ്റേന്നാണ്. പൂജാരി ഉൾപ്പെടെയുള്ളവർ വല്ലാതെ അസ്വസ്ഥരായ രാത്രിയായിരുന്നു കടന്നുപോയത്. രാവിലെ പൂജയ്ക്കുള്ള സാധനങ്ങൾക്ക് എന്തു ചെയ്യും? ആർക്കും ഒരുത്തരവുമുണ്ടായിരുന്നില്ല. കലുഷിതമായ മനസ്സോടെയും എന്തുചെയ്യണമെന്ന് നിശ്ചയമില്ലാതെയും മുറതെറ്റാതെ പുലർച്ചെ അഞ്ചുമണിക്ക് പൂജാരി ക്ഷേത്രകവാടം തുറന്നപ്പോൾ കണ്ട കാഴ്ച അദ്ദേഹത്തെ ശരിക്കും അത്ഭുതപ്പെടുത്തി. മരണപ്പെട്ട വയോധികന്റെ മകൻ നിറകണ്ണുകളോടെ പൂജാസാമഗ്രികളുമായി മുന്നിൽ നിൽക്കുന്നു. ബാപ്പയുടെ മയ്യിത്ത് വീട്ടിൽ കിടക്കുമ്പോഴും അവൻ എത്തിയത് പൂജ മുടങ്ങരുതെന്ന നിശ്ചയത്തിലായിരുന്നു. പൂജാരിയോട് ആ ചെറുപ്പക്കാരൻ തൊണ്ടയിടറിക്കൊണ്ട് പറഞ്ഞു: 'ബാപ്പയുടെ വസിയ്യത്തുണ്ടായിരുന്നു, നമ്മുടെ കുടുംബത്തിലെ ഒരാൾ ജീവിച്ചിരിക്കെ ക്ഷേത്രത്തിലെ പൂജയ്ക്കുള്ള സാധനങ്ങൾ മുടക്കരുതെന്ന്.'

ഇതുകേട്ടപ്പോൾ ഞാനറിയാതെ എന്റെ കണ്ണുകൾ നിറഞ്ഞു.

ഇന്ന് എന്താക്കെയാണ് ചിലർ പറയുന്നത്. ക്ഷേത്രത്തിന്റെ കോമ്പൗണ്ടിൽ മറ്റു മതസ്ഥരെ പ്രവേശിപ്പിക്കരുത്, കച്ചവടം ചെയ്യാൻ അനുവദിക്കരുത്, ക്ഷേത്രത്തിന്റെ കെട്ടിടത്തിലെ റൂമുകൾ ഹൈന്ദവേതരർക്ക് നൽകരുത്. അങ്ങനെയങ്ങനെ പലതും. നൂറ്റാണ്ടുകളായി നമുക്ക് ചുറ്റും നടന്നുവരുന്ന മുൻപറഞ്ഞ പോലുള്ള പാരമ്പര്യങ്ങൾ ജനങ്ങളെ ഭിന്നിപ്പിക്കാൻ ശ്രമിക്കുന്നവർ കാണുന്നില്ലേ? മലപ്പുറം ജില്ലയിലെ തീരപ്രദേശമായ താനൂരിലെ പ്രസിദ്ധമായ ക്ഷേത്രത്തിലെ മുഖ്യപുരോഹിതനെ നിയമിക്കുന്നത് അവിടുത്തെ പൗരാണിക മുസ്ലിംതറവാട്ടിൽ നിന്നാണ്. തദ്ദേശസ്വയംഭരണവകുപ്പു മന്ത്രി എന്ന നിലയിൽ ഒരിക്കൽ ഞാൻ ശബരിമലയിലെ ഒരുക്കങ്ങൾ വിലയിരുത്താൻ അവിടെ പോവുകയുണ്ടായി. അവിടുത്തെ അനുഷ്ഠാനരീതികൾ കാണുമ്പോൾ നമുക്ക് അത്ഭുതം തോന്നും. ശബരിമലയുടെ കോമ്പൗണ്ടിൽ പതിനെട്ടാംപടിയുടെ തൊട്ടുമുമ്പിൽ അൽപം വലതുമാറി ഒരു നടയുണ്ട്. പച്ചക്കൊടികളും നേർച്ചപ്പെട്ടിയുമുള്ള അവിടെ വാവരുനട എന്നെഴുതിവെച്ചത് എന്റെ ശ്രദ്ധയിൽ പെട്ടു. ഞാനവിടെ ചെന്നു നോക്കിയപ്പോൾ ഒരു മുസ്ലിംപുരോഹിതൻ ഫാത്തിഹ സൂറത്തോതി അവിടെയെത്തുന്ന ഭക്തർക്ക് കുരുമുളകും കൽക്കണ്ടവും പ്രസാദമായി നൽകുന്നു. അയ്യപ്പനും വാവരും തമ്മിലുള്ള ആത്മബന്ധത്തിന് ഇതിൽപരം തെളിവ് മറ്റെന്തു വേണം? അയ്യപ്പൻ കിഴക്കോട്ട് തിരിഞ്ഞിരിക്കുന്നു. അദ്ദേഹത്തിന് മുഖാമുഖം വാതിലുകൾ പടിഞ്ഞാറോട്ട് തുറന്നിട്ട് വാവരുടെ നട നിലകൊള്ളുന്നു. അന്വേഷണത്വരയോടെ നാടൊന്ന് ചുറ്റിക്കറങ്ങിയാൽ എല്ലാ പകയും വിദ്വേഷവും നമ്മുടെ മനസ്സുകളിൽ നിന്ന് പമ്പകടക്കും. ഐക്യപ്പെടലിന്റെ സാധ്യതകളാണ് നാം തേടേണ്ടത്.

ഹൈന്ദവനും മുസൽമാനും വിപരീതദിശയിൽ യാത്രചെയ്യേണ്ടവരാണോ? മതസൗഹാർദ്ദത്തിന്റെ ശത്രുക്കൾ അങ്ങനെയൊരു പ്രതീതിയാണ് ജനങ്ങൾക്കിടയിൽ പരത്താൻ കിണഞ്ഞുശ്രമിക്കുന്നത്. അതിന് ആരും വളംവെച്ച് കൊടുക്കരുത്. ഈയടുത്ത് ഞാനൊരു പ്രസംഗം കേട്ടു, ഹിന്ദു ചെയ്യുന്നതിന്റെ നേർവിപരീതമാണ് മുസ്ലിം ചെയ്യുന്നതെന്ന്. ഉദാഹരണമായി പ്രാസംഗികൻ ചൂണ്ടിക്കാണിച്ചത് മുണ്ടുടുക്കലിന്റെ കാര്യമാണ്. ഹിന്ദുക്കൾ വലത്തോട്ട് മുണ്ടുടുക്കുന്നതു കൊണ്ടാണ് മുസ്ലിങ്ങൾ ഇടത്തോട്ട് മുണ്ടുടുക്കുന്നത് എന്നാണയാൾ പ്രസംഗിച്ചത്. കേൾക്കുന്നവർക്ക് പ്രത്യക്ഷത്തിൽ ഇതു ശരിയല്ലേ എന്നു തോന്നിയേക്കാം. പക്ഷേ, നമ്മളാരും ഇതിന്റെ സത്യാവസ്ഥ മനസ്സിലാക്കാൻ ശ്രമിക്കാറില്ല. ഇന്ത്യയുടെ ഉപരാഷ്ട്രപതി കേരളത്തിൽ വന്നപ്പോൾ എന്നെയാണ് മിനിസ്റ്റർ ഇൻ വെയ്റ്റിങ്ങായി മുഖ്യമന്ത്രി നിശ്ചയിച്ചിരുന്നത്. യാത്രയ്ക്കിടെ ഞങ്ങൾ പല വിഷയങ്ങളും ചർച്ച ചെയ്തു. അദ്ദേഹം ഇടത്തോട്ടായിരുന്നു മുണ്ടുടുത്തിരുന്നത്. സംസാരത്തിനിടെ ഇക്കാര്യവും കയറിവന്നു. കേരളത്തിൽ മുസ്ലിങ്ങളാണ് ഇടത്തോട്ട് മുണ്ടുടുക്കാറുള്ളതെന്ന് ഞാൻ

പറഞ്ഞു. അതുകേട്ട ഉടനെ അദ്ദേഹത്തിന്റെ മറുപടി ഇപ്രകാരമായിരുന്നു: 'തമിഴ് ബ്രാഹ്മണരും ആന്ധ്രാപ്രദേശിലെ ഭൂരിപക്ഷം ഹിന്ദുക്കളും ഇടത്തോട്ടാണ് മുണ്ടുടുക്കാറുള്ളത്.' ബി.ജെ.പി.യുടെ വലിയ നേതാവായിരുന്ന വെങ്കയ്യ നായിഡുവാണ് ഇത് പറഞ്ഞതെന്ന് ഓർക്കണം. എന്നിട്ടാണ് ഇത്യാദി നിസ്സാരകാര്യങ്ങളെ മതവിശ്വാസികൾക്കിടയിലെ വ്യത്യാസമായി പർവതീകരിച്ച് അവതരിപ്പിക്കുന്നത്.

വിവിധ മതവിശ്വാസികൾക്കിടയിലെ വിഭിന്നതകൾ തേടിയല്ല, അവർക്കിടയിലെ സമാനതകൾ തേടിയാണ് നാം പോകേണ്ടത്. സൂഫികൾ ആ വഴിക്ക് യാത്ര ചെയ്തവരായിരുന്നു. അതുകൊണ്ടാണ് സൂഫിസം നിരാകരണത്തിന്റേതാകാതിരുന്നതും ഉൾക്കൊള്ളലിന്റേതായതും.

ഭരണഘടന തന്നെയാണ് ഒന്നാമൻ

രാജ്യമാസകലം പ്രക്ഷോഭസമരങ്ങളുടെ തീച്ചൂളയിലേക്ക് എടുത്തെറിയപ്പെട്ടു കൊണ്ടിരിക്കുകയാണ്. ഇന്ത്യയിലെ സർവകലാശാലകളും ക്യാമ്പസുകളും സമരമുഖരിതമാണ്. നാനാജാതിമതസ്ഥരും പണ്ഡിതന്മാരും വിശിഷ്ടവ്യക്തികളും കലാ സാഹിത്യ സാംസ്കാരിക സാമൂഹ്യ മേഖലകളിലെ പ്രമുഖരുമെല്ലാം രാജ്യത്ത് നടക്കുന്ന CAAവിരുദ്ധ സമരപരിപാടികൾക്ക് പിന്തുണ പ്രഖ്യാപിച്ചുകൊണ്ട് കടന്നുവരുന്ന കാഴ്ച ആഹ്ലാദകരമാണ്. യാതൊരു മുന്നൊരുക്കവുമില്ലാതെ, രാജ്യമാസകലം എങ്ങനെയാണ് ഈ സമരത്തീ പടർന്നുപിടിച്ചത്? ആബാലവൃദ്ധം ജനങ്ങൾക്കിടയിൽ സമരവീര്യം പതഞ്ഞു പൊങ്ങിയതിന്റെ അടിസ്ഥാനഹേതു എന്തായിരുന്നു? രാജ്യം ഭരിക്കുന്ന നരേന്ദ്ര മോദിയുടെ നേതൃത്വത്തിലുള്ള ഭരണകൂടം ജനങ്ങളെ മതത്തിന്റെ പേരിൽ ഭിന്നിപ്പിക്കാൻ ശ്രമിച്ചു. ഞങ്ങൾക്ക് ജീവനുള്ളിടത്തോളം കാലം ആ ശ്രമം നടക്കില്ലെന്ന് മതേതരവിശ്വാസികളായ കോടിക്കണക്കിനാളുകൾ പ്രഖ്യാപിച്ചു. അധികാരസംവിധാനങ്ങൾ ഉപയോഗിച്ച് ഈ സമരങ്ങളെയെല്ലാം അടിച്ചമർത്താൻ സാധിക്കുമെന്നാണ് നരേന്ദ്ര മോദിയും അദ്ദേഹത്തിന്റെ വിശ്വസ്തനായ ആഭ്യന്തരമന്ത്രി അമിത് ഷായും വിചാരിച്ചിട്ടുണ്ടാവുക. നമ്മുടെ രാജ്യത്ത് ഒരു ഭരണഘടനയും ഇല്ലാതിരുന്ന കാലത്ത്, നീതിന്യായവ്യവസ്ഥ ശരിയാംവിധമാണോ മുന്നോട്ടു പോകുന്നത് എന്ന് പരിശോധിക്കാൻ പൊതുസ്വീകാര്യമായ കോടതികൾ പ്രവർത്തിക്കാതിരുന്ന കാലത്ത്, എന്തും ഏതും തന്നിഷ്ടംപോലെ ചെയ്യാമെന്ന് ഭരണകൂടം വിചാരിച്ചിരുന്ന സമയത്ത് ബ്രിട്ടീഷുകാർ കൊണ്ടുവന്ന കരിനിയമങ്ങൾക്കെതിരേയും അവരുടെ ക്രൂരമായ അടിച്ചമർത്തലുകൾക്കെതിരേയും രാജ്യവ്യാപകമായി നടന്ന ജനകീയമുന്നേറ്റങ്ങളെ ചോരയിൽ മുക്കിക്കൊല്ലാൻ

ആവുന്നതെല്ലാം കൊളോണിയൽ ശക്തികൾ ചെയ്തു. താൽക്കാലികവിജയങ്ങൾ സാമ്രാജ്യത്വ തമ്പുരാക്കൾക്കായിരുന്നു. അവസാനം, ഒരുപാട് കഷ്ടനഷ്ടങ്ങൾക്കൊടുവിലാണെങ്കിലും, മഹാത്മജിയുടെ നേതൃത്വത്തിലുള്ള അഹിംസയിലധിഷ്ഠിതമായ സമരം വിജയം കണ്ടു. അദ്ദേഹത്തിന്റെ അക്രമരാഹിത്യ സമരമുറയ്ക്ക് മുന്നിൽ സൂര്യനസ്തമിക്കാത്ത ബ്രിട്ടീഷ്സാമ്രാജ്യത്തിന് മുട്ടുമടക്കേണ്ടിതന്നെ വന്നു.

ഭാരതം ലോകത്ത് എക്കാലത്തും തല ഉയർത്തിപ്പിടിച്ചു നിന്നത് അതിന്റെ മതനിരപേക്ഷ പാരമ്പര്യം ആകാശംമുട്ടെ ഉയർത്തിപ്പിടിച്ചു കൊണ്ടാണ്. ചിക്കാഗോയിൽ നടന്ന ലോക മതസമ്മേളനത്തിൽ പങ്കെടുത്ത് സ്വാമി വിവേകാനന്ദൻ നടത്തിയ പ്രസംഗം ലോകോത്തരമാണ്. ഏതാണ്ടെല്ലാ മതനേതാക്കളും പ്രസംഗിച്ചു കഴിഞ്ഞതിനു ശേഷമാണ് കൂട്ടത്തിൽ ചെറുപ്പക്കാരനായ സ്വാമി വിവേകാനന്ദൻ സമ്മേളനവേദിയിലേക്ക് പ്രസംഗിക്കാൻ ക്ഷണിക്കപ്പെട്ടത്. അദ്ദേഹം പ്രസംഗം തുടങ്ങിയതു തന്നെ 'അമേരിക്കയിലെ എന്റെ സഹോദരീസഹോദരന്മാരേ' എന്ന് അഭിസംബോധന ചെയതുകൊണ്ടായിരുന്നു. അതോടെ സദസ്സ് നിശ്ശബ്ദമായി. പിന്നെ വാക്കുകളുടെ പ്രവാഹമായിരുന്നു. സുദീർഘമായ പ്രസംഗങ്ങളല്ല, ദീർഘമല്ലാത്ത ഭാഷണങ്ങളാണ് ചരിത്രത്തിന്റെ ഭാഗമായിട്ടുള്ളത്. ലോകത്തിലെ മുഴുവൻ മതവിശ്വാസികളുടെയും വിവിധ പേരുകളിലറിയപ്പെടുന്ന എല്ലാ ആരാധ്യരുടെയും പേരെടുത്തു പറഞ്ഞ്, ആ മഹാശക്തികളെ നമിച്ചാണ് അദ്ദേഹം തന്റെ പ്രസംഗം തുടങ്ങിയത്. സ്വാമിജി പ്രഭാഷണമദ്ധ്യേ പറഞ്ഞു: 'എല്ലാ ദർശനങ്ങളെയും മാറോടു ചേർത്തുവെച്ച ഒരു നാട്ടിൽ നിന്നാണ് ഞാൻ വരുന്നത്. അഭയംതേടി വന്നവർ ഏതു ദിക്കിൽ നിന്നുള്ളവരായാലും, അവർക്കെല്ലാം നിർഭയത്വത്തിന്റെ ചിറകുകൾ വിരിച്ചു കൊടുത്ത പാരമ്പര്യം തുടിച്ചുനിൽക്കുന്ന നാടാണ് എന്റേതെന്നു പറയാൻ എനിക്ക് അതിയായ അഭിമാനമുണ്ട്.' ലോകാവസാനം വരെ ഈ വാക്കുകൾ ആരുടെ മുന്നിലും ശിരസ്സുയർത്തി പറയാൻ ഓരോ ഇന്ത്യക്കാരനും സാധിക്കണം. അതിനുവേണ്ടിയാണ് ജനങ്ങൾ തെരുവുകൾ കയ്യടക്കിയിരിക്കുന്നത്. ഇന്ത്യ ആരുടെ മുന്നിലും വാതിലുകൾ കൊട്ടിയടക്കുകയല്ല ഇതുവരെ ചെയ്തിട്ടുള്ളത്. വന്നണഞ്ഞ ആശയ ങ്ങൾക്കും ആളുകൾക്കുമെല്ലാം സ്വാഗതമേകി അവർക്കു മുന്നിൽ വാതിലുകൾ മലർക്കെ തുറന്നിട്ടു കൊടുത്തിട്ടുള്ള ചരിത്രമാണ് ഭാരതത്തിന്റേത്.

മതം പൗരത്വത്തിന് നി ദാനമാകുമ്പോൾ അപമാനഭാരത്താൽ തല കുനിക്കേണ്ടി വരുന്നത് ഭാരതാംബക്കാണ്. അഭയംതേടി വരുന്നവരെ നുഴഞ്ഞുകയറ്റക്കാർ എന്നാണ് നാം വിളിക്കുന്നത്. അതിൽ തന്നെ ഹിന്ദുവിനെയും മുസ്ലിമിനെയും സിക്കുകാരനെയും പാർസിയെയും ക്രിസ്ത്യാനിയെയും നാം ചികഞ്ഞ് വേർതിരിച്ചു നിർത്തുകയാണ്. ഒരുകൂട്ടരെ സ്വാതന്ത്ര്യത്തിന്റെ വിഹായസ്സിലേക്കും മറ്റൊരു കൂട്ടരെ അടിമത്വത്തിന്റെ തടങ്കൽപാളയങ്ങളിലേക്കും തള്ളിവിടുമെന്ന് ഭരണകൂടം നിർലജ്ജം തീരുമാനമെടുത്തിരിക്കുകയാണ്. ബാബരി ധ്വംസനാനന്തര ഇന്ത്യയിൽ നിര

വധി കലാപങ്ങളും അക്രമങ്ങളുമാണ് അരങ്ങേറിയത്. അവയിൽ ഏതെങ്കിലുമൊരു സംഭവത്തിൽ നുഴഞ്ഞുകയറ്റക്കാരെന്ന് ഭരണകൂടം മുദ്ര കുത്തിയിട്ടുള്ള പാവം മനുഷ്യർക്ക് പങ്കുണ്ടായിരുന്നു എന്ന് തെളിവുകൾ നിരത്തി സമർത്ഥിക്കാൻ അമിത് ഷായ്ക്ക് കഴിയുമോ? രാജ്യത്ത് നടന്ന ഭീകരാക്രമണങ്ങളിൽ ഏതെങ്കിലുമൊന്നിൽ 'നുഴഞ്ഞുകയറ്റക്കാർ' എന്നാക്ഷേപിക്കപ്പെടുന്ന, കൽക്കത്തയിലോ അസമിലോ പുഴുക്കളെപ്പോലെ ജീവിക്കുന്ന നിരാശ്രയരായ സാധുക്കൾക്ക് പങ്കുണ്ടായിരുന്നുവെന്ന് മോദിക്ക് തെളിവുകളോടെ പറയാനായാൽ ഈ സമരം അന്ന് അവസാനിപ്പിക്കും.

പട്ടിണിക്കോലങ്ങൾക്കിടയിൽ എന്തിനാണ് ഹിന്ദുവിനെയും മുസ്ലിമിനെയും തെരയുന്നത്? ലക്ഷക്കണക്കിന് ജൂതന്മാരെ കൊന്നൊടുക്കാൻ ഹിറ്റ്ലർ കോൺസൻട്രേഷൻ ക്യാമ്പുകൾ ഒരുക്കിയതുപോലെ പതിനായിരങ്ങൾക്ക് മരണക്കളമൊരുക്കാനാണ് രാജ്യത്തിന്റെ പല ഭാഗങ്ങളിൽ കേന്ദ്രസർക്കാർ ഡിറ്റൻഷൻ ക്യാമ്പുകൾ സജ്ജമാക്കിയിരിക്കുന്നത്. എഴുതി വെച്ചോളൂ, ഇതിനെതിരേ നിസ്സഹായമായ മൗനം പാലിക്കാനാണ് ഭാവമെങ്കിൽ, ലോകത്തെ ഞെട്ടിക്കുന്ന മനുഷ്യക്കുരുതിക്കാണ് ഇന്ത്യ സാക്ഷ്യം വഹിക്കാൻ പോകുന്നത്. രാജ്യത്തെ ഒരു ജനവിഭാഗത്തിനും സ്വസ്ഥതയോ സമാധാനമോ ലഭിക്കാത്ത നാളുകളാകും ലഭിക്കുക.

ഇന്ത്യയിലെ മഹാഭൂരിപക്ഷം വരുന്ന ഹിന്ദുമതവിശ്വാസികളും മുസ്ലിങ്ങളുടെ സാന്നിദ്ധ്യം ആഗ്രഹിക്കുന്നവരാണ്. രാജ്യത്തെ ജനങ്ങൾ നടത്തുന്ന സമരത്തിന്റെ കാരണമെന്തെന്ന് അന്വേഷിക്കുകയോ പരിഹാരം കാണാൻ ശ്രമിക്കുകയോ ചെയ്യാതെ വളരെ നിരുത്തരവാദപരമായി പ്രധാനമന്ത്രി പറഞ്ഞത് 'സമരം ചെയ്യുന്നവരുടെ വസ്ത്രം നോക്കിയാലറിയാം അവരാരാണെന്ന്' എന്നാണ്. സമരക്കാരുടെ കോലം നോക്കി ഒരു ജനകീയമുന്നേറ്റത്തെ അവഹേളിച്ച ഭരണാധികാരി അണ്ഡകടാഹത്തിൽ എവിടെയെങ്കിലും ഉണ്ടാകുമോ? എത്രമേൽ ഹീനമാണത്.

ഒരു വിഭാഗത്തിന്റെ പൗരത്വം ചോദ്യംചെയ്യപ്പെടുന്ന നാളുകൾ സമാഗതമായി എന്ന് ഇന്ത്യയുടെ ആഭ്യന്തരമന്ത്രി പറയുമ്പോൾ പകച്ചുപോയ ജനതതിക്ക് കേരളത്തിന്റെ മുഖ്യമന്ത്രി ശ്രീ. പിണറായി വിജയൻ ആർജവത്തോടെ പറഞ്ഞ വാക്കുകൾ ഒരു കുളിർമഴ പോലെയാണ് അനുഭവപ്പെട്ടത്. അതവർക്ക് നൽകിയ ആത്മവിശ്വാസം എല്ലാ വിവരണങ്ങൾക്കും അതീതമാണ്. കാറ്റും കോളും നിറഞ്ഞ ഒരന്തരീക്ഷത്തിൽ, മറ്റൊരാളായിരുന്നു കേരളത്തിന്റെ മുഖ്യമന്ത്രിക്കസേരയിലെങ്കിൽ ഇത്തരമൊരു ആത്മവിശ്വാസം കേരള ജനതയ്ക്ക് ലഭിക്കുമായിരുന്നു എന്ന് കരുതാനാവില്ല. പ്രതിസന്ധികൾക്ക് നടുവിൽ ഒറ്റപ്പെട്ട ഒരു ജനതയ്ക്ക് വാക്കിലും നോക്കിലും പ്രവർത്തിയിലും ധൈര്യം പകർന്നുനൽകലാണ് ഒരു ഭരണാധികാരിയുടെ പ്രഥമ ചുമതലയെന്ന് അദ്ദേഹം മാലോകരെ ബോദ്ധ്യപ്പെടുത്തി. അദ്ദേഹത്തിന്റെ നേതൃത്വത്തിലാണ് രാജ്യത്താദ്യമായി ഒരു സംസ്ഥാനനിയമസഭ കേന്ദ്രസർക്കാർ പാസാക്കിയ നിയമത്തിനെതിരേ ഏകകണ്ഠമായി പ്രമേയം പാസാക്കിയത്. ഭരണഘടനാവി

രുദ്ധമാണ് CAAയും NRCയുമെന്ന് സധൈര്യം പ്രഖ്യാപിച്ച ആദ്യത്തെ മുഖ്യമന്ത്രിയാണ് പിണറായി വിജയൻ. ഇന്ത്യയിൽ ഈ നിയമങ്ങളെ ചോദ്യംചെയ്ത് സുപ്രീംകോടതിയെ സമീപിച്ചതും പിണറായി നയിക്കുന്ന കേരള സർക്കാരാണ്. കേരളത്തിൽ പൗരത്വരജിസ്റ്റർ നടപ്പിലാക്കില്ലെന്നും സംസ്ഥാനത്ത് തടങ്കൽപാളയങ്ങൾ നിർമ്മിക്കില്ലെന്നും പതിനായിരങ്ങളെ സാക്ഷിയാക്കി അസന്നിഗ്ദ്ധമായി പ്രസ്താവിച്ചതും അക്കാര്യം കേന്ദ്രഗവൺമെന്റിനെ അറിയിച്ചതും പിണറായി വിജയനെന്ന കമ്മ്യൂണിസ്റ്റ് മുഖ്യമന്ത്രി ഭരിക്കുന്ന കേരളമാണ്. ഒരു കടലാസിന്റെ വിലപോലും കേരളനിയമസഭ പാസാക്കിയ പ്രമേയത്തിനില്ല എന്നു പറഞ്ഞവർക്ക് കാലം കരുതിവെച്ചിരിക്കുന്നത് എന്താണെന്ന് കാത്തിരുന്ന് കാണാം. പ്രമേയം പാസാക്കൽ വലിയ കാര്യമല്ലെന്ന് പറഞ്ഞവരുടെ പാർട്ടി തന്നെ മറ്റു സംസ്ഥാനങ്ങളിൽ പിണറായിസർക്കാർ കാണിച്ച വഴിയിലൂടെ യാത്ര ചെയ്യുന്ന കാഴ്ചയാണ് പിന്നീട് നാം കണ്ടത്. ചെറിയ അരുവികളാണ് മഹാസാഗരങ്ങളായി ചരിത്രത്തിൽ രൂപപ്പെട്ടതെന്ന് ഓർക്കേണ്ടവർ ഓർത്താൽ നന്നാവും.

നമ്മുടെ മതസൗഹാർദ്ദം തകർക്കാൻ നാമാരെയും അനുവദിച്ചുകൂടാ. കൊടുങ്ങല്ലൂരിലെ ചേരമാൻ മസ്ജിദ് പണിയാൻ അവിടുത്തെ ഹൈന്ദവസഹോദരങ്ങൾ നൽകിയ സഹായസഹകരണങ്ങൾ മറക്കാനാകുമോ മനുഷ്യനുള്ള കാലം. പിറന്നുവീണ സ്വന്തം നാടും വീടും വിട്ടുപോവാൻ ആരാണ് ആഗ്രഹിക്കുക? ലോകമുസ്ലിങ്ങളുടെ പുണ്യഭൂമിയായ വിശുദ്ധ മക്കയിൽ ഹജ്ജ് കർമ്മത്തിനുവേണ്ടി പോകുന്ന ഇസ്ലാംമതവിശ്വാസികൾ നാൽപതുദിവസം പൂർത്തിയാകുമ്പോഴേക്ക് ജനിച്ച മണ്ണിലെത്താനുള്ള വെമ്പലിലായിരിക്കും. മലപ്പുറത്തെ ഒരു നാട്ടിൻപുറത്തുകാരനായ കോയാക്കയോട് മക്കത്ത് വിശുദ്ധ കഅബയുടെ അടുത്ത് ഒരു വീട് പണിതുതരാം, അങ്ങോട്ട് പോകുമോ എന്ന് ചോദിച്ചപ്പോൾ ആ 'കാക്ക' നൽകിയ മറുപടി എന്താണെന്നറിയണ്ടേ? 'കോയാക്കാന്റെ ഒരു ദിവസം തുടങ്ങുന്നത് രമേശൻ നായരുടെ ചായക്കടയിലെ ഒരു ചായ കുടിച്ചാണ്. അതവിടെ കിട്ട്വോ മോനേ' എന്നായിരുന്നു. അവരെത്തമ്മിൽ അകറ്റാനാണ് വർഗ്ഗീയക്കോമരങ്ങൾ പെടാപ്പാട് പെടുന്നത്. കോയാക്കാനെയും രമേശൻ നായരെയുമാണ് മതം പറഞ്ഞ് പൗരത്വപ്രശ്നമുയർത്തി രണ്ടു ധ്രുവങ്ങളിലാക്കാൻ ഭിന്നിപ്പിന്റെ ശക്തികൾ ശ്രമിക്കുന്നത്. അപരിഷ്കൃതമായ ഇത്തരം നിയമങ്ങളെ അറബിക്കടലിലേക്ക് വലിച്ചെറിയാനുള്ള പ്രക്ഷോഭമാണ് രാജ്യമെമ്പാടും കൊടുമ്പിരികൊള്ളുന്നത്. ആ സമരത്തിന്റെ നായകത്വമാണ് കേരളം ഏറ്റെടുത്തിരിക്കുന്നത്. ആ കപ്പലിന്റെ അമരത്ത് ചങ്കുറപ്പുള്ള കപ്പിത്താനായി കേരളത്തിന്റെ മുഖ്യമന്ത്രി ശ്രീ. പിണറായി വിജയനാണ് ഇരിക്കുന്നത്. അദ്ദേഹത്തിന്റെ പിന്നിൽ അണിനിരന്ന് നിർഭയത്വത്തിന്റെ തണലിൽ കക്ഷിയും രാഷ്ട്രീയവും മതവും ജാതിയും മറന്ന് സർവരും സംഗമിക്കണമെന്നഭ്യർത്ഥിച്ചുകൊണ്ട് പൗരത്വഭേദഗതി നിയമത്തിനെതിരേയുള്ള പ്രതിഷേധസംഗമത്തെ അഭിവാദ്യം ചെയ്ത് ഞാൻ അവസാനിപ്പിക്കുന്നു.

അമൂല്യനിക്ഷേപമാണ് ജീവകാരുണ്യം

ഇടതുപക്ഷചേരിയുടെ മുന്നണിപ്പോരാളിയായി, അശരണർക്കും നിരാലംബർക്കും വേണ്ടി ജീവിതം ഉഴിഞ്ഞുവെച്ച് നമുക്കുമുമ്പേ കാലത്തിന്റെ മറുതീരത്തേക്ക് നടന്നുപോയ സഖാവ് എം. അലിയാരുടെ പാവനസ്മരണയ്ക്കു മുന്നിൽ ഞാൻ ആദരാഞ്ജലികൾ അർപ്പിക്കുകയാണ്. അലിയാരുടെ ഓർമ്മകൾ നിലനിർത്താൻ അദ്ദേഹത്തിന്റെ സുഹൃത്തുക്കളും പാർട്ടിയും രൂപംനൽകിയ ചാരിറ്റബിൾ സൊസൈറ്റിയുടെ പ്രവർത്തനം രണ്ടാംവർഷത്തിലേക്ക് പ്രവേശിച്ചിരിക്കുകയാണ്. രണ്ടു വയസ്സെന്ന് പറയുന്നത് ഒരു സംഘടനയെ സംബന്ധിച്ചിടത്തോളം വലിയ കാലയളവല്ല. പക്ഷേ, ഒരു സംഘടനയുടെ ദിശ മനസ്സിലാക്കാൻ ഹ്രസ്വമെങ്കിലും രണ്ടുവർഷം പര്യാപ്തമായ കാലാവധി തന്നെയാണ്. സഖാവ് അലിയാർ എന്തിനുവേണ്ടി ജീവിച്ചുവോ അതിനുവേണ്ടി നിലകൊള്ളാൻ ഞങ്ങളൊരുക്കമൊക്കണെന്ന് പ്രഖ്യാപിക്കുന്ന ഒരു സംഘമാളുകളുടെ കൂട്ടായ്മയാണ് ഒരു ചാരിറ്റബിൾ സൊസൈറ്റിയായി രൂപാന്തരപ്പെട്ടിരിക്കുന്നത്. ഈ രണ്ടാം ഒത്തുചേരലിനായി മധ്യാഹ്നസൂര്യന്റെ ചൂട് വകവെക്കാതെ ഇത്രയധികം ആളുകൾ ഒരുമിച്ചുകൂടി എന്നത് സഖാവ് അലിയാരോടും ഈ സൊസൈറ്റിയോടുമുള്ള ജനങ്ങളുടെ ആത്മബന്ധത്തിന്റെ നിദർശനമായിട്ടാണ് ഞാൻ കരുതുന്നത്. ഈ ചടങ്ങിന്റെ അധ്യക്ഷത വഹിക്കുന്ന സൊസൈറ്റിയുടെ പ്രസിഡന്റ് അഡ്വ. ഹരികുമാർ ഉൾപ്പെടെ വേദിയിൽ ഉപവിഷ്ടരായിരിക്കുന്ന സാമൂഹ്യ രാഷ്ട്രീയ രംഗത്തെ പ്രമുഖവ്യക്തികളേ, സഹോദരീസഹോദരന്മാരേ,

തിരഞ്ഞെടുപ്പുകൾ വരുമ്പോൾ ജനങ്ങളെ സമീപിച്ച് വോട്ട് വാങ്ങി അധികാരത്തിലെത്തുകയെന്ന പരിമിതമായ അജണ്ടയിൽ ഒതുങ്ങുന്നതല്ല സി.പി.ഐ. (എം)ന്റെ രാഷ്ട്രീയപ്രവർത്തനം. അതിനപ്പുറം, പ്രയാ

സങ്ങൾ അനുഭവിക്കുന്ന മനുഷ്യർക്ക് താങ്ങും തണലുമാവുക എന്നുള്ളതു കൂടിയാണ്. സാമൂഹ്യസേവനം ഒരു സഖാവിന്റെ ജീവിതധർമ്മമാകുന്നത് അതുകൊണ്ടാണ്. കേരളത്തിലെ ഒരു രാഷ്ട്രീയപ്പാർട്ടി നാട്ടിലെ രോഗികൾക്കും ദുർബലർക്കും ആരോരുമില്ലാത്തവർക്കും ആവശ്യമായ സഹായങ്ങൾ ചെയ്തുകൊടുക്കുന്നത് അപൂർവമായ കാഴ്ചയാണ്. ആ അപൂർവരിൽ മുന്നിൽ നില്ക്കുന്ന പാർട്ടിയാണ് കമ്മ്യൂണിസ്റ്റ് പാർട്ടി. കമ്മ്യൂണിസ്റ്റ് പാർട്ടിയെ സംബന്ധിച്ചിടത്തോളം സാധാരണക്കാർക്കും പാവപ്പെട്ടവർക്കും കൈത്താങ്ങാവലാണ് പൊതുപ്രവർത്തനം.

ഇവിടെ സമ്മേളിച്ചിരിക്കുന്നവരിലും നമ്മുടെ നാട്ടിലുമുള്ള ഭൂരിഭാഗമാളുകളും മതവിശ്വാസികളാണെന്നാണ് കരുതപ്പെടുന്നത്. ഒരു നാട്ടിൽ എത്ര മതവിശ്വാസികളുണ്ട് എന്നറിയാൻ ആ നാട്ടിൽ എത്ര ക്ഷേത്രങ്ങളുണ്ട്, പള്ളികളുണ്ട്, ചർച്ചുകളുണ്ട് എന്നല്ല നോക്കേണ്ടത്. ഒരു ദേശത്തെ നാലു വീടുകൾ കയറിയിറങ്ങിയാലറിയാം അവിടെ എത്ര വിശ്വാസികളുണ്ടെന്ന്. നാം കയറി നോക്കുന്ന ഏതെങ്കിലുമൊരു വീട്ടിൽ പട്ടിണികൊണ്ട് കഷ്ടപ്പെടുന്ന ഒരാളെ കാണാനിടയായാൽ നമുക്കുറപ്പിച്ചു പറയാം ആ നാട്ടിൽ വിശ്വാസത്തിന്റെ ലേബലൊട്ടിച്ചവരേയുള്ളൂ എന്ന്. പണമില്ലാതെ ചികിത്സയ്ക്ക് പ്രയാസപ്പെടുന്ന ഒരു രോഗിയെ കണ്ടെത്തിയാൽ യഥാർത്ഥവിശ്വാസികളോ നല്ല മനുഷ്യരോ ആ ചുറ്റുവട്ടത്ത് എങ്ങുമില്ലെന്ന് നമുക്ക് തറപ്പിച്ചു പറയാം. മനുഷ്യനെ സേവിച്ചുകൊണ്ടല്ലാതെ ദൈവസന്നിധിയിൽ എത്തിച്ചേരാൻ സാധിക്കില്ല. യഥാർത്ഥവിശ്വാസികളുള്ള ഒരു നാട്ടിൽ, നല്ല മനുഷ്യരുടെ സാന്നിദ്ധ്യമുള്ള ഒരു ദേശത്ത് കഷ്ടപ്പെടുന്ന മനുഷ്യരെ നമുക്ക് കാണാനാവില്ല. വിശ്വാസികൾ കൂടുന്ന ആരാധനാലയങ്ങളുടെ മുറ്റത്ത് വന്നുനിന്ന് ഒരാൾ തന്റെ ബുദ്ധിമുട്ടുകൾ വിളിച്ചുപറഞ്ഞാൽ, അവിടെ വെച്ച് ഒരു പരിധി വരെയെങ്കിലും അവയ്ക്ക് പരിഹാരം കാണാനാകുന്നില്ലെങ്കിൽ, ആ നാട്ടിൽ അധികവും കപടവിശ്വാസികളാണ് എന്ന് ആരെങ്കിലും അഭിപ്രായപ്പെട്ടാൽ അതിനെ എങ്ങനെയാണ് നമുക്ക് എതിർക്കാനാവുക. നല്ല മനുഷ്യരുടെ കൈ എപ്പോഴും അശരണരിലേക്ക് നീണ്ടുകൊണ്ടേയിരിക്കും. അവരുടെ ഹൃദയങ്ങൾ ഉദാരതകൊണ്ട് എല്ലാ സമയത്തും നിറഞ്ഞുതുളുമ്പും. ഒരാൾ വിശ്വാസിയാണോ എന്നറിയാൻ അയാൾ ഏതെങ്കിലും ആരാധനാലയത്തിൽ പോകുന്നുണ്ടോ എന്നല്ല നോക്കേണ്ടത്, തന്റെ ചുറ്റുവട്ടത്തുള്ള ആളുകളെ തടികൊണ്ടും സമ്പത്തുകൊണ്ടും അയാൾ എന്തുമാത്രം സഹായിക്കുന്നുണ്ട് എന്നാണ്.

ആവശ്യക്കാരായ നാനൂറോളം പേർക്ക് ദിനേന ഭക്ഷണം കൊടുക്കുന്ന സംവിധാനം കുറ്റമറ്റ രീതിയിൽ, ഭംഗം വരാതെ എത്രയോ മാസങ്ങളായി തുടർന്നുകൊണ്ടു പോകാൻ ഈ സൊസൈറ്റിയുടെ കീഴിൽ സാധിക്കുന്നു എന്നുള്ളത് മഹത്തരമായ കാര്യമാണ്. ഓരോ ബ്രാഞ്ച് കമ്മിറ്റികളാണ് ഈ ഉത്തരവാദിത്വം ഓരോ ദിവസവും നിർവഹിക്കുന്നതെന്ന് അധ്യക്ഷൻ സൂചിപ്പിച്ചത് എന്നിലുണ്ടാക്കിയ സന്തോഷം അനൽ

പമാണ്. നല്ല കാര്യങ്ങൾക്ക് പണം ചോദിച്ചാൽ ആളുകൾ കക്ഷിരാഷ്ട്രീയ മതഭേദം നോക്കാതെ സഹായിക്കും. വിശ്വസ്തരായവർ ഏതൊരാവശ്യത്തിന് പണം ചോദിച്ചാലും ജനമത് മടികൂടാതെ നൽകും. കാരണം, ഏതൊരു കാര്യത്തിനുവേണ്ടിയാണോ പണം ശേഖരിക്കുന്നത് ആ ആവശ്യത്തിനു തന്നെ അത് വിനിയോഗിക്കപ്പെടുമെന്ന് അവർക്കുറപ്പുള്ളതു കൊണ്ടാണത്. പാവപ്പെട്ടവരെ സഹായിക്കുകയെന്ന ലക്ഷ്യത്തോടെ നാം പണസമാഹരണം നടത്തിയാൽ അത് അർഹതപ്പെട്ടവരുടെ കൈകളിലെത്തിക്കാൻ നമുക്കാകുന്നുണ്ടോ എന്നുള്ളത് പ്രധാനപ്പെട്ട പ്രശ്നമാണ്. അലിയാർ ചാരിറ്റബിൾ സൊസൈറ്റി അക്കാര്യം ഉറപ്പുവരുത്തണം. കമ്മ്യൂണിസ്റ്റ് പാർട്ടിയുടെ നേതൃത്വത്തിൽ ഒരു പിരിവ് നടന്നാൽ അതിന് വ്യക്തമായ കൈയും കണക്കുമുണ്ടാകുമെന്നും ഏറ്റവും അർഹതപ്പെട്ടവരുടെ കൈകളിൽ അതെത്തുമെന്നും ഉറപ്പുള്ളതുകൊണ്ടാണ് ജനങ്ങൾ നിർലോഭം സഹായഹസ്തവുമായി മുന്നോട്ടു വരുന്നത്.

ചിലർ പറയാറുണ്ട്, കമ്മ്യൂണിസ്റ്റ് പാർട്ടിക്ക് വലിയ ആസ്തിയുണ്ടെന്ന്. സ്വന്തമായി ഭൂമിയുണ്ട്, അവിടെ പാർട്ടി ഓഫീസുകളോ വായനശാലകളോ ഉണ്ട്. പാർട്ടിയുടെ കീഴിലുള്ള സൊസൈറ്റികൾ ആശുപത്രികൾ നടത്തുന്നു. മറ്റു പല സംരഭങ്ങളും നടത്തിക്കൊണ്ടു പോകുന്നു. ശരിയാണിതെല്ലാം. ഇവയൊന്നും ഒരു സുപ്രഭാതത്തിൽ ആകാശത്തുനിന്ന് ആരും കെട്ടിയിറക്കിക്കൊടുത്തിട്ടുള്ളതല്ല. പൊതുജനങ്ങളിൽ നിന്ന് സമാഹരിച്ച പണം സത്യസന്ധതയോടെയും സൂക്ഷ്മതയോടെയും പ്രയോജനപ്പെടുത്തി, ബന്ധപ്പെട്ടവർ അത്യദ്ധ്വാനം ചെയ്ത് സംവിധാനപ്പെടുത്തിയിട്ടുള്ളതാണ് അവയെല്ലാം. കമ്മ്യൂണിസ്റ്റ് പാർട്ടി ഒരു കാര്യത്തിന് പിരിവ് നടത്തിയാൽ അത് നടത്തിയവരുടെ പോക്കറ്റിലേക്കല്ല പോവുക. ഏതൊരാൾക്കും അനുഭവേദ്യമാകും വിധം നാട്ടിലും സമൂഹത്തിലും അത് കാണാനാകും. മറ്റു പലരുടെയും കാര്യത്തിൽ അങ്ങനെ ഉണ്ടാവാറില്ല എന്നതാണ് യാഥാർത്ഥ്യം.

അതുകൊണ്ടു തന്നെയാണ് കമ്മ്യൂണിസ്റ്റ് പാർട്ടി ഒരു കാര്യത്തിനിറങ്ങിയാൽ ആളുകൾ അകമഴിഞ്ഞ് സഹായിക്കുന്നത്. മറ്റുള്ള പല പാർട്ടികളും പിരിവ് നടത്താറുണ്ടെങ്കിലും അതൊന്നും യഥാവിധി വിനിയോഗിക്കപ്പെടാറില്ല. കമ്മ്യൂണിസ്റ്റ് പാർട്ടിക്ക് എന്തെങ്കിലും നൽകിയാൽ അത് റോട്ടിലും നാട്ടിലും കാണും. മറ്റു പലരുടെയും കാര്യത്തിൽ അത് വീട്ടിലും വിദേശത്തുമാണ് കാണുക. പാവപ്പെട്ടവരെ സഹായിക്കാൻ വേണ്ടി സഖാവ് അലിയാരുടെ പേരിൽ ഒരു ചാരിറ്റബിൾ സൊസൈറ്റി ഹരികുമാറിന്റെയും സജിത്തിന്റെയും നേതൃത്വത്തിൽ രൂപംകൊണ്ടപ്പോൾ കക്ഷിരാഷ്ട്രീയത്തിനും ജാതിമതത്തിനും അതീതമായി അതിനെ ജനങ്ങൾ ഏറ്റെടുത്തു. പാവപ്പെട്ട ജനങ്ങളെ സഹായിക്കാൻ ഈ സംഘം തയ്യാറായി എന്നതിന് തെളിവാണ് ഇന്നിവിടെ ഒരുമിച്ചു കൂടിയിരിക്കുന്ന വൻജനാവലി. എല്ലാ പാർട്ടിക്കാരും മതക്കാരും ഇക്കൂട്ടത്തി

ലുണ്ടാകും. ഒരു പ്രത്യേക പാർട്ടിക്കാരനെയോ മതക്കാരനെയോ പിടി കൂടുക എന്നുള്ള സ്വഭാവം രോഗങ്ങൾക്കോ പ്രയാസങ്ങൾക്കോ കഷ്ട പ്പാടുകൾക്കോ ഇല്ലെന്നാണ് നാം ആദ്യം മനസ്സിലാക്കേണ്ടത്. ദുരിതമ നുഭവിക്കുന്നവർ എല്ലാ പാർട്ടികളിലുമുണ്ടാകും, എല്ലാ ജാതി മതവി ഭാഗങ്ങളിലുമുണ്ടാകും. ഞങ്ങളുടെ മതക്കാരെ മാത്രമേ ഞങ്ങൾ സഹാ യിക്കൂ, ഞങ്ങളുടെ ജാതിക്കാരെ മാത്രമേ ഞങ്ങൾ ഗൗനിക്കൂ എന്നെ ല്ലാം വാശിപിടിക്കുന്ന ചില അൽപന്മാരായ സേവകരെ നമുക്ക് നാട്ടിൽ കാണാനാകും. അവർ യഥാർത്ഥത്തിൽ ഏറ്റവും വലിയ ദൈവനിന്ദയും മനുഷ്യത്വരാഹിത്യവുമാണ് കാണിക്കുന്നത്.

ലോകത്തുള്ള എല്ലാ മനുഷ്യരും ജഗദീശ്വരന്റെ സൃഷ്ടികളാണ് എന്നാണല്ലോ എല്ലാ മതങ്ങളും വേദങ്ങളും പറയുന്നത്. അങ്ങനെയെ ങ്കിൽ അവർക്കിടയിൽ ഒരു വേർതിരിവ് കാണിക്കുവാൻ എങ്ങനെയാണ് കഴിയുക. അങ്ങനെ നോക്കുമ്പോൾ, സത്യത്തിൽ കമ്മ്യൂണിസ്റ്റുകാരാണ് യഥാർത്ഥവിശ്വാസികൾ എന്നെനിക്ക് പലപ്പോഴും തോന്നാറുണ്ട്. കാരണം, എല്ലാവരെയും ഒന്നായിക്കാണാൻ അവർക്കാണ് സാധിക്കാ റുള്ളത്. എന്റെ മതക്കാർ, ജാതിക്കാർ, വിഭാഗക്കാർ എന്നൊക്കെ പലരും പറയുമ്പോൾ 'നാം മനുഷ്യർ, നാം ഒന്നാണ്' എന്നു പറയാൻ ഇടതുപ ക്ഷത്തിനേ സാധിക്കാറുള്ളൂ. മകനെ നഷ്ടപ്പെട്ട ദുഃഖത്തിൽ നീറുന്ന വൃദ്ധ യായ ഒരമ്മ, അവർ ഏതു മതക്കാരിയായാലും അനുഭവിക്കുന്ന മനോ വിഷമത്തിന് മതമില്ലല്ലോ? ഒരുനേരത്തെ ആഹാരം ലഭിച്ചില്ലെങ്കിൽ അനു ഭവിക്കുന്ന പട്ടിണിയുടെ വേദനയ്ക്ക് മതഭേദമനുസരിച്ച് എന്തെങ്കിലും വ്യത്യാസങ്ങളുണ്ടാകുമോ? ദാഹിച്ചുവലയുന്ന ഒരാളുടെ വികാരം മതാ ടിസ്ഥാനത്തിലോ പാർട്ടിയടിസ്ഥാനത്തിലോ വിഭിന്നമാവില്ലല്ലോ? വിശുദ്ധ *ഖുർആനിൽ* ഒരു വചനമുണ്ട്: 'ഹേ മനുഷ്യരേ, നിങ്ങളെ ഒരാണിൽ നിന്നും പെണ്ണിൽ നിന്നുമാണ് നാം സൃഷ്ടിച്ചിരിക്കുന്നത്. സമൂഹം വിവിധ ഗോത്രങ്ങളും വർഗ്ഗങ്ങളുമായി വേർതിരിക്കപ്പെട്ടത് പരസ്പരം മേനിന ടിക്കാനോ ഒരു വിഭാഗം മറ്റൊരു വിഭാഗത്തെ അടക്കിവെക്കാനോ അല്ല. മനുഷ്യർ പരസ്പരം തിരിച്ചറിയാൻ വേണ്ടി മാത്രമാണ്.' ലോകത്ത് എല്ലാ മനുഷ്യർക്കും സുഖമായിരിക്കട്ടെ എന്ന് വേദഗ്രന്ഥങ്ങൾ അരുൾചെയ് തതും ഇതേ അർത്ഥത്തിലാണ്. എല്ലാവരെയും ഒരുപോലെ സ്നേഹി ക്കാൻ യേശുദേവൻ *ബൈബിളിൽ* ആഹ്വാനം ചെയ്തതും നമുക്ക് മറ ക്കാനാകുമോ? നമുക്കിടയിലുള്ള വ്യത്യാസങ്ങൾ മുഴുവനും പരസ്പരം തിരിച്ചറിയാൻ വേണ്ടിയുള്ള ഉപാധികൾ മാത്രമാണെന്ന് കരുതിയാൽ എത്ര ശുഭകരമാകും കാര്യങ്ങൾ.

എല്ലാ മനുഷ്യരെയും ഒന്നായി കാണുന്ന ഒരു സംഘമെന്ന നില യിലാണ് അലിയാർ ചാരിറ്റബിൾ സൊസൈറ്റി രൂപീകൃതമായിരിക്കുന്നത്. ആലംബഹീനർക്ക് ആവശ്യമായ സഹായങ്ങൾ സൊസൈറ്റി ചെയ്തു കൊടുക്കുന്നു. പാവപ്പെട്ട രോഗികളെ അവരുടെ വീടുകളിൽ ചെന്ന് ശുശ്രൂ ഷിക്കാൻ ഇവർ വേദിയൊരുക്കുന്നു. ഈ ചുറ്റുവട്ടത്തുള്ള രണ്ടുമൂന്ന്

സർക്കാർ ആശുപത്രികളിൽ ഭക്ഷണം ലഭിക്കാത്ത ആരും ഉണ്ടാവരുത് എന്നുള്ള നിർബന്ധബുദ്ധിയാൽ ദിനേന നാനൂറോളം ആളുകൾക്ക് ഭക്ഷണം വിതരണം ചെയ്യുന്നു. ഇത്തരത്തിലുള്ള സുകൃതങ്ങൾ ചെയ്യുന്ന സഖാവ് അലിയാറിന്റെ പേരിലുള്ള സൊസൈറ്റിയെ എത്ര അഭിനന്ദിച്ചാലും മതിയാവില്ല. ഇങ്ങനെയുള്ള സംഘങ്ങളെയാണ് നമ്മൾ നമ്മുടെ പണം ഏൽപ്പിക്കേണ്ടത്. ഏറ്റവും അർഹതപ്പെട്ടവരുടെ കൈയിൽ ഇവരതെത്തിക്കുമെന്ന് ഉറപ്പാണ്.

ഇവിടെ സഹായം സ്വീകരിക്കാൻ നിരവധി· ആളുകളാണ് എത്തിയിട്ടുള്ളത്. അവരോട് എനിക്ക് പറയാനുള്ളത്, ഇതാരുടെയെങ്കിലും ഔദാര്യമായി നിങ്ങൾ കാണേണ്ടതില്ല എന്നാണ്. ശേഷിയുള്ളവർ ദുർബലരോട് കാണിക്കേണ്ട മര്യാദയും ചുമതലയുമായേ ഇതിനെ കാണാവൂ. സാമ്പത്തികശേഷി ഉള്ളവർ മാത്രമാണ് മറ്റുള്ളവരെ സഹായിക്കാൻ ബാദ്ധ്യസ്ഥർ എന്നാണ് പലരും കരുതുന്നത്. അത് ശരിയായൊരു കാഴ്ചപ്പാടല്ല. സാമ്പത്തികമായ ശേഷിയുള്ളവർ സാമ്പത്തികസഹായം നൽകട്ടെ. ഒരു വീടുപണി നടക്കുകയാണെന്ന് വിചാരിക്കുക. ആ സംരംഭത്തെ സാമ്പത്തികമായി സഹായിക്കാൻ ശേഷിയുള്ളവർ അതു ചെയ്യട്ടെ. ഒരു ദിവസത്തെ അധ്വാനം സംഭാവന നൽകാൻ കഴിയുന്നവർ അങ്ങനെ സഹായിക്കട്ടെ. സമയം നീക്കിവെക്കാൻ കഴിയുന്നവർ അതു നൽകട്ടെ. ഒരു പാവപ്പെട്ട മനുഷ്യനെ ആശുപത്രിയിലേക്ക് കൊണ്ടുപോകാൻ പണം ആവശ്യമാണ്. അതോടൊപ്പം തന്നെ പ്രധാനമാണ് ആശുപത്രിയിൽ കിടക്കുന്ന നിരാലംബനായ ഒരാളുടെ കൂടെ നിന്ന് അയാളെ പരിചരിക്കലും. ധനശേഷി ഇല്ലാത്തവർക്കും കഴിയുന്ന കാര്യമാണിത്. ലോകത്ത് ഏതു കഴിവുള്ളവനും കഴിവില്ലാത്തവനും ജനങ്ങളെ സഹായിക്കാൻ പറ്റും. പണംകൊണ്ടുള്ള സഹായം മാത്രമല്ല സഹായം എന്ന് തിരിച്ചറിഞ്ഞാൽ മതി. തന്നാലാവുന്ന വിധം സമ്പത്തായും അധ്വാനമായും സമയമായും സഹായം നൽകി മറ്റുള്ളവരോട് കരുണ കാട്ടാൻ മനസ്സില്ലാത്തയാൾ എങ്ങനെയാണ് നല്ല മനുഷ്യനാവുക?

സഖാവ് അലിയാർ എന്ന മാതൃകാ പൊതുപ്രവർത്തകന്റെ ഓർമ്മകൾ നിലനിർത്താൻ അദ്ദേഹത്തിന്റെ പേരിൽ സ്ഥാപിതമായ ചാരിറ്റബിൾ സൊസൈറ്റി നല്ല ദിശയിലൂടെ സഞ്ചരിക്കുന്നു എന്ന് കാണുന്നതിലെ സന്തോഷം ഒരു പിശുക്കുമില്ലാതെ ഞാനിവിടെ രേഖപ്പെടുത്തുകയാണ്. ഈ സൽപ്രവർത്തനങ്ങൾ കൂടുതൽ വിപുലമാക്കി മുന്നോട്ടു കൊണ്ടുപോകാൻ തങ്ങളാൽ കഴിയുന്നത് ഓരോരുത്തരും നൽകണമെന്ന് അഭ്യർത്ഥിക്കുന്നു.

ഒരുരൂപയാണ് നിങ്ങൾക്ക് നൽകാൻ കഴിയുന്നതെങ്കിൽ ആ ഒരുരൂപ നിങ്ങൾ നൽകുക. സത്യത്തിൽ ലോകത്തിലെ ഏറ്റവും വലിയ നിക്ഷേപം ഇത്തരത്തിലുള്ള കാരുണ്യപ്രവർത്തനങ്ങൾക്ക് നമ്മൾ നൽകുന്ന സംഭാവനകളാണ്. ഇപ്പോൾ നാമൊരുപക്ഷേ, നല്ല അവസ്ഥയിലായിരിക്കാം. നമുക്ക് നല്ല ആരോഗ്യമുണ്ട്, ജോലിയുണ്ട്, സാമ്പത്തികശേഷിയുണ്ട്,

മക്കൾക്ക് ഉന്നതവിദ്യാഭ്യാസമുണ്ട്. അവർ വിദേശത്തും സ്വദേശത്തും നല്ല ശമ്പളത്തിന് ജോലി ചെയ്യുന്നവരാകാം. എന്നാൽ നമ്മുടെ വരുംതല മുറയിൽ ജനിക്കാൻ പോകുന്ന മക്കൾക്ക് ഒരുപക്ഷേ അത്തരത്തിലുള്ള ആരോഗ്യസ്ഥിതിയോ സാമ്പത്തികശേഷിയോ വിദ്യാഭ്യാസമോ ഉണ്ടായിക്കൊള്ളണമെന്നില്ല. അങ്ങനെ വരുമ്പോൾ, അവർ ജീവിക്കുന്ന കാലത്ത് അവരുടെ ചുറ്റുവട്ടത്തുള്ളവർക്ക് അവരെ സഹായിക്കാൻ തോന്നണമെങ്കിൽ നാം നമ്മുടെ ചുറ്റുവട്ടങ്ങളിൽ പ്രയാസപ്പെടുന്നവരുടെ നേർക്ക് കണ്ണു തുറക്കണം.

എന്റെ പരിചയങ്ങളിലും പരിസരങ്ങളിലുമുള്ള, ഇപ്പോൾ സാമ്പത്തികശേഷിയുള്ള ചില വ്യക്തികൾ നാട്ടിലെ പ്രതാപം നശിച്ച കുടുംബങ്ങളിൽപ്പെട്ട പലരെയും സഹായിക്കുന്നത് കാണാനിടവരുന്ന സന്ദർഭങ്ങളിൽ, ഇത്രയും വലിയ സാമ്പത്തികസഹായം അവർക്കു ചെയ്യാൻ കാരണമെന്താണെന്ന് ഞാൻ ചോദിക്കാറുണ്ട്. അപ്പോൾ അവർ പറയും: ഞാൻ ഒരു കാലത്ത് പണത്തിനുവേണ്ടി വിഷമിച്ചിരുന്നപ്പോൾ അവരുടെ അച്ഛനാണ് അല്ലെങ്കിൽ മുത്തച്ഛനാണ് എന്നെ സഹായിച്ചത്. ഒരു നേരത്തെ ആഹാരമില്ലാതെ ഞങ്ങളുടെ കുടുംബം പട്ടിണികൊണ്ട് വലഞ്ഞ കാലത്ത് അവന്റെ ഉമ്മയോ വല്യുമ്മയോ ആണ് ഞങ്ങൾക്ക് ഭക്ഷണം നൽകി വിശപ്പകറ്റിയത്. പഠിക്കാൻ പുസ്തകം വാങ്ങാനുള്ള പണമില്ലാതെ വിഷമിച്ച ഘട്ടത്തിൽ എനിക്കു തുണയായത് അവരുടെ കുടുംബമായിരുന്നു. അവന്റെ അമ്മ അല്ലെങ്കിൽ ബാപ്പ എനിക്കാവശ്യമായ പണം നൽകിയില്ലായിരുന്നെങ്കിൽ ഞാൻ ഈ ജീവിതസൗഭാഗ്യങ്ങളൊന്നും അനുഭവിക്കുമായിരുന്നില്ല. ഇപ്പോൾ ആ കുടുംബം സാമ്പത്തികമായി ഞെരുങ്ങുമ്പോൾ അവരെ സഹായിക്കൽ എന്റെ കടമയല്ലേ? ഇങ്ങനെ പറയുന്ന എത്രയോ ആളുകളെ നിങ്ങളും കണ്ടിട്ടുണ്ടാകും.

നാം അപരനു വേണ്ടി ചെയ്യുന്ന ഓരോ അണുമണിത്തൂക്കം സഹായവും നാളേക്കുള്ള നമ്മുടെ ഏറ്റവും വലിയ നിക്ഷേപമാണ്. ജാതിമതഭേദങ്ങളില്ലാതെ, കക്ഷിരാഷ്ട്രീയ വേലിക്കെട്ടുകളില്ലാതെ മാനവികതയുടെ അതിരുകളില്ലാത്ത മഹാഭൂമികയിലേക്ക് നമ്മുടെ കാരുണ്യസ്പർശം നീണ്ടുനീണ്ടു പോകേണ്ടതുണ്ട്. അതിന് നിങ്ങൾക്ക് സാധിക്കട്ടെ എന്ന് ആഗ്രഹിച്ചും ആശംസിച്ചും എന്റെ വാക്കുകൾ ഉപസംഹരിക്കുന്നു.

വയോജനങ്ങളെ നമുക്ക് നമിക്കാം

ഐ.എസ്.ഒ. സർട്ടിഫിക്കറ്റ് ലഭിക്കാൻ യോഗ്യതയുള്ള സ്ഥാപന മായി എടയൂർ ഗ്രാമപഞ്ചായത്ത് മാറി എന്നുള്ളതിൽ എനിക്ക് അതിയാ യ സന്തോഷവും അഭിമാനവുമുണ്ട്. അതിന് നേതൃപരമായ പങ്കുവഹിച്ച ഗ്രാമപഞ്ചായത്ത് പ്രസിഡന്റ് പ്രിയപ്പെട്ട രാജീവ് മാസ്റ്റർ ഉൾപ്പെടെ എല്ലാ വരെയും ഞാൻ അഭിനന്ദിക്കുകയാണ്. രണ്ടുമൂന്നു ചടങ്ങുകൾ ഒരുമിച്ചു ചേർത്താണ് ഒരു വലിയ ചടങ്ങായി ഈ പരിപാടി സംഘടിപ്പിച്ചിരിക്കു ന്നത്. എടയൂർ ഗ്രാമപഞ്ചായത്ത് ഓഫീസിന് കിട്ടിയ ഐ.എസ്.ഒ. സർ ട്ടിഫിക്കറ്റിന്റെ പ്രഖ്യാപനവും സാഫല്യം വയോജനസംഗമവും സ്മാർട്ട് അംഗൻവാടികൾക്കുള്ള ഫർണിച്ചർ വിതരണവും അതോടൊപ്പം കേര ളോത്സവത്തിൽ വിജയികളായ ക്ലബ്ബുകൾക്കുള്ള സമ്മാനവിതരണവു മാണ് ഇവിടെ ഒരുക്കിയിരിക്കുന്നത്. വിവിധങ്ങളായ പരിപാടികളുടെ സമ ന്വയമായി സംഘടിപ്പിക്കപ്പെട്ട പ്രൗഢഗംഭീരമായ ഈ വേദിയിൽ സന്നിഹി തരായ സാമൂഹിക രാഷ്ട്രീയരംഗത്തെ പ്രമുഖരേ, എനിക്കേറ്റവും ആദ രണീയരായ മാതാപിതാക്കളേ, സുഹൃത്തുക്കളേ,

ഈ ചടങ്ങിൽ പങ്കെടുക്കുമ്പോൾ നമുക്കേവർക്കും വളരെയേറെ ആത്മാഭിമാനം അനുഭവപ്പെടുന്നുണ്ടാകും. പ്രായമാകുക എന്നുള്ളത് ഒ രു രോഗമല്ല. അത് ഏതൊരു മനുഷ്യന്റെയും ജീവിതസായാഹ്നത്തിൽ വന്നുചേരുന്ന ഒഴിച്ചുകൂടാനാകാത്ത ജീവിതാവസ്ഥയാണ്. അകാലത്തിൽ മരണപ്പെടാതെ ജീവിച്ചാൽ, ഏതൊരാൾക്കും വാർദ്ധക്യത്തെയും അ തിന്റെ സഹജതകളെയും അഭിമുഖീകരിക്കേണ്ടതായി വരും. എത്ര വ യസ്സായാലും ജീവിതത്തിലെ മുഴുവൻ കാര്യങ്ങളും ചെയ്യാൻ നമുക്കോ രോരുത്തർക്കും കഴിയുമെന്ന് ആരോഗ്യത്തിന്റെ ചുറുചുറുക്കിൽ നമു ക്ക് ഒരുപക്ഷേ തോന്നിയേക്കാം. എന്നാൽ വയസ്സ് ഓരോന്ന് പിന്നിടു മ്പോഴും ശാരീരികമായ അവശതകൾക്ക് അടിപ്പെട്ടുകൊണ്ടായിരിക്കും

നമ്മൾ മുന്നോട്ടുപോവുക. അറുപതുവയസ്സിനു മുകളിൽ എത്തിയവരെ സംരക്ഷിക്കുക എന്നുള്ളത് മക്കളുടെയെന്ന പോലെ സർക്കാരിന്റെയും ചുമതലയാണ്.

കേരളത്തിലെ മൊത്തം ജനസംഖ്യയായ മൂന്നര കോടിയിൽ അൻപതുലക്ഷം ആളുകൾക്കാണ് സംസ്ഥാനസർക്കാർ പെൻഷൻ നൽകുന്നത്. എല്ലാ പെൻഷനുകളും 1200 രൂപയായി വർധിപ്പിക്കാൻ എൽ.ഡി.എഫ്. ഗവൺമെന്റ് തീരുമാനിച്ചത് നിങ്ങളുടെ ശ്രദ്ധയിലുണ്ടാകുമെന്ന് കരുതുന്നു. കഴിഞ്ഞ സർക്കാർ അധികാരത്തിൽ വരുമ്പോൾ 600 രൂപയായിരുന്ന പെൻഷൻ തുകയാണ് ഇമ്മട്ടിൽ 1200 രൂപയാക്കി ഉയർത്തിയിരിക്കുന്നത്. വയോജനങ്ങൾക്കും വിധവകൾക്കും കർഷകത്തൊഴിലാളികൾക്കും സമൂഹത്തിലെ കഷ്ടത അനുഭവിക്കുന്നവർക്കുമായി സാമൂഹ്യപെൻഷൻ നൽകാൻ സംസ്ഥാനസർക്കാരിന് ഓരോ മാസവും വേണ്ടിവരുന്നത് 600 കോടി രൂപയാണ്. ഇത്ര ഭീമമായ തുക ഓരോ മാസത്തെയും ക്ഷേമപെൻഷനുകൾക്കായി നീക്കിവെക്കുന്നത് സംസ്ഥാനസർക്കാരിന് നാട്ടിലെ വയോജനങ്ങളോടുള്ള പ്രതിബദ്ധതയാണ് വ്യക്തമാക്കുന്നത്.

വയോജനങ്ങൾ ബഹുമാനിക്കപ്പെടേണ്ടവരും ആദരിക്കപ്പെടേണ്ടവരും നമ്മുടെ കരുതലിനും സ്നേഹത്തിനും പാത്രമാകേണ്ടവരുമാണ്. അവർ ഓരോ വീടിന്റെയും കെടാവിളക്കുകളാണ്. മാതാപിതാക്കൾ ഇല്ലാത്ത ജീവിതപരിസരത്ത് എത്തിച്ചേരുമ്പോഴാണ് അവരുടെ അഭാവം തീർക്കുന്ന ശൂന്യത നമുക്ക് അനുഭവപ്പെടുക. നാം പറയാറുണ്ടല്ലോ: കുടുംബങ്ങൾ ശിഥിലമാകുന്നു, ബന്ധങ്ങൾ ബലഹീനമാകുന്നു, പരസ്പരസ്നേഹം കുറഞ്ഞുവരുന്നു എന്നെല്ലാം... ഇതിന്റെയെല്ലാം അടിസ്ഥാനപരമായ കാരണം കുടുംബത്തിലെ ഗൃഹനാഥന്റെ ശബ്ദം ദുർബലമാകുന്നതാണ്. കൽപിക്കാനും നിയന്ത്രിക്കാനും ശാസിക്കാനും തലോടാനും വീട്ടിൽ ഒരാളുണ്ടെങ്കിൽ അവിടെ ബന്ധങ്ങൾക്ക് എന്നും സുഗന്ധമായിരിക്കും. സ്വന്തം അനുഭവത്തിൽ നിന്നുതന്നെ പറയട്ടെ, എന്റെ പിതാവിന്റെ ഉൽകൃഷ്ടമായ സാന്നിദ്ധ്യത്തെ അഭിമാനത്തോടുകൂടി മാത്രമേ എനിക്ക് കാണാൻ കഴിഞ്ഞിട്ടുള്ളൂ. പൊതുരംഗത്തെ കാൽനൂറ്റാണ്ടുകാലത്തെ പേരോ നേടിയ പദവികളുടെ വലിപ്പമോ ഒന്നും എന്റെ പിതാവ് ഗൗനിക്കാറില്ല. ഇന്നും ഞാനദ്ദേഹത്തിന് മൂത്തമകൻ മാത്രമാണ്. പറ്റാത്തതു കണ്ടാൽ ദേഷ്യപ്പെടും. ചെയ്യേണ്ട കാര്യങ്ങൾ ആജ്ഞാപിക്കും. വീട്ടിൽ അദ്ദേഹം ഉണ്ടെങ്കിൽ ഇന്നും ഞങ്ങൾ മക്കൾ ശബ്ദമുയർത്തി സംസാരിക്കാറില്ല. അദ്ദേഹം പൂമുഖത്തുണ്ടെന്നറിഞ്ഞാൽ പതുക്കെ നേരേ അകത്തേക്ക് പോകും. കോലായയിൽ ഇരിക്കാൻ ശ്രമിക്കാറില്ല. ഭക്ഷണം കഴിക്കുമ്പോഴല്ലാതെ പിതാവിന്റെ മുന്നിൽ ഇരിക്കൽ ഇല്ലെന്നുതന്നെ പറയാം. ഇപ്പോഴും ഉമ്മയുടെ സഹായത്തിലാണ് ഉപ്പയോട് എന്തെങ്കിലും സംസാരിക്കുക. ഇന്നും കുടുംബകാര്യങ്ങളിലെ അവസാനവാക്ക് അദ്ദേഹം തന്നെയാണ്. എന്റെ മൂന്നു മക്കൾക്കും പേരിട്ടതുപോലും എന്റെ പിതാവാണ്. അതെന്റെ അവകാശമാണെന്ന് ഒരിക്കൽ

പോലും ഞാൻ ശഠിച്ചിട്ടില്ല. രക്ഷിതാക്കളെക്കൊണ്ട് മക്കൾക്കൊരിക്കലും അപമാനം സഹിക്കേണ്ടിവരില്ല. അവർ നമുക്ക് പകർന്നുനൽകുന്നത് തീർത്തും അപരിചിതമായ ജീവിതപാഠങ്ങളായിരിക്കും.

മാതാപിതാക്കളുടെ ആജ്ഞാശക്തി ക്ഷയിച്ചു തുടങ്ങിയതോടെയാണ് കുടുംബബന്ധങ്ങളുടെ സുദൃഢത ചോർന്നുതുടങ്ങിയത്. ഓരോ വീട്ടിലും കൽപിക്കാൻ ഉമ്മറത്ത് ഒരാളു വേണം, ഒരു സൈന്യത്തെ മുന്നോട്ടു നയിക്കുന്ന സർവസൈന്യാധിപനെപ്പോലെ. തല ഉയർത്തിപ്പിടിച്ചുള്ള അവരുടെ ആ നിൽപ്പുണ്ടല്ലോ, അത് നമുക്കു നൽകുന്ന ആത്മവിശ്വാസവും സുരക്ഷിതത്വബോധവും ഒന്നുവേറെത്തന്നെയാണ്. മക്കൾ സ്വദേശത്തും വിദേശത്തും ജോലി ചെയ്ത് സമ്പാദിക്കാൻ തുടങ്ങുമ്പോൾ മാതാപിതാക്കൾ അവർക്ക് കീഴ്പ്പെട്ട് ജീവിക്കേണ്ടി വരികയും സമ്പന്നരായ മക്കളുടെ കൂലിക്കാരായി അവർ മാറുകയും ചെയ്തതോടെയാണ് നമ്മുടെ കുടുംബങ്ങളുടെ ഭദ്രത തകർന്നത്. പ്രായമായവരാണ് നാം കാണുന്ന ഈ നാടിനെ നിർമ്മിച്ചത്. അവരുടെ വിയർപ്പും ത്യാഗവും കണ്ണുനീരുമാണ് നമുക്ക് ചുറ്റും സൗരഭ്യം പരത്തി വിടർന്നുനിൽക്കുന്ന പൂക്കളായി മാറിയത്. ഇതെല്ലാം തിരിച്ചറിയാൻ പുതിയ തലമുറയ്ക്കാവണം. പ്രായമായവർക്ക് ഒന്നും ചെയ്യാനില്ലെന്നും അവർ മാറ്റിനിർത്തപ്പെടേണ്ടവരാണെന്നും കരുതുന്നവർ നമുക്കിടയിലുണ്ട്. അവരും നാളെ അങ്ങനെ കരുതപ്പെടുന്നവരുടെ കൂട്ടത്തിലാവുമെന്ന കാര്യം ആരും ചിന്തിക്കുന്നില്ല. വയസ്സിനു മൂത്തവരെ ബഹുമാനിക്കലും അവർക്കാവശ്യമായ കരുതൽ നൽകലും നമ്മുടെ ചുമതലയാണ്. ആ ബാധ്യതാനിർവഹണത്തിൽ വീഴ്ചവരുത്തുന്നവർ ജീവിതത്തിൽ വലിയ വില കൊടുക്കേണ്ടി വരും. കൺമുന്നിൽ തന്നെ എത്ര അനുഭവങ്ങളാണ് നാം കണ്ടുകൊണ്ടിരിക്കുന്നത്.

നാം നമ്മുടെ രക്ഷിതാക്കളെ അനുസരിക്കുന്നത് നമ്മുടെ മക്കൾ കാണുമ്പോഴാണ് അവർക്ക് നമ്മളെയും അനുസരിക്കണമെന്ന ബോധമുണ്ടാകൂ. അത് കണ്ടുവളരുന്ന മക്കളോട് മാതാപിതാക്കളെ ബഹുമാനിക്കണമെന്ന് ആരും ചൊല്ലിപ്പഠിപ്പിച്ച് കൊടുക്കേണ്ടി വരില്ല. നമ്മുടെ ഓരോ ചലനത്തിലും മക്കൾ നമ്മളെ നിരീക്ഷിച്ചുകൊണ്ടിരിക്കുന്നുണ്ട്.

കഴിഞ്ഞ വയോജനദിനത്തിൽ സമൂഹമാധ്യമങ്ങളിൽ വൈറലായ ഒരു ഷോർട് ഫിലിം ഈ സന്ദർഭത്തിൽ ഞാൻ ഓർത്തുപോവുകയാണ്. രാവിലെ വീടിന്റെ പൂമുഖത്ത് ഒരു ചെറുപ്പക്കാരൻ പത്രം വായിച്ചിരിക്കുന്ന രംഗത്തോടെയാണ് ആ ഹ്രസ്വചിത്രം തുടങ്ങുന്നത്. അയാളുടെ തൊട്ടടുത്ത് വൃദ്ധനായ ഒരാളും ഇരിക്കുന്നുണ്ട്. അപ്പോഴാണ് മുറ്റത്തൊരു കുരുവി വന്നിരിക്കുന്നത്. കാഴ്ചക്കുറവുള്ള വൃദ്ധൻ മകനോട് ചോദിച്ചു: മോനേ അതെന്താണ്? മകൻ പത്രത്തിൽനിന്ന് തല ഉയർത്താതെ അലസമായി മറുപടി പറഞ്ഞു: അതൊരു കുരുവിയാണ്. അൽപസമയം പിന്നിട്ടപ്പോൾ പിതാവ് വീണ്ടും ചോദിച്ചു: മോനേ, എന്താണവിടെയൊരു നിഴലാട്ടം. മകൻ നീരസം കലർന്ന സ്വരത്തിൽ മറുപടി പറഞ്ഞു: അച്ഛാ അതൊരു കുരുവിയാണ്. വാർദ്ധക്യസഹജതയിൽ ആ പാവം മനുഷ്യൻ

മൂന്നാമതും ചോദിച്ചു: മോനേ, ആ ഇരിക്കുന്നത് എന്താണ്. ഇതു കേൾക്കേണ്ട താമസം മകൻ ദേഷ്യത്തോടെ കയ്യിലുള്ള പത്രം വലിച്ചെറിഞ്ഞ് ശബ്ദമുയർത്തി അട്ടഹസിച്ചു: എത്ര സമയമായി ഞാൻ പറയുന്നു അതൊരു കുരുവിയാണെന്ന്. മനുഷ്യനെ ബുദ്ധിമുട്ടിക്കാൻ രാവിലെ തന്നെ വന്നിരിക്കും. ഒന്ന് അകത്ത് പോയിക്കൂടെ. ഇതുകേട്ട് പിതാവ് പതുക്കെ എഴുന്നേറ്റ് അകത്തേക്കു പോയി. യുവാവ് വീണ്ടും പത്രപാരായണത്തിൽ മുഴുകി. കുറച്ചുകഴിഞ്ഞ് ഒരു പഴയ ഡയറിയുമായി വീണ്ടുമെത്തിയ ആ വയോധികൻ അതിലെ ഒരു പേജ് മറിച്ച് മകന് വായിക്കാൻ കൊടുത്തു. അതൊരു ഡയറിക്കുറിപ്പായിരുന്നു. ആ വരികളിലൂടെ അയാൾ കണ്ണോടിച്ചു: 'ഇന്ന് മാർച്ച് പന്ത്രണ്ട്. കുട്ടന്റെ ജന്മദിനമായിരുന്നു. ഞാനും ദേവകിയും അവനെയും കൊണ്ട് പാർക്കിൽ പോയി. ഞങ്ങൾ അവനെ കളിപ്പിച്ചുകൊണ്ടിരിക്കുന്നതിനിടയിൽ ഒരു പ്രാവ് എങ്ങുനിന്നോ പറന്നുവന്ന് ഞങ്ങളുടെ സമീപത്തായി ഇരുന്നു. കുട്ടൻ ചോദിച്ചു, അച്ഛാ അതെന്താണ്. ഞാൻ പറഞ്ഞു, അതൊരു പ്രാവാണ്. അവൻ വീണ്ടുംവീണ്ടും ഇതേ ചോദ്യം ജിജ്ഞാസയോടെ ആവർത്തിച്ചുകൊണ്ടേയിരുന്നു. ഓരോതവണയും ഞങ്ങൾ അവനെ ചേർത്തുപിടിച്ച് മറുപടിയും നൽകി. ഓരോതവണ അവൻ ചോദ്യം ചോദിക്കുമ്പോഴും ഞാനും ദേവകിയും മാറിമാറി അവന്റെ കവിളിൽ സ്നേഹമുത്തം നൽകിക്കൊണ്ടേയിരുന്നു.' ഇതു വായിച്ചുതീർന്ന ചെറുപ്പക്കാരൻ പശ്ചാത്താപവിവശനായി പിതാവിനെ കെട്ടിപ്പിടിച്ച് നെറ്റിയിൽ ചുംബിക്കുന്നതോടെ ആ ചിത്രം അവസാനിക്കുകയാണ്.

എന്റെ ഗുരുനാഥൻ കൂടിയായ പ്രൊഫസർ ഒ.പി. അബ്ദുസ്സലാം സാഹിബ് ആഫ്രിക്കയിലെ സാംബിയയിൽ പ്രബോധന പ്രവർത്തനങ്ങൾക്കു വേണ്ടി നിയോഗിക്കപ്പെട്ട സമയത്തെ ഒരനുഭവം പങ്കുവെച്ചത് നിങ്ങളോട് പറയാൻ ഞാൻ ആഗ്രഹിക്കുകയാണ്. തന്റെ ജോലിക്കിടയിൽ ഒരു സായാഹ്നത്തിൽ അദ്ദേഹമൊരു ശ്മശാനത്തിൽ എത്തിയത്രെ. അവിടെ കുറച്ചകലെയായി മുന്നൂറ്റി ഒന്നാം നമ്പർ കുഴിമാടത്തിനരികിൽ ഒരു കുട്ടിയുടെ കളിക്കോപ്പുകളും സ്കൂൾബാഗും വാട്ടർബോട്ടിലും ഭക്ഷണപദാർത്ഥങ്ങളും നിരത്തിവെച്ച് വിലപിച്ചുകൊണ്ടിരിക്കുന്ന ഒരു സ്ത്രീയെ അദ്ദേഹം കണ്ടു. സലാം സാഹിബ് അവരുടെ അടുത്തെത്തി കാര്യമന്വേഷിച്ചു: നിങ്ങളിവിടെ ഏകാകിയായി ആരെയാണ് കാത്തിരിക്കുന്നത്? അവർ പറഞ്ഞു: എന്റെ ഭർത്താവ് കോളറ പിടിപെട്ട് മരണപ്പെട്ടപ്പോൾ പോലും എനിക്കിത്ര വിഷമമുണ്ടായിട്ടില്ല. പക്ഷേ, വീട്ടുകാർക്കും കൂട്ടുകാർക്കും അയൽവാസികൾക്കുമെല്ലാം പ്രിയങ്കരനായിരുന്ന പന്ത്രണ്ടുവയസ്സായ എന്റെ മകന്റെ മരണം എനിക്ക് താങ്ങാനാവുന്നില്ല. ഇന്ന് അർദ്ധരാത്രി ഈ കുഴിമാടം വെട്ടിത്തുറന്ന് അവൻ പുറത്തുവരുമെന്ന് എന്റെ മനസ്സ് പറയുന്നു. ഞാൻ അവനുവേണ്ടി കാത്തിരിക്കുകയാണ്. ഇതുകേട്ട സലാം സാഹിബ് അമ്പരപ്പോടെ ചോദിച്ചുവത്രെ: മരിച്ചു പോയയാൾ തിരിച്ചുവരുമെന്ന് നിങ്ങൾക്കെങ്ങനെയാണ് വിശ്വസിക്കാനാവുക? അതിനവരുടെ മറുപടി ഒരലർച്ചയായിരുന്നു: ഞാ

നൊരു പെറ്റതള്ളയാണ്. എനിക്കങ്ങനെയേ കരുതാനാവൂ. അവരോട് അപ്പോൾ ഒന്നും പറഞ്ഞിട്ട് കാര്യമില്ലെന്ന് മനസ്സിലാക്കിയ അദ്ദേഹം പിന്തിരിഞ്ഞു. പിറ്റേദിവസം അതേ സമയത്ത് അദ്ദേഹം കുഴിമാടത്തിനരികിലെത്തിയെങ്കിലും, ആ സ്ത്രീയെ അവിടെ കണ്ടില്ല. ശ്മശാനസൂക്ഷിപ്പുകാരനോട് കാര്യം തിരക്കിയപ്പോൾ അയാൾ പറഞ്ഞു: ഇന്നലെ അർദ്ധരാത്രി ഹൃദയാഘാതം വന്ന് അവർ മരണപ്പെട്ടു. അവരുടെ ബന്ധുക്കൾ മൂന്നൂറ്റിരണ്ടാം നമ്പർ കുഴിമാടത്തിൽ അവരെ അടക്കംചെയ്ത് ഇപ്പോൾ പിരിഞ്ഞുപോയതേയുള്ളൂ. മാതാവിന്റെ ഈ സ്നേഹത്തിനും വാത്സല്യത്തിനും കാരുണ്യത്തിനുമാണ് ആധുനികസമൂഹം വില നിശ്ചയിക്കാൻ ശ്രമിക്കുന്നത്. അമ്മമാരുടെ കാൽപാദത്തിനടിയിലാണ് മക്കളുടെ സ്വർഗ്ഗമെന്ന് മുഹമ്മദ് നബി പഠിപ്പിച്ചത് വെറുതെയല്ല. മാതാപിതാക്കൾ ജീവിച്ചിരിക്കുമ്പോൾ നാം അനുഭവിക്കുന്ന ആത്മനിർവൃതിക്ക് കയ്യും കണക്കുമില്ല. ഒരിറ്റു സ്നേഹത്തിനായി ദാഹിക്കുന്ന രക്ഷിതാക്കൾ ഏതെങ്കിലും വീടുകളിൽ ഉണ്ടെങ്കിൽ അവിടെ എങ്ങനെയാണ് അനുഗ്രഹത്തിന്റെ മാലാഖ വന്നിറങ്ങുക? അവരുടെ ഹൃദയം വേദനിപ്പിച്ചും അവരെ അവഗണിച്ചും എങ്ങനെയാണ് നമുക്ക് മനസ്സമാധാനത്തോടെ ഉറങ്ങാനാവുക?

പ്രായമായവർ മക്കൾക്കുവേണ്ടി എപ്പോഴും പ്രാർത്ഥിച്ചുകൊണ്ടിരിക്കും. എന്റെ നിയോജകമണ്ഡലത്തിലെ തവനൂരിൽ സർക്കാർ നടത്തുന്ന ഒരു വൃദ്ധസദനമുണ്ട്. ഞാനവിടെ മാസത്തിൽ ഒരു പ്രാവശ്യമെങ്കിലും പോവുക പതിവാണ്. അവിടുത്തെ എല്ലാ അന്തേവാസികൾക്കും ഞാനുമായി വളരെ അടുത്ത ബന്ധമാണുള്ളത്. അവരിൽ പലർക്കും മക്കളുണ്ട്. സ്വന്തം മക്കളാൽ ഉപേക്ഷിക്കപ്പെട്ടവരാണ് അവരിൽ പലരും. അവർക്ക് ആ വൃദ്ധസദനം ഇന്നൊരു വീടു പോലെയാണ്. അവരുടെ ഒരു കാര്യങ്ങൾക്കും ഞങ്ങൾ വീഴ്ചവരുത്താറില്ല. തങ്ങളെ ഉപേക്ഷിച്ച് വൃദ്ധസദനങ്ങളിൽ എത്തിച്ച മക്കൾക്ക് ഒരു ഉപദ്രവവും പ്രയാസവും മറ്റുള്ളവരിൽനിന്ന് ഏൽക്കേണ്ടി വരരുതേ എന്നാണ് അവരുടെ ഓരോരുത്തരുടെയും പ്രാർത്ഥന. വയോജനങ്ങൾക്ക് നമ്മുടെ സ്നേഹവും കരുതലും മാത്രം മതി. അതുനൽകാൻ സമൂഹത്തിനും ഭരണകൂടത്തിനും ചുമതലയുണ്ട്. പ്രായമായവർക്കുള്ള വിവിധ പദ്ധതികൾ ആവിഷ്കരിച്ച് ആ ഉത്തരവാദിത്തമാണ് എടയൂർ ഗ്രാമപഞ്ചായത്ത് നിർവഹിക്കുന്നത്.

വിവാഹാഘോഷങ്ങൾക്കു പോലും പരസ്പരം കണ്ടുമുട്ടാനോ ഒരുമിച്ചിരിക്കാനോ സമയമില്ലാത്തവരായി നാം മാറിക്കഴിഞ്ഞു. ഓരോരുത്തരും അവരവരുടെ സൗകര്യമനുസരിച്ചാണ് കല്യാണമുൾപ്പെടെയുള്ള ചടങ്ങുകളിൽ പങ്കെടുക്കുന്നത്. അതുകൊണ്ടുതന്നെ പരസ്പരം കാണാനും മിണ്ടാനുമൊന്നും സന്ദർഭം കിട്ടാറില്ല. അങ്ങനെയുള്ളവർക്കാണ് ഇങ്ങനെ ഒരുമിച്ച് ഒരേസമയത്ത് കൂടിയിരിക്കാനും സൊറ പറയാനും പഞ്ചായത്ത് അവസരമൊരുക്കി തന്നിരിക്കുന്നത്. നിങ്ങളിൽ പലരും കൂട്ടുകാരും കൂട്ടുകാരികളുമായിരുന്നവരാകാം. ഒരുപാടുകാലത്തിനു ശേഷം

ഇന്നാകും ഭൂരിഭാഗമാളുകളും കണ്ടുമുട്ടിയിട്ടുണ്ടാവുക. അറ്റുപോയ സുഹൃദ്ബന്ധങ്ങൾ വിളക്കിച്ചേർക്കുക എന്നുള്ളതു തന്നെയാണ് ഈ ഒത്തുചേരൽ കൊണ്ട് പഞ്ചായത്ത് ഉദ്ദേശിച്ചിട്ടുണ്ടാവുക. നിങ്ങൾക്ക് എന്തെങ്കിലും പ്രയാസങ്ങളുണ്ടെങ്കിൽ അത് പഞ്ചായത്ത് പ്രതിനിധികളുടെ ശ്രദ്ധയിൽപ്പെടുത്താം. അവരതിനുള്ള പരിഹാരം കാണും.

എന്റെ മുമ്പിലിരിക്കുന്ന പ്രിയപ്പെട്ട അച്ഛനമ്മമാരോട് എനിക്ക് ഒരഭ്യർത്ഥനയേ ഉള്ളൂ: നിങ്ങൾ ജീവിച്ചിരിക്കെ ഒരിക്കലും നിങ്ങളുടെ സ്വത്ത് മക്കളുടെ പേരിൽ എഴുതിക്കൊടുക്കരുത്. സ്വന്തം വീട്ടിൽ നിങ്ങൾക്ക് നിലയും വിലയും വേണമെങ്കിൽ മരിക്കുവോളം അതിന്റെ ഉടമസ്ഥർ നിങ്ങൾ തന്നെയാവണം. സ്വത്തെല്ലാം മക്കളുടെ പേരിൽ എഴുതിക്കൊടുത്ത പലരും പിന്നീട് സ്വന്തം വീട്ടിൽ നിന്ന് പട്ടിയെപ്പോലെ ആട്ടിയിറക്കപ്പെട്ട എത്രയോ അനുഭവങ്ങളുണ്ട്. സ്വത്ത് കൈക്കലാക്കി മാതാപിതാക്കളെ വൃദ്ധസദനങ്ങളിൽ കൊണ്ടുപോയി തള്ളുന്ന സംഭവങ്ങൾ കൂടിവരികയാണ്. മക്കളാൽ വീട്ടിൽ നിന്ന് പുറത്താക്കപ്പെട്ട് വിലപിക്കുന്ന എത്രയോ വയോജനങ്ങളെ തവനൂർ ഓൾഡേജ് ഹോമിൽ ഞാൻ കണ്ടിട്ടുണ്ട്. നിങ്ങളുടെ മരണശേഷം സ്വാഭാവികമായും മക്കളാണ് നിങ്ങളുടെ സ്വത്തിന്റെ അവകാശികൾ. ജീവിച്ചിരിക്കെ പുരയിടം മക്കൾക്ക് എഴുതിക്കൊടുക്കുന്നവർ ഒരു കാര്യം ഉറപ്പിക്കുക: നിങ്ങൾക്കൊരവകാശവുമില്ലാത്ത വീട്ടിൽ ശിഷ്ടകാലം മനസ്സമാധാനത്തോടെ കഴിയാൻ നിങ്ങൾക്ക് സാധിക്കില്ല. സ്വത്തിനു വേണ്ടി മാതാപിതാക്കളെ വിസ്മരിക്കുകയും ബന്ധങ്ങൾ അവഗണിക്കുകയും ചെയ്യുന്ന കെട്ടകാലത്ത് നിങ്ങളോരോരുത്തരും ജാഗ്രതയോടെ നീങ്ങണം. ഒപ്പം, ഒരു രക്ഷിതാവിന്റെ ചുമതല ആരും മറന്നുപോവുകയുമരുത്. രക്ഷിതാവ് എല്ലാ അർത്ഥത്തിലും ഒരു രക്ഷിതാവായിരിക്കണം. താങ്കൾ മന്ത്രി ജലീലിന്റെ പിതാവല്ലേ എന്നു ചോദിക്കുമ്പോൾ അല്ല, ജലീൽ എന്റെ മകനാണ് എന്ന് തിരിച്ചുപറയുന്ന അഭിമാനിയായ എന്റെ പിതാവിനെയാണ് എനിക്കിഷ്ടം. മക്കൾ എത്ര ഉന്നതങ്ങളിലെത്തിയാലും അവൻ എന്റെ മകനാണെന്ന ബോധം ഉണ്ടാകുമ്പോഴാണ് അടിമുടി ഒരാൾ ഒരു രക്ഷിതാവാകുന്നത്.

ഇത്തരമൊരു മാതൃകാപരമായ പരിപാടി സംഘടിപ്പിച്ച എടയൂർ ഗ്രാമപഞ്ചായത്ത് ഭരണസമിതിയോട് എല്ലാ കൃതജ്ഞതയും അറിയിച്ച്, ഐ.എസ്.ഒ. പദവി നേട്ടത്തിലൂടെ ഗ്രാമപഞ്ചായത്ത് കൈവരിച്ച മികവിനെ അനുമോദിച്ച്, കേരളോത്സവത്തിൽ വിജയികളായവരെ അഭിനന്ദിച്ച്, സ്മാർട്ട് അംഗൻവാടികളുടെ സമർപ്പണം പ്രഖ്യാപിച്ച്, ഈ മഹത്തായ പരിപാടിയുടെ ഔപചാരികമായ ഉൽഘാടനം നിങ്ങളുടെയെല്ലാം സമ്മതത്തോടെയും അനുഗ്രഹത്തോടെയും നിർവഹിച്ചതായി പ്രഖ്യാപിച്ച് ഞാൻ എന്റെ വാക്കുകൾ അവസാനിപ്പിക്കുന്നു. നന്ദി. നമസ്കാരം.

സംസ്കാരം, പ്രത്യയശാസ്ത്രം

സി.പി.ഐ. (എം)ന്റെ സംസ്ഥാനസമ്മേളനത്തിന്റെ ഭാഗമായി സംഘടിപ്പിക്കപ്പെട്ടിരിക്കുന്ന ഈ സെമിനാറിന്റെ അധ്യക്ഷൻ ബഹുമാന്യനായ മുൻ വിദ്യാഭ്യാസവകുപ്പുമന്ത്രി സഖാവ് എം.എ. ബേബി അവർകളേ, സെമിനാറിൽ തങ്ങളുടെ ചിന്തകൾ പങ്കുവെക്കാനെത്തിച്ചേർന്നിട്ടുള്ള പ്രമുഖരേ, സഹോദരീസഹോദരന്മാരേ, സുഹൃത്തുക്കളേ,

സംസ്കാരം, പ്രത്യയശാസ്ത്രം എന്നീ വാക്കുകൾ കേൾക്കുമ്പോൾ അവ തമ്മിൽ വലിയ അന്തരം തോന്നാം. പക്ഷേ, ഒന്ന് മറ്റൊന്നുമായി അഭേദ്യമാംവിധം ഇഴുകിച്ചേർന്നതാണ്. Culture എന്ന ഇംഗ്ലീഷ് പദത്തിന്റെ മലയാളവിവർത്തനമായിട്ടാണ് സംസ്കാരം എന്ന വാക്കിനെ പലപ്പോഴും നമ്മൾ കണ്ടിട്ടുള്ളത്. എന്നാൽ എന്താണ് കൾച്ചർ എന്ന വാക്കുകൊണ്ട് അർത്ഥമാക്കുന്നത്? മനുഷ്യൻ ഇന്നോളം അവന്റെ ജീവിതത്തിൽ നേടിയിട്ടുള്ള ഭൗതികവും ഭൗതികേതരവുമായ നേട്ടങ്ങളുടെ ആകെത്തുകയാണ് സംസ്കാരം. സർവസംസ്കാര സത്യവാദം അംഗീകരിക്കപ്പെട്ടാൽ സംസ്കാരങ്ങൾ തമ്മിലും പ്രത്യയശാസ്ത്രങ്ങൾ തമ്മിലും സംഘട്ടനങ്ങളുടെയും സംഘർഷങ്ങളുടെയും ആവശ്യമേ വരുന്നില്ല.

സോവിയറ്റ് യൂണിയന്റെ തിരോധാനത്തോടെ ലോകത്ത് അമേരിക്കയുടെ അപ്രമാദിത്തം സ്ഥാപിക്കപ്പെടുന്ന ചരിത്രസന്ധിയിലാണ് സാമുവൽ ഹണ്ടിംഗ്ടൺ Clash of Civilizations എന്നൊരു തിയറി ലോകത്തിനു മുമ്പിൽ അവതരിപ്പിക്കുന്നത്. 'രണ്ട് ഐഡിയോളജികൾ തമ്മിലുള്ള സംഘർഷത്തിന്റെ കാലം ഇതാ അവസാനിച്ചിരിക്കുന്നു, ഇനി വരാൻ പോകുന്നത് നാഗരികതകൾ തമ്മിലുള്ള സംഘട്ടനമാണ്. വിശ്വാസങ്ങളും മതങ്ങളും സംഘർഷഭരിതമായ ഒരു സാഹചര്യത്തിലേക്ക് നീങ്ങുന്ന കാഴ്ചക്കാണ് ലോകം സാക്ഷ്യം വഹിക്കാൻ പോകുന്നത്.'

എന്നതായിരുന്നു ഹണ്ടിംഗ്ടൺ മുന്നോട്ടുവെച്ച ആ തിയറിയുടെ സാരം. അമേരിക്കയെ സംബന്ധിച്ചിടത്തോളം അത്തരമൊരു ആശയാടിത്തറയുടെ കൃത്രിമസൃഷ്ടി അനിവാര്യമായിരുന്നു. ലോകത്ത് ഇത്രയും കാലം വിവിധ രാജ്യങ്ങൾക്കിടയിൽ നടന്ന കയ്യേറ്റങ്ങളുടെയും അകൽച്ചയുടെയും കാരണക്കാർ കമ്മ്യൂണിസ്റ്റുരാഷ്ട്രങ്ങളാണ് എന്നതായിരുന്നു അമേരിക്കൻ സാമ്രാജ്യത്വത്തിന്റെ ഭാഷ്യം. അതുകൊണ്ടുതന്നെ ലോകരാഷ്ട്രീയഭൂപടത്തിൽ നിന്ന് കമ്മ്യൂണിസ്റ്റ് ഭരണകൂടങ്ങൾ എന്നെന്നേക്കുമായി തിരോഭവിച്ചാൽ മാത്രമേ ലോകസമാധാനം യാഥാർത്ഥ്യമാവുകയുള്ളൂ എന്ന് പറയാതെ പറഞ്ഞ് പ്രചരിപ്പിക്കാൻ സംഘടിതമായ ശ്രമങ്ങളാണ് അവർ നടത്തിയത്.

അത്തരമൊരു ഘട്ടത്തിലാണ് കിഴക്കൻയൂറോപ്യൻ രാജ്യങ്ങളിൽ കമ്മ്യൂണിസ്റ്റ് ഭരണകൂടങ്ങൾ തിരോഭവിക്കുന്നത്. സോവിയറ്റ് യൂണിയൻ ഉൾപ്പെടെ ഏതാണ്ടെല്ലാ കമ്മ്യൂണിസ്റ്റ് രാഷ്ട്രങ്ങളും തകർന്നതോടെ ലോകത്ത് സമാധാനം പുലർന്നതായി അനൗദ്യോഗികമായി പ്രഖ്യാപിക്കപ്പെട്ടു. ലോകത്ത് നിലനിൽക്കുന്ന സർവകുഴപ്പങ്ങളുടെയും കാരണക്കാരെന്ന് അമേരിക്കയും മറ്റു മുതലാളിത്തരാജ്യങ്ങളും പാടിനടന്ന രാഷ്ട്രങ്ങൾ ഇല്ലാതായത് ശാന്തിയുടെ പുതിയ യുഗപ്പിറവിക്ക് നാന്ദികുറിക്കുമെന്ന് പറഞ്ഞു നടന്നവരുടെ കല്ലുവെച്ച നുണ ജനസമക്ഷം ബോദ്ധ്യമാകാൻ അധികകാലം വേണ്ടിവന്നില്ല. എല്ലാ ആയുധക്കമ്പനികളും പൂട്ടി പുതിയ ബിസിനസുകൾ ഉദയംകൊള്ളുമെന്ന ധാരണ ചീട്ടുകൊട്ടാരം പോലെ പൊളിഞ്ഞുവീഴുന്നതാണ് പിന്നീട് കണ്ടത്. ലോകത്തെ എല്ലാ രാജ്യങ്ങളും ജനങ്ങളിൽ നിന്നും സംരഭകരിൽ നിന്നുമൊക്കെ പിരിച്ചെടുക്കുന്ന നികുതിപ്പണം ജനങ്ങളുടെ ക്ഷേമത്തിനു മാത്രമായി ഉപയോഗിക്കപ്പെടുമെന്ന ഗീർവാണവും പൊളിഞ്ഞുപാളീസായി. അതിർത്തി കാക്കുന്ന പട്ടാളക്കാരുടെ ജീവൻ ഇനിമേലിൽ പൊലിയില്ലെന്ന് കട്ടായം പറഞ്ഞവർ പെടുന്നനെ രംഗം വിട്ട് എങ്ങോ പോയ്മറഞ്ഞു. ആയുധവ്യാപാരം നിർബാധം തുടരാനും ജനങ്ങൾക്കിടയിലെ വൈരം നിലനിർത്താനും പര്യാപ്തമായ സാഹചര്യം സൃഷ്ടിച്ചെടുക്കാനുള്ള പണിപ്പുരയിലായിരുന്നു ലോകത്തെ കമ്മ്യൂണിസ്റ്റുവിരുദ്ധ ലോബി. കമ്മ്യൂണിസ്റ്റ് ഭീഷണിയെന്ന ഉമ്മാക്കിയുടെ അഭാവത്തിൽ പുതിയ ശത്രുവിന്റെ ബീജാവാപത്തിന് ആ അലോചനകളാണ് വഴിമരുന്നിട്ടത്. അമേരിക്കക്കാരനായ സാമുവൽ ഹണ്ടിംഗ്ടൺ മുന്നോട്ടുവെച്ച വിവിധ സംസ്കാരങ്ങളുടെ സംഘട്ടനസിദ്ധാന്തത്തിലൂടെ പുതിയ ശത്രുവിനെ സൃഷ്ടിക്കുന്നതിനുള്ള പ്രത്യയശാസ്ത്ര അടിത്തറ പാകലായിരുന്നു നടന്നത്. അതോടെ, സംസ്കാരങ്ങൾ എന്നതുകൊണ്ട് മതങ്ങളെന്നാണ് ഉദ്ദേശിക്കുന്നതെന്ന വ്യാഖ്യാനവും വന്നു. ആഭ്യന്തരകലാപങ്ങളായി തുടങ്ങുന്ന പ്രസ്തുത സംഘർഷങ്ങൾ അധികം വൈകാതെ രാജ്യാതിർത്തികൾ കടന്ന് വിപുലപ്പെടുമെന്ന് പ്രചരിപ്പിച്ചതിലൂടെ അന്നോളമുണ്ടായിരുന്ന എല്ലാ ആയുധക്കമ്പനികളും ഇനിയും ശക്തമായി മുന്നോട്ടുപോകേണ്ടതുണ്ടെന്ന സ

ന്ദേശമാണ് നൽകപ്പെട്ടത്.

വിവിധ സംസ്കാരങ്ങൾ സഹവർത്തിത്വത്തിൽ നിലനിൽക്കുക എന്നുള്ളതാണ് ഏറ്റവും പ്രധാനം. ബഹുസ്വരസംസ്കാരം എന്നത് വെറുതെ പറഞ്ഞുപോകേണ്ട ഒരു വാക്കല്ല. മനുഷ്യന്റെ ഉത്ഭവം മുതൽ ഇക്കാലമത്രയും സംസ്കാരങ്ങൾ അതിന്റെ വ്യത്യസ്ത രൂപഭാവങ്ങളോടെ നിലനിന്നു പോന്നിട്ടുണ്ട്. സിന്ധുനദീതടസംസ്കാരം യഥാർത്ഥത്തിൽ ബഹുസ്വരസംസ്കാരമായിരുന്നു. ഭാരതീയർ ചേർത്തുപിടിച്ച ബഹുസ്വരസംസ്കൃതി നമ്മുടെ ഭരണഘടന നിലവിൽ വന്നതിനുശേഷം ഉണ്ടായ ഒന്നല്ല. നാഗരികതകളും വിശ്വാസങ്ങളുമൊക്കെ സംഘട്ടനത്തിന്റെ പാതയിലായിരുന്നില്ല. സംഘർഷാത്മകതയിലേക്ക് അവ വഴുതിപ്പോകുന്നത് അധികാര രാഷ്ട്രീയവുമായി ബന്ധപ്പെട്ടാണ്. സ്വയംവിമർശനങ്ങളെ നമുക്ക് ഉൾക്കൊള്ളാനായില്ലെങ്കിൽ ജനങ്ങൾക്കിടയിൽ വലിയതോതിലുള്ള അകൽച്ചകളാകും ഉണ്ടാവുക. മലയാളത്തിന്റെ ഇതിഹാസമെന്ന് വിളിക്കപ്പെടുന്ന എഴുത്തുകാരൻ വൈക്കം മുഹമ്മദ് ബഷീറിന്റെ 'കെട്ടിനില്ക്കുന്ന ജലാശയത്തിൽ നിന്നാണ് ദുർഗന്ധം വമിച്ചുതുടങ്ങുക' എന്ന ആശയം മുന്നോട്ടു വെക്കുന്ന വാക്കുകൾ ഒരു സ്വയംവിമർശനമായി എടുക്കാനുള്ള ഹൃദയവിശാലതയാണ് സംസ്കൃതചിത്തമായ ഒരു സമൂഹത്തിനുണ്ടാകേണ്ടത്.

മതദർശനങ്ങളായും വിഭിന്നചിന്താധാരകളായുമാണ് നമ്മുടെ നാട്ടിൽ പ്രത്യയശാസ്ത്രങ്ങൾ നിലനിൽക്കുന്നത്. കമ്മ്യൂണിസം ഒരു പ്രത്യയശാസ്ത്രമാണ്. മതതത്ത്വങ്ങളാകട്ടെ വ്യത്യസ്ത നാഗരികതകളുടെ പ്രതിരൂപങ്ങളും. ഒരു സംസ്കാരവും മറ്റൊരു സംസ്കാരത്തെ നിരാകരിക്കാൻ ശ്രമിക്കുന്നില്ല എന്നുള്ളതാണ് യാഥാർത്ഥ്യം. തങ്ങൾക്കു മുമ്പ് വന്നവരെ അംഗീകരിക്കുകയും ശരിവെക്കുകയും ചെയ്യുന്നതാണ് പ്രവാചകന്മാരുടെ പാരമ്പര്യം. അല്ലാതെ വിമർശിക്കുകയും അപഹസിക്കുകയും ചെയ്ത ചരിത്രമല്ല. ബൈബിളിൽ എവിടെയും മോസസിനെ നിരാകരിക്കുന്ന ഒരു പരാമർശവും നമുക്ക് കാണാൻ കഴിയില്ല. ഭഗവത് ഗീതയിൽ അതിനുമുമ്പ് അവതീർണ്ണമായ ഗ്രന്ഥങ്ങളെയും ദർശനങ്ങളെയും പുച്ഛിക്കുന്നതും അപകീർത്തിപ്പെടുത്തുന്നതും നമുക്ക് വായിക്കാൻ കഴിയില്ല. മുഹമ്മദ് നബി തനിക്കു മുമ്പ് അവതീർണ്ണരായ ഒരു ലക്ഷത്തിലധികം വരുന്ന ഗുരുക്കന്മാരെയോ വിവിധ വേദഗ്രന്ഥങ്ങളെയോ തള്ളിപ്പറഞ്ഞിട്ടില്ലെന്നു മാത്രമല്ല എല്ലാത്തിനേയും സർവാത്മനാ അംഗീകരിക്കുകയാണ് ചെയ്തത്. വിശുദ്ധ ഖുർആനിൽ മാത്രം വിശ്വസിച്ചാൽ ഒരാൾക്ക് മുസ്ലിമാവാൻ കഴിയില്ല. അതിനുമുമ്പ് അവതരിച്ച ഗ്രന്ഥങ്ങളിൽ വിശ്വസിക്കലും ഒരു ഇസ്ലാംമതവിശ്വാസിയുടെ മതപരമായ ബാധ്യതയാണ്.

പിൽക്കാലത്തു വന്ന തത്ത്വചിന്തകരും ദാർശനികരും തള്ളിക്കളയലിന്റെ വഴിയല്ല, സ്വാംശീകരണത്തിന്റെ മാർഗ്ഗമാണ് അവലംബിച്ചത്. തന്റെ കാലത്തോ അതിനു ചുറ്റുവട്ടത്തുള്ള കാലയളവിലോ പ്രചുരപ്ര

ചാരം നേടിയ സംസ്കാരങ്ങളെയോ അവക്ക് നേതൃത്വം നൽകിയവരെയോ രൂക്ഷമായ വിശകലനത്തിന് വിധേയമാക്കാൻ കാറൽ മാർക്സ് ശ്രമിച്ചിട്ടില്ലെന്ന് കാണാം. പല പ്രാചീന-മധ്യകാലദർശനങ്ങളിലും കാലാന്തരത്തിൽ അടിഞ്ഞുകൂടിയ മാനവികവിരുദ്ധവും തൊഴിലാളിവിരുദ്ധവുമായ മാലിന്യങ്ങളിൽ നിന്ന് അവയെ മുക്തമാക്കേണ്ടതിന്റെ ആവശ്യകതയാണ് അദ്ദേഹം വിശദീകരിച്ചതെന്ന് കാണാം. ലോകത്തിലെ എല്ലാ സാമൂഹ്യപരിഷ്കർത്താക്കളും ചെയ്തത് അതുതന്നെയായിരുന്നു. ശ്രീരാമനേയും ശ്രീകൃഷ്ണനേയും അബ്രഹാമിനേയും മോസസിനേയും ജീസസിനേയും മുഹമ്മദ് നബിയേയും ഒക്കെ അപ്പാടെ പേരെടുത്തു പറഞ്ഞ് മുടിനാരിഴകീറി അപഗ്രഥനം ചെയ്യുകയും വിമർശനത്തിന് വിധേയമാക്കുകയും ചെയ്യാമായിരുന്നു കാറൽ മാർക്സിന്. പക്ഷേ അദ്ദേഹമത് ചെയ്തില്ലെന്നത് നാം പ്രത്യേകം ശ്രദ്ധിക്കണം. ഒരു പ്രത്യയശാസ്ത്രവും മറ്റൊന്നിനെ ഇകഴ്ത്തി സ്വന്തത്തിന്റെ മേന്മ സ്ഥാപിച്ചെടുക്കാൻ ശ്രമിച്ചിട്ടില്ല എന്നർത്ഥം. അതാണ് പൂർവസൂരികൾ കാണിച്ച മാതൃകയെങ്കിൽ നമ്മളായിട്ടെന്തിന് ആ രീതി ഇല്ലാതാക്കണം? വിവിധ നാഗരികതകളെ പുൽകിയവർക്ക് പരസ്പരം അടുത്തിടപഴകാൻ കഴിയാതെ പോയതും ഓരോന്നിലും അന്തർലീനമായ ശരികളെ അംഗീകരിക്കാൻ സാധിക്കാതെ പോയതും അതത് കാലത്ത് ജീവിച്ച മനുഷ്യരുടെ മനസ്സിന്റെ കുടുസ്സുകൊണ്ടാണ്. അതിന്റെ പേരിൽ പ്രതിസ്ഥാനത്ത് നിർത്തേണ്ടത് ഏതെങ്കിലും സംസ്കാരങ്ങളെയല്ല, അവയെ തെറ്റായി മനസ്സിലാക്കുകയും ഉൾക്കൊള്ളുകയും ചെയ്ത മനുഷ്യരെയാണ്.

ഏറ്റവും അവസാനമായിരിക്കും മതങ്ങൾ മലിനമാവുക എന്ന് വിശ്വസിക്കുന്നവരാണ് നമ്മളിൽ മഹാഭൂരിഭാഗവും. എന്നാൽ ദൗർഭാഗ്യവശാൽ, ഇന്നേറ്റവുമാദ്യം മലിനമാക്കപ്പെടുന്നത് മതങ്ങളാണ് എന്ന യാഥാർത്ഥ്യം മതവിശ്വാസികളെന്ന് സ്വയം മേനിനടിച്ചു നടക്കുന്നവരിലേക്ക് നോക്കിയാൽ ബോദ്ധ്യമാകും. വിശ്വവിഖ്യാതനായ സാഹിത്യകാരൻ ഖലീൽ ജിബ്രാൻ അദ്ദേഹത്തിന്റെ ബാല്യത്തിൽ നടന്ന ഒരു സംഭവം രേഖപ്പെടുത്തിയിട്ടുള്ളത് ഇവിടെ അനുസ്മരിക്കുന്നത് പ്രസക്തമാണ്. അദ്ദേഹത്തിന് പത്തുവയസ്സുണ്ടായിരുന്ന കാലത്താണത്രെ ഒരു കച്ചവടക്കാരൻ തോൽസഞ്ചിയിൽ എണ്ണയുമായി തന്റെ ഗ്രാമത്തിലേക്ക് വ്യാപാരത്തിനെത്തുന്നത്. ശുദ്ധമായ ഒലിവെണ്ണ എന്ന് കച്ചവടക്കാരൻ വിളിച്ചുപറയുന്നതു കേട്ട് ഗ്രാമത്തിന്റെ അങ്ങേ അറ്റത്തെ തെരുവിൽ നിന്ന് വൃദ്ധയായ ഒരു സ്ത്രീ എണ്ണ വാങ്ങാൻ കുപ്പിയുമായി കച്ചവടക്കാരനെ സമീപിച്ചു. വിലയന്വേഷിച്ച് തൃപ്തിപ്പെട്ട അവർ കയ്യിൽ കരുതിയിരുന്ന കുപ്പി കച്ചവടക്കാരനെ ഏൽപ്പിച്ചു. അതിലദ്ദേഹം എണ്ണ നിറച്ചുകൊണ്ടിരിക്കേ വൃദ്ധ കച്ചവടക്കാരനോട് ചോദിച്ചു: താങ്കൾ ഏതു മതത്തിൽ പെട്ടയാളാണ്? അയാൾ പറഞ്ഞു: ഞാൻ ഗ്രീക്ക് ഓർത്തഡോക്സ് വിഭാഗത്തിൽ പെട്ടയാളാണ്. ഇതു കേൾക്കേണ്ട താമസം താൻ കൊടുത്ത കുപ്പി കച്ചവടക്കാരന്റെ കയ്യിൽ നിന്ന് തട്ടിപ്പറിച്ചു വാങ്ങി അദ്ദേഹ

ത്തെ ശപിച്ചുകൊണ്ട് വൃദ്ധ തന്റെ വീട്ടിലേക്ക് ധൃതിയിൽ നടന്നു. ഇതു കാണാനിടയായ കുട്ടിയായിരുന്ന ഖലീൽ ജിബ്രാന്റെ മനസ്സ് വല്ലാതെ വേദനിച്ചു. മ്ലാനവദനനായി വീട്ടിൽ തിരിച്ചെത്തിയ മകനോട് ദുഃഖത്തിന്റെ കാരണമെന്തെന്ന് പിതാവ് അന്വേഷിച്ചു. താൻ ഗ്രാമത്തിൽ കണ്ട കാഴ്ച ഖലീൽ ജിബ്രാൻ പിതാവിനോട് പറഞ്ഞു. തന്റെ മകന്റെ ദുഃഖമകറ്റാൻ അന്നേദിവസം ആ കച്ചവടക്കാരന് ആതിഥ്യം നൽകാൻ അദ്ദേഹം തീരുമാനിക്കുകയും കച്ചവടക്കാരനെത്തേടി ഗ്രാമത്തിലേക്ക് പുറപ്പെടുകയും ചെയ്തു. ഒരുപാട് അന്വേഷണങ്ങൾക്കു ശേഷം ഗ്രാമാതിർത്തിയിൽ വെച്ച് ഖലീൽ ജിബ്രാന്റെ പിതാവ് കച്ചവടക്കാരനെ കണ്ടുമുട്ടി. തന്റെ മകന്റെ സങ്കടമകറ്റാൻ അന്നേ ദിവസത്തെ ആതിഥ്യം സ്വീകരിക്കണമെന്ന് അദ്ദേഹം കച്ചവടക്കാരനോട് അഭ്യർത്ഥിച്ചു. ക്ഷണം കേട്ടമാത്രയിൽ കച്ചവടക്കാരൻ ഖലീൽ ജിബ്രാന്റെ പിതാവിനോട് തിരിച്ചു ചോദിച്ചു: നിങ്ങൾ ഏതു മതത്തിൽ പെട്ടയാളാണ്? അയാൾ പറഞ്ഞു: ഞാൻ മെറോനൈറ്റ് വിഭാഗത്തിൽ പെട്ടയാളാണ്. മെറോനൈറ്റ് വിഭാഗത്തിൽ പെട്ടയാളുകൾ പാകംചെയ്തതോ സ്പർശിച്ചതോ ആയ ഭക്ഷണം ഓർത്തഡോക്സ് വിഭാഗത്തിൽ പെട്ടവർ കഴിക്കാൻ പാടില്ല എന്നതായിരുന്നു അക്കാലത്തെ അലിഖിതമായ മതനിയമം. അതുകൊണ്ടുതന്നെ ഖലീൽ ജിബ്രാന്റെ പിതാവിന്റെ ക്ഷണം നിരസിച്ചുകൊണ്ട് കച്ചവടക്കാരൻ ഗ്രാമം വിട്ടുപോയി. ഇതു കാണാനിടയായ ഖലീൽ ജിബ്രാന് തന്റെ പിതാവിന്റെ മതബോധത്തിൽ വലിയ അഭിമാനവും ദുരഭിമാനിയായ ആ കച്ചവടക്കാരന്റെയും ദുഷ്ടയായ ആ സ്ത്രീയുടെയും മതബോധത്തിൽ അതിയായ അമർഷവും അനുഭവപ്പെട്ടു. ലോകത്തുള്ള മതവിശ്വാസികൾക്ക് ഉണ്ടാവേണ്ടിയിരുന്നത് ഖലീൽ ജിബ്രാന്റെ പിതാവിന്റെ മതബോധമായിരുന്നു. ദൗർഭാഗ്യവശാൽ, ദുരഭിമാനിയായ കച്ചവടക്കാരന്റെയും ദുഷ്ടയായ ആ വൃദ്ധയുടെയും മതബോധമാണ് നമ്മുടെ നാട്ടിലെ വലിയൊരു ശതമാനം വിശ്വാസികളും കൊണ്ടുനടക്കുന്നത്.

ഒരു ബഹുസ്വരസമൂഹത്തിൽ കേൾക്കേണ്ടതും കാണേണ്ടതുമാണോ ഓരോ ദിവസവും നാം കാണുന്നതും കേൾക്കുന്നതും? മതവിശ്വാസത്തിന് പ്രാമുഖ്യമുള്ള ഒരു നാട്ടിൽ കുറ്റകൃത്യങ്ങളുടെ തോത് കുറയണം. കുറ്റവാളികളില്ലാത്തതിനാൽ ജയിലുകൾ അടക്കപ്പെടണം. എന്നാൽ മറിച്ചല്ലേ നമ്മുടെ നാട്ടിൽ സംഭവിക്കുന്നത്? എങ്ങും കുറ്റകൃത്യങ്ങൾ അധികരിക്കുന്നു. മതവിശ്വാസികളിൽ ഉണ്ടാവാൻ പാടില്ലാത്ത കാര്യങ്ങൾ കണ്ടുകൊണ്ടിരിക്കുന്നു. ഈ വൈരുദ്ധ്യത്തിനാണ് വിശ്വാസിസമൂഹം ഉത്തരം കാണേണ്ടത്.

തീവ്രവാദവും ഭീകരവാദവും 1990കൾക്കുശേഷം മാത്രം നമ്മൾ കേൾക്കുകയും പരിചയപ്പെടാനിടവരികയും ചെയ്ത വാക്കുകളാണ്. സോവിയറ്റ് ചേരിയുടെ തിരോധാനത്തോടെ ശീതസമരം അവസാനിച്ചുവെന്നായിരുന്നല്ലോ അമേരിക്കൻ ഭാഷ്യം. അങ്ങനെയെങ്കിൽ എന്തിന് ആയുധക്കമ്പനികൾ എന്ന ചോദ്യം സ്വാഭാവികമായും ഉയർന്നു. ആയുധ

ക്കമ്പനികൾ ഇല്ലാതാകുന്നതോടെ തങ്ങളുടെ സാമ്പത്തികമായ മേൽക്കോയ്മ നഷ്ടപ്പെടുമെന്ന് മനസ്സിലാക്കിയ തൽപരകക്ഷികൾ പുതിയൊരു യുദ്ധമുഖം മാനവരാശിക്കു മുമ്പിൽ കൃത്രിമമായി സൃഷ്ടിക്കുകയായിരുന്നു. അതിന്റെ ഭാഗമായിരുന്നു അമേരിക്കയിലെ ലോകവ്യാപാരകേന്ദ്രത്തിനു നേർക്കുള്ള ആക്രമണമെന്ന് കരുതുന്നവർ ഏറെയാണ്.

ഫ്രാൻസിലെ പ്രസിദ്ധനായ പത്രപ്രവർത്തകൻ തിയറി മെയ്സണിന്റെ 'ലഫ് റോയബിൾ ഇമ്പോസ്ച്ചർ' അഥവാ 9/11 The Big Lie എന്ന തലക്കെട്ടിൽ ഇറങ്ങിയ പുസ്തകം കേട്ടുപതിഞ്ഞ വാർത്തകളുടെ പിന്നാമ്പുറങ്ങൾ അന്വേഷിക്കുന്ന കൃതിയാണ്. ലോകവ്യാപാരകേന്ദ്രത്തിന്റെ ഇരട്ട ടവറുകൾ തകർക്കപ്പെട്ട പശ്ചാത്തലത്തിലാണ് ഈ പുസ്തകം എഴുതപ്പെട്ടത്. ഇതിൽ ഗ്രന്ഥകാരൻ പറയുന്നത് 'അമേരിക്കയിൽ ഒരു യാത്രാവിമാനം വഴിതെറ്റി വന്ന് അമേരിക്കക്കാരുടെ അഭിമാനസ്തംഭമെന്ന് വിശേഷിപ്പിക്കപ്പെടുന്ന ലോകവ്യാപാരകേന്ദ്രത്തിന്റെ ഒരു ടവർ തകർത്തു എന്നുപറഞ്ഞാൽ നമുക്കത് വിശ്വസിക്കാം. പക്ഷേ, രണ്ടാമതൊരു യാത്രാവിമാനം കൂടി സമാനദിശയിൽ വഴിതെറ്റി വന്ന് വേൾഡ് ട്രേഡ് സെന്ററിന്റെ രണ്ടാമത്തെ ടവറും ഇടിച്ചുതകർത്തു എന്നുപറഞ്ഞാൽ അമേരിക്കയുടെ സാങ്കേതികമികവും സൈനികശേഷിയും ആയുധബലവും അടുത്തറിയുന്ന ഒരാൾക്കും അത് വിശ്വസിക്കാനാവില്ല' എന്നാണ്. ആർക്കോവേണ്ടി എന്തൊക്കെയോ ഉണ്ടാക്കാൻ പാശ്ചാത്തലമൊരുക്കുന്നതിലേക്ക് ബോധപൂർവം കൊണ്ടുചെന്നെത്തിക്കാനുള്ള ശ്രമമായിരുന്നോ ലോകത്തെ നടുക്കിയ ആ ദുരന്തമെന്ന് തിയറി മെയ്സൺ സംശയം കൂറുന്നുണ്ട് മേൽപുസ്തകത്തിൽ. സംഭവം നടന്ന് മണിക്കൂറുകൾക്കകം കുറ്റവാളി ആരെന്ന് അമേരിക്ക വിധിച്ചു. ബിൻലാദനെന്ന ആ കൊടുംഭീകരനെ സംരക്ഷിക്കുന്നത് അഫ്ഗാനിസ്ഥാനാണെന്നും അവർ പ്രഖ്യാപിച്ചു. ആ കാരണം മുൻനിർത്തി, പകരം ചോദിക്കാൻ അഫ്ഗാനിലേക്ക് പടനയിച്ച് താലിബാൻ ഭരണകൂടത്തെ തകർത്ത് തരിപ്പണമാക്കി ഒരു പാവസർക്കാരിനെ അവരവിടെ അവരോധിച്ചു. എന്നാൽ ബിൻലാദനെ മാത്രം കിട്ടിയില്ല.

തങ്ങളുണ്ടാക്കിയ ആറ്റംബോംബ് ജനങ്ങളുടെ മേൽ പരീക്ഷിക്കാൻ രണ്ടാം ലോകമഹായുദ്ധകാലത്തും ഇതിനു സമാനമായ ഒരു സംഭവം അമേരിക്ക ഉണ്ടാക്കിയെന്നാണ് മെയ്സൺ പറയുന്നത്. ഇന്നത്തെ വേൾഡ് ട്രേഡ് സെന്ററിന് സമാനമായി അമേരിക്ക അന്ന് കരുതിയിരുന്ന പേൾ ഹാർബർ തുറമുഖം ആക്രമിക്കാൻ ജപ്പാൻ പദ്ധതി തയ്യാറാക്കുന്ന വിവരം അമേരിക്കൻ ഭരണകൂടത്തിന് നേരത്തേ തന്നെ അവരുടെ ചാരഏജൻസിയിലൂടെ അറിവ് കിട്ടിയിരുന്നു. അത്തരമൊരാക്രമണം ഉണ്ടായാൽ പരമാവധി ജീവഹാനിയും കഷ്ടനഷ്ടങ്ങളും ഒഴിവാക്കാൻ ശ്രമിക്കുന്നതിനു പകരം വിവരം അറിഞ്ഞില്ലെന്ന് നടിക്കുകയായിരുന്നു അവർ ചെയ്തത്. ജീവഹാനി ഉൾപ്പെടെ പരമാവധി നഷ്ടപ്പെടൽ സംഭവിക്കട്ടെ എന്ന മട്ടിലായിരുന്നു അമേരിക്കൻ ഭരണകൂടം. പ്രതീക്ഷിച്ചതുതന്നെ സംഭവിച്ചു. പേൾഹാർബർ തുറമുഖം ആക്രമിക്കപ്പെട്ടു. നിരവധിപേർ കൊ

ല്ലപ്പെടുകയും കോടികളുടെ ആസ്തികൾ തകർക്കപ്പെടുകയും ചെയ്തു. ഇതോടെ തിരിച്ചടിക്കു വേണ്ടിയുള്ള മുറവിളി അമേരിക്കയിലും ലോകത്തുമുയർന്നു. അത്തരമൊരു സാഹചര്യത്തിന് കാത്തിരുന്നതു പോലെയായിരുന്നു പിന്നീടുള്ള അമേരിക്കൻ നടപടികൾ. പേൾഹാർബറിന് പ്രതികാരം ചോദിക്കാൻ ഹിരോഷിമയിലും നാഗസാക്കിയിലും അമേരിക്ക ആറ്റംബോംബുകൾ വർഷിച്ചു. മാനവചരിത്രത്തിലെ ഏറ്റവും വലിയ മനുഷ്യക്കുരുതിക്കും ഹൃദയഭേദകമായ കാഴ്ചകൾക്കും ലോകം സാക്ഷിയായി. സമാനസാഹചര്യമാണ് ലോകവ്യാപാരകേന്ദ്രത്തിന്റെ ആക്രമണകാര്യത്തിലും അരങ്ങേറിയതെന്നായിരുന്നു തിയറി മെയ്സൺ പറഞ്ഞുവെച്ചത്. അതിലൂടെ സാമുവൽ ഹണ്ടിംഗ്ടന്റെ വാദത്തെ സാധൂകരിക്കാൻ ഇസ്ലാമിനെ ഇസ്ലാമികഭീകരത എന്നു പേരിട്ട് ലോകത്തിന്റെ തന്നെ ശത്രുപക്ഷത്ത് വളരെ സമർത്ഥമായി അമേരിക്ക അവരോധിച്ചു. അങ്ങനെ, നിലവിലുള്ള ആയുധവ്യാപാരം തുടർന്നുകൊണ്ടു പോകാനും ശക്തിപ്പെടുത്താനും അനുസ്യൂതമായ അന്തരീക്ഷം വളരെയധികം ചാതുര്യത്തോടെ സൃഷ്ടിക്കപ്പെട്ടു.

അതിനു കൂട്ടുനിൽക്കാനും ആ മഹാചതിക്ക് ആക്കം കൂട്ടാനും മുസ്ലിംനാമധാരികളെ വിലക്കെടുക്കുന്ന സ്ഥിതിയുണ്ടായി. സോവിയറ്റ് യൂണിയന്റെയും കമ്മ്യൂണിസ്റ്റ് രാജ്യങ്ങളുടെയും തിരോധാനം തീർത്ത ശൂന്യതയിൽ പുതിയൊരു ശത്രുചേരിയുടെ പിറവിയുണ്ടായിയെന്ന് സാരം. സോവിയറ്റ് ചേരിയുടെ തിരോധാനം വലിയ ദുരന്തമായിത്തീർന്നത് ഇസ്ലാമികസമൂഹത്തിനും മുസ്ലിംരാജ്യങ്ങൾക്കുമാണെന്ന് കാണാം. ഇടതുപക്ഷത്തിന്റെയും കമ്മ്യൂണിസ്റ്റ് പാർട്ടികളുടെയും ക്ഷീണിക്കൽ ഇന്ത്യ പോലുള്ള രാജ്യങ്ങളിൽ ദുരിതം വിതക്കാൻ പോകുന്നത് മതന്യൂനപക്ഷങ്ങൾക്കും പാർശ്വവൽകൃതർക്കും തൊഴിലാളികൾക്കുമാകും എന്ന കാര്യത്തിൽ സംശയം വേണ്ട. എണ്ണ സമ്പന്നമായ മുസ്ലിംരാജ്യങ്ങളിൽ ഇസ്ലാമികഭീകരതയുടെ വെടിപൊട്ടി. യഥാർത്ഥത്തിൽ മുസ്ലിം ടെററിസം വലിയ വിനയായി ഭവിക്കേണ്ടിയിരുന്നത് മുസ്ലിമേതരർക്കാണ്. എന്നാൽ വസ്തുത എന്താണ്? ഇസ്ലാമികഭീകരത തീർത്താൽ തീരാത്ത തകർച്ചയും മനുഷ്യനഷ്ടവും ദുരിതക്കയങ്ങളും തീർത്തത് മുസ്ലിങ്ങൾക്കു തന്നെയായിരുന്നു. മുസ്ലിംഭീകരതയുടെ സൂത്രധാരന്മാരായ അമേരിക്കക്ക് സൈനികതാവളങ്ങളൊരുക്കാൻ മത്സരിച്ചതും മുസ്ലിംരാജ്യങ്ങൾ തന്നെയായിരുന്നു.

ഒരു ബലിപെരുന്നാൾ ദിനത്തിലാണ് സദ്ദാം ഹുസൈനെ തൂക്കിലേറ്റിയത്. അതൊരു ടെസ്റ്റ് ഡോസായിരുന്നു. ഇങ്ങനെ ഒരു സുദിനത്തിൽ ഇത്തരമൊരു ക്രൂരകൃത്യം ചെയ്താൽ ലോകത്ത് വല്ലതും സംഭവിക്കുമോ എന്ന് പരീക്ഷിക്കുകയായിരുന്നു അമേരിക്ക. എടുത്തുപറയത്തക്ക പ്രതികരണങ്ങളൊന്നും എവിടെയുമുണ്ടായില്ല. ആ ഊർജ്ജമാണ് ലിബിയയിലെ 'മുസ്ലിം കമ്മ്യൂണിസ്റ്റെ'ന്ന് വിളിക്കപ്പെട്ട കേണൽ മുഅമ്മർ ഗദ്ദാഫിക്കെതിരെ തിരിയാൻ അവർക്ക് ശക്തി പകർന്നത്. ലി

ബിയയിൽ ആഭ്യന്തരകലാപകാരികളെന്ന് പേരിട്ട് അമേരിക്കൻ ചാരസംഘങ്ങൾ കളത്തിലിറക്കിയ ക്രിമിനലുകളാണ് അവസാനശ്വാസം വരെ അമേരിക്കൻ മേധാവിത്വത്തെ ചോദ്യംചെയ്ത കേണൽ ഗദ്ദാഫിയെ തെരുവിലൂടെ വലിച്ചിഴച്ചുകൊണ്ടുപോയി കൊന്ന് ഇറച്ചിക്കടയുടെ ഫ്രീസറിൽ സൂക്ഷിച്ചത്. ഇത് ജനങ്ങൾ ചെയ്തതാണെന്ന് പ്രചരിപ്പിക്കപ്പെട്ടു. സത്യത്തിൽ ജനങ്ങളിഷ്ടപ്പെടാത്ത ഒരു ഭരണാധികാരിയായിരുന്നു ഗദ്ദാഫിയെങ്കിൽ അയാളുടെ മൃതദേഹം എന്തുകൊണ്ടാണ് സംസ്കാരത്തിനായി കുടുംബത്തിന് കൈമാറാതിരുന്നത്? ആരും കാണാതെ എവിടെ കൊണ്ടുപോയാണ് ആ മൃതദേഹം സംസ്കരിച്ചത്? മോശപ്പെട്ട രണ്ടു ഭരണാധികാരികൾ ജനങ്ങളാൽ വെറുക്കപ്പെട്ട് കൊല്ലപ്പെട്ടതായിരുന്നുവെങ്കിൽ, അവരുടെ ശവകുടീരങ്ങൾക്കു മേൽ ആളുകൾ കാർക്കിച്ചുതുപ്പി കടന്നുപോകുന്ന ദൃശ്യങ്ങൾ കാണിക്കാനെങ്കിലും ആ മൃതദേഹങ്ങൾ ബന്ധുക്കൾക്ക് വിട്ടുനൽകുമായിരുന്നില്ലേ? സദ്ദാമിന്റെയും ഗദ്ദാഫിയുടെയും മൃതദേഹങ്ങളെപ്പോലും അമേരിക്കൻ സാമ്രാജ്യത്വം ഭയപ്പെട്ടിരുന്നു എന്നർത്ഥം.

വിപ്ലവകാരികളുടെ മൃതദേഹങ്ങളും ശവകുടീരങ്ങളും ഭാവിയിൽ സാമ്രാജ്യത്വവിരുദ്ധ പോരാട്ടങ്ങളുടെ പ്രഭവകേന്ദ്രങ്ങളാകുമോ എന്ന് അമേരിക്ക ഭയപ്പെടുന്നുണ്ടെന്ന് ഉറപ്പാണ്. 1857ലെ ഇന്ത്യയുടെ ഒന്നാം സ്വാതന്ത്ര്യസമരത്തെ വിശകലനം ചെയ്തുകൊണ്ട് പ്രസിദ്ധ ചരിത്രകാരൻ ആർ.സി. മജുംദാർ പറഞ്ഞ വാക്കുകൾ ഇക്കാര്യത്തിലും പ്രസക്തമാണെന്ന് തോന്നുന്നു: 'ജീവിച്ചിരുന്ന ജൂലിയസ് സീസറെക്കാൾ ശക്തൻ മരിച്ച ജൂലിയസ് സീസറാണ്.' സമാനമായ സംഭവങ്ങൾ ലോകത്തിന്റെ പല ഭാഗങ്ങളിലും സംഭവിച്ചിട്ടുണ്ട്.

ബിൻലാദനെ കൊന്നു എന്ന് അമേരിക്ക ഒരു സുപ്രഭാതത്തിൽ ലോകത്തോട് വിളിച്ചുപറഞ്ഞു. വീമ്പുപറഞ്ഞ അമേരിക്കയല്ലാതെ ലോകത്ത് മറ്റാരും ആ മൃതദേഹം കണ്ടിട്ടില്ല. ബിൻലാദന്റെ ശവശരീരം കണ്ട ഒരു മനുഷ്യനും ലോകത്തില്ല. ശത്രുവിനെ സ്വയം സൃഷ്ടിക്കുക, എന്നിട്ട് അയാളെക്കുറിച്ച് കെട്ടുകഥകൾ പ്രചരിപ്പിക്കുക, ഒരു സുപ്രഭാതത്തിൽ അയാളെ കൊന്നുവെന്ന് പ്രഖ്യാപിക്കുക. അഫ്ഗാനിലേക്കും ഇറാഖിലേക്കും കടന്നുകയറാനുള്ള അമേരിക്കൻ തന്ത്രത്തിന്റെ ഭാഗമായിരുന്നു എല്ലാ കള്ളപ്രചരണവേലകളുമെന്ന് അന്നുതന്നെ പലരും പറഞ്ഞുകേട്ടിരുന്നു. എണ്ണപ്പാടങ്ങളുടെ നിയന്ത്രണം കൈക്കലാക്കാനും രാഷ്ട്രീയമേൽക്കോയ്മ സ്ഥാപിച്ചെടുക്കാനുമായിരുന്നു അതെല്ലാം. ആ നാടകങ്ങളിലെ കളിപ്പാവകളായിരുന്നു പ്രത്യയശാസ്ത്രങ്ങളും സംസ്കാരങ്ങളുമെല്ലാം. സാമ്രാജ്യത്വത്തിന്റെ ഒളിയജണ്ടകൾക്കെതിരായി ഒരു ജനകീയബദൽ ലോകമെങ്ങും രൂപപ്പെടണം. കമ്മ്യൂണിസ്റ്റുകാരും കമ്മ്യൂണിസ്റ്റ് അനുഭാവികളും കമ്മ്യൂണിസ്റ്റ് സഹയാത്രികരും വിശ്വാസിസമൂഹവും എല്ലാംതന്നെ ആ ഐക്യനിരയിൽ ഉണ്ടാവണം. അത്തരമൊരു ചരിത്രദൗത്യമേറ്റെടുക്കാനുള്ള പല വഴികളിലൊന്നായി ഈ സെമിനാർ ഭവിക്കട്ടെ എന്ന് ആഗ്രഹിച്ചുകൊണ്ട് ഞാൻ നിർത്തുന്നു.

ഇസ്ലാമിന്റെ മാനവികവായന

മർകസുസ്സഖാഫത്തിസ്സുന്നിയ്യ സംഘടിപ്പിച്ചിരിക്കുന്ന അന്താരാഷ്ട്ര മീലാദ് കോൺഫറൻസിന്റെ വിളംബരമാണ് ഈ സായംസന്ധ്യയിൽ ഇവിടെ നടക്കുന്നത്. കേരളത്തിലെ മുസ്ലിം ജനവിഭാഗത്തിന് മുന്നോട്ടുള്ള പ്രയാണവീഥിയിൽ അനിതരസാധാരണമായ നേതൃപാടവത്തോടെ മുന്നിൽ നടന്ന് വഴികാട്ടിയ പണ്ഡിതവര്യൻ ബഹുമാന്യനായ ശൈഖുനാ എ.പി. അബൂബക്കർ മുസ്ല്യാരുടെ നേതൃത്വത്തിലാണ് ഇത്തരമൊരു മഹാസംഗമം നടക്കുന്നത്. സുഹൃത്തുക്കളേ, ജഗന്നിയന്താവായ നാഥന്റെ അപാരമായ അനുഗ്രഹം നമ്മുടെ മേൽ സദാ വർഷിക്കുമാറാകട്ടെ എന്ന് ഞാൻ ആദ്യമേ പ്രാർത്ഥിക്കുകയാണ്.

അന്ത്യപ്രവാചകൻ മുഹമ്മദ് നബിയുടെ 1491-ാം ജന്മദിനം വൈവിധ്യമാർന്ന പരിപാടികളോടെ ലോകമെങ്ങും കൊണ്ടാടുകയാണ്. പ്രവാചകനെ വ്യത്യസ്തനും വ്യതിരിക്തനുമായി ചരിത്രത്തിൽ അടയാളപ്പെടുത്തിയിരിക്കുന്നത് എന്തുകൊണ്ടെന്ന ചോദ്യത്തിനുള്ള ഉത്തരമാണ് മുഹമ്മദ് നബി എന്താണെന്നും എന്തെല്ലാ മാണെന്നുമുള്ള രചനാത്മകമായ അന്വേഷണം. ഏതെങ്കിലും ഒരു വിഭാഗത്തിന് മാത്രമുള്ള പ്രവാചകനായിരുന്നില്ല മുഹമ്മദ് നബി. ഒരുലക്ഷത്തിലധികം പ്രവാചകന്മാർ വ്യത്യസ്ത കാലഘട്ടങ്ങളിൽ വിവിധ സമൂഹങ്ങളിൽ അവർക്ക് മാർഗ്ഗദർശികളായി അവതരിച്ചിട്ടുണ്ടെന്നാണ് ഖുർആൻ സാക്ഷ്യപ്പെടുത്തുന്നത്. പ്രവാചകന്മാരുടെ സാന്നിദ്ധ്യമില്ലാതെ ഒരു നാടും ഒരു സമൂഹവും കടന്നുപോയിട്ടില്ലെന്നാണ് ഖുർആൻ സിദ്ധാന്തിക്കുന്നത്. ആദിമനുഷ്യനായ ആദം നബിയിൽ തുടങ്ങി മുഹമ്മദ് നബിയിൽ അവസാനിക്കുന്നതാണ് ആ ശൃംഖല. വഴികാട്ടികളിലെ അവസാനത്തെ കണ്ണിയായ മുഹമ്മദ് നബിയെ ലോകത്തേക്ക് അവതരിപ്പിച്ചുകൊണ്ട് വിശുദ്ധ ഖുർആൻ

പറഞ്ഞു: 'ലോകർക്ക് മുഴുവൻ അനുഗ്രഹമായിട്ടല്ലാതെ നബിയേ താങ്കളെ നാം നിയോഗിച്ചിട്ടില്ല.' ഒരുപാട് വേദഗ്രന്ഥങ്ങളും മാർഗ്ഗദർശികളും മുഹമ്മദ് നബിക്ക് മുമ്പ് അവതീർണ്ണരായിട്ടുണ്ട്. അവരെയെല്ലാം അംഗീകരിക്കാനും ആദരിക്കാനും എല്ലാ മതസ്ഥരും ബാധ്യസ്ഥരാണ്. പ്രവാചകന്മാർക്കിടയിൽ യാതൊരു വ്യത്യാസവും കൽപിക്കരുതെന്നാണ് ഇസ്ലാം മുസ്ലിങ്ങളോട് പറയുന്നത്.

മുൻകാലവേദങ്ങളിലൂടെ അന്വേഷണാത്മകമായി ഒരു തീർത്ഥയാത്ര നടത്തിയാൽ അവയിലെല്ലാം നിരവധി സാമ്യതകൾ നമുക്ക് കണ്ടെത്താനാകും. മതങ്ങളുടെ ഐക്യരൂപ്യങ്ങളിലല്ല വിരുദ്ധതയിലാണ് തൽപരകക്ഷികൾക്ക് താൽപര്യം. 'അല്ലാഹുവിനെ അല്ലാതെ മറ്റുള്ളവർ വിളിച്ച് പ്രാർത്ഥിക്കുന്ന ആരാധനാമൂർത്തികളെ നിങ്ങൾ ചീത്തപറയരുത്. അങ്ങനെ അവരെ നിങ്ങൾ മോശമാക്കി പറഞ്ഞാൽ അവർ അല്ലാഹുവിനെയും മ്ലേച്ഛമാക്കി സംസാരിക്കും.' എന്നാണ് ഖുർആൻ മുസ്ലിങ്ങളോട് അനുശാസിക്കുന്നത്. യേശു ക്രിസ്തുവിനെയോ ഭഗവാൻ ശ്രീരാമനെയോ ശ്രീകൃഷ്ണനെയോ മോശമായി ചിത്രീകരിക്കുന്ന ഒരാൾക്ക് ഒരു മുസ്ലിമാകാൻ കഴിയില്ലെന്നാണ് ഇതിന്റെ സാരം. മുഹമ്മദ് നബിയുടെ ആഗമനം ചില വേദഗ്രന്ഥങ്ങളിൽ ഇടംപിടിച്ചിരിക്കുന്നതിൽ നിന്ന് നാം ഗ്രഹിക്കേണ്ടത് സർവസാഹോദര്യത്തിന്റെ സന്ദേശമാണ്. ഇന്ത്യയിലെ പ്രബലമതമായ ഹൈന്ദവദർശനം പൗരാണികകാലത്ത് പ്രവാചകന്മാരാൽ അവതീർണ്ണമായ വിശ്വാസദർശനമാണെന്ന് കരുതുന്ന പണ്ഡിതന്മാരുണ്ട്. അതിന് ഉപോൽബലകമായി അവർ ചൂണ്ടിക്കാണിക്കുന്നത് ഭവിഷ്യപുരാണം പ്രതിസർഗപർവത്തിലെ ചില ഉദ്ധരണികളാണ്. അതിൽ പറയുന്നു: 'ഏതസ്മിന്നന്തരേ മ്ലേഛ ആചാര്യേണ സമന്വിതഃ മഹാമദ ഇതി ഖ്യാതഃ ശിഷ്യശാഖാസമന്വിതഃ' - മഹാമദ് എന്ന വിദേശി തന്റെ അനുചരന്മാരോടുകൂടി പ്രത്യക്ഷപ്പെടും, നിങ്ങളദ്ദേഹത്തെ മോശക്കാരനാക്കരുത്. എങ്ങനെയാണ് ഞങ്ങൾ മഹാമദിനെ തിരിച്ചറിയുക എന്നു ചോദിക്കപ്പെട്ടപ്പോൾ അതിന് മറുപടിയായി ഭവിഷ്യപുരാണത്തിൽ രേഖപ്പെടുത്തിയിരിക്കുന്നത് ഇങ്ങനെയാണ്: 'ലിംഗഛേദി ശിഖാഹീന... തുടങ്ങി... ഇതി പൈശാച ധർമ്മശ്ച ഭവിഷ്യതി മായാകൃത' – അവർ ചേലാകർമ്മം ചെയ്യും, അവർ കുടുമ വെക്കുകയില്ല, അവർ വിപ്ലവകാരികളായിരിക്കും, പ്രാർത്ഥനക്ക് വരാൻ അവർ ഉറക്കെ ആഹ്വാനം ചെയ്യും, മുസേല എന്ന പേരിലാണ് അക്കൂട്ടർ അറിയപ്പെടുക. ശ്രീബുദ്ധനെക്കുറിച്ച് പഠനം നടത്തിയ ചില ഗവേഷകർ `The Gospel of Buddha' എന്ന ഗ്രന്ഥത്തിൽ ഗൗതമൻ പറഞ്ഞതായി റിപ്പോർട്ട് ചെയ്യുന്നത് ഇപ്രകാരമാണ്: 'ഞാൻ ഈ ലോകത്ത് പ്രത്യക്ഷപ്പെട്ട ബുദ്ധന്മാരിൽ ആദ്യത്തേതോ അവസാനത്തേതോ അല്ല. എനിക്കുശേഷം വിജ്ഞനായ ഒരാൾ വരും. അദ്ദേഹം 'മെതയ്യ' എന്നറിയപ്പെടും.' മെതയ്യ എന്ന പാലി വാക്കിന്റെ അർത്ഥം അനുഗ്രഹീതനായവൻ എന്നാണെന്ന് ഹെർബെസ്റ്റ് സെയ്ൻസ് `The Way of Buddha' എന്ന തന്റെ ഗ്രന്ഥ

ത്തിൽ രേഖപ്പെടുത്തിയിട്ടുണ്ട്. ഇതിനെ ആസ്പദിച്ച് ചില മതനിരീക്ഷകർ പറഞ്ഞത് ഇങ്ങനെയാണ്: മുഹമ്മദ് നബിയുടെ ആഗമനത്തെക്കുറിച്ച് വിശുദ്ധ *ഖുർആൻ* പറഞ്ഞത് 'ലോകത്തിന് അനുഗ്രഹമായിക്കൊണ്ടാണ് മുഹമ്മദിന്റെ അവതീർണ്ണമാവൽ' എന്നാണ്. ഖുർആൻ പറഞ്ഞ മുഹമ്മദ് എന്ന അനുഗ്രഹീതനായവനും 'ഗോസ്പൽ ഓഫ് ബുദ്ധ'യിൽ പരാമർശിക്കുന്ന 'മെതയ്യ' എന്ന അനുഗ്രഹീതനായവനും ഒന്നാണ്.

മാനവരാശിയെ ഒന്നായി കണ്ട മുഹമ്മദ് നബി മനുഷ്യരെയാണ് അഭിസംബോധന ചെയ്തത്. അല്ലാതെ മുസ്ലിങ്ങളെയല്ല. സ്വർഗ്ഗലബ്ധിക്ക് പല വഴികളും പഠിപ്പിച്ച പ്രവാചകൻ സഹോദരമതസ്ഥരെ മുസ്ലിങ്ങളാക്കൽ എണ്ണുകയോ പറയുകയോ ചെയ്തില്ല. മുസ്ലിമല്ലാത്ത തന്റെ പിതൃവ്യൻ അബൂത്വാലിബിന്റെ തണലിലാണ് മുഹമ്മദ് നബി ഇസ്ലാമിക പ്രചരണപ്രവർത്തനങ്ങൾ നടത്തിയത്. ഖുറൈശി പ്രമാണിമാർ നബിയെ വധിക്കാൻ ഒരുമ്പെട്ടപ്പോഴും അദ്ദേഹത്തിന്റെ പ്രബോധനപ്രവർത്തനങ്ങൾക്ക് മക്ക നിവാസികൾ തടയിട്ടപ്പോഴും മുസ്ലിങ്ങളുടെ ആരാധനാകർമ്മങ്ങൾക്ക് വിലക്ക് ഏർപ്പെടുത്തിയപ്പോഴും രക്ഷക്കെത്തിയത് മക്കക്കാർക്കിടയിൽ ഏറെ സ്വീകാര്യനായിരുന്ന അബൂത്വാലിബായിരുന്നു. അദ്ദേഹം രോഗശയ്യയിലായിരുന്നപ്പോൾ മുഹമ്മദ് നബി അബൂത്വാലിബിനെ കാണാൻ ചെന്ന സന്ദർഭം *ഖുർആൻ* വിശദീകരിക്കുന്നുണ്ട്. തന്റെ പിതൃവ്യൻ ഇസ്ലാംമതം സ്വീകരിക്കണമെന്ന് പ്രവാചകൻ ആഗ്രഹിച്ചിരുന്നു. തന്റെ മനസ്സിലിരിപ്പ് തിരുനബി അബൂത്വാലിബിനെ അറിയിക്കുകയും ചെയ്തു. മറുപടിയായി അബൂത്വാലിബ് പറഞ്ഞത് ചരിത്രത്തിലുണ്ട്: 'മുഹമ്മദേ, മതംമാറ്റമൊഴികെ മറ്റെന്തു നീ പറഞ്ഞാലും ഞാൻ അനുസരിക്കും. മതം മാറാൻ മാത്രം നീ എന്നോട് പറയരുത്. എന്റെ അവസാന ശ്വാസംവരെയും നിനക്ക് താങ്ങും തണലുമായി ഞാനുണ്ടാകും.' ഇതുകേട്ട മുഹമ്മദ് നബി ഏറെ വേദനിച്ചു. ദുഃഖവും സ്നേഹവും അണപൊട്ടിയൊഴുകിയ നിമിഷം മുഹമ്മദ് റസൂൽ അബൂത്വാലിബിന്റെ കാൽപാദത്തിൽ നിന്ന് മേലോട്ട് തന്റെ കൈകൊണ്ട് തടവിത്തുടങ്ങി. നബിയുടെ കൈ പിതൃവ്യന്റെ കഴുത്തിന്റെ ഭാഗത്തെത്തിയപ്പോഴാണ് അന്ത്യപ്രവാചകന് ജിബ്രീൽ മാലാഖ വന്ന് വിശുദ്ധ ഖുർആനിലെ ചില സൂക്തങ്ങൾ ഉരുവിട്ടു കൊടുക്കുന്നത്: 'അല്ലയോ മുഹമ്മദ്, എല്ലാവരേയും നാം ഒരു മതക്കാരാക്കാൻ ഉദ്ദേശിച്ചിരുന്നുവെങ്കിൽ നിഷ്പ്രയാസം നമുക്കത് സാധിക്കുമായിരുന്നു. ആളുകൾ നിന്റെ മതത്തിലേക്ക് വരുന്നതും വരാതിരിക്കുന്നതും നിന്നെ അസ്വസ്ഥപ്പെടുത്തേണ്ട കാര്യമേയില്ല. നിന്റെ ഉത്തരവാദിത്തം സന്ദേശമെത്തിച്ചു കൊടുക്കുക എന്നുള്ളതു മാത്രമാണ്.' ഇതുകൊണ്ടാണ് മുഹമ്മദ് നബി മാനവലോകത്തിന്റെ സന്ദേശവാഹകനാണെന്ന് പറയുന്നത്. ഒരു വേദഗ്രന്ഥത്തെയും തള്ളിപ്പറയാതെ മുഹമ്മദ് എല്ലാ വേദഗ്രന്ഥങ്ങളെയും ശരിവെച്ചു. മതം സംഘർഷമല്ല, സമാധാനമാണെന്ന് അദ്ദേഹം ഉറക്കെ വിളിച്ചു പറഞ്ഞു.

ഹജ്ജത്തുൽ വിദാഇൽ വെച്ചുള്ള പ്രവാചകന്റെ പ്രസംഗം മാനവ ചരിത്രത്തിലെ ഏറ്റവും വലിയ മനുഷ്യാവകാശ പ്രഖ്യാപനമാണെന്നു പറയാൻ എന്താണ് കാരണം? തന്റെ അവസാനത്തെ ഹജ്ജ് വേളയിൽ അറഫാ മൈതാനിയിൽ ഒരുമിച്ചു കൂടിയ പതിനായിരങ്ങളെ സാക്ഷിയാക്കി റസൂൽ കരീം പ്രഖ്യാപിച്ചു: 'ഹേ മനുഷ്യരേ, പവിത്രമായ അറഫാ ദിനത്തേക്കാൾ, പരിശുദ്ധമായ കഅബാശരീഫിനേക്കാൾ, പരിപാവനമായ ദുൽഹജ്ജ് മാസത്തേക്കാൾ ആദരണീയമാണ് നിങ്ങളുടെ ജീവനും അഭിമാനവും സമ്പത്തും.' നമ്മളാരെങ്കിലും മറ്റൊരാളെ വേദനിപ്പിക്കുമ്പോൾ ഓർക്കാറുണ്ടോ കഅബാലയത്തെയാണ് നാം നിന്ദിക്കുന്നതെന്ന്? ആരുടെയെങ്കിലും അഭിമാനത്തിന് ക്ഷതം പറ്റുമാറ് സംസാരിക്കുമ്പോൾ നമ്മൾ ചിന്തിക്കാറുണ്ടോ ഹജ്ജെന്ന പുണ്യകർമ്മത്തെയാണ് നാം അവഹേളിക്കുന്നതെന്ന്? ഏതെങ്കിലുമൊരാളുടെ സമ്പത്ത് ചതിയിലൂടെയും വഞ്ചനയിലൂടെയും കൊള്ളലാഭത്തിലൂടെയും അന്യായമായി കൈക്കലാക്കുമ്പോൾ നാം ഓർക്കാറുണ്ടോ ദുൽഹജ്ജ് മാസത്തെയാണ് നാം നിന്ദിക്കുന്നതെന്ന്? മനുഷ്യന്റെ ജീവനും അഭിമാനത്തിനും സമ്പത്തിനും ഇത്രമേൽ പ്രാധാന്യം നൽകിയ മുഹമ്മദ് നബി മാനവികതക്ക് പുതിയൊരു മാനം കണ്ടെത്തുകയായിരുന്നു. അതുകൊണ്ടാണ്, മൈക്കിൾ ഹാർട്ട് ലോകത്തെ സ്വാധീനിച്ച നൂറുപേരെ തെരഞ്ഞെടുത്ത് പഠിച്ച് 'ദി ഹൺഡ്രഡ്' എന്ന പുസ്തകം രചിച്ചപ്പോൾ അതിൽ ഒന്നാമനായി മുഹമ്മദ് നബിയെ തെരഞ്ഞെടുത്തത്.

തീവ്രവാദവും ഭീകരവാദവും ഒരു മുസ്ലിമിന് അന്യമായിരിക്കണം. ഒരാൾ തീവ്രവാദിയായി എന്നുപറഞ്ഞാൽ അതിനർത്ഥം അയാൾ ഇസ്ലാമിന്റെ വൃത്തത്തിൽ നിന്ന് പുറത്തായി എന്നുള്ളതാണ്. ഒരാൾ ഭീകരവാദിയായി എന്നു കേട്ടാൽ അതിന്റെ സാരം അയാൾ ഇസ്ലാമിന്റെ വൃത്തത്തിൽ ഒരിടത്തും ഇനിമേലിൽ ഉണ്ടാവില്ല എന്നുള്ളതുമാണ്. പരിസ്ഥിതി സംരക്ഷണവുമായി ബന്ധപ്പെട്ട മുറവിളികൾ ഉയരുന്ന കാലമാണിത്. യുദ്ധത്തിനുപോകാൻ ഒരുങ്ങിനിൽക്കുന്ന പടയാളികളോട് പ്രവാചകൻ കൽപിച്ചത്, പോകുന്ന വഴിയിൽ കാണുന്ന ഫലവൃക്ഷങ്ങൾ വെട്ടിനശിപ്പിക്കുകയോ ജലാശയങ്ങൾ മലിനമാക്കുകയോ സ്ത്രീകളെ ഉപദ്രവിക്കുകയോ വൃദ്ധരെയും കുട്ടികളെയും കൊന്നുകളയുകയോ ചെയ്യരുത് എന്നായിരുന്നു. മനുഷ്യനും പ്രകൃതിയും തമ്മിലുള്ള ബന്ധം ഭാര്യാഭർതൃബന്ധം പോലെ വിശുദ്ധമായിരിക്കണമെന്നാണ് തന്റെ ചര്യയിലൂടെ റസൂൽ സല്ലല്ലാഹു അലൈഹി വസല്ലം അരുൾചെയ്തത്. നാളെയാണ് ലോകം അവസാനിക്കുക എന്ന് ബോധ്യപ്പെട്ടാലും നിങ്ങളുടെ കയ്യിൽ ഒരു വൃക്ഷത്തൈ ഉണ്ടെങ്കിൽ അത് ഭൂമിയിൽ നട്ടേക്കണമെന്നു പഠിപ്പിച്ച പ്രവാചക അധ്യാപനങ്ങൾ എത്രമാത്രം പ്രസക്തമാണ്! പ്രകൃതിവിഭവങ്ങൾ ഊറ്റുന്നവരും ചൂഷണം ചെയ്യുന്നവരും കാറ്റിൽ പറത്തുന്നത് ഈ പ്രവാചക കൽപനകളെയാണെന്ന് എത്രപേർ ഓർക്കാറുണ്ട്. ആരാധനാകർമ്മങ്ങൾ പോലും മിതമായിരിക്കണം എന്നുൽ

ബോധിപ്പിച്ച നബീകരീം ജീർണ്ണതകളിൽ നിന്നും അന്ധവിശ്വാസങ്ങളിൽ നിന്നും ജനസഹസ്രങ്ങളെ വിമോചിപ്പിക്കുകയാണുണ്ടായത്. കാരുണ്യവും ആർദ്രതയും അതിന്റെ സമ്പൂർണ്ണതയിൽ പൂത്തുലഞ്ഞു നിന്നിരുന്നു തിരുനബിയിൽ.

'എന്തിന് ഒരുപാട് മതങ്ങളും ചിന്താഗതികളും? എല്ലാവർക്കും കൂടി ഏകമതം പോരേ?' എന്നു ചോദിക്കുന്ന ചിലരുണ്ട് നമുക്കിടയിൽ. കേവലം ആശയങ്ങളുടെയും ആചാരങ്ങളുടെയും കെട്ടുകാഴ്ചകളല്ല ഇസ്ലാം. വിശ്വാസികൾ സഹിഷ്ണുതയുടെയും ആർദ്രതയുടെയും സ്നേഹത്തിന്റെയും ജീവൽപ്രതീകമാകണമെന്നാണ് ഇസ്ലാം ഉൽഘോഷിച്ചത്. പ്രയാസങ്ങളനുഭവിക്കുന്നവന്റെ പരിദേവനങ്ങൾ കേട്ടമാത്രയിൽ മനസ്സുനൊന്ത പ്രവാചകന്റെ ചരിത്രം പുതുതലമുറക്ക് അർത്ഥം ചോർന്നുപോകാതെ പകർന്നു നൽകേണ്ടതുണ്ട്. സമൂഹത്തിലെ ദുഃഖിതന്റെ മനോവ്യഥകൾ കേട്ടാൽ വിശ്വാസികളുടെ നെഞ്ചുപിടയ്ക്കണം. പ്രവാചകൻ മുഹമ്മദ് നബി കാണിച്ചുതന്ന സാർവലൗകികമായ മനുഷ്യത്വത്തിന്റെയും ഐക്യത്തിന്റെയും പാഠങ്ങൾ പ്രചരിപ്പിക്കാൻ ഇത്തരം മീലാദ് മീറ്റുകൾ പ്രചോദനമാകട്ടെ എന്നാശംസിച്ചുകൊണ്ടും പ്രാർത്ഥിച്ചുകൊണ്ടും ഞാനെന്റെ വാക്കുകൾ അവസാനിപ്പിക്കുകയാണ്.

സ്വാതന്ത്ര്യം ജീവവായുവാണ്

ഇന്ത്യയുടെ എഴുപത്തിമൂന്നാം സ്വാതന്ത്ര്യദിനം രാജ്യം സമുചിതമായി ആഘോഷിക്കുകയാണ്. നാം അനുഭവിക്കുന്ന സ്വാതന്ത്ര്യത്തിന്റെ ശുദ്ധവായു നമുക്ക് നേടിത്തരാൻ സാമ്രാജ്യത്വശക്തികളോട് പോരാടി വീരമൃത്യു വരിച്ച ധീരരക്തസാക്ഷികളായ രാജ്യസ്നേഹികളെ ഈ അവസരത്തിൽ നമുക്ക് ബഹുമാനാദരങ്ങളോടെ അനുസ്മരിക്കാം. രാജ്യം സ്വാതന്ത്ര്യദിനം ആഘോഷിക്കുന്ന വേള മലയാളികളെ സംബന്ധിച്ചിടത്തോളം ഉത്സവഛായയല്ല അവരുടെ മനസ്സിന് പകർന്നുനൽകുന്നത്. പ്രകൃതിയുടെ ക്രൂരമായ വികൃതിയിൽ പൊലിഞ്ഞത് നിരവധിയാളുകളുടെ വിലപ്പെട്ട ജീവനുകളാണ്. വെള്ളത്തിന്റെ കുലംകുത്തിയൊഴുക്കിലും ശക്തമായി വീശിയടിച്ച കാറ്റിലും കുന്നുകൾ മുന്നിലേക്കാഞ്ഞു വന്ന് തീർത്ത ബീഭത്സതയിലും സർവസ്വവും തകർന്ന നിരാലംബരുടെ ആർത്തനാദമാണ് എല്ലാ ദിക്കുകളിൽ നിന്നും ഉയർന്നുകേൾക്കുന്നത്. ആയിരക്കണക്കിന് മനുഷ്യരാണ് സംസ്ഥാനത്തിന്റെ വിവിധഭാഗങ്ങളിൽ സർക്കാർ ഒരുക്കിയ ദുരിതാശ്വാസക്യാമ്പുകളിൽ കഴിയുന്നത്. ദുഃഖം ഘനീഭവിച്ചു നിൽക്കുന്ന അത്തരമൊരു അന്തരീക്ഷത്തിലാണ് നാം ഇത്തവണത്തെ സ്വാതന്ത്ര്യദിനം കൊണ്ടാടുന്നത്.

130 കോടി ജനങ്ങളുള്ള ലോകത്തിലെ ഏറ്റവും വലിയ ജനാധിപത്യരാഷ്ട്രമാണ് ഇന്ത്യ. ജനസംഖ്യയിൽ നമ്മുടെ മുന്നിൽ ചൈന മാത്രമേയുള്ളൂ. 143 കോടി ജനങ്ങളാണ് അവിടെയുള്ളത്. ഭൂവിസ്തൃതിയുടെ കാര്യത്തിൽ ലോകത്ത് ഏഴാം സ്ഥാനത്താണ് നമ്മളുള്ളത്. നൂറ്റാണ്ടുകൾ നീണ്ടുനിന്ന സാമ്രാജ്യത്വ കോളനിവൽക്കരണത്തിനെതിരേ പതിറ്റാണ്ടുകൾ പിന്നിട്ട സമരപോരാട്ടങ്ങൾക്കൊടുവിലാണ് 1947 ആഗസ്റ്റ് 15ന് ഇന്ത്യ സ്വതന്ത്രയായി പ്രഖ്യാപിക്കപ്പെട്ടത്. വർഗ്ഗീയഛിദ്രശക്തി

കൾ ആവശ്യപ്പെട്ടതനുസരിച്ച് മതാടിസ്ഥാനത്തിൽ വിഭജിക്കപ്പെട്ടതിനു ശേഷമാണ് ഇരുരാജ്യങ്ങൾക്കും ബ്രിട്ടീഷ് ഗവൺമെന്റ് സ്വാതന്ത്ര്യം നൽകിയത്.

ഇന്ത്യയുടെ മഹത്വം കുടികൊള്ളുന്നത് അതിന്റെ വൈവിധ്യങ്ങളിലാണ്. പ്രാചീനസംസ്കാരങ്ങളിലൊന്നായ സിന്ധുനദീതടസംസ്കാരം ജന്മമെടുത്തതും വളർന്നുപന്തലിച്ചതും അവിഭക്ത ഭാരതത്തിലായിരുന്നു. നാനാത്വത്തിൽ ഏകത്വമാണ് ഇന്ത്യൻ ദേശീയതയുടെ ആധാരശിലയായി നാം സ്വീകരിച്ചത്. എ.ഒ. ഹ്യൂമും ഡബ്ല്യു.സി. ബാനർജിയും ഗോപാലകൃഷ്ണ ഗോഖലെയും മദൻ മോഹൻ മാളവ്യയും ബദറുദ്ദീൻ ത്വയ്യിബ്ജിയും ബാലഗംഗാധര തിലകും മൗലാന മുഹമ്മദലിയും പ്രതിനിധാനം ചെയ്തത് ഇന്ത്യൻ ദേശീയതയുടെ വ്യത്യസ്ത തൂണുകളെയാണ്. സ്വാതന്ത്ര്യലബ്ധിയുടെ സുവർണ്ണനിമിഷങ്ങളിൽ മഹാത്മാ ഗാന്ധിയും പണ്ഡിറ്റ് ജവഹർലാൽ നെഹ്റുവും ഡോ. ബി.ആർ. അംബേദ്കറും മൗലാനാ അബുൽ കലാം ആസാദും ജോൺ മത്തായിയും ഉയർത്തിപ്പിടിച്ചത് ബഹുസ്വരതയുടെ ത്രിവർണ്ണപതാകയായിരുന്നു.

'എന്താണ് ബാപ്പുജീ ജനാധിപത്യം' എന്നൊരു കുട്ടി മഹാത്മാ ഗാന്ധിയോട് ചോദിച്ചപ്പോൾ അദ്ദേഹം നൽകിയ മറുപടി, തോറ്റവനെ അംഗീകരിക്കലാണ് ജനാധിപത്യം എന്നായിരുന്നു. തോൽക്കാൻ ആളുകളുണ്ടാകുമ്പോഴാണ് ജയിക്കാൻ സാധിക്കുന്നതെന്ന പ്രപഞ്ചത്തോളം വലിപ്പമുള്ള സന്ദേശമാണ് മഹാത്മജി നമുക്ക് നൽകിയത്. അമേരിക്കൻ എഴുത്തുകാരനായ മാർക്ക് ട്വയിൻ ഇന്ത്യയെ വിശേഷിപ്പിച്ചത്, മനുഷ്യവംശത്തിന്റെ തൊട്ടിലും ചരിത്രത്തിന്റെ മാതാവും ഇതിഹാസങ്ങളുടെ മുത്തശ്ശിയും എന്നാണ്. രാജ്യത്ത് ന്യൂനപക്ഷങ്ങൾ സുരക്ഷിതരാകുമ്പോഴാണ് ജനാധിപത്യം അർത്ഥപൂർണ്ണമാകുന്നത് എന്ന് അഭിപ്രായപ്പെട്ടത് ഇന്ത്യയുടെ പ്രഥമ പ്രധാനമന്ത്രിയായിരുന്ന പണ്ഡിറ്റ് ജവഹർലാൽ നെഹ്റുവാണ്. രാഷ്ട്രീയസ്വാതന്ത്ര്യം നാം ഏറെ അനുഭവിച്ചെങ്കിലും സാമൂഹികസ്വാതന്ത്ര്യവും സാമ്പത്തികസ്വാതന്ത്ര്യവും അതിന്റെ പൂർണ്ണാർത്ഥത്തിൽ തൊട്ടറിയാൻ ഇനിയും നമുക്ക് കഴിഞ്ഞിട്ടില്ല. തൊട്ടുകൂടായ്മയും തീണ്ടിക്കൂടായ്മയും തീർത്ത ജാതിക്കോയ്മ ഇല്ലാതാവുകയും ഉള്ളവനും ഇല്ലാത്തവനും തമ്മിലുള്ള അന്തരം അവസാനിക്കുകയും ചെയ്യുമ്പോൾ മാത്രമേ നാം നേടിയ സ്വാതന്ത്ര്യം അർത്ഥപൂർണ്ണമാവുകയുള്ളൂ. ഭൗതികനേട്ടങ്ങളുടെ മാസ്മരികതയിലല്ല ഇന്ത്യയുടെ സ്വാതന്ത്ര്യം പടുത്തുയർത്തപ്പെട്ടിരിക്കുന്നത്. പൂർവസൂരികൾ ത്യാഗം ചെയ്ത് നേടിത്തന്ന സ്വാതന്ത്ര്യം ആൾബലവും ആയുധശേഷിയും കൊണ്ടല്ല നാം നിലനിർത്തേണ്ടത്. സ്നേഹം കൊണ്ടും സാഹോദര്യം കൊണ്ടുമാണ് നാം ജനമനസ്സുകളെ കീഴടക്കേണ്ടത്. ഫെഡറലിസം നമ്മുടെ ഭരണസംവിധാനത്തിന്റെ ജീവവായുവാണ്. അത് നിലക്കുമ്പോൾ മരിക്കുന്നത് ഇന്ത്യയാണെന്ന് നാം ഓർക്കണം.

ജനങ്ങൾ നോക്കിനിൽക്കേ, മാട്ടിറച്ചിയുടെ പേരിൽ രാജ്യത്തിന്റെ

വിവിധ സ്ഥലങ്ങളിൽ പട്ടാപ്പകൽ അരങ്ങേറിയ ആൾക്കൂട്ട കൊലപാതകങ്ങൾ രാജ്യത്തിന്റെ യശസ്സിന് മങ്ങലേൽപ്പിക്കാനും നാടിന്റെ അന്തസ്സിന് കളങ്കം ചാർത്താനുമേ ഉപകരിച്ചിട്ടുള്ളൂ. ഓരോ പൗരനും അവരവരുടെ അസ്തിത്വം വെളിപ്പെടുത്തി ജീവിക്കാനാകുന്നില്ലെങ്കിൽ സ്വാതന്ത്ര്യത്തിന്റെ ഗരിമക്കാണ് മങ്ങലേൽക്കുക. ഇന്ത്യയോടുള്ള സ്നേഹം ഇന്ത്യക്കാരോടുള്ള സ്നേഹമാണ്. മനുഷ്യസ്നേഹമാണ് ദേശസ്നേഹം എന്ന് തിരിച്ചറിയാൻ നമുക്കാവണം. ബ്രിട്ടീഷ് സാമ്രാജ്യത്തോട് സന്ധിയില്ലാസമരം പ്രഖ്യാപിച്ച് പോരാടിയ ബ്രഹ്മദത്തൻ നമ്പൂതിരിയുടെയും എം.പി. നാരായണമേനോന്റെയും പോരാട്ടവീഥിയിൽ ധീരരക്തസാക്ഷിത്വം പുൽകിയ ആലി മുസ്ല്യാരുടെയും വാരിയൻകുന്നത്ത് കുഞ്ഞഹമ്മദ് ഹാജിയുടെയും കാൽപാദങ്ങൾ പതിഞ്ഞ മണ്ണിൽ ചവിട്ടിയാണ് നമ്മുടെ മാതൃരാജ്യത്തിന്റെ എഴുപത്തിമൂന്നാം സ്വാതന്ത്ര്യദിനം ദുഃഖസാന്ദ്രമായ മനസ്സോടെ നാം ആചരിക്കുന്നത്.

വിശിഷ്ടസേവനത്തിന് രാഷ്ട്രപതിയുടെ അംഗീകാരമുദ്ര ഏറ്റുവാങ്ങിയ നമ്മുടെ ജില്ലാ പോലീസ് സൂപ്രണ്ട് അബ്ദുൽ കരീം ഉൾപ്പെടെയുള്ള പോലീസ് ഉദ്യോഗസ്ഥരെ അനുമോദിക്കാൻ കൂടി ഞാനീ അവസരം ഉപയോഗപ്പെടുത്തുകയാണ്. പിറന്ന നാടിനുവേണ്ടി മഹാകവി രവീന്ദ്രനാഥ ടാഗോർ ഗീതാഞ്ജലിയിൽ നടത്തിയ പ്രാർത്ഥനയാണ് സ്വാതന്ത്ര്യദിന സന്ദേശമായി എനിക്ക് നൽകാനുള്ളത്. 'നിർഭയമായ മനസ്സുള്ള, നിവർന്ന ശിരസ്സുള്ള, വിസ്തൃതമായ ജ്ഞാനമുള്ള, ഇടുങ്ങിയ മതിൽക്കെട്ടുകളാൽ വിഭജിക്കപ്പെടാത്ത, സത്യത്തിൽ നിന്ന് മാത്രം വാക്കുകളുതിരുന്ന, അക്ഷീണപ്രയത്നം കൈകൾക്ക് പൂർണ്ണതയേകുന്ന, യുക്തിയുടെ തെളിഞ്ഞ അരുവി അന്ധവിശ്വാസങ്ങളുടെ മരുപ്പറമ്പിൽ പോയി മറയാത്ത, സ്വാതന്ത്ര്യ സ്വർഗ്ഗത്തിലേക്ക്, ദൈവമേ എന്റെ നാടിനെ ഉയർത്തിയാലും.'

ജയ് ഹിന്ദ്, ജയ് ഹിന്ദ്, ജയ് ഹിന്ദ്

മമ്പുറം തങ്ങളും കോന്തു നായരും: നാടുണർത്തിയ സൗഹൃദം

സ്നേഹത്തിന്റെയും സൗഹൃദത്തിന്റെയും മതമൈത്രിയുടെയും സഹവർത്തിത്വത്തിന്റെയും ഇന്നലെകളെ ജാജ്ജ്വല്യമാക്കി പുതിയകാലത്തോട് ചേർത്തുവെക്കുവാൻ ഇതുപോലെയുള്ള സംവാദങ്ങൾ സഹായകമാകും. അതുകൊണ്ടുതന്നെ ദേശീയോദ്ഗ്രഥന പ്രധാനമായ ഒരു ചടങ്ങാണിത് എന്നുപറയാൻ എനിക്കശേഷം മടിയില്ല. ഈ സൗഹാർദ്ദസംഗമത്തിന്റെ വേദിയിലെ പ്രമുഖവ്യക്തികളേ,

'മമ്പുറം തങ്ങളും കോന്തു നായരും' എന്ന വിഷയത്തെ അധികരിച്ചുള്ള ഈ സെമിനാറിൽ പങ്കുകൊള്ളാനും വീക്ഷിക്കാനും നാനാതുറകളിൽ നിന്നുള്ളവരും എത്തിയിട്ടുണ്ട് എന്നുള്ളത് സദസ്സിന്റെ ഗൗരവം വർധിപ്പിക്കുന്ന പ്രധാനപ്പെട്ട കാര്യമാണ്. പ്രഗത്ഭരായ പണ്ഡിതശ്രേഷ്ഠന്മാരുടെ സാന്നിദ്ധ്യമുള്ളതു കൊണ്ടും രാവിലെ മുതൽ തന്നെ ആരംഭിച്ച വിവിധ സെഷനുകളിലായി വിഷയത്തിന്റെ വിവിധ തലങ്ങൾ ചർച്ച ചെയ്യപ്പെടാൻ ഇടയുള്ളതിനാലും ദീർഘമായ ഒരു പ്രസംഗത്തിന് ഞാൻ മുതിരുന്നില്ല. മമ്പുറം തങ്ങളും കോന്തു നായരും ഒരു കാലഘട്ടത്തിലെ സ്നേഹോഷ്മളമായ സൗഹൃദത്തിന്റെ മഹനീയമാതൃകകളാണ്. മുസ്ലിങ്ങൾക്കിടയിൽ മാത്രമല്ല, നാനാജാതിമതസ്ഥർക്കിടയിലും ബഹുമാന്യനും സ്വീകാര്യനുമായിരുന്നു മമ്പുറം സയ്യിദ് അലവി ക്കോയ തങ്ങൾ. അദ്ദേഹത്തിന്റെ വിശ്വസ്തനായ കണക്കെഴുത്തുകാരനും സുഹൃത്തുമായിരുന്നു പുത്തൂർപള്ളിക്കലെ ചെമ്പായ കുടുംബത്തിലെ കോന്തു നായർ. അദ്ദേഹം എഴുതിയ കണക്കുകളുടെ പുസ്തകം ഇന്നും മമ്പുറത്ത് സൂക്ഷിച്ചിട്ടുണ്ടെന്ന് എന്റെ അധ്യാപകൻ ക്ലാസിൽ പറഞ്ഞത് ഇത്തരുണത്തിൽ ഞാൻ ഓർക്കുകയാണ്. അതു കാണാൻ ഞാൻ ഒരുതവണ ശ്രമിച്ചെങ്കിലും, അതിന്റെ സൂക്ഷിപ്പുകാരൻ സ്ഥല

ത്തില്ലാതിരുന്നതു കൊണ്ട് സാധിച്ചില്ല. ചരിത്രാന്വേഷിയായിരുന്ന കെ.കെ. മുഹമ്മദ് അബ്ദുൽ കരീം ആ കണക്കുപുസ്തകം കാണുകയും അതുമായി ബന്ധപ്പെട്ട് പഠനം നടത്തി ചില ലേഖനങ്ങൾ എഴുതുകയും ചെയ്തിട്ടുണ്ട്. ആ രചനകളിലൂടെ കടന്നു പോകാൻ അവസരം ലഭിച്ചത് അഭിമാനത്തോടെയാണ് ഞാൻ ഓർക്കുന്നത്. രണ്ടു മതക്കാരായിരുന്നിട്ടും അവർക്കിടയിൽ മതസൗഹാർദ്ദവും മൈത്രിയും എത്രമാത്രം ഗാഢമായിരുന്നു എന്ന് അക്കാലത്തെ ചരിത്രപുസ്തകങ്ങൾ പരിശോധിച്ചാൽ ബോദ്ധ്യമാകും. 1842ലാണ് കോന്തു നായർ മരണപ്പെടുന്നത്. തന്റെ ഉറ്റ സുഹൃത്തിന്റെ വിയോഗം മമ്പുറം തങ്ങളെ വല്ലാതെ തളർത്തിയിരുന്നത്രെ. കൃത്യം രണ്ടു വർഷങ്ങൾക്കു ശേഷം 1844ൽ സയ്യിദ് അലവിക്കോയ തങ്ങളും ഇഹലോകവാസം വെടിഞ്ഞു.

സമൂഹത്തിലെ എല്ലാ വിഭാഗം ആളുകളോടും മമ്പുറം തങ്ങൾക്ക് അഭേദ്യമായ ബന്ധമാണ് ഉണ്ടായിരുന്നത്. കവളപ്പാറ മൂപ്പിലെ നായർ, തിരൂരങ്ങാടിയിലെ അധികാരിയായിരുന്ന കപ്പാട് കൃഷ്ണപ്പണിക്കർ തുടങ്ങിയവരുമായൊക്കെയുള്ള അദ്ദേഹത്തിന്റെ സൗഹൃദം പ്രസിദ്ധമാണ്. സാമൂഹ്യമായി പിന്നോക്കം നിന്നിരുന്ന അധഃസ്ഥിതജാതിയിലെ ജനങ്ങളോട് മമ്പുറം തങ്ങൾക്കുണ്ടായിരുന്ന അടുപ്പം ചരിത്രത്താളുകളിൽ സ്ഥാനം പിടിച്ചിട്ടുണ്ട്. പാവപ്പെട്ട അത്തരം ജനവിഭാഗങ്ങൾക്ക് അവരുടെ ദുഃഖഭാരങ്ങൾ ഇറക്കിവെക്കാനുള്ള അത്താണിയായിരുന്നു മമ്പുറം തങ്ങളുടെ വീട്. ഒരിക്കൽ കളിയാട്ടുമുക്ക് ദേശത്തെ ദരിദ്രരായ താഴ്ന്നജാതിയിൽപ്പെട്ട ഒരു സംഘം ആളുകൾ തങ്ങളെ പോയിക്കണ്ട് അഭ്യർത്ഥിച്ചു: 'തങ്ങളേ, ഞങ്ങൾക്ക് ആരാധനാകർമ്മങ്ങൾ നിർവഹിക്കാൻ ഒരു ക്ഷേത്രം പണിതുതരണം. സാമ്പത്തികമായി ശേഷിയില്ലാത്ത ഞങ്ങൾക്ക് ഒറ്റക്കൊരു ക്ഷേത്രം പണിയാൻ കഴിയില്ലെന്ന് തങ്ങളുപ്പാപ്പാക്ക് അറിയാമല്ലോ?' ഇതുകേട്ട സയ്യിദ് അലവിക്കോയ തങ്ങൾ അവരെ അപഹസിക്കുകയോ നിരാശരാക്കി മടക്കി അയക്കുകയോ അല്ല ചെയ്തത്. കളിയാട്ടുമുക്കിൽ അദ്ദേഹം അവർക്കായി ഒരു ക്ഷേത്രം പണിതു കൊടുത്തു. അതിന്റെ സമീപത്തായി തന്നെ ഒരു മസ്ജിദും അദ്ദേഹം പണിതു. മമ്പുറം തങ്ങൾ മരിക്കുന്നത് വരെയും പള്ളിയുടെ മട്ടുപ്പാവിലിരുന്ന് ക്ഷേത്രത്തിലെ ഉത്സവങ്ങൾ കണ്ടാസ്വദിക്കുമായിരുന്നു എന്ന് അദ്ദേഹത്തിന്റെ സമകാലികർ സാക്ഷ്യപ്പെടുത്തിയിട്ടുണ്ട്.

ആഘോഷങ്ങൾക്കായി തങ്ങളുടെ സമ്മതം വാങ്ങലായിരുന്നു ഉത്സവത്തിന്റെ പ്രധാന ചടങ്ങുകളിലൊന്ന്. അദ്ദേഹത്തിന്റെ മരണശേഷം തങ്ങളെ മറമാടിയ മമ്പുറം മഖാമിൽ വന്ന് കാണിക്കവെച്ച് പ്രതീകാത്മകമായി സമ്മതം വാങ്ങുന്ന ചടങ്ങ് ഇന്നും തുടർന്നുപോരുന്നുണ്ട്. ഉത്സവത്തിന്റെ ആരംഭം കുറിക്കുന്ന ഓലകൊണ്ട് പൊയ്കുതിരകളുണ്ടാക്കി വരവായി മമ്പുറത്തും കളിയാട്ടുമുക്ക് പള്ളി മുറ്റത്തും എത്തി ഭണ്ഡാരപ്പെട്ടിയിൽ കാണിക്കയർപ്പിച്ചതിനു ശേഷമാണ് ഹിന്ദുമതവിശ്വാസികൾ ഇപ്പോഴും ക്ഷേത്രത്തിന്റെ തിരുനടയിൽ എത്തുക. ആഘോഷങ്ങളെ

യും ഉത്സവങ്ങളെയും മതത്തിന്റെ മതിൽക്കെട്ടിനുള്ളിൽ പരിമിതപ്പെടുത്താൻ കൊണ്ടുപിടിച്ച ശ്രമങ്ങൾ നടക്കുന്ന ഇക്കാലത്ത് മമ്പുറം തങ്ങളെക്കുറിച്ചും കോന്തു നായരെക്കുറിച്ചുമൊക്കെയുള്ള അന്വേഷണങ്ങളും ആലോചനകളും പോലും ദേശീയോദ്ഗ്രഥന പ്രക്രിയയുടെ ഭാഗമാണെന്നാണ് ഞാൻ പറയുക. സഹോദരമതസ്ഥരെ അന്യരാക്കി നിർത്താതെ അവരുടെ സന്തോഷങ്ങളിലും ആഹ്ലാദത്തിലും പങ്കുകൊണ്ട് ഇസ്ലാമികവിശ്വാസത്തെ നെഞ്ചേറ്റിയ സൂഫിവര്യന്മാരുടെയും സയ്യിദന്മാരുടെയും ശൈലി വർത്തമാനകാല ഇന്ത്യയിലെ എല്ലാ വിഭാഗങ്ങളിൽ പെടുന്ന കുട്ടികൾക്കും പഠിപ്പിച്ചു കൊടുക്കണമെന്നാണ് എന്റെ വിനീതമായ അഭിപ്രായം.

ഇന്ത്യയുടെ വിവിധഭാഗങ്ങളിൽ നിരവധി സൂഫി മഖ്ബറകൾ അഥവാ ശവകുടീരങ്ങൾ കാണാം. അവിടങ്ങളിൽ വിവിധ ജാതിമതസ്ഥർ അനുഗ്രഹംതേടി വരുന്നത് മനസ്സുനിറയുന്ന കാഴ്ചയാണ്. സൂഫികൾ ജീവിച്ചിരുന്ന കാലത്ത് അവർ നാനാജാതിമതസ്ഥർക്കും താങ്ങും തണലുമായിരുന്നു. നേർച്ചകളും ഉത്സവങ്ങളും സമൂഹത്തിന് പകർന്നുനൽകുന്നത് മാനവമൈത്രിയുടെ സന്ദേശങ്ങളാണ്.

വിശുദ്ധ ഖുർആനിൽ വിശ്വസിച്ചു എന്നുള്ളതുകൊണ്ട് മാത്രം ഒരാൾ മുസ്ലിമാവുകയില്ല. ഖുർആനിനു മുമ്പ് ഇറക്കപ്പെട്ട മറ്റു മതസ്ഥരുടെ വേദഗ്രന്ഥങ്ങളിലും വിശ്വസിക്കുക എന്നുള്ളത് മുസ്ലിമിന്റെ വിശ്വാസപരമായ ബാധ്യതയാണ്. സൂഫികൾ ഈ ആശയത്തെ സമ്പൂർണ്ണമായി ഉൾക്കൊണ്ടവരായിരുന്നു. എല്ലാ വേദഗ്രന്ഥങ്ങളും പരസ്പരബഹുമാനം നിലനിർത്തുന്നുണ്ട്. ഒരു വേദഗ്രന്ഥവും മറ്റൊന്നിനെ നിന്ദിക്കുകയോ അവഹേളിക്കുകയോ ചെയ്യുന്നതായി കാണാനാവില്ല. പ്രവാചകന്മാരും ഋഷിവര്യന്മാരും മുനിമാരും പരസ്പരം അധിക്ഷേപിച്ചിരുന്നതായി നമുക്കറിവില്ല. മമ്പുറം തങ്ങൾ കോന്തു നായരെ തന്റെ വിശ്വസ്തനാക്കിയതും ഇത്തരം വറ്റാത്ത വിശാലമൈത്രിയുടെ പരിസരത്താണ്. പരസ്പരം ബഹുമാനിക്കുകയും ആദരിക്കുകയും ചെയ്യുമ്പോഴാണ് ജനങ്ങൾ സുകൃതം ചെയ്തവരുടെ കൂട്ടത്തിൽ എണ്ണപ്പെടുക.

1947 ആഗസ്റ്റ് 15 ന് രാജ്യം മുഴുവൻ സ്വാതന്ത്ര്യത്തിന്റെ പൊൻപുലരിയിലേക്ക് കൺതുറന്ന രാത്രിയിൽ രാജ്യത്തിന്റെ സ്വാതന്ത്ര്യദിന ആഘോഷങ്ങളിൽ പങ്കുകൊള്ളാൻ മഹാത്മാ ഗാന്ധി ഡൽഹിയിൽ ഉണ്ടായിരുന്നില്ല. ഊരിപ്പിടിച്ച വാളുകളുമായി പരസ്പരം ഏറ്റുമുട്ടാൻ കച്ചകെട്ടിയിറങ്ങിയ ഹിന്ദു-മുസ്ലിം വിഭാഗങ്ങളിലെ മതഭ്രാന്തന്മാരെക്കൊണ്ട് ആയുധങ്ങൾ താഴെവെപ്പിക്കാനും അവർക്കിടയിൽ സമാധാനം പുനഃസ്ഥാപിക്കാനുമുള്ള തീവ്രശ്രമത്തിലായിരുന്നു ആ ചരിത്രപുരുഷൻ. 'എന്റെ മുസ്ലിംസഹോദരന്മാരെ വെടിവെച്ച് കൊല്ലുന്നതിനു പകരം എന്നെ വെടിവെച്ച് കൊന്നോളൂ' എന്നായിരുന്നു ആയുധങ്ങളുമായി മുസ്ലിംസഹോദരർക്ക് നേരേ പാഞ്ഞടുത്ത കലാപകാരികളോട് അദ്ദേഹം പറഞ്ഞത്. ഗാന്ധിജി കൽക്കത്തയിൽ എത്തിയിരിക്കുന്നു എന്ന വാർത്ത കേട്ട് ബം

ഗാൾ പ്രധാനമന്ത്രിയായിരുന്ന സയ്യിദ് സുഹർവർദി അദ്ദേഹത്തെ സന്ദർശിക്കാനെത്തി. കൽക്കത്തയിലെ ഭ്രാന്തുപിടിച്ച ജനക്കൂട്ടത്തെ നിയന്ത്രിക്കാൻ താങ്കൾക്കു മാത്രമേ സാധിക്കുകയുള്ളൂ എന്നും അതിനാൽ താങ്കൾ അൽപദിവസം കൽക്കത്തയിൽ താമസിക്കണമെന്നും സുഹർവർദി ഗാന്ധിജിയോട് അഭ്യർത്ഥിച്ചു. 'എത്ര ദിവസം വേണമെങ്കിലും കൽക്കത്തയിൽ താമസിക്കാൻ ഞാൻ ഒരുക്കമാണ്. എനിക്കൊരേയൊരു വ്യവസ്ഥയേയുള്ളൂ. താങ്കളും എന്റെ കൂടെ താമസിക്കാൻ ഒരുക്കമാകണം' എന്നായിരുന്നു ആ അപേക്ഷ കേട്ടമാത്രയിൽ ഗാന്ധിജി പറഞ്ഞത്. വ്യവസ്ഥ കേട്ടയുടനെ തന്നെ സുഹർവർദി സമ്മതിച്ചു. അവർ രണ്ടുപേരും ഒരു മുസ്ലിംസുഹൃത്തിന്റെ വീട്ടിൽ താമസിക്കാൻ തീരുമാനിച്ചു. ഈ വാർത്ത കാട്ടുതീ പോലെ നഗരത്തിലെങ്ങും പരന്നു. മതഭ്രാന്തന്മാർ ആയുധങ്ങൾ ഉറയിലിട്ട് പിൻവാങ്ങാൻ തുടങ്ങി. രണ്ടുമൂന്നു ദിവസങ്ങൾക്കുള്ളിൽ കൽക്കത്ത ശാന്തമായി. ജനജീവിതം സാധാരണ പോലെയാകാൻ പിന്നെ അധികസമയം വേണ്ടിവന്നില്ല. ഈ സംഭവം എല്ലാവരെയും അമ്പരപ്പിച്ചു. ഇതിനെ പ്രകീർത്തിച്ചുകൊണ്ട് മൗണ്ട്ബാറ്റൺ പ്രഭു ഗാന്ധിജിക്ക് ഒരു കത്തെഴുതി. അതിലെ വാചകങ്ങൾ ഇങ്ങനെയായിരുന്നു: 'അമ്പതിനായിരം ബ്രിട്ടീഷ് പട്ടാളക്കാരെക്കൊണ്ട് പഞ്ചാബിൽ സാധ്യമാകാത്തതാണ് ഗാന്ധിജീ, അങ്ങയുടെ സാന്നിദ്ധ്യം കൊണ്ടു മാത്രം കൽക്കത്തയിൽ സാധിച്ചിരിക്കുന്നത്. താങ്കൾക്ക് അഭിനന്ദനങ്ങൾ.'

സാധാരണഗതിയിൽ ഇങ്ങനെയൊരു അഭിനന്ദനസന്ദേശം ലഭിച്ചാൽ നമ്മളെപ്പോലുള്ളവർ എന്താണ് ചെയ്യുക? നമ്മളത് ചില്ലിട്ട് സൂക്ഷിക്കും. വ്യക്തിപരമായി തനിക്കു കിട്ടിയ നേട്ടം ജനങ്ങൾക്കിടയിൽ പ്രസിദ്ധപ്പെടുത്താൻ വെമ്പൽകൊള്ളും. എന്നാൽ ഗാന്ധിജി അതൊന്നുമല്ല ചെയ്തത്. അദ്ദേഹം മൗണ്ട്ബാറ്റൺ പ്രഭുവിന് ഒരു മറുപടിക്കത്തയച്ചു. അതിലദ്ദേഹം എഴുതി: 'കൽക്കത്തയിൽ സമാധാനം പുനഃസ്ഥാപിക്കാൻ എന്നെപ്പോലെ തന്നെ എന്റെ സുഹൃത്ത് സുഹർവർദിയും കഠിനപരിശ്രമം നടത്തിയിട്ടുണ്ട്. അദ്ദേഹത്തിന്റെ സേവനം കൂടി പ്രശംസിക്കപ്പെടാത്തിടത്തോളം താങ്കളുടെ അഭിനന്ദനവാക്കുകൾ എനിക്ക് സ്വീകരിക്കാനാവില്ല.' മമ്പുറം തങ്ങളും കോന്തു നായരും തമ്മിലുള്ള ബന്ധം പോലെ ഊഷ്മളമായിരുന്നു ഗാന്ധിയും സുഹർവർദിയും തമ്മിലുള്ള ബന്ധവും. ഇതൊന്നും കെട്ടുകഥകളല്ല, നമ്മുടെ രാജ്യത്ത് സംഭവിച്ച യാഥാർത്ഥ്യങ്ങളാണ്. ഒരു മൾട്ടി റിലീജിയസ് സൊസൈറ്റിയിൽ വ്യത്യസ്ത സമൂഹങ്ങൾ എങ്ങനെയാണ് ജീവിക്കേണ്ടതെന്ന് നമ്മുടെ പൂർവികർ പഠിപ്പിച്ചു തന്നിട്ടുണ്ട്.

പണ്ഡിറ്റ് ജവഹർലാൽ നെഹ്റു പ്രധാനമന്ത്രിയായിരുന്ന കാലത്താണ് 1952ൽ യൂണിവേഴ്സിറ്റി ഗ്രാന്റ്സ് കമ്മീഷൻ ഉൽഘാടനം ചെയ്യപ്പെടുന്നത്. ചരിത്രത്തിൽ അത് ഇങ്ങനെയാണ് രേഖപ്പെടുത്തപ്പെട്ടിരിക്കുന്നത്: "University Grants Commission was inaugurated by Moulana

Azad in the presence of the Honourable Prime Minister of India" - 'യൂണിവേഴ്സിറ്റി ഗ്രാന്റ്സ് കമ്മീഷന്റെ ഉൽഘാടനം ഇന്ത്യയുടെ പ്രധാനമന്ത്രിയുടെ സാന്നിദ്ധ്യത്തിൽ മൗലാനാ അബുൽ കലാം ആസാദ് നിർവഹിച്ചു.' പ്രധാനമന്ത്രി സന്നിഹിതനായ വേദിയിൽ വകുപ്പുമന്ത്രി ഉൽഘാടനം നിർവഹിക്കുന്നത് പ്രത്യക്ഷത്തിൽ പ്രോട്ടോക്കോൾ ലംഘനമാണ്. നമുക്കത് ചിന്തിക്കാൻ പോലും കഴിയില്ല. പ്രധാനമന്ത്രിയും വിദ്യാഭ്യാസമന്ത്രിയും തമ്മിലുള്ള ബന്ധമായിരുന്നില്ല നെഹ്റുവും ആസാദും തമ്മിൽ ഉണ്ടായിരുന്നത്. പരസ്പരം ബഹുമാനിച്ചും ആദരിച്ചും മനസ്സിലാക്കിയും കഴിഞ്ഞ അവർ എങ്ങനെയാണ് വിവിധ ജനവിഭാഗങ്ങൾ ഇന്ത്യയിൽ ജീവിക്കേണ്ടതെന്ന് പഠിപ്പിച്ചു തരികയായിരുന്നു.

തിരൂരങ്ങാടിക്കടുത്തുള്ള കളിയാട്ടുമുക്കിലെ ക്ഷേത്രോത്സവത്തിന്റെ മായാത്ത സൗഹൃദമുദ്രയെക്കുറിച്ച് നമ്മൾ പറഞ്ഞു. സമാനമായ എത്രയെത്ര സംഭവങ്ങളാണുള്ളതെന്നറിയാൻ ചുറ്റുവട്ടങ്ങളിലേക്ക് ഒന്നു കണ്ണോടിച്ചാൽ മതി. രണ്ടുവർഷം മുമ്പാണ് കരിവള്ളൂരിലെ പ്രസിദ്ധമായ മുച്ചിലോട്ട് ഭഗവതി ക്ഷേത്രത്തിലെ പെരുങ്കളിയാട്ടുത്സവത്തോടനുബന്ധിച്ച സാംസ്കാരികസമ്മേളനം ഉൽഘാടനം ചെയ്യാൻ ക്ഷേത്രക്കമ്മിറ്റിയുടെയും ടി.വി. രാജേഷ് എം.എൽ.എ.യുടെയും ക്ഷണമനുസരിച്ച് ഞാൻ പോയത്. നിശ്ചയിച്ചിരുന്ന സമയത്തിനും അരമണിക്കൂർ മുമ്പുതന്നെ ഞാനവിടെ എത്തിയിരുന്നു. എല്ലാം ഒന്നു കണ്ടുമനസ്സിലാക്കാനുള്ള ജിജ്ഞാസയിലാണ് നേരത്തേ ചെന്നത്. എന്നിലെ അന്വേഷണകുതുകിയുടെ കണ്ണും കാതും പരിസരമാകെ ഒന്നരിച്ചുപെറുക്കി. സാംസ്കാരികസംഗമം തുടങ്ങാൻ 15 മിനുട്ട് ബാക്കിനിൽക്കേ ഉത്സവത്തിന്റെ ഭാഗമായി ഒരു ഘോഷയാത്ര വരുന്നത് എന്റെ ശ്രദ്ധയിൽ പെട്ടു. അടുത്തെത്തിയപ്പോഴാണ് 'വരവി'ന്റെ മുൻനിരയിലെ തൊപ്പിയും താടിയുമുള്ള ഒരു മുസ്ലിംകാരണവർ എന്റെ ദൃഷ്ടിപഥത്തിൽ വന്നത്. എന്നിലെ ചരിത്രകുതുകി സടകുടഞ്ഞെണീറ്റു. ഘോഷയാത്രയുടെ മുൻനിരയിൽ ബഹുമാനാദരങ്ങളോടെ എഴുന്നള്ളിച്ചു കൊണ്ടുവരുന്ന 'മാപ്പിള'യിലായിരുന്നു എന്റെ നോട്ടം മുഴുവൻ. അയാളുടെ ഇരുകൈകളിലുമായി ഒരു മൺകലം ഉണ്ടായിരുന്നു. ക്ഷേത്രത്തിലെ പുരോഹിതൻ ചെന്ന് മുസ്ലിംകാരണവരെ സ്വീകരിച്ചു കൊണ്ടുവന്ന് അദ്ദേഹത്തിന്റെ കയ്യിലുണ്ടായിരുന്ന കലം ഭക്തിപൂർവം ഏറ്റുവാങ്ങി ശ്രീകോവിലിനുമുന്നിൽ വെച്ചു.

എന്റെ തൊട്ടടുത്തുണ്ടായിരുന്ന വയോധികനോട് കണ്ട കാഴ്ചയെപ്പറ്റി ഞാൻ തിരക്കി. അതിനു പിന്നിലെ വാമൊഴിയായി തലമുറകളിലൂടെ കൈമാറപ്പെട്ട ചരിത്രം എനിക്കദ്ദേഹം പറഞ്ഞുതന്നു: പന്ത്രണ്ടു വർഷത്തിലൊരിക്കലാണ് പെരുങ്കളിയാട്ടുത്സവം നടക്കാറ്. ഉത്സവകാലത്ത് എല്ലാ ദിവസവും ആളുകൾക്ക് ഭക്ഷണം വിളമ്പുന്ന ഏർപ്പാടുണ്ട്. പതിറ്റാണ്ടുകൾക്ക് മുമ്പ് നടന്ന ഒരുത്സവത്തിന്റെ സമാപനദിവസം ഭക്ഷണം പാകംചെയ്യുന്നതിനിടയിൽ ഉപ്പിടാൻ നോക്കുമ്പോഴാണ് ഉപ്പ് വാങ്ങാൻ മറന്ന കാര്യം സംഘാടകരുടെ ശ്രദ്ധയിൽ പെടുന്നത്. രാത്രി

യായതുകൊണ്ട് കടകളൊക്കെ പൂട്ടുകയും ചെയ്തിരുന്നു. എന്തുചെയ്യണമെന്ന് അവർ കൂടിയാലോചിച്ചു. തുടർന്ന്, ആ നാട്ടിലെ പലചരക്ക് വ്യാപാരിയായ മമ്മദ്ക്കയുടെ വീട്ടിൽ പോയി കടതുറന്ന് ഉപ്പെടുത്തുതരാൻ അഭ്യർത്ഥിക്കാൻ രണ്ടുപേരെ ചുമതലപ്പെടുത്തി. അവർ പോയി കാര്യം പറഞ്ഞപ്പോൾ മമ്മദ്ക്ക ഒരു താക്കോൽകൂട്ടം കൊണ്ടുവന്ന് അവരുടെ കയ്യിൽ കൊടുത്തു. അതിൽ ഒരു താക്കോൽ പ്രത്യേകം കാണിച്ചു കൊടുത്ത് അദ്ദേഹം അവരോട് പറഞ്ഞു: 'നിങ്ങൾ കട തുറന്ന് ആവശ്യത്തിന് ഉപ്പെടുത്ത് കടയടച്ച് താക്കോൽ ക്ഷേത്രത്തിൽ സൂക്ഷിച്ചോളൂ. നാളെ രാവിലെ ഞാൻ വന്ന് വാങ്ങിക്കൊള്ളാം.' ആശ്ചര്യത്തോടെ അവർ താക്കോൽ വാങ്ങിപ്പോയി കട തുറന്ന് ആവശ്യത്തിനുള്ള ഉപ്പെടുത്ത് കൊണ്ടുവന്ന് എല്ലാവർക്കും സുഭിക്ഷമായി ഭക്ഷണം നൽകി. ആ സംഭവത്തിനുശേഷം നടന്ന എല്ലാ പെരുങ്കളിയാട്ടുത്സവകാലത്തും മമ്മദ്ക്കയുടെ കുടുംബത്തിലെ പ്രായംചെന്ന കാരണവരെ ആഘോഷക്കമ്മിറ്റിക്കാർ ആനയിച്ചു കൊണ്ടുവരുന്നത് ഉത്സവത്തിന്റെ ഭാഗമായി മാറി. ആ എഴുന്നള്ളിക്കലായിരുന്നു ഞാൻ കണ്ടത്. ആ മൺകലത്തിൽ എന്തായിരുന്നുവെന്ന് ഞാൻ തിരക്കി. ആ കലം നിറയെ ഉപ്പാണെന്നായിരുന്നു മറുപടി. ആഘോഷത്തോടനുബന്ധിച്ച് താൽക്കാലികമായി കെട്ടിയ ടെന്റുകളിൽ നന്നായി അലങ്കരിച്ച ഒരു പവലിയൻ ചൂണ്ടിക്കാണിച്ച് ആ മാന്യൻ പറഞ്ഞു: 'അതിൽ മമ്മദ്ക്കയുടെ കുടുംബത്തിന് അവർക്കിഷ്ടപ്പെട്ട കച്ചവടം ഉത്സവകാലത്ത് നടത്താം. ഒരുപൈസ പോലും വാടകയിനത്തിൽ ക്ഷേത്രക്കമ്മിറ്റി വാങ്ങുക പതിവില്ല.' ആ വാക്കുകൾ കേട്ടുകഴിഞ്ഞപ്പോൾ സന്തോഷം കൊണ്ട് എന്റെ കണ്ണുകൾ നിറഞ്ഞു. എന്റെ നാടിനെപ്പറ്റി എനിക്കപ്പോഴുണ്ടായ അഭിമാനം ചെറുതല്ല. നമ്മുടെ നാട്ടിൻപുറങ്ങളിലെ ഉത്സവങ്ങളിലും നേർച്ച ഉറൂസുകളിലും മതമൈത്രിയുടെ എത്രയെത്ര കഥകളാണ് ഉറങ്ങിക്കിടക്കുന്നത്. അതെല്ലാം ഖനനം ചെയ്തെടുക്കേണ്ട കാലമാണിത്.

സത്യത്തിൽ മമ്പുറം തങ്ങളുടെയും കോന്തു നായരുടെയും ഇടയിൽ ഉണ്ടായിരുന്ന ബന്ധത്തിന്റെ ആഴത്തിനും പരപ്പിനും സമാനതകൾ തേടുക പ്രയാസമാണ്. മണ്ണുമൂടിക്കിടക്കുന്ന ചരിത്രത്തിലെ വിലമതിക്കാനാവാത്ത ഇത്തരം സംഭവങ്ങളെ പുറത്തെടുത്ത് പ്രചരിപ്പിക്കാനാണ് ഇക്കാലത്ത് ശ്രമങ്ങളുണ്ടാകേണ്ടത്. അതോടൊപ്പം യഥാർത്ഥചരിത്രത്തെ പുനർനിർമ്മിക്കേണ്ട സമയവും കൂടിയാണിത്. ഏതൊരു മതവിഭാഗത്തിന്റെയും ഭാഗത്തുനിന്ന് ഉയർന്നുവരുന്ന മതാന്ധതയുടെ ആശയങ്ങൾ എതിർക്കപ്പെടണം. മുസ്ലിംവർഗ്ഗീയതയെ പല്ലും നഖവും ഉപയോഗിച്ച് പ്രതിരോധിച്ച് തോൽപിക്കേണ്ടത് ഇസ്ലാംമതവിശ്വാസികൾ തന്നെയാവണം. ഹിന്ദുമതഭ്രാന്തിനെ ചെറുത്തു പരാജയപ്പെടുത്തേണ്ടത് ഹിന്ദുമതവിശ്വാസികളുമാവണം. ആരാധനാലയങ്ങളെ ആയുധപ്പുരകളും ആയുധപരിശീലനകേന്ദ്രങ്ങളുമാക്കി മാറ്റാൻ ആരു ശ്രമിച്ചാലും അതിനെ സമൂഹം ഒറ്റക്കെട്ടായി എതിർക്കണം. ആരാധനാലയങ്ങളെ അ

ത്തരം ദുർവൃത്തരിൽ നിന്ന് വിമുക്തമാക്കുകയും വേണം. മതസ്പർധ വളർത്തുന്ന ആശയങ്ങൾ ഉൾക്കൊള്ളുന്ന സിലബസുകൾ പഠിപ്പിക്കുന്ന സ്ഥാപനങ്ങളോ അത്തരം ആശയങ്ങൾ പ്രചരിപ്പിക്കുന്ന പ്രഭാഷകരോ ഉണ്ടെങ്കിൽ അത് നാം ഗൗരവത്തോടെ തന്നെ കാണണം.

കേരളത്തിന്റെ മഹിതമായ സാഹോദര്യസംസ്കൃതിക്ക് മമ്പുറം തങ്ങളും കോന്തു നായരും നൽകിയ അനർഘങ്ങളായ സംഭാവനകളെപ്പോലെ തന്നെ മങ്ങാട്ടച്ചനും കുഞ്ഞായിൻ മുസ്ല്യാരും മലയാളക്കരക്ക് നൽകിയ സ്നേഹമസൃണമായ ചങ്ങാത്തത്തിന്റെ കഥകളും ഓർമ്മിക്കപ്പെടേണ്ടതും പ്രചരിപ്പിക്കപ്പെടേണ്ടതുമാണ്. വർത്തമാനകാലം കേൾക്കാനാഗ്രഹിക്കുന്ന ഇത്തരം അകംതൊട്ട സൗഹൃദങ്ങളുടെ മഹച്ചരിതങ്ങളാണ് ഊഷരതയിലും തുഷാരവർഷമായി നമുക്ക് അനുഭവപ്പെടുക. കാലം തേടുന്ന സന്ദേശം ഉയർത്തിപ്പിടിച്ച് ഇങ്ങനെയൊരു ചർച്ചക്ക് വഴിയൊരുക്കിയ സംഘാടകർക്ക് ഭാവുകങ്ങൾ നേർന്നുകൊണ്ട് സമ്മേളനത്തെ അഭിവാദ്യം ചെയ്ത് ഞാൻ അവസാനിപ്പിക്കുന്നു.

പരിഷ്കരണത്തിന്റെ കാലൊച്ചകൾ നിലയ്ക്കുന്നില്ല

ഡോ. എൻ.കെ. മുഹമ്മദ് സാഹിബിന്റെ നാമധേയത്തിലേർപ്പെടുത്തിയ പ്രഥമ അവാർഡ് വളരെയേറെ അഭിമാനത്തോടെയാണ് ഞാൻ ഏറ്റുവാങ്ങുന്നത്. ഡോ. എൻ.കെ. വ്യക്തിപരമായി എന്നെ സംബന്ധിച്ചിടത്തോളം ആരായിരുന്നു എന്ന ചോദ്യത്തിന് എന്റെ പിതൃതുല്യനായിരുന്നു എന്ന മറുപടി പറയാനാണ് എനിക്കിഷ്ടം. ഞാൻ പ്രീഡിഗ്രിക്ക് പഠിച്ചുകൊണ്ടിരുന്ന കാലത്ത് ഡോ. എൻ.കെ. ഉൾപ്പെടെയുള്ള സദസ്സിനു മുന്നിൽ ഖുർആൻ ക്ലാസുകൾ എടുക്കുമ്പോൾ എല്ലാം അറിയാമായിരുന്നിട്ടും കുട്ടി അധ്യാപകനോട് അദ്ദേഹം ചോദ്യങ്ങൾ ചോദിക്കുമായിരുന്നു. ആ ചോദ്യങ്ങൾക്ക് വ്യക്തമായ മറുപടി പറയാൻ എനിക്ക് സാധിച്ചില്ലെങ്കിൽ പരിപാടി കഴിഞ്ഞ് എന്നെ ഒറ്റക്കു വിളിച്ച് അതിന്റെ കാര്യങ്ങളെല്ലാം പറഞ്ഞുതന്ന് പുറത്തുതട്ടി അഭിനന്ദിച്ച് പറഞ്ഞയക്കുമായിരുന്നു. പുതുതലമുറയിൽ നിന്ന് വളാഞ്ചേരിക്കാർ വളർന്നു വരട്ടെ എന്നദ്ദേഹം ഏറെ ആഗ്രഹിച്ചിരുന്നതായി എൻ.കെ.യുടെ പെരുമാറ്റത്തിൽ നിന്ന് പലപ്പോഴും എനിക്ക് തോന്നിയിട്ടുണ്ട്.

കുശുമ്പും അസൂയയും തൊട്ടുതീണ്ടാത്ത അദ്ദേഹത്തിന്റെ മനസ്സിനെക്കുറിച്ച് ഒരുപാടാളുകൾ എന്നോട് പറഞ്ഞിട്ടുണ്ട്. എന്റെ വന്ദ്യനായ പിതാവുമായി എൻ.കെ.ക്ക് അടുത്ത വ്യക്തിബന്ധമാണ് ഉണ്ടായിരുന്നത്. വളാഞ്ചേരിയിൽ ആദ്യമായി ഒരു സ്വകാര്യ ആശുപത്രി തുടങ്ങിയത് ഡോ. എൻ.കെ. മുഹമ്മദായിരുന്നു. സ്നേഹത്താൽ നാട്ടുകാർ അദ്ദേഹത്തെ വാപ്പുട്ടി ഡോക്ടർ എന്നാണ് വിളിച്ചിരുന്നത്. സ്നേഹമസൃണമായ പെരുമാറ്റം കൊണ്ട് തന്റെ മുന്നിലെത്തുന്ന രോഗികളെ സാന്ത്വനിപ്പിച്ചിരുന്ന അദ്ദേഹം ഉദാരമനസ്കത കൊണ്ടും വിശാലകാഴ്ചപ്പാടുകൾ കൊണ്ടും എല്ലാവർക്കും പ്രിയപ്പെട്ടവനായി മാറി. തലോടലിനിടയ്ക്കു വെച്ച്

വിരലുകളുടെ ചലനം നിലച്ചതുപോലെയാണ് അദ്ദേഹത്തിന്റെ അകാലത്തിലെ വേർപാട് അടുപ്പക്കാർക്ക് അനുഭവപ്പെട്ടതെന്ന് എനിക്ക് ഉറപ്പിച്ചുപറയാനാകും.

എല്ലാ അർത്ഥത്തിലും വളാഞ്ചേരിയുടെ ഒരു ബ്രാൻഡ് അംബാസഡറായിരുന്നു എൻ.കെ. മുഹമ്മദ് സാഹിബ്. ഒരു ഉന്നതവിദ്യാഭ്യാസസ്ഥാപനം ചുറ്റുവട്ടത്തെങ്ങും ഇല്ലാതിരുന്ന കാലത്താണ് വളാഞ്ചേരിയിൽ അദ്ദേഹം മുൻകയ്യെടുത്ത് എം.ഇ.എസ്. കോളേജിന് തുടക്കമിട്ടത്. ഈ ദേശത്തിന്റെ മുഖച്ഛായ തന്നെ മാറ്റിയ ഒരു വലിയ സംരഭമായി അധികം വൈകാതെ അതു മാറി. എത്രയോ തലമുറകളെ ജീവിതത്തിന്റെ അക്കരപറ്റാൻ പ്രാപ്തമാക്കിയ ആ സ്ഥാപനം എൻ.കെ.യുടെ നിത്യസ്മാരകമാണ്. മലപ്പുറം ജില്ലയുടെ വൈജ്ഞാനികമുന്നേറ്റത്തിൽ തന്നാലാകുന്ന സംഭാവനകൾ നൽകി ചരിത്രത്തിലിടം നേടി കാലയവനികയ്ക്കുള്ളിൽ മറഞ്ഞ ഡോ. എൻ.കെ. മുഹമ്മദിന്റെ പേരിൽ എം.ഇ.എസ്. മലപ്പുറം ജില്ലാകമ്മിറ്റി ഏർപ്പെടുത്തിയ അംഗീകാരപ്പതക്കത്തിന് എന്നെപ്പോലെ ഒരു സാധാരണക്കാരനെ തെരഞ്ഞെടുത്തതിലുള്ള കലവറയില്ലാത്ത സന്തോഷം ഞാൻ ആദ്യമേ രേഖപ്പെടുത്തട്ടെ.

വ്യക്തിപരമായ ഒരു നേട്ടമായിട്ടല്ല ഞാനിതിനെ കാണുന്നത്. ഈ നാട്ടിലെ മുഴുവനാളുകളും കക്ഷിരാഷ്ട്രീയം മറന്ന് പിന്തുണച്ചില്ലായിരുന്നു എങ്കിൽ ഈ നേട്ടത്തിന് ഞാനൊരിക്കലും അർഹനാകുമായിരുന്നില്ല. ഞാൻ ആരുമാകില്ല എന്ന് കരുതിയിരുന്ന ഒരു ചരിത്രസന്ധിയിൽ എനിക്ക് താങ്ങും തണലുമായി നിലകൊണ്ടത് ഈ നാട്ടുകാരാണ്. പല കാരണങ്ങളാലും രാഷ്ട്രീയമായി എന്നെ ഇല്ലാതാക്കാൻ ചില കുബുദ്ധികൾ ശ്രമിച്ചപ്പോൾ അതിന് ചൂട്ടുപിടിച്ച് കൂടെക്കൂടാതെ എനിക്ക് തുണയായി നിന്ന മുഴുവൻ ആളുകൾക്കുമായി ഞാൻ ഈ അവാർഡ് സമർപ്പിക്കുകയാണ്.

ഡോ. എൻ.കെ.യുടെ ഓർമ്മകൾ പോലും ഈ നാടിനെ ഹർഷപുളകിതമാക്കുന്നുണ്ട്. അതിന്റെ തെളിവാണ് ഇവിടെക്കൂടിയിട്ടുള്ള വലിയ ജനക്കൂട്ടം. നമ്മുടെ നാടും നാട്ടുകാരും അഭിവൃദ്ധിപ്പെടണം എന്നാഗ്രഹിക്കുന്നവരുടെ എണ്ണം കുറഞ്ഞുവരുന്ന വർത്തമാനകാലത്ത് എൻ.കെ.യെ പോലെയുള്ളയാളുകളെ അനുസ്മരിക്കുന്നതു തന്നെ ഒരു പുണ്യമാണെന്നാണ് ഞാൻ കരുതുന്നത്.

നമ്മുടെ നാട്ടിൽ വളർന്നുവരുന്ന ഒരുപാട് ചെറുപ്പക്കാരുണ്ട്. അവർക്കൊക്കെ വളർന്നുവരാനുള്ള ഒരു ഏണിയായി നമുക്ക് വർത്തിക്കാൻ കഴിയണം. നല്ല മിടുക്കുള്ളവർ, പ്രഗത്ഭർ, പ്രശസ്തിയിലെത്തിച്ചേരാൻ സാധ്യതയുള്ളവർ, അവർക്കൊക്കെ നാം സഹായഹസ്തം നീട്ടണം. എനിക്ക് പുരോഗതി ഉണ്ടാവണമെന്ന് ഞാൻ ആഗ്രഹിച്ചിട്ടുണ്ട്, അതിനായി പരിശ്രമിച്ചിട്ടുമുണ്ട്. പക്ഷേ, എന്റെ ഒരു സുഹൃത്ത്, അയൽവാസി അല്ലെങ്കിൽ ഒരു നാട്ടുകാരൻ നന്നാകരുതെന്ന് ഒരിക്കലും ഞാനാഗ്രഹി

ച്ചിട്ടില്ല. എല്ലാവരുടെയും അഭിവൃദ്ധിയും പുരോഗതിയും മാത്രമേ ഞാൻ എന്നും കാംക്ഷിച്ചിട്ടുള്ളൂ. അതുകൊണ്ടു തന്നെയാവണം, പ്രതികൂലസാഹചര്യത്തിലും എന്നെപ്പോലൊരാൾക്ക് ഈ കാലയളവിൽ എത്തിപ്പെടാനാകുന്നതിന്റെ പാരമ്യത്തിൽ എത്തിച്ചേരാൻ എനിക്കു കഴിഞ്ഞത്. നമ്മുടെ സ്നേഹിതർ ഉയർന്ന നിലകളിലെത്തുമ്പോൾ അസൂയപ്പെടുകയല്ല, മനംനിറയെ സന്തോഷിക്കുകയാണ് നാം ചെയ്യേണ്ടത്. ആ മനസ്ഥിതി പുലർത്തിയാൽ നമുക്ക് ജീവിതത്തിൽ നേട്ടമേ ഉണ്ടാകൂ. മനസ്സിൽ കുശുമ്പ് കയറിയാൽ നമുക്ക് നാശമേ ഭവിക്കൂ. നാമുൾപ്പെടെ എല്ലാവരുടെയും പുരോഗതിയാവണം നമ്മുടെ ഓരോരുത്തരുടെയും ലക്ഷ്യവും അഭിലാഷവും. ആരെങ്കിലും നല്ല നിലയിലെത്തിയാൽ അത് നമ്മുടെ അവസരം ഇല്ലാതാക്കുമെന്ന് കരുതി ആരും വ്യാകുലപ്പെടേണ്ടതില്ല. ഭൂമിയിൽ എത്ര മനുഷ്യരുണ്ടോ അത്രയും അവസരങ്ങളുമുണ്ട്. വീട്ടിൽ ചടഞ്ഞുകൂടിയിരുന്നാൽ ആ അവസരം കിട്ടില്ല. നാം അന്വേഷിക്കുകയും അതിനായി കഠിനപരിശ്രമം നടത്തുകയും വേണം. വിധിയെ പഴിക്കുന്നവർ മടിയന്മാരാണ്. നമ്മൾ ഉണ്ടാക്കിയെടുക്കുന്നതാണ് വിധിയും ഭാഗ്യവുമെല്ലാം. നമുക്ക് നാം തന്നെയാണ് സ്വർഗ്ഗവും നരകവും ഭൂമിയിൽ പണിയുന്നത്.

നമ്മളിൽ പലർക്കും നല്ല അവസരങ്ങൾ കിട്ടിയതുകൊണ്ട് ജീവിതവിജയം നേടാനായി. മറ്റുപലർക്കും പലകാരണങ്ങൾ കൊണ്ടും അതിനു കഴിഞ്ഞില്ല. അതുകൊണ്ട് അവർ പരാജിതരാണെന്ന് ആരും കരുതരുത്. ഏതെങ്കിലുമൊക്കെ മേഖലകളിൽ അവർക്ക് പ്രാവീണ്യം നേടാൻ കഴിഞ്ഞിട്ടുണ്ടാകും. നമ്മുടെ കണ്ണിൽ അതത്ര വലിയതായിക്കൊള്ളണമെന്നുമില്ല. ഏറ്റവും വലിയ സംതൃപ്തി മനസ്സമാധാനമാണ്. സമ്പന്നനായതുകൊണ്ടോ വലിയ പദവികളിൽ എത്തിയതുകൊണ്ടോ ഒരാൾ ജീവിതവിജയിയായെന്ന് പറയാനാവില്ല. അയാളുടെ ജീവിതം സംതൃപ്തമാകണമെങ്കിൽ മനശ്ശാന്തിയുണ്ടാവണം. അതുണ്ടാവാൻ നമ്മുടെ ഹൃദയങ്ങൾ വിശാലമാകണം. കൈകൾ ഉദാരമായി നീളണം. ചുറ്റും ജീവിക്കുന്നവരുടെ കഷ്ടപ്പാടുകളും പ്രയാസങ്ങളും കാണുമ്പോൾ മനസ്സ് പിടയണം. അപരന്റെ ബുദ്ധിമുട്ടുകൾ കേട്ടാൽ കണ്ണുകൾ നനയണം. ആത്യന്തികമായി ജീവിതവിജയത്തിന്റെ അടിസ്ഥാനം ഇവയെല്ലാമാണ്.

പ്രൊഫസർ കടവനാട് മുഹമ്മദ് സാഹിബ് ഇവിടെ ചില കാര്യങ്ങൾ സൂചിപ്പിക്കുകയുണ്ടായി. ഞാനതിനോട് പൂർണ്ണമായും യോജിക്കുകയാണ്. മുസ്ലിംസമുദായത്തെക്കുറിച്ച് പലരും പുലർത്തുന്ന ധാരണ തീർത്തും തെറ്റാണെന്ന് പലപ്പോഴും എനിക്ക് തോന്നിയിട്ടുണ്ട്. നവോത്ഥാനത്തിന്റെയും പരിഷ്കരണത്തിന്റെയും കാറ്റുവീശിത്തുടങ്ങിയപ്പോൾ സഹോദരമതസമുദായങ്ങളെപ്പോലെ തന്നെ മനസ്സിന്റെ ജാലകം തുറന്നിട്ട് ഹൃദയം തണുപ്പിച്ചവരാണ് മുസ്ലിങ്ങളും. വിശ്വാസകാര്യങ്ങളിൽ

കാർക്കശ്യക്കാരാണെങ്കിലും, നാടിന്റെയും സമൂഹത്തിന്റെയും മുന്നേറ്റവീഥിയിൽ വിലങ്ങുതടിയായി അവരൊരിക്കലും നിന്നിട്ടില്ലെന്നതാണ് വസ്തുത. ഇംഗ്ലീഷ് ഭാഷയോടും പാശ്ചാത്യജീവിതരീതികളോടും സ്ത്രീവിദ്യാഭ്യാസത്തോടുമൊക്കെ പൊതുവേ എല്ലാവരും സ്വീകരിക്കുന്ന സമീപനം മുസ്ലിംസമുദായവും പിന്തുടർന്നിട്ടുണ്ടാകാം. കാലം മാറിയപ്പോൾ എല്ലാവരുടെയും മനോഗതിയിൽ മാറ്റം വന്നു. മുസ്ലിങ്ങളും ആ ഒഴുക്കിനോടൊത്ത് നീങ്ങി. ചിലർ ചെറിയ ശാഠ്യക്കാരായി നിന്നെങ്കിലും, കാലാന്തരത്തിൽ അവർ ഏറെ മുന്നിൽ നടക്കുന്ന കാഴ്ചയാണ് നാം കണ്ടത്. ഒരുകൂട്ടർ പരിവർത്തനത്തിന് സന്നദ്ധരാകുമ്പോൾപരിഹസിച്ച് പിറകോട്ടടുപ്പിക്കുകയല്ല വേണ്ടത്. അവരെ നാം അഭിനന്ദിക്കുകയും പ്രോത്സാഹിപ്പിക്കുകയുമാണ് ചെയ്യേണ്ടത്. വിദ്യാഭ്യാസവിപ്ലവവുമായി എം.ഇ.എസ്. ഇറങ്ങിയപ്പോൾ, ആരംഭഘട്ടത്തിൽ ചില കുറുമ്പുകളൊക്കെ കാട്ടിയെങ്കിലും, പിന്നീട് ആ പ്രക്രിയയെ മുസ്ലിംസമൂഹം കൈമെയ് മറന്ന് പിന്തുണയ്ക്കുകയാണ് ചെയ്തത്. ഞാൻ നേരത്തേ മനസ്സിലാക്കിയ ഈ മനഃശാസ്ത്രമാണ് പലരും പറയാൻ മടിച്ചിരുന്ന പല കാര്യങ്ങളും തുറന്നുപറയാൻ എനിക്കു പ്രചോദനമായത്. പരമ്പരാഗത ശീലങ്ങൾക്കെതിരായി അഭിപ്രായം പറഞ്ഞാൽ മതഭ്രഷ്ട് കൽപിക്കപ്പെടുമോ എന്ന് ചിലരെങ്കിലും ആശങ്കപ്പെടുന്നതായി എനിക്ക് തോന്നിയിട്ടുണ്ട്. അത്തരം ചിന്തകൾ അസ്ഥാനത്താണെന്നും അനാവശ്യമാണെന്നുമാണ് എന്റെ അനുഭവം. പറയുന്നവരുടെ ഉദ്ദേശശുദ്ധിയും പ്രധാനമാണ്. പ്രകോപിപ്പിക്കാനും നിന്ദിക്കാനും ശ്രമിച്ചാൽ മുസ്ലിംസമൂഹം ഒരിക്കലും അതംഗീകരിച്ചു തരില്ല. എന്നാൽ, സത്യസന്ധമായും ആത്മാർത്ഥമായുമാണ് നമ്മുടെ പരിഷ്കരണശ്രമമെങ്കിൽ അനുനയത്തിന്റെയും അനുസരണത്തിന്റെയും വഴിയാകും അവർ സ്വീകരിക്കുക. പറയുന്നത് ശരിയാണെങ്കിൽ പോലും അത് പറയേണ്ടതുപോലെ പറഞ്ഞില്ലെങ്കിൽ വിപരീതഫലമാവും സമുദായത്തിൽ ഉളവാക്കുക.

മാപ്പിളമനസ്സിനെ കാണേണ്ടതുപോലെ കണ്ടും തൊടേണ്ടതുപോലെ തൊട്ടുമറിഞ്ഞ വ്യക്തിയായിരുന്നു സി.എച്ച്. മുഹമ്മദ് കോയ സാഹിബ്. സിനിമ നിഷിദ്ധമാണെന്ന് മുസ്ലിംസമുദായത്തിലെ മഹാഭൂരിപക്ഷം കരുതിയിരുന്ന കാലത്താണ് തന്റെ ഒരു സുഹൃത്ത് സദുദ്ദേശത്തോടെ സംവിധാനം ചെയ്ത 'വിസ' എന്ന സിനിമ എല്ലാവരും കാണണമെന്ന് പതിറ്റാണ്ടുകൾക്ക് മുമ്പ് സി.എച്ച്. ഒരു പത്രപരസ്യത്തിലൂടെ ആഹ്വാനം ചെയ്തത്. അത് വലിയ ഒച്ചപ്പാടിന് വഴിവെച്ചത് പ്രായമായവർ പറയുന്നത് ഞാൻ കേട്ടിട്ടുണ്ട്. ലീഗ് രണ്ടായിരുന്ന കാലമായതിനാൽ എതിർചേരി അത് നന്നായി ഉപയോഗപ്പെടുത്തി. സി.എച്ച്. പക്ഷേ തിരുത്താനൊന്നും പോയില്ല. ഈ സംഭവം സി.എച്ചിന്റെ കീർത്തിക്ക് ഇടിച്ചിലും വരുത്തിയില്ല. ഒരിക്കൽ അദ്ദേഹം പട്ടിക്കാട് ജാമിഅ നൂരിയ അറബിക് കോളേജിന്റെ സനദ്ദാന സമ്മേളനത്തിൽ പങ്കെടുത്ത സമയത്ത്

തന്റെ മുമ്പിൽ 'ഫൈസി' ബിരുദത്തിനായി അണിനിരന്ന യുവപണ്ഡിതന്മാരോടായി പറഞ്ഞു: 'നിങ്ങൾ ഗ്രന്ഥം ചുമക്കുന്ന കഴുതകളാകരുത്.' ഇതിനെ ദുർവ്യാഖ്യാനം ചെയ്ത് രൂക്ഷമായ വിമർശനത്തിന് കോപ്പുകൂട്ടിയവർക്ക് നിരാശപ്പെടേണ്ടി വന്നതും നാം കണ്ടതാണ്. കാതുകുത്ത് കല്യാണമെന്ന ദുരാചാരത്തിനെതിരേയും സി.എച്ച്. വാക്ശരമെയ്തിരുന്നു. അപ്പോഴും കോലാഹലമുണ്ടായി. എന്നാൽ അതും സാധാരണക്കാരായ മുസ്ലിങ്ങളെ അദ്ദേഹത്തിനെതിരായി തിരിച്ചില്ല. ഈ ചരിത്രനാൾവഴികൾ എന്റെ മനസ്സിനെയും ചെറുപ്പം മുതലേ സ്വാധീനിച്ചിരുന്നു. എം.ഇ.എസും ഡോ. ഗഫൂർ സാഹിബും മുസ്ലിംസമുദായത്തിൽ നടത്തിയ നവോത്ഥാനശ്രമങ്ങൾ വിജയംകണ്ടതിന്റെ ഫലമാണ് ഇന്നു നാം കാണുന്ന മലബാറിന്റെ മാറിയ മുഖം.

പലപ്പോഴും മുസ്ലിംമനസ്സ് അണ്ടർ എസ്റ്റിമേറ്റ് ചെയ്യപ്പെടുകയായിരുന്നു എന്നതാണ് യാഥാർത്ഥ്യം. പൊതുചടങ്ങുകളിൽ ഒരു ആചാരത്തിന്റെ ഭാഗമായി നിലവിളക്ക് കൊളുത്തുന്നതും മറ്റുള്ളവരെ കാണുമ്പോൾ കൈകൂപ്പുന്നതും തെറ്റല്ലെന്ന് സമർത്ഥിച്ച് മാതൃഭൂമി പത്രത്തിൽ ഞാൻ ഒരു ലേഖനമെഴുതിയത് നിങ്ങൾ ഓർക്കുന്നുണ്ടാകും. വലിയ എതിർപ്പ് പ്രതീക്ഷിച്ചിടത്ത് ഒരു ഇലയനക്കം പോലും ഉണ്ടായില്ല. ആ ലേഖനം അച്ചടിച്ചുവന്ന ദിവസം രാവിലെ ഏഴുമണിക്ക് അതു വായിച്ച് എന്നെ വിളിച്ചത് കേരളത്തിലെ അറിയപ്പെടുന്ന ഒരു ഇസ്ലാമികപണ്ഡിതനായിരുന്നു. അദ്ദേഹം എന്നെ അഭിനന്ദിക്കുകയാണ് ചെയ്തത്. നമുക്ക് ശരിയെന്നു തോന്നുന്നത് മിതത്വത്തോടെ, വ്യക്തമായി, പറയേണ്ട ഭാഷയിൽ അവതരിപ്പിച്ചാൽ മുസ്ലിംസമുദായം അതുൾക്കൊള്ളും. ഞാൻ ശബരിമലയിൽ പോയതും തുടർന്നുള്ള എന്റെ ഫെയ്സ്ബുക്ക് പോസ്റ്റും ഏറെ ചർച്ച ചെയ്യപ്പെട്ടത് നിങ്ങൾ മറന്നുകാണില്ല. ഒരുപക്ഷേ, ശബരിമലയിലെത്തിയ ആദ്യത്തെ ഇസ്ലാംമതവിശ്വാസിയായ മന്ത്രിയായിരിക്കാം ഞാൻ. എന്നെ സംബന്ധിച്ചിടത്തോളം മനസ്സിൽ തട്ടിയ അനുഭവമായിരുന്നു അത്. അർധരാത്രി സന്നിധാനത്തെത്തിയ ഞങ്ങൾ അന്നവിടെ താമസിച്ചു. പിറ്റേദിവസം രാവിലെ അവിടമെല്ലാം ചുറ്റിനടന്ന് കണ്ടതിനുശേഷം ഞാൻ പ്രധാന നടയുടെ മുന്നിലെത്തി. ദേവസ്വംമന്ത്രി കടകംപള്ളി സുരേന്ദ്രന്റെ പിന്നിലായി ഞാൻ നിന്നു. കോവിലിലെ മുഖ്യപൂജാരി പ്രസാദവും തീർത്ഥവും സ്നേഹത്തോടെ സമ്മാനിക്കുകയും ഞാനത് സ്വീകരിക്കുകയും ചെയ്തു. അതിന്റെ ഫോട്ടോ ഉൾപ്പെടെ ഞാൻ ഫേസ്ബുക്കിൽ പോസ്റ്റ് ചെയ്തു. വലിയ എതിർപ്പുണ്ടാകുമെന്ന് പലരും എനിക്ക് മുന്നറിയിപ്പു നൽകിയിരുന്നു. പക്ഷേ, ഒന്നും സംഭവിച്ചില്ല. ഭഗവാൻ അയ്യപ്പനും വാവരും തീർത്ത സൗഹൃദത്തിന്റെ കണ്ണി പൊട്ടാതെ നിർത്താൻ മുസ്ലിംസമുദായം കാണിച്ച സൂക്ഷ്മത പ്രശംസനീയമായിരുന്നു. ശബരിമലയിൽ കണ്ട കാഴ്ചകൾ പല മുസ്ലിംസംഘടനകളുടെയും സമ്മേളനങ്ങളിൽ ഞാൻ വിസ്തരിച്ച് പങ്കുവെച്ചു.

അതുകേട്ടവർ ശരിയായ അർത്ഥത്തിൽ ഉൾക്കൊള്ളുകയും ചെയ്തു.

നമ്മുടെ നാട്ടിലെ സാധാരണക്കാരായ ഹിന്ദുക്കളും മുസ്ലിങ്ങളും ഭൂതകാലത്തെ സൗഹൃദത്തിന്റെ നല്ല വാർത്തകൾ കേൾക്കാൻ ആഗ്രഹിക്കുന്നവരാണ്. അവരതിന്റെ പുനർജനിക്കു വേണ്ടിയാണ് കാത്തിരിക്കുന്നത്. ഇതെനിക്ക് പല സന്ദർഭങ്ങളിലും ബോധ്യമായിട്ടുണ്ട്. ആ ബോധ്യമാണ് പലരും പറയാൻ മടിച്ചിരുന്നതും എഴുതാൻ ശങ്കിച്ചിരുന്നതുമായ പലതും പറയാനും കുറിക്കാനും എനിക്ക് പ്രേരണയായത്. ഇവയെല്ലാം പറയാൻ തുനിഞ്ഞപ്പോൾ പലരുമെന്നെ വിലക്കുകയും എനിക്ക് താക്കീത് നൽകുകയും ചെയ്തിട്ടുണ്ട്. ഇതെല്ലാം പറഞ്ഞാൽ മുസ്ലിംസമുദായം എനിക്കെതിരെ നിലപാട് സ്വീകരിക്കുമെന്നാണ് ചിലരെങ്കിലും കരുതിയിരുന്നത്. എനിക്കറിയാം, ഈ നാട്ടിലെ ഹിന്ദുക്കളും മുസ്ലിങ്ങളും സ്നേഹത്തിലും സാഹോദര്യത്തിലും ജീവിക്കാൻ ആഗ്രഹിക്കുന്നവരാണ്. ആ ആഗ്രഹത്തെ ഇല്ലാതാക്കാൻ ആർക്കും കഴിയില്ല. നമ്മൾ മാത്രമാണ് ശരി, നമ്മുടെ വിശ്വാസം മാത്രമാണ് ശരി എന്ന് നാം കരുതിത്തുടങ്ങുന്നിടത്തു നിന്നാണ് ജനങ്ങളിൽ നിന്നുള്ള നമ്മുടെ അകൽച്ച ആരംഭിക്കുന്നത്. നമ്മൾ ഓരോദിവസവും ഇടപഴകുന്ന സഹോദരമതസ്ഥരായ എത്രയോ മനുഷ്യരുണ്ട്. ഒരു തെറ്റുപോലും ചെയ്യാതെ ജീവിക്കുന്ന നല്ല മനുഷ്യർ. അവരൊക്കെ വഴികേടിലാണ് എന്നു കരുതാൻ നമുക്കെങ്ങനെയാണ് കഴിയുക? നന്മ ചെയ്യുന്നവർക്കും സത്യം പ്രവർത്തിച്ചവർക്കുമുള്ളതല്ലേ ദൈവസന്നിധിയിൽ ഒരുക്കിയിരിക്കുന്ന സ്വർഗ്ഗം? ജനങ്ങൾക്കിടയിൽ അകൽച്ചയുണ്ടാക്കാൻ ശ്രമിക്കുന്നവരും മനുഷ്യരെ വാട്ടർടൈറ്റ് കമ്പാർട്ട്മെന്റുകളിലാക്കി വേർതിരിക്കാൻ ശ്രമിക്കുന്നവരും മതത്തിന്റെ പേരിൽ പ്രചരിപ്പിക്കുന്നത് മതപരമല്ലാത്ത കാര്യങ്ങളാണ്.

ആരും ആരെയും മതപരിവർത്തനം നടത്തി അവനവന്റെ മതത്തിലേക്ക് കൃത്രിമമമായി ആളെക്കൂട്ടേണ്ട ദുർഗതിയൊന്നും ഒരു മതത്തിനും സംഭവിച്ചിട്ടില്ല. ഇതരമതസ്ഥനായ ഒരാളെ നിങ്ങളുടെ വിശ്വാസത്തിലേക്ക് കൊണ്ടുവന്നാൽ മാത്രമേ നിങ്ങൾക്ക് സ്വർഗ്ഗലബ്ധി സാധ്യമാകൂ എന്ന് ഏതെങ്കിലും ഒരു വേദഗ്രന്ഥം പറഞ്ഞതായി ചൂണ്ടിക്കാണിക്കാൻ ആർക്കാണ് കഴിയുക? ഒരു പ്രവാചകനും അങ്ങനെ പറഞ്ഞതായി പ്രമാണങ്ങളിലും കാണാനാവില്ല. ലോകത്തേതെങ്കിലും ഭാഗത്ത് മുസ്ലിങ്ങളോ മറ്റു മതസ്ഥരോ ഉണ്ടായത് സംഘടിതമായ മതപരിവർത്തനകേന്ദ്രങ്ങൾ ഓരോരുത്തരുടെയും നേതൃത്വത്തിൽ തുറന്നതുകൊണ്ടായിരുന്നോ? ഇന്ത്യയിൽ ഇന്നുകാണുന്ന എല്ലാ മതവിഭാഗക്കാരും ഈ നാട്ടിലെ പ്രാചീനമായ മതത്തിൽ നിന്ന് സ്വന്തം ഇഷ്ടപ്രകാരം വിവിധ മതങ്ങളെ പുൽകിയവരാണ്. ആ പരിവർത്തനങ്ങളെ ആരെങ്കിലും ഇവിടെ തടഞ്ഞോ? ഇതുതന്നെയാണ് നമ്മുടെ രാജ്യത്തിന്റെ ഏറ്റവും വലിയ മഹത്വം.

എന്റെ മുന്നിലിരിക്കുന്നവരിൽ നല്ലൊരു ശതമാനം പേരും വിദേശ

നാടുകൾ സന്ദർശിച്ചവരായിരിക്കും. നമ്മുടെ രാജ്യത്ത് ലഭിക്കുന്ന മത സ്വാതന്ത്ര്യം ലോകത്ത് മറ്റേതെങ്കിലും നാട്ടിൽ ലഭിക്കുന്നതായി പറയാൻ ആർക്കാണ് സാധിക്കുക? സൗദി അറേബ്യ അടക്കമുള്ള മധ്യപൗരസ്ത്യരാജ്യങ്ങളിൽ വെള്ളിയാഴ്ച പള്ളികളിൽ എന്തു പറയണമെന്ന് മുൻകൂട്ടി എഴുതി തയ്യാറാക്കി ബന്ധപ്പെട്ട നാടുകളിലെ മതകാര്യവകുപ്പിന് സമർപ്പിച്ച് അനുമതി വാങ്ങിയിരിക്കണമെന്നാണ് നിയമം. അല്ലാതെ ഒരു മതപണ്ഡിതനും പള്ളികളിൽ ചെന്ന് നാവിൻതുമ്പിൽ വരുന്നത് പ്രസംഗിക്കാൻ കഴിയില്ല. നമ്മുടെ രാജ്യത്ത് പള്ളികളിലോ മതസദസ്സുകളിലോ മനസ്സിൽ തോന്നുന്നത് പ്രസംഗിക്കാൻ വല്ല വിലക്കുമുണ്ടോ? ഇന്ത്യയിലെ പള്ളികളിലെ ഇമാമുമാരാരെങ്കിലും പ്രസംഗിക്കുന്നതിനു മുമ്പ് അധികാരികളിൽ നിന്ന് മുൻകൂട്ടി അനുമതി വാങ്ങേണ്ട സ്ഥിതിയുണ്ടോ? വിശ്വാസസ്വാതന്ത്ര്യം വേണ്ടുവോളമുള്ള ഒരു രാജ്യത്ത് മതസൗഹാർദ്ദത്തെ പരിപോഷിപ്പിക്കുവാനാണ് എല്ലാ മതക്കാരായ പൂർവികതലമുറകളും ശ്രമിച്ചത്. വർത്തമാനകാലത്ത് അതിന് ചില ഉലച്ചിലുകൾ തട്ടുന്നുണ്ടെന്നുള്ളത് നേരാണ്. കേന്ദ്രത്തിൽ അധികാരമുണ്ടെന്ന ധാർഷ്ഠ്യത്തിൽ സംഘ്പരിവാരങ്ങൾ നടത്തുന്ന വർഗ്ഗീയ ഇടപെടലുകൾക്കും ആക്രമണങ്ങൾക്കും അൽപായുസ്സേ ഉണ്ടാകൂ. ഈ കെട്ടകാലം അധികം നീണ്ടുനിൽക്കില്ല. നാം അഭിമുഖീകരിക്കുന്ന ദുരിതപൂർണ്ണമായ അവസ്ഥ ശാശ്വതമാണെന്ന ധാരണയിൽ അരുതാത്തതൊന്നും ന്യൂനപക്ഷ ജനവിഭാഗങ്ങളുടെ ഭാഗത്തുനിന്ന് ഉണ്ടായിക്കൂട. അക്കാര്യത്തിൽ അതീവജാഗ്രത പുലർത്തേണ്ട ഉത്തരവാദിത്തം നമ്മളിൽ ഓരോരുത്തരിലും അർപ്പിതമാണ്.

പൊതുജീവിതത്തിൽ അത്തരമൊരു സമീപനം സ്വീകരിച്ചതിനുള്ള അംഗീകാരം എന്ന നിലയിലാണ് ഡോ. എൻ.കെ. മുഹമ്മദിന്റെ നാമധേയത്തിലുള്ള ഈ അവാർഡിനെ ഞാൻ കാണുന്നത്. അതുകൊണ്ടാണ് നേരത്തേതന്നെ ഞാൻ പറഞ്ഞത്, ഇത് എന്റെ വ്യക്തിപരമായ നേട്ടമല്ല, ഈ നാട്ടിലെ നല്ലവരായ മുഴുവൻ ജനങ്ങളുടെയും നല്ല മനസ്സിന് ലഭിക്കുന്ന അംഗീകാരമാണെന്ന്. ഈ ബഹുമതി ഞാൻ അമൂല്യമായി തന്നെ സൂക്ഷിക്കും, ഒരു നിധി പോലെ. എന്റെ അവസാനശ്വാസം വരെ സൗഹൃദത്തിന്റെയും സ്നേഹത്തിന്റെയും സന്ദേശം പ്രചരിപ്പിക്കുക എന്നതിലേക്കു മാത്രമായി എന്റെ ജീവിതം ഉഴിഞ്ഞുവെക്കുമെന്ന് ഈ സദസ്സിനെ സാക്ഷിയാക്കി ഞാൻ പ്രഖ്യാപിക്കുകയാണ്. നിങ്ങളുടെയെല്ലാവരുടെയും സ്നേഹവും പ്രാർത്ഥനകളും എനിക്കുണ്ടാവണം. ശരികേടിന്റെ വഴിയിലൂടെ ഞാൻ പോകുന്നു എന്ന് നിങ്ങൾക്ക് തോന്നുമ്പോൾ നിങ്ങളെന്നെ തിരുത്തണം. നിങ്ങളെ സംബന്ധിച്ചിടത്തോളം ഞാൻ നിങ്ങളുടെ സഹോദരസ്ഥാനത്തുള്ള ജലീൽ മാത്രമാണ്. എന്നെ സംബന്ധിച്ചിടത്തോളം നിങ്ങൾ എന്റെ സുഹൃത്തുക്കളും സഹോദരീസഹോദരന്മാരും നാട്ടുകാരുമാണ്. അങ്ങനെയൊരു ആത്മബന്ധം നമുക്കിടയിൽ

നിലനിൽക്കുന്നതു കൊണ്ടാണ്, ഞാൻ നേരത്തേ സൂചിപ്പിച്ചപോലെ ഒരു സന്നിഗ്ദ്ധഘട്ടത്തിൽ നിങ്ങളെനിക്ക് താങ്ങായി നിലകൊണ്ടത്. ആ പിന്തുണയാണ് ഇന്നെത്തിയിടത്ത് എത്താൻ എന്നെ പ്രാപ്തനാക്കിയത്. നിങ്ങളുടെ സ്നേഹത്തിനും സഹായത്തിനും മുന്നിൽ ഞാൻ നന്ദിപൂർവം തലകുനിക്കുകയാണ്. ജഗദീശ്വരനായ പരമേശ്വരൻ ജീവിതാവസാനം വരെ നമ്മളെയെല്ലാവരെയും കലർപ്പില്ലാത്ത സൗഹൃദം കാത്തുസൂക്ഷിച്ച് മുന്നോട്ടുപോകാൻ തുണയ്ക്കട്ടെ എന്ന് പ്രാർത്ഥിച്ചുകൊണ്ട്, ഇങ്ങനെയൊരു അംഗീകാരമുദ്ര എനിക്കു നൽകിയതിന് സംഘാടകരോടുള്ള അകൈതവമായ നന്ദിയും കടപ്പാടും രേഖപ്പെടുത്തിക്കൊണ്ട് ഞാൻ അവസാനിപ്പിക്കുന്നു.

പൗരത്വനിയമം കീറിയെറിയുക

ആയിരത്തിത്തൊള്ളായിരത്തി തൊണ്ണൂറ്റിരണ്ട് ഡിസംബർ 18നാണ് ന്യൂനപക്ഷാവകാശങ്ങളെക്കുറിച്ചുള്ള ഐക്യരാഷ്ട്രസഭയുടെ പ്രഖ്യാപനമുണ്ടായത്. അതിന്റെ ചുവടുപിടിച്ചുകൊണ്ടാണ് ഇന്ത്യയിൽ ഡിസംബർ 18 ന്യൂനപക്ഷാവകാശദിനമായി കൊണ്ടാടുന്നത്. സംസ്ഥാന ന്യൂനപക്ഷകമ്മീഷന്റെയും ന്യൂനപക്ഷക്ഷേമവകുപ്പിന്റെയും സംയുക്താഭിമുഖ്യത്തിൽ നടത്തപ്പെടുന്ന ന്യൂനപക്ഷാവകാശസമ്മേളനത്തിന്റെ വേദിയിലെ പ്രമുഖരേ, നല്ലവരായ സഹോദരീസഹോദരന്മാരേ, സുഹൃത്തുക്കളേ,

ജഗദീശ്വരനായ പരമേശ്വരന്റെ കരുണാകടാക്ഷം നമ്മുടെമേൽ സദാ വർഷിക്കുമാറാകട്ടെ എന്ന് ഞാൻ ആദ്യമേ പ്രാർത്ഥിക്കുകയാണ്.

ഈ വർഷത്തെ ന്യൂനപക്ഷാവകാശദിനാചരണത്തിന് പ്രത്യേകമായ പ്രസക്തിയുണ്ടെന്ന് എടുത്തുപറയേണ്ട കാര്യമില്ലെന്നാണ് ഞാൻ മനസ്സിലാക്കുന്നത്. ലോകത്ത് ഏതാണ്ടെല്ലാ രാജ്യങ്ങളിലും പലവിധ മാനദണ്ഡങ്ങളുടെ അടിസ്ഥാനത്തിലുള്ള ന്യൂനപക്ഷ–ഭൂരിപക്ഷ വേർതിരിവ് നമുക്ക് കാണാനാകും. മതം, വംശം, ജാതി, ഭാഷ, സംസ്കാരം എന്നിങ്ങനെയുള്ള പല ഘടകങ്ങളും അടിസ്ഥാനപ്പെടുത്തിയുള്ളതാണ് സമൂഹത്തിലെ ഈ വേർതിരിവ്. നിരവധി രാജ്യങ്ങളിലെ ഭൂരിപക്ഷ–ന്യൂനപക്ഷ ജനവിഭാഗങ്ങൾ തമ്മിൽ മുമ്പുകാലത്തൊക്കെ വലിയ തർക്കവിതർക്കങ്ങളും സംഘർഷങ്ങളും കലാപങ്ങളും ആഭ്യന്തരയുദ്ധങ്ങളും ഉടലെടുത്തതിന് ഈ ഘടകങ്ങളെല്ലാം ഹേതുവായിട്ടുണ്ട്. ആധുനികസമൂഹത്തിന്റെയും രാഷ്ട്രകാഴ്ചപ്പാടുകളുടെയും പിറവിയോടെ അതിൽ വലിയൊരളവോളം മാറ്റമുണ്ടായി. വിവിധ ജനസമൂഹങ്ങളെ മതത്തിന്റെയും വിശ്വാസത്തിന്റെയും അതിർവരമ്പുകൾക്കപ്പുറത്ത് കൂട്ടിയിണ

ക്കുന്ന ദേശീയ വികാരവിചാരങ്ങളുടെ വ്യാപനം ഒരു പുതുയുഗപ്പിറവിക്ക് തുടക്കം കുറിച്ചു. രണ്ടാം ലോകമഹായുദ്ധം അവസാനിച്ചതോടെ സാമ്രാജ്യത്വ കൊളോണിയൽ ഭരണകൂടങ്ങൾ തിരോഭവിക്കുകയും ജനാധിപത്യ സോഷ്യലിസ്റ്റ് ഭരണക്രമങ്ങൾ ലോകമെമ്പാടും പൊതുസ്വീകാര്യത നേടുകയും ചെയ്തതോടെ, പൊതുവെ എല്ലാ രാഷ്ട്രങ്ങളുടെയും ഭരണഘടനകളിൽ ന്യൂനപക്ഷാവകാശങ്ങൾ സ്ഥാനം പിടിക്കുന്ന സാഹചര്യം സംജാതമായി.

ഏതാനും രാജ്യങ്ങളിൽ സൈനികാധിപത്യമോ സമഗ്രാധിപത്യമോ മതാധിപത്യമോ ഒക്കെ നിലനിൽക്കുന്നുണ്ടെങ്കിലും, മഹാഭൂരിപക്ഷം രാഷ്ട്രങ്ങളിലും ജനാധിപത്യ മതനിരപേക്ഷ ഭരണക്രമങ്ങളാണ് പ്രയോഗവൽക്കരിക്കപ്പെട്ടിരിക്കുന്നത്. ലോകത്തിലെ ഏതെങ്കിലും ഒരു രാജ്യത്തിന് അവിടുത്തെ ഏതെങ്കിലും ഒരു ജനവിഭാഗത്തെ വേണ്ടെന്നുവെച്ചോ ആട്ടിപ്പായിച്ചോ ഏതെങ്കിലും ഒരു കാലത്ത് നിലനിൽക്കാൻ കഴിഞ്ഞു എന്നുള്ളതിന് ഒറ്റപ്പെട്ട തെളിവുകൾ പോലും ചൂണ്ടിക്കാണിക്കാൻ ആർക്കുമാവില്ല. ചരിത്രവസ്തുതകളെല്ലാം അത്തരം ധാരണകൾക്ക് വിരുദ്ധമാണ് താനും. ഫ്രാൻസിലെ ന്യൂനപക്ഷമായിരുന്ന ഹ്യൂഗനോട്ട്സുകളെ അവിടുത്തെ ഭൂരിപക്ഷത്തിന്റെ താൽപര്യം മുൻനിർത്തി അന്നത്തെ ഭരണകൂടം ആട്ടിയോടിച്ചു. ഫ്രാൻസിന്റെ അധഃപതനത്തിന് ആരംഭം കുറിക്കപ്പെട്ടത് അന്നുമുതലാണെന്ന് ഫ്രഞ്ച് ചരിത്രം എഴുതിയവർ രേഖപ്പെടുത്താൻ വിട്ടുപോയിട്ടില്ല. ജർമനിയിൽ ജൂതന്മാരടക്കമുള്ള ന്യൂനപക്ഷങ്ങൾ അറുകൊല ചെയ്യപ്പെടുകയും ആട്ടിപ്പായിക്കപ്പെടുകയും ചെയ്തില്ലായിരുന്നുവെങ്കിൽ, ലോകത്തിലെ ഏറ്റവും സമ്പന്നവും സാങ്കേതികവൈദഗ്ധ്യത്തിൽ ലോകോത്തരവുമായ രാജ്യമായി ജർമനി മാറുമായിരുന്നു എന്ന് പല ഗവേഷകരും അഭിപ്രായപ്പെട്ടത് സ്മരണീയമാണ്. ഭൂരിപക്ഷത്തിന്റെ ഇംഗിതത്തിന് വഴങ്ങിയ സ്പെയിനിലെ അധികാരികൾ മുസ്ലിംന്യൂനപക്ഷത്തോട് രാജ്യം വിടാൻ കൽപിച്ചതോടെ ഇരുണ്ട രാജ്യങ്ങളുടെ പട്ടികയിലേക്ക് ആ നാട് വഴുതിവീഴുകയാണുണ്ടായത്. ഏതൊരു രാജ്യത്തിന്റെയും പുരോഗതിയിൽ ആ രാജ്യത്തെ മുഴുവൻ ജനവിഭാഗങ്ങളുടെയും നിസ്സീമമായ പങ്കാളിത്തവും കഠിനപരിശ്രമവും ഉണ്ടായിട്ടുണ്ടാകുമെന്നുള്ളത് അവിതർക്കിതമായ കാര്യമാണ്.

ഉൾക്കൊള്ളലിന്റെ പാരമ്പര്യം എക്കാലവും ഉയർത്തിപ്പിടിച്ച നാടാണ് ഇന്ത്യ. ഒന്നിനെയും നമ്മുടെ നാട് പടിക്കുപുറത്ത് നിർത്തിയിട്ടില്ല. ഇന്നിവിടെ ജീവിക്കുന്ന എല്ലാ മനുഷ്യരുടെയും മുൻതലമുറക്കാർ പൗരാണിക കാലത്ത് നമ്മുടെ രാജ്യത്ത് പ്രചാരത്തിലുണ്ടായിരുന്ന മതത്തിൽ വിശ്വസിച്ചിരുന്നവരായിരുന്നു. വിവിധ കാലഘട്ടങ്ങളിൽ ഓരോരോ വിശ്വാസധാരകൾ ഭാരതത്തിലേക്ക് കടന്നുവന്നപ്പോൾ അവരിൽനിന്ന് ഓരോ സംഘമാളുകൾ തങ്ങൾക്കിഷ്ടപ്പെട്ട മതദർശനങ്ങൾ പുൽകുകയാണുണ്ടായിട്ടുള്ളത്. അങ്ങനെയാണ് ക്രൈസ്തവ–ജൂത–പാർസി–ഇസ്ലാം–ബുദ്ധ–ജൈന മതങ്ങൾക്കും കമ്മ്യൂണിസ്റ്റ്–സോഷ്യലിസ്റ്റ് പ്ര

ത്യയശാസ്ത്രങ്ങൾക്കും ഇവിടെ അനുയായികളുണ്ടായത്. ഒരു മതക്കാരും മറ്റേതെങ്കിലും രാജ്യത്തുനിന്ന് ഏതോ കാലത്ത് അവരിപ്പോൾ വരിച്ചിരിക്കുന്ന വിശ്വാസവും പേറി ഈ മണ്ണിലേക്ക് കുടിയേറിപ്പാർത്തിട്ടുള്ളവരല്ല. ഇവിടെ ഇന്ന് കാണുന്ന എല്ലാ മതവിശ്വാസികളുടെയും പൂർവപിതാക്കന്മാർ ഇന്ത്യയിലെ പ്രാചീനമതമായ ഹിന്ദുമതത്തിൽ വിശ്വസിച്ചിരുന്നവരായിരുന്നു എന്ന് സാരം.

മതത്തെ രാഷ്ട്രവുമായും രാഷ്ട്രീയവുമായും അധികാരവുമായുമൊക്കെ ബന്ധിപ്പിക്കാൻ പൗരാണിക ഭാരതീയർ മിനക്കെടാതിരുന്നത് അതുകൊണ്ടാവണം. അശോക ചക്രവർത്തിയെക്കുറിച്ച് നാം വായിച്ചിട്ടുണ്ട്. പ്രാചീന ഇന്ത്യൻ മതത്തിൽ വിശ്വസിച്ചിരുന്ന ഒരു ഭരണകർത്താവായിരുന്നു അദ്ദേഹം. കലിംഗയുദ്ധത്തിനു ശേഷം അശോകൻ തന്റെ പൂർവമതം പരിത്യജിച്ച് ബുദ്ധമതം സ്വീകരിക്കുകയാണുണ്ടായത്. പുതുവിശ്വാസത്തെ പുണർന്ന അശോക ചക്രവർത്തിയോട് മതം മാറിയതിലൂടെ രാജ്യം ഭരിക്കാനുള്ള അവകാശം അദ്ദേഹത്തിനില്ല എന്ന് പ്രാചീന ഇന്ത്യൻ മതത്തിൽ വിശ്വസിച്ചിരുന്ന സമൂഹം പറഞ്ഞതായി നാമാരും കേട്ടിട്ടില്ല. ബുദ്ധമതം സ്വീകരിച്ചതിനുശേഷവും തന്റെ രാജകീയപ്രതാപത്തിന് ഭംഗം വരാതെ അശോകൻ രാജ്യം ഭരിച്ചു. ഒരാളും അദ്ദേഹത്തിന്റെ വിശ്വാസത്തെയും അവകാശത്തെയും കൂട്ടിക്കുഴയ്ക്കാൻ ശ്രമിച്ചതിന് തെളിവില്ല. നീണ്ട എണ്ണൂറുവർഷക്കാലം ഇടതടവില്ലാതെ ഇന്ത്യയിൽ ഭരണം നടത്തിയത് മുസ്ലിംചക്രവർത്തിമാരായിരുന്നു. ആ നീണ്ട കാലയളവിനിടയിൽ ഒരിക്കൽ പോലും ഏതെങ്കിലുമൊരു ക്ഷേത്രമുറ്റത്ത് ഹിന്ദുമതവിശ്വാസികൾ യോഗം ചേർന്ന് ഞങ്ങളുടെ രാജ്യം ഭരിക്കുന്ന ഭരണാധികാരി ഞങ്ങളുടെ മതക്കാരൻ തന്നെയാവണം എന്ന് അഭിപ്രായപ്പെട്ടതായി ചരിത്രത്തിലെവിടെയും നാം വായിച്ചിട്ടില്ല. 1857ലെ ഒന്നാം സ്വാതന്ത്ര്യസമരം അടിച്ചമർത്തിയതിനെത്തുടർന്ന് ബ്രിട്ടീഷുകാർ അവസാന മുഗൾ ചക്രവർത്തിയായിരുന്ന ബഹദൂർഷാ സഫറിനെ റങ്കൂണിലേക്ക് നാടുകടത്തിയതോടെയാണ് ഇന്ത്യയിൽ നിലനിന്നിരുന്ന മുസ്ലിംരാജഭരണം അവസാനിച്ചത്. അതിനുശേഷമാണ് ഇന്ത്യൻ മണ്ണിൽ ബ്രിട്ടീഷ്ഭരണം സ്ഥാപിതമായത്. വിശ്വാസം കൊണ്ടവർ ക്രൈസ്തവരായിരുന്നു. ബ്രിട്ടീഷ് മേൽക്കോയ്മക്കെതിരേ പതിറ്റാണ്ടുകൾ നീണ്ട സമരപോരാട്ടങ്ങളാണ് രാജ്യത്തുണ്ടായത്. ഒരു ഘട്ടത്തിൽ പോലും സ്വാതന്ത്ര്യസമര സേനാനികൾ ബ്രിട്ടീഷുകാരുടെ മതം ഒരു ചർച്ചാവിഷയമായി ഉയർത്തിക്കൊണ്ടു വന്നിട്ടില്ല. ക്വിറ്റ് ഇന്ത്യാ സമരം കൊടുമ്പിരികൊണ്ടപ്പോൾ ക്രൈസ്തവരായ ബ്രിട്ടീഷുകാർ നാടുവിട്ട് പോവുക എന്ന് ഗാന്ധിജിക്ക് ഉറക്കെ വിളിച്ചുപറയാമായിരുന്നു. അത്തരമൊരു മുദ്രാവാക്യം ഉയർത്തപ്പെട്ടിരുന്നുവെങ്കിൽ ജനങ്ങളെ മതത്തിന്റെ പേരിൽ പെട്ടെന്ന് ഏകീകരിക്കാൻ സാധിക്കുമായിരുന്നു. മഹാത്മാ ഗാന്ധിയും ദേശീയ സ്വാതന്ത്ര്യസമരനേതാക്കളും മതത്തെയും അധികാരത്തെയും കൂട്ടിക്കലർത്തി ഒരു പ്ലേറ്റിൽ വിളമ്പാൻ ആഗ്രഹിച്ചി

ല്ലെന്നർത്ഥം.

ഇന്ത്യക്കാർ ഇന്ത്യ ഭരിക്കണം, സാമ്രാജ്യത്വശക്തികൾ രാജ്യം വിട്ടുപോകണം, ഭരണാധികാരികളുടെ മതവിശ്വാസം ചർച്ചാവിഷയമേ അല്ല എന്ന സന്ദേശമാണ് നമ്മുടെ ദേശീയനേതാക്കൾ ലോകത്തിന് നൽകിയത്. സ്വാതന്ത്ര്യാനന്തരം, ഒരു മതത്തോടും ആഭിമുഖ്യമില്ലാതിരുന്ന പണ്ഡിറ്റ് ജവഹർലാൽ നെഹ്റുവായിരുന്നു ഇന്ത്യയുടെ പ്രധാനമന്ത്രിപദത്തിൽ നീണ്ട 17 വർഷം ജനായത്തസംവിധാനത്തിലൂടെ അവരോധിതനായത്. തൊണ്ണൂറ്റി ഒമ്പത് ശതമാനവും മതവിശ്വാസികളുള്ള ഒരു രാജ്യത്തായിരുന്നു ഇതെന്നോർക്കണം. മഹാഭൂരിപക്ഷം മതവിശ്വാസികളുള്ള ഒരു നാട്ടിൽ ഭൗതികവാദിയായിരുന്ന നെഹ്റുവിന് പ്രധാനമന്ത്രിക്കസേരയിൽ ഇരിക്കാൻ എന്താണ് യോഗ്യതയെന്ന് ആരെങ്കിലും ചോദിച്ചോ? ഒരാളും ചോദിച്ചില്ല. ഭക്രാ, നംഗൽ എന്നീ അണക്കെട്ടുകൾ രാജ്യത്തിന് സമർപ്പിച്ചുകൊണ്ട് നെഹ്റു നടത്തിയ പ്രസംഗത്തെ നമുക്ക് ഒറ്റവാചകത്തിൽ സംഗ്രഹിക്കാൻ കഴിയുമെങ്കിൽ അത് ഇങ്ങനെയായിരിക്കും: 'ലോകത്താർക്കെങ്കിലും ദൈവത്തെ കാണണമെന്നുണ്ടെങ്കിൽ അവർക്ക് ഇവിടെ വരാം. ഇതാണ് ഇന്ത്യയുടെ ശ്രീകോവിൽ.' കോടിക്കണക്കിന് ജനങ്ങൾക്ക് ദാഹജലം പകർന്നുനൽകാനുതകുന്ന, പതിനായിരക്കണക്കിന് ഹെക്ടർ കാർഷികഭൂമിയെ ജലസമൃദ്ധമാക്കാൻ പര്യാപ്തമായ രണ്ട് വലിയ അണക്കെട്ടുകളെ ചൂണ്ടിയാണ് ഇന്ത്യയുടെ പ്രധാനമന്ത്രി ഇങ്ങനെയൊരു പ്രസ്താവന നടത്തിയത്. ഒരു മതനേതാവും ഒരു പുരോഹിതനും അതിനെതിരായി ഒരക്ഷരവും ഉരിയാടിയതായി കേട്ടിട്ടില്ല. ഇന്നാണ് ഒരു പ്രധാനമന്ത്രിയോ ഒരു രാഷ്ട്രപതിയോ ഇത്തരമൊരു പ്രസ്താവന നടത്തിയിരുന്നതെങ്കിൽ എന്താകുമായിരുന്നു സംഭവിക്കുക? അത്തരമൊരു പ്രസ്താവന നടത്തിയ ഭരണാധികാരി മാപ്പ് പറയാതെ ഞങ്ങൾ 'വിശ്വാസികൾ' വീട്ടിലേക്ക് തിരിച്ചുപോകില്ലെന്നു പ്രഖ്യാപിച്ച് എത്ര പ്രകടനങ്ങളായിരിക്കും നാട്ടിൽ നടന്നിട്ടുണ്ടാവുക? നമ്മളേക്കാൾ വലിയ വിശ്വാസികളായിരുന്നു ആ കാലത്തെ ഹിന്ദുക്കളും മുസ്ലിങ്ങളും ക്രൈസ്തവരുമെല്ലാം. ഒരു വ്യത്യാസമേ ഉണ്ടായിരുന്നുള്ളൂ. അവരുടെ വിശ്വാസം മനസ്സിനകത്തായിരുന്നു. നമ്മുടെ വിശ്വാസമാകട്ടെ തൊലിപ്പുറത്തും.

1957 ൽ കേരളം രൂപംകൊണ്ടതിനു ശേഷം നടന്ന ആദ്യത്തെ തെരഞ്ഞെടുപ്പിൽ തികഞ്ഞ നാസ്തികനും ഭൗതികവാദിയുമായിരുന്ന ഇ.എം.എസ്. നമ്പൂതിരിപ്പാടാണ് മുഖ്യമന്ത്രിയായി തെരഞ്ഞെടുക്കപ്പെട്ടത്. മതവിശ്വാസം അനുധാവനം ചെയ്യുന്ന മഹാഭൂരിപക്ഷം ജനവിഭാഗങ്ങൾ ജീവിക്കുന്ന ഒരു സംസ്ഥാനത്ത് മുഖ്യമന്ത്രിക്കസേരയിൽ ഇരിക്കാൻ നാസ്തികനായ ഇ.എം.എസിന് എന്താണവകാശമെന്ന് ആരെങ്കിലും ചോദിച്ചിരുന്നോ? ചോദിച്ചില്ലെന്ന് മാത്രമല്ല, അത്തരമൊരു ചിന്തപോലും ഒരാളിലുമുണ്ടായിരുന്നില്ല. ചുരുക്കത്തിൽ ഭരണാധികാരിയുടെ മതം, ആചാരം, വിശ്വാസം ഇവയൊന്നും ആരും ഇവിടെ ചർച്ചകൾക്ക്

വിഷയമാക്കിയിട്ടില്ല. എന്നാൽ പുതിയകാലത്ത് അത്തരം ചർച്ചകൾ ഉയർന്നുവരുന്നു എന്നുള്ളത് സൂചിപ്പിക്കുന്നത് നാം ആർജ്ജിച്ച ആധുനിക മനോഭാവത്തെയല്ല, നമ്മളിൽ സന്നിവേശിപ്പിക്കപ്പെട്ട പിന്തിരിപ്പൻ മതഭ്രാന്തിന്റെ ആശയങ്ങളെയാണ്.

ഇന്ത്യൻ സാമൂഹ്യവ്യവസ്ഥിതിയുടെ നട്ടെല്ല് ബഹുസ്വരതയാണ്. നമ്മുടെ സാമൂഹ്യഘടനയുടെ ബാലൻസ് ഓഫ് പവർ അഥവാ ശാക്തിക ബലാബലവും അതുതന്നെ. വിവിധ മതദർശനങ്ങളുടെ അന്തഃസത്ത മാനവികവിരുദ്ധമായ ജാതിവിവേചനങ്ങളെയും അതിന്റെ ഉപോൽപന്നങ്ങളായ കാടൻ ആചാരങ്ങളെയും ആത്യന്തികമായി വിപാടനം ചെയ്യുമെന്ന കാര്യത്തിൽ സംശയം വേണ്ട. എ.എൽ. ബാഷാം എന്ന ബ്രിട്ടീഷുകാരനായ ചരിത്രകാരൻ ഇന്ത്യയെ സംബന്ധിച്ച് ഒരു പുസ്തകം രചിച്ചിട്ടുണ്ട്. അതിന് അദ്ദേഹം നൽകിയ പേര് 'ദി വണ്ടർ ദാറ്റ് വാസ് ഇന്ത്യ' – അത്ഭുതം അതാണ് ഇന്ത്യ എന്നായിരുന്നു. വൈജാത്യങ്ങൾ കൊണ്ടും വൈവിധ്യങ്ങൾ കൊണ്ടുമാണ് ലോകസമൂഹങ്ങളെ നമ്മുടെ നാട് അത്ഭുതപ്പെടുത്തിയത്. ഇന്ത്യൻ ദേശീയതയുടെ അടിത്തറയായി സ്വീകരിക്കപ്പെട്ടിരിക്കുന്നത് നാനാത്വത്തിൽ ഏകത്വമെന്ന ഉദാത്ത ആശയമാണ്. എല്ലാ അർത്ഥത്തിലും ആ വികാരത്തോടെ ചേർന്നുനിൽക്കാൻ ഈ രാജ്യത്തെ ഓരോരുത്തർക്കും സാധിച്ചിരുന്നതുകൊണ്ടാണ് നാം ഒറ്റ ജനതയായി നൂറ്റാണ്ടുകൾ നിലകൊണ്ടത്. ആരും ആരെയും അന്യരായി കണ്ടില്ല. എല്ലാവരും എല്ലാവരെയും രാജ്യത്തിനാവശ്യമായ സൽപ്രവർത്തികൾ ചെയ്യുന്നവരായി കരുതിപ്പോന്നു. ഇന്ത്യയുടെ അഭിവൃദ്ധിക്കും നാടിന്റെ സ്വാതന്ത്ര്യലബ്ധിക്കും ഓരോ ജനവിഭാഗവും സ്തുത്യർഹമായ സംഭാവനകളാണ് നൽകിയിട്ടുള്ളത്.

1920കളിൽ ഹിന്ദുമഹാസഭയാണ് 'ഹിന്ദുക്കളും മുസ്ലിങ്ങളും രണ്ടു രാഷ്ട്രങ്ങളാണ്' എന്ന് പ്രഖ്യാപിച്ചത്. ഇതാണ് പിന്നീട് സർവേന്ത്യാ മുസ്ലിംലീഗിന്റെ ദ്വിരാഷ്ട്രവാദത്തിന് വഴിമാറിയത്. വി.ഡി. സവർക്കർക്കും മുഹമ്മദലി ജിന്നയ്ക്കും ഇക്കാര്യത്തിൽ വലിയ അഭിപ്രായവ്യത്യാസങ്ങളൊന്നും ഉണ്ടായിരുന്നില്ല. വിഭജനം സാക്ഷാത്കരിക്കപ്പെട്ടാൽ, ഒന്ന് ഹിന്ദുരാഷ്ട്രവും മറ്റൊന്ന് മുസ്ലിംരാഷ്ട്രവുമാകണം എന്ന നിർബന്ധം മാത്രമേ അവർക്കിരുവർക്കും ഉണ്ടായിരുന്നുള്ളൂ. 1943ൽ നാഗ്പുരിൽ ചേർന്ന ഹിന്ദുമഹാസഭയുടെ മഹാസമ്മേളനത്തിൽ പങ്കെടുത്തുകൊണ്ട് വി.ഡി. സവർക്കർ അർത്ഥശങ്കക്കിടയില്ലാത്ത വിധം വ്യക്തമാക്കി: 'ഹിന്ദുക്കളും മുസ്ലിങ്ങളും രണ്ടു രാഷ്ട്രങ്ങൾ തന്നെയാണ്. അവർക്കൊരിക്കലും ഒരു രാജ്യമായി മുന്നോട്ടുപോകാൻ സാധ്യമല്ല. ജിന്നയോട് പലകാര്യങ്ങളിലും എനിക്ക് വിയോജിപ്പുണ്ട്. പക്ഷേ, മതാടിസ്ഥാനത്തിൽ രാജ്യം വിഭജിക്കണമെന്ന് ഞാനും ആവശ്യപ്പെടുന്നു.'

രാജ്യം വിഭജിക്കപ്പെടുമ്പോൾ പിറവിയെടുക്കുന്ന രണ്ടു രാജ്യങ്ങളിലും ഉണ്ടായേക്കാവുന്ന അധികാരപദവികളും ഔദ്യോഗികസ്ഥാനമാനങ്ങളും കച്ചവട–വാണിജ്യരംഗത്തെ മേൽക്കോയ്മയുടെ സാദ്ധ്യതക

ളും കയ്യടക്കാനുള്ള വ്യാമോഹത്താൽ ഹിന്ദു-മുസ്ലിം ജനവിഭാഗങ്ങളിലെ പ്രമാണിമാരും സമ്പന്നരും വിദ്യകൊണ്ട് കഴിവുനേടിയ മധ്യവർഗ്ഗവും മതാന്ധത ബാധിച്ച ചില പുരോഹിതന്മാരും രാജ്യവിഭജനത്തിന്റെ വാഹകരായി മാറുന്നത് മഹാത്മാ ഗാന്ധി നിറകണ്ണുകളോടെയാണ് നോക്കിക്കണ്ടത്.

പാക്കിസ്ഥാൻ എന്ന പുതുരാജ്യത്തിന്റെ ഭൂപ്രദേശങ്ങളിൽ നേരത്തേ മുതലേ അധിവസിച്ചിരുന്നവരല്ലാതെ, അവിഭക്ത ഭാരതമായിരുന്നപ്പോഴും വിഭജനാനന്തര ഇന്ത്യൻ ഭൂപ്രദേശങ്ങളിൽ താമസിച്ചിരുന്ന മുസ്ലിങ്ങളിൽ മഹാഭൂരിഭാഗവും ഇന്ത്യയിൽ തന്നെ നിൽക്കാനാണ് താൽപര്യം കാണിച്ചത്. പുതിയ സാദ്ധ്യതകൾ സ്വപ്നം കണ്ട ഉന്നതകുലജാതരും ജീവിതത്തിന്റെ രണ്ടറ്റവും കൂട്ടിമുട്ടിക്കാൻ പ്രയാസപ്പെട്ടിരുന്നവരിൽ ഒരു ന്യൂനപക്ഷവും മാത്രമാണ് മതാധിഷ്ഠിത രാജ്യത്തേക്ക് ചേക്കേറിയത്. ബാക്കിയുള്ളവരെല്ലാം പിറന്ന മണ്ണിലും ചുറ്റുപാടിലും ജീവിക്കാനാണ് പൂർണ്ണമായും ആഗ്രഹിച്ചത്. ഇന്ത്യൻ മുസ്ലിങ്ങളുടെ പ്രഥമപരിഗണന മതമായിരുന്നു എങ്കിൽ തീർച്ചയായും അവർ പാക്കിസ്ഥാനിലേക്ക് പോകാൻ തുനിയുമായിരുന്നു.

വിഭജനത്തെ തുടർന്ന് ഇന്ത്യയിൽനിന്ന് പാക്കിസ്ഥാനിലേക്ക് കുടിയേറിപ്പാർത്ത മുസ്ലിങ്ങൾ 'മുഹാജിറുകൾ' അഥവാ പാലായനം ചെയ്തെത്തിയവർ എന്നാണ് പാക്കിസ്ഥാനിൽ വിളിക്കപ്പെട്ടതും മുദ്രകുത്തപ്പെട്ടതും. അവർ രണ്ടാംതരം പൗരന്മാരെപ്പോലെയാണ് ആ നാട്ടിൽ പരിഗണിക്കപ്പെട്ടത്. ഒത്തിരി പ്രതീക്ഷകളോടെ പാക്കിസ്ഥാനിലെത്തിയ ഇന്ത്യക്കാർക്ക് അവഗണന സഹിക്കവയ്യാതായപ്പോൾ ഒരു രാഷ്ട്രീയപ്പാർട്ടി തന്നെ രൂപീകരിക്കേണ്ടിവന്നു. 'മുഹാജിർ ഖൗമീ മൂവ്മെന്റ്' എന്നായിരുന്നു ആ പാർട്ടിയുടെ പേര്. ആ പാർട്ടിയുടെ നേതാവായിരുന്നു അൽതാഫ് ഹുസൈൻ.

ഇന്ത്യയുടെ പുരോഗതിക്ക് തടസ്സമാകുന്നത് സഹോദരമതങ്ങളുടെയും വിശ്വാസികളുടെയും സാന്നിദ്ധ്യമാണെന്ന് ഉൽഘോഷിക്കുന്നവർ 95 ശതമാനത്തിലധികം മുസ്ലിങ്ങൾ അധിവസിച്ചിരുന്ന പാക്കിസ്ഥാൻ പിൽക്കാലത്ത് എന്തിനാണ് പിളർന്നതെന്നു പഠിക്കണം. ഒരു മതാധിഷ്ഠിതരാജ്യത്ത്, മതത്തിന്റെ പേരിലാണെങ്കിൽ പോലും ഒരു സമൂഹവും ഒരുതരത്തിലുള്ള അടിച്ചമർത്തലും അംഗീകരിക്കില്ല. പാക്കിസ്ഥാന്റെ കിഴക്കൻ ഭാഗങ്ങളിൽ താമസിച്ചിരുന്ന ബംഗാളി ഭാഷ സംസാരിക്കുന്ന ലക്ഷക്കണക്കിന് മുസ്ലിങ്ങളെ മറന്നുകൊണ്ടാണ് മുഹമ്മദലി ജിന്ന ഉർദു ഭാഷയെ പാക്കിസ്ഥാന്റെ ഔദ്യോഗിക ഭാഷയായി പ്രഖ്യാപിച്ചത്. വടക്കൻ പാക്കിസ്ഥാനിലെ മുസ്ലിങ്ങളുടെ സംസാരഭാഷയായിരുന്നു ഉർദു. ബംഗാളി സംസാരിക്കുന്ന കിഴക്കൻ പാക്കിസ്ഥാനിലെ (ഇന്നത്തെ ബംഗ്ലാദേശിലെ) ജനങ്ങൾ ഉർദു അറിയാത്തവരായിരുന്നു. തങ്ങൾക്കറിയാത്ത ഒരു ഭാഷ തങ്ങളുടെ മേൽ കെട്ടിവെച്ച ജിന്നക്കെതിരേ അയാൾതന്നെ പിറവികൊടുത്ത രാജ്യത്തിന്റെ കിഴക്കൻ മേഖലയിൽ

കരിങ്കൊടി ഉയർന്നു. ഉർദു അടിച്ചേൽപ്പിച്ചതിനെതിരേ ശക്തമായ പ്രതിഷേധം ഉയർന്നുവന്നപ്പോൾ, ഇസ്ലാമിക ഗ്രന്ഥങ്ങൾ ഏറ്റവുമധികം എഴുതപ്പെട്ട ഉർദു ഭാഷയ്ക്കു വേണ്ടി മുസ്ലിംപുരോഹിതന്മാർ രംഗത്തെത്തി ജനങ്ങളെ ഉൽബോധിപ്പിക്കാൻ ശ്രമിച്ചെങ്കിലും അതൊന്നും വിലപ്പോയില്ല. ജനങ്ങളുടെ മനസ്സിൽ അതൊരു കനലായി നീറിപ്പുകഞ്ഞു കിടന്നു. രണ്ടു പതിറ്റാണ്ടുകൾ കഴിഞ്ഞാണെങ്കിലും ആ പുക തീ യായി ആളിക്കത്തി. 1970 കളിൽ പാക്കിസ്ഥാനിൽ നടന്ന തെരഞ്ഞെടുപ്പിൽ കിഴക്കൻ മേഖലയിൽ നിന്ന് സീറ്റുകൾ വാരിക്കൂട്ടി മുജീബ് റഹ്മാന്റെ നേതൃത്വത്തിലുള്ള അവാമി ലീഗ് കേവലഭൂരിപക്ഷം കരസ്ഥമാക്കി. എന്നാൽ ഈ വിജയത്തെ വടക്കൻ മേഖലയിലെ വരേണ്യ രാഷ്ട്രീയ എതിരാളികൾ അംഗീകരിച്ചില്ല. ഇത് പാക്കിസ്ഥാനെ ആഭ്യന്തരയുദ്ധത്തിലേക്കാണ് നയിച്ചത്. ഒരേ മതവിശ്വാസികൾക്കിടയിലാണ് ഈ കലാപം നടന്നതെന്ന് ഇന്ത്യയിലെ ഏകമതശിലാവാദികൾ മറക്കരുത്. ചേരിതിരിഞ്ഞുള്ള പോരാട്ടത്തിൽ ആയിരക്കണക്കിന് മുസ്ലിങ്ങളാണ് ഇരുഭാഗത്തും കൊലചെയ്യപ്പെട്ടത്. അങ്ങനെ, ജന്മമെടുത്തതിന്റെ ഇരുപത്തിനാലാം വർഷം പാക്കിസ്ഥാൻ പിളർന്ന് രണ്ടു രാജ്യങ്ങളായി. ഒരേ വിശ്വാസക്കാരായിരുന്നിട്ടും അവർക്ക് ഒത്തുപോകാൻ കഴിഞ്ഞില്ല. ഒരു രാഷ്ട്രം അവിച്ഛിന്നമാകാതിരിക്കാൻ രാജ്യക്കാരെല്ലാം ഒരു മതത്തിൽ വിശ്വസിക്കുന്നവരായാൽ മതിയെന്ന ധാരണ എന്തുമാത്രം അബദ്ധജടിലമാണെന്നാണ് പാക്കിസ്ഥാന്റെ പിളർപ്പ് വിളിച്ചോതുന്നത്.

ഒരു ജനതയെയും ഒരു രാഷ്ട്രമായി ഒന്നിപ്പിക്കാൻ ഒരു മതത്തിനും കഴിഞ്ഞിട്ടില്ലെന്നാണ് ചരിത്രം നമ്മോട് പറയുന്നത്. മതം പരാജയപ്പെട്ടു എന്നല്ല ഇതിനർത്ഥം. അത്തരത്തിലുള്ള ഒരു പ്രത്യേക അതിർത്തിക്കുള്ളിൽ ജനങ്ങളെ ഐക്യപ്പെടുത്താൻ മതം ലക്ഷ്യം വെക്കുന്നില്ല എന്നാണ്. മതത്തിന്റെ പ്രകൃതത്തിന് എതിരാണത്. ഐക്യപ്പെട്ട് മുന്നോട്ടുപോകാൻ ഒരു രാജ്യത്തെയും ജനങ്ങൾ മതത്തെ മാനദണ്ഡമാക്കേണ്ടതില്ല. ഭാഷയും സംസ്കാരവും ജീവിതരീതികളുമൊക്കെയാണ് ഏതൊരു ഭൂപ്രദേശത്തെ ജനങ്ങളെയും മതത്തിനതീതമായി ഒന്നിപ്പിക്കുന്നത്.

ഇന്ത്യയിൽ നിരവധി മതവിഭാഗങ്ങളുണ്ടായി എന്നത് രാജ്യത്തിന്റെ ഐക്യത്തെയോ അഖണ്ഡതയെയോ പ്രതികൂലമായി ബാധിച്ചതിന് വല്ല തെളിവും ആർക്കെങ്കിലും ചൂണ്ടിക്കാണിച്ചു തരാൻ സാധിക്കുമോ? സ്വാതന്ത്ര്യാനന്തരം പാക്കിസ്ഥാനെതിരേ നടന്ന രണ്ടു യുദ്ധങ്ങളിലും ഇന്ത്യയിലെ മുസ്ലിങ്ങൾ ഇന്ത്യയോടൊപ്പം അടിയുറച്ച് നിൽക്കുകയാണുണ്ടായത്. അവർ പാക്കിസ്ഥാൻ ചാരന്മാരായി പ്രവർത്തിക്കുകയല്ല ചെയ്തത്. കാശ്മീരിലെ പാവപ്പെട്ട ആട്ടിടയന്മാരായ മുസ്ലിങ്ങളാണ് പാക്കിസ്ഥാൻ പട്ടാളക്കാരുടെ നുഴഞ്ഞുകയറ്റത്തെക്കുറിച്ച് ഇന്ത്യൻ സൈന്യത്തിന് വിവരം നൽകിയത് എന്ന കാര്യവും വിസ്മരിക്കാവതല്ല. രാജ്യത്ത് നടക്കുന്ന ഭീകരവാദ–തീവ്രവാദ പ്രവർത്തനങ്ങളെല്ലാം വിവിധ

മതവിഭാഗക്കാർ, പ്രത്യേകിച്ച് മുസ്ലിങ്ങൾ ഉള്ളതുകൊണ്ടാണ് എന്നു പ്രചരിപ്പിക്കാൻ ചില ദുഷ്ടശക്തികൾ ശ്രമിക്കുന്നത് നമുക്ക് കാണാനാകും. ഒരേ മതക്കാർ താമസിക്കുന്ന എത്രയോ രാജ്യങ്ങളിൽ ഭീകരവാദ-തീവ്രവാദ പ്രവർത്തനങ്ങൾ നടക്കുന്നത് എന്താണ് കണ്ടില്ലെന്നു നടിക്കുന്നത്? അവിടങ്ങളിലൊക്കെ വേട്ടക്കാരും ഇരകളും ഒരേ മതവിഭാഗക്കാർ തന്നെയാണ്. ഒരു മതവിഭാഗം മാത്രമുള്ള രാജ്യങ്ങളിൽ അതേ മതത്തിലെ തന്നെ വ്യത്യസ്ത അവാന്തരവിഭാഗങ്ങൾ തമ്മിലും ജാതികൾ തമ്മിലും സംഘർഷങ്ങൾ ഉടലെടുക്കാറുണ്ട് എന്നുള്ളതാണ് ഈ ലോകാനുഭവത്തിൽ നിന്ന് നാം മനസ്സിലാക്കേണ്ടത്. നമ്മുടെ രാജ്യം എല്ലാ വൈവിധ്യങ്ങളും നിലനിർത്തി ഇത്രയും കാലം ഒന്നായിനിന്നു. ലോകാവസാനംവരെ ഒന്നായിത്തന്നെ നിലനിൽക്കുകയും വേണം. ഇന്ന് ഈ രാജ്യത്തുള്ള എല്ലാ വിഭാഗം ആളുകളും എക്കാലത്തും ഇവിടെ ഉണ്ടാവണം. ഏതെങ്കിലുമൊരു വിഭാഗത്തെ പുറംതള്ളി നാടിനെ രക്ഷിക്കാമെന്ന് കരുതുന്നത് തികഞ്ഞ മൗഢ്യമാണ്.

ലോകമാസകലം ബഹുസ്വരതയെ നെഞ്ചോടു ചേർത്തുവെക്കാൻ വെമ്പുന്ന കാലത്താണ് ബഹുസ്വരതയുടെ മഹനീയ സംസ്കാരത്തെ ലോകത്തിന് പരിചയപ്പെടുത്തിയ നമ്മുടെ രാജ്യം തന്നെ അതിന്റെ കടക്കൽ കത്തിവെക്കുന്ന കാഴ്ച നാം കാണുന്നത്. പൊതുവേ ഒരു യാഥാസ്ഥിതിക രാജ്യമെന്ന് കരുതപ്പെടുന്ന സൗദി അറേബ്യയിൽ സമീപകാലത്ത് നടന്ന മാറ്റങ്ങൾ നിങ്ങളിൽ പലരും ശ്രദ്ധിച്ചുകാണും. സൗദിയിൽ ഇക്കാലമത്രയും സിനിമാ തിയ്യേറ്ററുകൾ പ്രവർത്തിച്ചിരുന്നില്ല. ഈ അടുത്താണ് സൗദി അറേബ്യ അന്നാട്ടിൽ തിയ്യേറ്ററുകൾ തുടങ്ങാൻ തീരുമാനിച്ചത്. ഒറ്റയടിക്ക് പതിനായിരങ്ങളാണ് സിനിമ കാണാൻ തിയ്യേറ്ററുകളിലെത്തിയത്. സ്ത്രീകൾക്ക് ഡ്രൈവിങ്ങ് ലൈസൻസിന് അപേക്ഷിക്കാനുള്ള അവകാശം സൗദിയിൽ ഉണ്ടായിരുന്നില്ല. അതും അവർ മാറ്റി. ആയിരക്കണക്കിന് വനിതകളാണ് ഏതാനും ദിവസങ്ങൾ കൊണ്ട് ഡ്രൈവിങ്ങ് ലൈസൻസ് ഉടമകളായി മാറിയത്. ലോകത്തൊരു രാജ്യത്തും സൗദി അറേബ്യയുടെ സ്ഥാനപതിയായി ഒരു വനിത അടുത്തുവരെ നിയമിക്കപ്പെട്ടിരുന്നില്ല. ആ കീഴ്‌വഴക്കവും ലംഘിച്ച് സൗദി അവരുടെ അംബാസഡറായി അമേരിക്കയിലേക്ക് നിയമിച്ചത് റീത്താ ബിൻത് രാജകുമാരിയെയാണ്. ഒരു വർഷം മുമ്പുവരെ ലോകത്തിന്റെ ഏതു ഭാഗത്തുനിന്നും ഹജ്ജ് തീർത്ഥാടനത്തിന് മക്കയിലേക്ക് സ്ത്രീകൾക്ക് വരണമെങ്കിൽ ബന്ധുവായ ഒരു പുരുഷന്റെ കൂട്ടുവേണമായിരുന്നു. ആ നിയമവും അവർ മാറ്റി. പകരം, നാലു സ്ത്രീകൾ ഒരുമിച്ച് അപേക്ഷിച്ചാൽ പുരുഷന്റെ കൂട്ടില്ലാതെ തന്നെ അവർക്ക് ഹജ്ജിനു വരാം എന്നാക്കിയിരിക്കുകയാണ്. പുതിയ സൗകര്യം ഏറ്റവുമധികം ഉപയോഗിച്ച ഇന്ത്യ ക്കാരായ സ്ത്രീകളിൽ ഭൂരിഭാഗവും കേരളത്തിൽ നിന്നുള്ളവരാണ്. യു.എ.ഇ.യിൽ മാർപാപ്പയുടെ സന്ദർശനം അടയാളപ്പെടുത്തുന്നതിനായി ഒരു സർവമത പ്രാർത്ഥനാലയം പണിയാനാണ് അവർ തീരു

മാനിച്ചത്. യാഥാസ്ഥിതികരെന്ന് ലോകം മുദ്രകുത്തിയിരുന്ന പല രാജ്യങ്ങളും ഇങ്ങനെ പുരോഗമനാത്മകമായ നിലപാടുകളുമായി മുന്നോട്ടുപോകുമ്പോഴാണ് ലോകത്തിന് വെളിച്ചമായി നിന്ന നമ്മുടെ രാജ്യം സർവരേയും അത്ഭുതപ്പെടുത്തി പിന്നിലേക്കു നടക്കാൻ ശ്രമിക്കുന്നത്.

ആളുകളെ മതം നോക്കി ചാപ്പ കുത്തി പൗരത്വം നൽകാനുള്ള മോദിസർക്കാരിന്റെ നീക്കം അത്യന്തം പ്രാകൃതമാണെന്ന് പറയാതിരിക്കാൻ വയ്യ. ആധുനിക ഭരണസംവിധാനം നിലവിൽ വന്നതിനുശേഷം ഒരു രാജ്യവും ഇത്തരമൊരു പിന്തിരിപ്പൻ നിയമം നടപ്പിലാക്കിയിട്ടില്ല. ഇന്ത്യയിൽ മതന്യൂനപക്ഷങ്ങളുടെ, വിശിഷ്യാ മുസ്ലിങ്ങളുടെ നിലനിൽപ്പുമായി ബന്ധപ്പെട്ട് വലിയ പ്രയാസങ്ങളും ബുദ്ധിമുട്ടുകളും ഉണ്ടാക്കുന്ന നിയമങ്ങളാണ് രണ്ടാം ബി.ജെ.പി. സർക്കാർ അധികാരത്തിൽ വന്നതിനുശേഷം ലോക്സഭയിലെ ഭൂരിപക്ഷം ഉപയോഗിച്ച് ചുട്ടെടുക്കപ്പെട്ടിരിക്കുന്നത്.

ആദ്യം പാസാക്കിയത് മുത്ത്വലാഖ് നിയമമായിരുന്നു. എന്താണ് മുത്ത്വലാഖ് നിയമം? ഭാര്യയെ വിവാഹമോചനം ചെയ്യുന്ന മുസ്ലിംപുരുഷന് മാസങ്ങൾ നീളുന്ന ജയിൽശിക്ഷ ഉൾപ്പെടെ ഉറപ്പുവരുത്തുന്ന നിയമമാണത്. വിവാഹമോചനം ചെയ്യുന്നത് ഒരു തെറ്റാണെങ്കിൽ അത് നടത്തുന്നവർ ഏത് മതവിഭാഗക്കാരായാലും സമാനശിക്ഷ ലഭിക്കേണ്ടവരാണല്ലോ? പുതിയ ആക്ട് അനുസരിച്ച് മുസ്ലിംപുരുഷൻ വിവാഹമോചനം ചെയ്താൽ അത് ക്രിമിനൽ കുറ്റവും മറ്റു മതവിഭാഗക്കാർ വിവാഹമോചനം ചെയ്താൽ അത് സിവിൽ കേസുമാണ്.

മുത്ത്വലാഖ് നിയമം കൊണ്ടുവന്നപ്പോൾ രാജ്യത്തെ മതേതരസമൂഹം ഭരണകൂടത്തോട് ചോദിച്ച ഒരു ചോദ്യം പ്രസക്തമാണ്. സി.പി.ഐ.(എം) ജനറൽ സെക്രട്ടറി സീതാറാം യെച്ചൂരിയാണ് ആ നിരയുടെ മുന്നിലുണ്ടായിരുന്നത്. അദ്ദേഹം ചോദിച്ചു: 'ഒറ്റ ത്വലാഖാണെങ്കിലും മൂന്ന് ത്വലാഖാണെങ്കിലും അതിന്റെ സാരം വിവാഹമോചനം എന്നാണ്. വിവാഹമോചനം ഒരു മുസ്ലിംപുരുഷന് ക്രിമിനൽ കുറ്റവും മറ്റു മതസ്ഥരായ പുരുഷന്മാർക്ക് സിവിൽ കേസുമാകുന്നത് രാജ്യത്തെ ജനങ്ങളെ ഭിന്നിപ്പിക്കാനല്ലാതെ മറ്റെന്തിനാണ്?' ആ ചോദത്തിന് തൃപ്തികരമായ മറുപടി നൽകാൻ കേന്ദ്രസർക്കാരിന് ഇതുവരെ സാധിച്ചിട്ടില്ല. വിവേചനപൂർണ്ണമായ മുത്ത്വലാഖ് നിയമം പാർലമെന്റിൽ ഏകസ്വരത്തിൽ എതിർക്കപ്പെട്ടില്ല. പ്രതിപക്ഷനിരയിലെ ഓരോ നേതാക്കളും വ്യത്യസ്ത അഭിപ്രായങ്ങളാണ് രേഖപ്പെടുത്തിയത്. എന്തിനധികം, കോൺഗ്രസ്സിനു പോലും ഇക്കാര്യത്തിൽ ഏകാഭിപ്രായം ഉണ്ടാക്കാനാകാതെപോയി.

പ്രതിപക്ഷ ബെഞ്ചിലെ അഭിപ്രായ ഐക്യമില്ലായ്മയാണ് നരേന്ദ്ര മോദിക്ക് കൂടുതൽ കരുത്തു പകർന്നത്. ആ ആത്മവിശ്വാസത്തിലാണ് അവർ രണ്ടാമത്തെ ആയുധവും പുറത്തെടുത്തത്. കോൺഗ്രസ്സ് നേതാവ് ചിദംബരം ആഭ്യന്തരമന്ത്രിയായിരുന്ന കാലത്താണ് രാജ്യത്ത് ആദ്യമായി UAPA നടപ്പാക്കിയത്. തീവ്രവാദപ്രവർത്തനം തടയാനെന്ന വ്യാ

ജേന കൊണ്ടുവന്ന ആ നിയമം, ഏതൊരാളെയും വിചാരണ കൂടാതെ എത്രകാലം വേണമെങ്കിലും ജയിലിൽ അടയ്ക്കാനുള്ള അധികാരമാണ് ഭരണാധികാരികൾക്ക് നൽകിയത്. രാജ്യത്തിന്റെ പല ഭാഗങ്ങളിലും പ്രസ്തുത നിയമം വ്യാപകമായി ദുരുപയോഗം ചെയ്യപ്പെട്ടു. ആയിരക്കണക്കിന് മുസ്ലിംചെറുപ്പക്കാരാണ് പ്രസ്തുത കരിനിയമത്തിന്റെ മറവിൽ വിചാരണപോലും കൂടാതെ ജയിലിലടയ്ക്കപ്പെട്ടത്. അതേ UAPA ഭേദഗതി ചെയ്ത് കൂടുതൽ കർക്കശമാക്കി നടപ്പിലാക്കാനാണ് അമിത് ഷാ പാർലമെന്റിൽ ബില്ല് കൊണ്ടുവന്നത്. അതിനെതിരേയും എടുത്തുപറയത്തക്ക പ്രതിഷേധങ്ങളൊന്നും സഭയിൽ ഉയർത്തപ്പെട്ടില്ല. കോൺഗ്രസ്സ് വോട്ടെടുപ്പിൽ നിന്ന് വിട്ടുനിൽക്കുകയാണ് ചെയ്തത്. കാര്യമായ എതിർപ്പൊന്നും കോൺഗ്രസ്സ് ഉയർത്താതിരുന്നത് ബി.ജെ.പി.ക്ക് നൽകിയ ഊർജ്ജം ചെറുതായിരുന്നില്ല. പ്രതിപക്ഷസ്വരം ദുർബലമാണെന്ന് മനസ്സിലാക്കിയ കേന്ദ്രസർക്കാർ മൂന്നാം ആയുധവും പയറ്റാൻ തന്നെ തീരുമാനിച്ചു. അങ്ങനെയാണ് ജമ്മു കാശ്മീരിന് ഭരണഘടന ഉറപ്പു നൽകിയിരുന്ന പ്രത്യേക പദവി എടുത്തുകളഞ്ഞുകൊണ്ടുള്ള നിയമം പാർലമെന്റിൽ കൊണ്ടുവരാൻ അമിത് ഷാ തുനിഞ്ഞിറങ്ങിയത്.

1947 ൽ ഇന്ത്യ സ്വതന്ത്രയാകുമ്പോൾ കാശ്മീരികളുടെ മുമ്പിൽ മൂന്നു വഴികളാണ് ഉണ്ടായിരുന്നത്. ഒന്നുകിൽ ഒറ്റയ്ക്ക് ഒരു രാജ്യമായി നിൽക്കുക. അതല്ലെങ്കിൽ പാക്കിസ്ഥാന്റെ കൂടെച്ചേരുക. അതുമല്ലെങ്കിൽ ഇന്ത്യയുടെ ഭാഗമാവുക. ഏതു വഴി സ്വീകരിക്കണമെന്നതിനെക്കുറിച്ച് കാശ്മീരികൾക്കിടയിൽ ഹിതപരിശോധന നടന്നു. ഇന്ത്യയുടെ കൂടെ നിൽക്കണമെന്നായിരുന്നു മൃഗീയഭൂരിപക്ഷത്തിന്റെയും അഭിപ്രായം. അങ്ങനെയാണ് കാശ്മീർ ഇന്ത്യയുടെ ഭാഗമാകുന്നത്. വിഭജനത്തിന് തൊട്ടുപിറകെ, കാശ്മീരിനെ പാക്കിസ്ഥാനിൽ ലയിപ്പിക്കാനുള്ള തീരുമാനമെടുക്കാൻ ശൈഖ് അബ്ദുള്ളയെ ചെന്നുകണ്ട് മുഹമ്മദലി ജിന്ന അഭ്യർത്ഥിച്ചിരുന്നു. കാശ്മീർ സിംഹം ഷെയ്ഖ് അബ്ദുള്ള അതിനു നൽകിയ മറുപടി ചരിത്രപ്രസിദ്ധമാണ്: 'രണ്ടു കാരണങ്ങൾ കൊണ്ട് കാശ്മീരികൾ അങ്ങയുടെ ക്ഷണം നിരസിക്കുന്നു. ഒന്ന്, ഒരു മതാധിഷ്ഠിത രാജ്യത്തിന്റെ ഭാഗമാകാൻ ഞങ്ങൾക്ക് താൽപര്യമില്ല. രണ്ട്, ഫ്യൂഡൽ വ്യവസ്ഥിതി നിലനിൽക്കുന്ന പാക്കിസ്ഥാന്റെ സംവിധാനത്തോട് ഇഴുകിച്ചേരാൻ ഞങ്ങൾ ആഗ്രഹിക്കുന്നില്ല.' മത–സാമുദായിക രാഷ്ട്രീയത്തോട് എന്നും വിമുഖത കാണിച്ചിട്ടുള്ളവരാണ് കാശ്മീരിലെ മുസ്ലിങ്ങൾ. 1906ൽ ഡാക്കയിലെ നവാബായിരുന്ന ആഗാഖാന്റെ നേതൃത്വത്തിൽ സർവേന്ത്യാ മുസ്ലിംലീഗ് രൂപീകരിച്ചപ്പോൾ അതിൽ ചേരാതെ നിന്നവരായിരുന്നു കാശ്മീരികൾ. നാഷണൽ കോൺഫറൻസ് എന്ന പൊതു രാഷ്ട്രീയപ്ലാറ്റ്ഫോമിലാണ് അവിടെയുള്ള ഹിന്ദുക്കളും മുസ്ലിങ്ങളും ഒരുമിച്ച് അണിചേർന്നത്. സ്വാതന്ത്ര്യാനന്തരം ഇന്ത്യയിൽ രൂപീകൃതമായ ഇന്ത്യൻ യൂണിയൻ മുസ്ലിംലീഗിന് കാശ്മീരിൽ ഒരു യൂണിറ്റ് പോലും ഉണ്ടാക്കാൻ സാധിച്ചിട്ടില്ല.

വളരെ തന്ത്രപ്രധാനമായ ഒരു പ്രദേശം ഇന്ത്യയുടെ കൂടെച്ചേരാൻ താൽപര്യം കാണിച്ചതിലുള്ള സന്തോഷപ്രകടനമെന്ന നിലയിലാണ് ഷേക്ക് അബ്ദുള്ളയുമായി ഉണ്ടാക്കിയ കരാറിന്റെ അടിസ്ഥാനത്തിൽ കാശ്മീരിന് പ്രത്യേക പദവി ഉറപ്പുനൽകുന്ന ആർട്ടിക്കിൾ 370 ഇന്ത്യൻ ഭരണഘടനയുടെ ഭാഗമായത്. ആ പദവിയാണ് കാശ്മീരികളുടെ സമ്മതമില്ലാതെ ഒരു സുപ്രഭാതത്തിൽ ഇന്ത്യൻ പാർലമെന്റിലെ ഭൂരിപക്ഷം ഉപയോഗിച്ച് മോദി–ഷാ പ്രഭൃതികൾ എടുത്തുകളഞ്ഞത്. അതിന് കാരണമായി അവർ പറഞ്ഞതാകട്ടെ 'ഒരു രാജ്യം, ഒരു പതാക, ഒരു രാഷ്ട്രം, ഒരു നിയമം' എന്നൊക്കെയായിരുന്നു. ദേശീയപതാകക്കൊപ്പം കാശ്മീരിന് പ്രത്യേകമായൊരു പതാക കൂടി ഭരണഘടന അനുവദിച്ചു നൽകിയിരുന്നു. രണ്ടു പതാകകൾ അവിടെ പാറിപ്പറന്നു എന്നുള്ളതാണോ ഇന്ത്യ ഇപ്പോൾ നേരിട്ടുകൊണ്ടിരിക്കുന്ന വലിയ പ്രശ്നം? നരേന്ദ്ര മോദിയും അമിത് ഷായും ഇഞ്ചോടിഞ്ച് പിന്തുടരാൻ ആഗ്രഹിക്കുന്ന അമേരിക്കയിൽ എത്ര പതാകകളുണ്ടെന്ന് അവർ കണ്ണുതുറന്ന് നോക്കിയിട്ടുണ്ടോ? അവിടത്തെ അൻപത് സ്റ്റേറ്റുകൾക്കും ഓരോ പതാകയുണ്ട്. കൂടാതെ അമേരിക്കയുടെ ദേശീയപതാകയും. അങ്ങനെ അൻപത്തി ഒന്ന് പതാകകളുണ്ട് അവിടെ. യു.എസ്സിലെ ഏതു സ്റ്റേറ്റിൽ ചെന്നാലും രണ്ടു പതാകകൾ ഉയർന്ന് പറക്കുന്നത് കാണാം. ഒന്ന് രാജ്യത്തിന്റെ ദേശീയപതാക, മറ്റൊന്ന് ഓരോ സംസ്ഥാനങ്ങളുടെയും സ്വന്തം പതാകകൾ. ഇത്രയും പതാകകൾ ഉണ്ടായി എന്നുള്ളതുകൊണ്ട് അമേരിക്ക ശിഥിലമാണോ? വ്യത്യസ്ത നികുതികളും നിയമങ്ങളുമാണ് യു.എസ്.എ.യിലെ വിവിധ സ്റ്റേറ്റുകളിൽ നിലനിൽക്കുന്നത്. അതുകൊണ്ട് ആ നാട് ഛിന്നഭിന്നമായോ? കാശ്മീരിലെ ഹിന്ദുക്കളും മുസ്ലിങ്ങളും അവരുടെ മതസ്വത്വത്തേക്കാൾ 'കാശ്മീരിയ്യത്ത്' അഥവാ ഗോത്രവർഗ്ഗ സ്വത്വത്തിനാണ് എന്നും പ്രാമുഖ്യം നൽകിയിട്ടുള്ളത്. ഇന്ത്യയിലെ ഏതെങ്കിലും ഒരു ബ്രാഹ്മണന്റെ തീൻമേശയിൽ ആട്ടിറച്ചി കാണാൻ കഴിയുമെങ്കിൽ അത് കാശ്മീരിലെ ബ്രാഹ്മണന്റെ തീൻമേശയിൽ മാത്രമാണ്. അതേസമയം പോത്തിറച്ചി കഴിക്കാൻ താൽപര്യമില്ലാത്ത മുസ്ലിങ്ങളുള്ള നാടും കാശ്മീരാണ്. അവിടെ ഹിന്ദുക്കളും മുസ്ലിങ്ങളും ഒരുപോലെ കഴിക്കുന്നത് ആട്ടിറച്ചിയാണ്. കാശ്മീരികളുടെ ഇത്തരം സ്വഭാവസവിശേഷതകൾ നഷ്ടപ്പെടും എന്നുള്ളതുകൊണ്ടാണ് അവർ പ്രത്യേകമായ പദവി ആവശ്യപ്പെട്ടതും പണ്ഡിറ്റ് ജവഹർലാൽ നെഹ്റുവും സർദാർ വല്ലഭായി പട്ടേലും ഉൾപ്പെടെയുള്ളവർ അതംഗീകരിച്ചതും. കേന്ദ്രസർക്കാരിന്റെ ഈ പ്രതിലോമനീക്കത്തെ ചെറുത്ത് കാശ്മീരികളുടെ കൂടെനിൽക്കാൻ ബാധ്യതപ്പെട്ട പ്രതിപക്ഷ പാർട്ടികളിൽ ഏറിയകൂറും കാശ്മീരിനുള്ള പ്രത്യേക പദവി എടുത്തുകളഞ്ഞുകൊണ്ട് അവതരിപ്പിക്കപ്പെട്ട ബില്ലിനെ സ്വീകരിക്കുന്ന നിലയാണ് ഉണ്ടായത്. കോൺഗ്രസ്സിന്റെ മുതിർന്ന നേതാക്കൾ പോലും ഇക്കാര്യത്തിൽ ഉരുണ്ടുകളിച്ചത് നാം കണ്ടതാണ്. പ്രതിപക്ഷത്തിന്റെ നിലപാടില്ലായ്മ ഇന്ത്യ ഭരിക്കുന്നവർക്ക് നൽകിയ ആവേ

ശം വിവരണാതീതമായിരിക്കണം.

ആദ്യം അവർ പറഞ്ഞു: 'One Nation, One Tax.' അതിന്റെ പേരിൽ നോട്ട് നിരോധനവും ജി.എസ്.ടി.യും കൊണ്ടുവന്നു. അതിനുശേഷം പറഞ്ഞു: 'One Nation, One Flag.' അതിന്റെ മറപിടിച്ചാണ് കാശ്മീരിന്റെ പ്രത്യേക പദവി എടുത്തുകളഞ്ഞത്. പിന്നെ അവർ പറഞ്ഞു: 'One Nation, One Language.' ഇതുയർത്തിപ്പിടിച്ച് രാജ്യമൊട്ടുക്കും ഹിന്ദി അടിച്ചേൽപ്പിക്കാനുള്ള നടപടികൾ തുടങ്ങിക്കഴിഞ്ഞിരിക്കുന്നു. പൗരത്വഭേദഗതി നിയമത്തിലൂടെ 'One Nation, One Religion' എന്നാണ് മോദിയും ഷായും കൂട്ടരും പറയാതെ പറയുന്നത്. ഞാൻ മേൽപറഞ്ഞ കാര്യങ്ങളുടെ പശ്ചാത്തലത്തിൽ വേണം പൗരത്വഭേദഗതി നിയമത്തെയും ദേശീയ പൗരത്വരജിസ്റ്ററിനെയും നോക്കിക്കാണേണ്ടത്. ഇവ രണ്ടും ജനങ്ങളെ മതാടിസ്ഥാനത്തിൽ ഭിന്നി പ്പിക്കും. പാക്കിസ്ഥാൻ, അഫ്ഗാനിസ്ഥാൻ, ബംഗ്ലാദേശ് എന്നീ രാജ്യങ്ങളിൽ നിന്നും മതപരമായ പീഡനത്തെത്തുടർന്ന് ഇന്ത്യയിലേക്ക് കുടിയേറിയവർക്ക് പൗരത്വം നൽകുമ്പോൾ മുസ്ലിങ്ങൾ മാറ്റിനിർത്തപ്പെടുമെന്നതാണ് പൗരത്വഭേദഗതി നിയമത്തിന്റെ കാതൽ.

ശ്രീലങ്കയിൽ നിന്ന് ഇന്ത്യയിലേക്ക് കുടിയേറിയ ആയിരക്കണക്കിന് തമിഴ്വംശജരായ ഹിന്ദുമതവിശ്വാസികളുടെ കാര്യത്തിൽ പുതിയ നിയമം മൗനമവലംബിക്കുകയാണ്. മതം അടിസ്ഥാനമാക്കി പൗരത്വം നൽകപ്പെടുന്ന സാഹചര്യം സ്വാഭാവികമായും മതാടിസ്ഥാനത്തിൽ നടന്ന രാജ്യവിഭജനത്തിന് സമാനമായ സാഹചര്യം നാട്ടിലുണ്ടാക്കും. ഇത് ഒരു മുസ്ലിംപ്രശ്നമോ ന്യൂനപക്ഷപ്രശ്നമോ അല്ല. ഇന്ത്യയുടെ ജീവാത്മാവായ മതനിരപേക്ഷതയുമായി ബന്ധപ്പെട്ട പ്രശ്നമാണ്. അതിനാലാണ് മുസ്ലിങ്ങളല്ലാത്ത ലക്ഷക്കണക്കിന് ജനങ്ങൾ ഈ നിയമത്തിനെതിരേ ശക്തമായി രംഗത്ത് വന്നിരിക്കുന്നത്. അഭയാർത്ഥികൾക്കിടയിലാണ് ക്രൂരമായ ഈ മതവിവേചനം. മുസ്ലിമെന്നും അല്ലാത്തവരെന്നുമുള്ള വേർതിരിവ് സൃഷ്ടിക്കാൻ ബി.ജെ.പി. സർക്കാർ ശ്രമിക്കുന്ന മനുഷ്യരുടെ മുഖത്തേക്കൊന്ന് നോക്കിയിരുന്നുവെങ്കിൽ അവർക്കിത് കൊണ്ടുവരാൻ സാധിക്കുമായിരുന്നില്ല. സർവതും നഷ്ടപ്പെട്ട, ലോകത്തൊരിടത്തും ഒരുതരി മണ്ണിന്റെ പോലും ഉടമസ്ഥാവകാശമില്ലാത്ത, സ്ഥിരമായ ഒരു ജോലിയില്ലാത്ത, സ്വന്തമായി ഒരു വീടില്ലാത്ത, ഒരു വിദ്യാലയത്തിലേക്കും തങ്ങളുടെ കുട്ടികളെ പറഞ്ഞയക്കാനാകാത്ത, ഉടുതുണിക്ക് മറുതുണിയില്ലാത്ത നിസ്സഹായരായ മനുഷ്യരോടാണ് അവർ പൗരത്വം തെളിയിക്കാനുള്ള രേഖകൾ ചോദിക്കുന്നത്. ഇതിൽപരം ക്രൂരത മറ്റെന്താണുള്ളത്? സത്യത്തിൽ ഇന്ത്യയിലേക്ക് വരുന്ന, അമിത് ഷാ വിശേഷിപ്പിക്കുന്ന 'നുഴഞ്ഞുകയറ്റക്കാ'രെല്ലാം തന്നെ അവരിപ്പോൾ തിരിച്ചെത്തിയ സ്ഥലങ്ങളിൽ നിന്ന് വിഭജനകാലത്ത് പലകാരണങ്ങൾ കൊണ്ടും അവിഭക്തപാക്കിസ്ഥാനിലേക്ക് പോയിട്ടുള്ളവരാണ്. അവരുടെയൊക്കെ കുടുംബവേരുകൾ ഇപ്പോഴുമുള്ള മണ്ണിലേക്കാണ് അവർ തിരിച്ചെത്തിയിരിക്കുന്നത്. സ്വന്തം മതക്കാർക്ക് മേധാവിത്വമുള്ള നാട്ടിൽനിന്ന് ഒ

രു ബഹുമതസമൂഹം ജീവിക്കുന്നിടത്തേക്ക് കടന്നുവന്നവരെ ഇരുകൈകളും നീട്ടി സ്വീകരിക്കുകയല്ലേ യഥാർത്ഥത്തിൽ ചെയ്യേണ്ടിയിരുന്നത്? അങ്ങനെയല്ലേ ഒരു മതാധിഷ്ഠിതരാജ്യത്തിന്റെ പൊയ്മുഖം തുറന്നുകാട്ടപ്പെടേണ്ടിയിരുന്നത്?

CAAക്കെതിരായ സമരങ്ങൾ ഏതെങ്കിലും ഒരു വിഭാഗം മാത്രം നടത്തേണ്ട സമരമല്ല. ആ തിരിച്ചറിവുള്ളതു കൊണ്ടാണ് 80 വയസ്സുള്ള ഇന്ത്യയിലെ പ്രാമാണികനായ ചരിത്രപണ്ഡിതൻ രാമചന്ദ്രഗുഹ സമരത്തിന് നേതൃത്വം നൽകി ബാംഗ്ലൂരിൽ അറസ്റ്റ് വരിച്ചത്. അദ്ദേഹത്തിന്റെ എന്തെങ്കിലുമൊരു കാര്യം നേടിയെടുക്കാനായിരുന്നില്ല ഇതെന്നോർക്കണം. ഇന്ത്യയിൽ നിന്ന് മുസ്ലിംജനവിഭാഗത്തെ ആട്ടിയോടിക്കാനുള്ള നീക്കത്തെ എതിർക്കും എന്നദ്ദേഹം ഉറക്കെ വിളിച്ചു പറഞ്ഞതിനായിരുന്നു പോലീസ് നടപടി. 'ഇന്ത്യയിലെ ഭരണാധികാരികൾക്ക് ചരിത്രഗ്രന്ഥങ്ങൾ വായിക്കാൻ കൊടുക്കൂ. അവർ ഇന്നലെയുടെ ബാലപാഠങ്ങൾ പഠിക്കട്ടെ' എന്ന് പാർലമെന്റിൽ പറഞ്ഞത് ഒരു മുസ്ലിം എം.പി. അല്ല. കലാകായിക സാമൂഹികരാഷ്ട്രീയ രംഗത്തെ പല പ്രമുഖരും ഈ നിയമത്തിനെതിരേ രംഗത്തുവന്നു. അവരിൽ ഭൂരിഭാഗവും മുസ്ലിങ്ങളായിരുന്നില്ല. ഇതുതന്നെയാണ് ഇന്ത്യൻ സമൂഹം മുന്നോട്ടുവെക്കുന്ന വലിയ സന്ദേശവും.

എല്ലാവരും ഒരുമിച്ചുനിന്ന്, പൊതുവായ ഒരു പ്ലാറ്റ്ഫോമിൽ അണിചേർന്ന് നടത്തേണ്ട സമരമാണിത്. കേരളം അതിനു മാതൃക കാണിച്ചു. കേരളത്തിന്റെ മുഖ്യമന്ത്രി ശ്രീ. പിണറായി വിജയനും പ്രതിപക്ഷനേതാവ് ശ്രീ. രമേശ് ചെന്നിത്തലയും ബി.ജെ.പി. ഒഴിച്ചുള്ള കേരളത്തിലെ മുഴുവൻ രാഷ്ട്രീയപ്പാർട്ടികളും ഒരുമിച്ചുചേർന്ന് പൗരത്വഭേദഗതി നിയമത്തിനെതിരേ കേരളത്തിന്റെ വികാരം പ്രകടിപ്പിച്ചു. CAAയോടൊപ്പം ദേശീയ പൗരത്വരജിസ്റ്റർ എന്ന മറ്റൊരു നിയമവും (NRC) കൂടി കേന്ദ്രസർക്കാർ കൊണ്ടുവരികയുണ്ടായി. ഇതനുസരിച്ച്, ദേശീയ പൗരത്വരജിസ്റ്ററിൽ അംഗത്വം ലഭിക്കാൻ നിലവിൽ രാജ്യത്ത് താമസിക്കുന്ന ഓരോരുത്തരും 1951 നു മുമ്പ് ഇന്ത്യയിലാണ് താമസിച്ചിരുന്നത് എന്ന് തെളിയിക്കാനുള്ള രേഖകൾ ഹാജരാക്കണം. കേരളത്തിൽ പോലും ഭൂപരിഷ്കരണനിയമം നടപ്പാക്കുന്നതിനു മുമ്പ് എത്ര പേർക്കായിരുന്നു ഭൂമിയുടെ ഉടമസ്ഥാവകാശം ഉണ്ടായിരുന്നത്? ആരൊക്കെയാണ് നികുതി കൊടുക്കാൻ മാത്രം പ്രാപ്തരായിരുന്നത്? 1958–59 കാലഘട്ടങ്ങളിൽ ഭൂപരിഷ്കരണനിയമം നിലവിൽ വരുന്നതുവരെ ജന്മിയുടെ ഭൂമിയിൽ കുടിൽകെട്ടി താമസിച്ചിരുന്നവർ എവിടെനിന്നാണ് രേഖകൾ ഉണ്ടാക്കുക?

കേരളത്തിൽ ഇതൊന്നും പ്രശ്നമാവില്ല എന്ന് ചിന്തിക്കുന്നവരുണ്ട്. സാധാരണഗതിയിലാണെങ്കിൽ പോലും, ഒരു സർട്ടിഫിക്കറ്റിന് ചെന്നാൽ ഉദ്യോഗസ്ഥരുടെ പെരുമാറ്റം നമുക്കറിയാവുന്നതാണല്ലോ? രാജ്യവ്യാപകമായിത്തന്നെ പല ഉദ്യോഗസ്ഥരും ജനങ്ങളെ ചൂഷണം ചെയ്യാനും ബുദ്ധിമുട്ടിക്കാനും ഈ സാഹചര്യങ്ങൾ ദുരുപയോഗം ചെയ്യാൻ വളരെയേറെ സാധ്യതകളുണ്ട്. കേരളം പോലുള്ള ഒരു സംസ്ഥാനത്ത് പോ

ലും ഉണ്ടായേക്കാവുന്ന സ്ഥിതി ഇതാണെങ്കിൽ മറ്റു സംസ്ഥാനങ്ങളിലേത് നമുക്ക് ചിന്തിക്കാൻ പോലും കഴിയാത്തതാണ്.

ഇത്തരം പ്രശ്നങ്ങൾ മുൻകൂട്ടി കണ്ടുകൊണ്ടാണ് CAAയും NRCയും കേരളത്തിൽ നടപ്പിലാക്കില്ലെന്ന് നമ്മുടെ മുഖ്യമന്ത്രി പിണറായി വിജയൻ അർത്ഥശങ്കയ്ക്കിടയില്ലാത്തവിധം പ്രഖ്യാപിച്ചത്. പുതിയ നിയമങ്ങളുടെ പ്രയോഗവൽക്കരണത്തിലേക്ക് വരുമ്പോൾ, ഇന്ത്യയിലെ വിവിധ ജനവിഭാഗങ്ങൾ, പ്രത്യേകിച്ച് മുസ്ലിങ്ങൾ ഒരുപാട് പ്രയാസങ്ങൾ അഭിമുഖീകരിക്കേണ്ടി വരും. അതുകൊണ്ടാണ് ഈ നിയമങ്ങൾ എതിർക്കപ്പെടണമെന്ന് പറയുന്നത്. പൗരത്വരേഖകളില്ലാത്ത മനുഷ്യരെ പാർപ്പിക്കാൻ തടങ്കൽ പാളയങ്ങൾ രാജ്യത്തിന്റെ പല ഭാഗങ്ങളിലും ഒരുങ്ങിക്കൊണ്ടിരിക്കുന്നു എന്നാണ് വാർത്തകളിൽ നിന്ന് മനസ്സിലാക്കാനാവുന്നത്. എത്രപേരെയാണ് ഭരണാധികാരികൾ ഇത്തരം ഡിറ്റൻഷൻ ക്യാമ്പുകളിൽ താമസിപ്പിക്കാൻ ലക്ഷ്യമിടുന്നത്? ഇന്ത്യയിലുള്ളവർക്കു തന്നെ ഭക്ഷണം നൽകാൻ കഴിയാത്ത സാഹചര്യത്തിൽ, നുഴഞ്ഞുകയറ്റക്കാരെന്ന് സർക്കാർ പറയുന്നവർക്ക് എങ്ങനെയാണ് ഭക്ഷണവും സൗകര്യവും നൽകുക? വാഗൺ ട്രാജഡി ദുരന്തം പോലെയുള്ള മനുഷ്യരുടെ കൂട്ടമരണമാവും തടങ്കൽപാളയങ്ങളിൽ സംഭവിക്കുക. പരിമിതമായി മാത്രം നൽകാനിടയുള്ള വെള്ളവും ഭക്ഷണവും കിട്ടാൻ വിശന്നുവലഞ്ഞ് പൊറുതിമുട്ടിയവർ ഉണ്ടാക്കുന്ന തിക്കും തിരക്കും തടങ്കൽ പാളയങ്ങളിൽ കലാപങ്ങൾക്ക് തിരികൊളുത്തുമെന്നുറപ്പാണ്. ഞാനൊന്നുമറിഞ്ഞില്ലെന്ന മട്ടിൽ അധികാരികൾ കാഴ്ച്ചക്കാരായി നിൽക്കുകയും ചെയ്യും. അഞ്ഞൂറുപേർക്കുള്ള സൗകര്യത്തിൽ പതിനായിരംപേരെ പാർപ്പിക്കാൻ തുനിഞ്ഞാൽ ഇതിലപ്പുറം മറ്റൊന്നും നമുക്ക് പ്രതീക്ഷിക്കാനാവില്ലല്ലോ.

സത്യത്തിൽ, അഭയാർത്ഥികളുടെ പ്രശ്നങ്ങൾ കൈകാര്യം ചെയ്യപ്പെടുന്നിടത്ത് മതം ഒരു ചർച്ചയായി കടന്നുവരാറില്ല. ആരാണ് അഭയാർത്ഥികളെന്ന് നമുക്കറിയാം. ഏറ്റവും ദരിദ്രരായ ആളുകളായിരിക്കും അവർ. അവർക്കുവേണ്ടി വാദിക്കാൻ സംഘടനകളുണ്ടാവില്ല. അവർക്കുവേണ്ടി നിലകൊള്ളാൻ മുഖ്യധാരാ മാധ്യമങ്ങളോ ഭരണകൂടങ്ങളോ ഉണ്ടാവില്ല. അവർക്കുവേണ്ടി പ്രവർത്തിക്കാൻ മനുഷ്യാവകാശ പ്രവർത്തകരും ഉണ്ടാവില്ല. ലോകത്തിന്റെ ഏതു ദിക്കിലാണെങ്കിലും, ഏറ്റവും ദുർബലരാണവർ.

മ്യാന്മറിൽ നിന്ന് ക്രൂരമായ പീഡനങ്ങൾ സഹിക്കവയ്യാതെ, കിട്ടിയ തോണികളിലും ബോട്ടുകളിലും കപ്പലുകളിലും അഭയം തേടി നടുക്കടലിൽ നട്ടംതിരിഞ്ഞ റോഹിങ്ക്യൻ മുസ്ലിം അഭയാർത്ഥികളുടെ അനുഭവം നമ്മുടെ മുന്നിലുണ്ട്. കരകാണാക്കടലിൽ ജീവനുവേണ്ടി കെഞ്ചുമ്പോഴും മതത്തിന്റെ പേരിൽ ഒരു രാജ്യവും അവരെ സ്വീകരിച്ചില്ല. ലോകത്താദ്യമായി അവർക്കുവേണ്ടി ഉയർന്ന ശബ്ദം വത്തിക്കാനിൽ നിന്ന് മാർപാപ്പയുടേതായിരുന്നു. നിരാലംബരായ ആയിരക്കണക്കിന് ആളുകൾ

കടലിൽ മുങ്ങിച്ചാവാതിരുന്നത് ആ ഇടപെടൽ കൊണ്ടായിരുന്നു. 'റോഹിങ്ക്യൻ മുസ്ലിങ്ങളെ ആരും സ്വീകരിക്കാതെ അവർ കടലിൽ അലയുകയാണ്. യൂറോപ്പിലെ ഓരോ ഇടവകകളും ഓരോ റോഹിങ്ക്യൻ മുസ്ലിം കുടുംബത്തെ ദത്തെടുക്കാൻ തയ്യാറാവണം' എന്ന് മാർപാപ്പ ലോകത്തോട് അഭ്യർത്ഥിച്ചു. അതോടുകൂടിയാണ് പല മുസ്ലിംരാജ്യങ്ങളും റോഹിങ്ക്യൻ മുസ്ലിങ്ങൾക്ക് തങ്ങളുടെ രാജ്യാതിർത്തികളുടെ കവാടങ്ങൾ അൽപമെങ്കിലും തുറന്നുകൊടുക്കാൻ തയ്യാറായത്. മതവും ജാതിയുമൊന്നും ഇത്തരം സന്നിഗ്ദ്ധഘട്ടങ്ങളിൽ ദുർബലരുടെ രക്ഷക്കെത്തിയിട്ടില്ല എന്ന കാര്യം നാമാരും മറക്കരുത്. എല്ലാ വിശ്വാസമതിലുകൾക്കും അപ്പുറത്തുനിന്നായിരുന്നു മാനവികതയുടെയും മനുഷ്യത്വത്തിന്റെയും പ്രകാശനാളങ്ങൾ തെളിഞ്ഞു വന്നത്.

ന്യൂനപക്ഷ ജനവിഭാഗങ്ങൾ വലിയ ആശങ്കയിൽ ജീവിക്കേണ്ടി വരുന്ന ഒരു കെട്ടകാലത്താണ് ഈ വർഷത്തെ ന്യൂനപക്ഷാവകാശദിനം നാം ആചരിക്കുന്നത്. എല്ലാ മതവിഭാഗങ്ങളിലും പെടുന്ന മനുഷ്യസ്നേഹികളെയെല്ലാം ഒരുമിച്ചുചേർത്ത്, അവരുടെ നേതൃത്വത്തിലായിരിക്കണം ന്യൂനപക്ഷസംരക്ഷണ പോരാട്ടം നടത്തേണ്ടത്. ഏതെങ്കിലും ഒരു ജനവിഭാഗത്തിന്റെ മാത്രം പ്രശ്നമായി ഇത്തരം സമരങ്ങളെ പരിമിതപ്പെടുത്താതെ നോക്കണം. ഓരോ മതവിഭാഗക്കാരും താന്താങ്ങളുടെ പ്രശ്നങ്ങൾ അവതരിപ്പിക്കുന്നതിനു പകരം, മുസ്ലിമിന്റെ പ്രശ്നം ഹിന്ദുവും ഹിന്ദുവിന്റെ പ്രശ്നം മുസ്ലിമും ക്രിസ്ത്യാനിയുടെ പ്രശ്നം മുസ്ലിമും ഹിന്ദുവും ഉയർത്തിക്കൊണ്ടു വരികയാണ് ചെയ്യേണ്ടത്. അപ്പോഴേ നമ്മുടെ രാജ്യത്തിന്റെ മതനിരപേക്ഷതയ്ക്ക് ജീവൻ വെക്കുകയുള്ളൂ. ക്യാമ്പസുകളിലും തെരുവോരങ്ങളിലും അക്രമരഹിതവും നിയമാനുസൃതവുമായി നടത്തപ്പെടുന്ന സമരങ്ങൾക്കു മാത്രമേ നഷ്ടമാകുന്ന ജനാധിപത്യമൂല്യങ്ങളെ തിരിച്ചുപിടിക്കാൻ സാധിക്കുകയുള്ളൂ. ഒരിക്കലും നിയമത്തിന്റെ നിയന്ത്രണരേഖ ലംഘിക്കപ്പെടാതെ നോക്കണം. അത് നമ്മുടെ ലക്ഷ്യങ്ങളെ തകർക്കും.

മതന്യൂനപക്ഷങ്ങളും ഭൂരിപക്ഷസമുദായവും വളരെ സൗഹൃദത്തിൽ കഴിയുന്ന കേരളം ഇന്ത്യക്ക് മാതൃകയാണ്. ഈ ന്യൂനപക്ഷാവകാശ ദിനാചരണസമയം മനുഷ്യരാശിയുടെ മുഴുവൻ ഐക്യബോധത്തെയാണ് ഉദ്ദീപിപ്പിക്കേണ്ടത്. എല്ലാവരുടേയും സംഭാവനകളെ അംഗീകരിച്ച് മുന്നോട്ടുപോകുന്ന രാജ്യത്തിനേ സ്വസ്ഥതയും സമാധാനവും നിലനിൽക്കുന്ന രാഷ്ട്രമാകാൻ സാധിക്കൂ. കലാപങ്ങളും സംഘട്ടനങ്ങളും നിലനിൽക്കുന്ന നാട്ടിൽ പുരോഗതിയും സമൃദ്ധിയും അന്യംനിൽക്കും. ഇന്ത്യയിലെ മഹാഭൂരിപക്ഷം വരുന്ന ബഹുസ്വരസംസ്കാരത്തിൽ വിശ്വസിക്കുന്നവരുമായി കൈകോർത്തുപിടിച്ച് മുന്നോട്ടുപോവുക എന്നുള്ളതാണ് ന്യൂനപക്ഷാവകാശങ്ങൾ അടക്കമുള്ള എല്ലാ മനുഷ്യാവകാശങ്ങളും സംരക്ഷിക്കാനും നേടിയെടുക്കാനുമുള്ള പോംവഴി എന്ന് സൂചിപ്പിച്ചുകൊണ്ട് ഈ സമ്മേളനത്തിന്റെ ഔപചാരികമായ ഉൽഘാടനകർമ്മം നിർവഹിച്ചതായി ഞാൻ അറിയിക്കുന്നു.

വിടപറയുക, വർഗ്ഗീയതയോട്

വർഗ്ഗീയശക്തികൾക്ക് മേധാവിത്വവും സ്വാധീനവുമുള്ള ഒരു സർക്കാർ രാജ്യം ഭരിക്കുന്ന സന്ദർഭത്തിൽ 'വർഗ്ഗീയതയോട് വിടപറയുക, അണിനിരക്കുക മതനിരപേക്ഷതക്കൊപ്പം' എന്ന മുദ്രാവാക്യമല്ലാതെ മറ്റെന്താണ് ഡി.വൈ.എഫ്.ഐ. പോലെ സാമൂഹ്യപ്രതിബദ്ധതയുള്ള ഒരു യുവസംഘടന സമൂഹത്തിനു മുമ്പിൽ ഉയർത്തേണ്ടത്? മതനിരപേക്ഷതയ്ക്ക് എന്നു പോറലേൽക്കുന്നുവോ അന്ന് മതേതര ഭാരതത്തിന്റെ അന്ത്യം കുറിക്കപ്പെടും എന്ന കാര്യത്തിൽ ആർക്കും സംശയം വേണ്ട. 'ആരാണ് മതനിരപേക്ഷതയ്ക്ക് സംരക്ഷണകവചമൊരുക്കുക' എന്ന ചോദ്യം രാജ്യം മുഴുവൻ ഉയർത്തപ്പെട്ടുകൊണ്ടിരിക്കുന്ന ഒരു ഘട്ടത്തിലാണ് അതിനുത്തരം നൽകിക്കൊണ്ട്, നാടാകെ മതേതരത്വത്തിന് സംരക്ഷണഭിത്തി തീർത്ത്, കാലം യുവാക്കളിലേൽപ്പിച്ച ദൗത്യം നിർവഹിക്കാൻ ഡി.വൈ.എഫ്.ഐ. മുന്നോട്ടു വന്നിരിക്കുന്നത്. ജ്വലിക്കുന്ന യുവത്വം അണിനിരന്ന ഗംഭീരമായ ഈ റാലിയിൽ പങ്കെടുത്ത മുഴുവൻ യുവസുഹൃത്തുക്കളെയും നാടിനുവേണ്ടി ഞാൻ അഭിനന്ദിക്കുകയാണ്. ഇന്ത്യയുടെ സ്വാതന്ത്ര്യമെന്നത് ആരിൽനിന്നും വരദാനമായി ലഭിച്ചിട്ടുള്ളതല്ല. ഒരു സുപ്രഭാതത്തിൽ ആകാശത്തുനിന്ന് കെട്ടിയിറക്കപ്പെട്ടിട്ടുള്ളതുമല്ല. വൈദേശികശക്തികളോട് പതിറ്റാണ്ടുകൾ നീണ്ടുനിന്ന പോരാട്ടങ്ങളിലൂടെ, ലക്ഷോപലക്ഷം മനുഷ്യർ അവരുടെ ജീവൻ ബലിയർപ്പിച്ച് നേടിയെടുത്തിട്ടുള്ളതാണ്.

സമൂഹത്തിന്റെ നാനാതുറകളിലുമുള്ള കോടിക്കണക്കിന് ജനങ്ങൾ ബ്രിട്ടീഷ് സാമ്രാജ്യത്വത്തിന്റെ പീഡനങ്ങൾ സഹിക്കവയ്യാതെ അവർക്കെതിരേയുള്ള പോരാട്ടവീഥിയിൽ നിലയുറപ്പിച്ചു. അവർ ചിന്തിച്ചത്

അവരവരെക്കുറിച്ചോ അവരവരുടെ കുടുംബങ്ങളെക്കുറിച്ചോ ആയിരുന്നില്ല. തങ്ങൾ അനുഭവിക്കുന്ന അസ്വാതന്ത്ര്യത്തിന്റെ മൂടുപടം വലിച്ചു കീറി പുതുതലമുറയ്ക്ക് സ്വാതന്ത്ര്യത്തിന്റെ ശുദ്ധവായു ശ്വസിക്കാൻ അവസരമുണ്ടാക്കണമെന്നാണ് നമ്മുടെ പൂർവികർ ആഗ്രഹിച്ചത്. അവർ സ്കൂളുകൾ ഉപേക്ഷിച്ചതും കലാലയങ്ങൾ വിട്ടിറങ്ങിയതും സർക്കാർജോലികൾ വലിച്ചെറിഞ്ഞതും വിദേശനിർമ്മിത വസ്തുക്കൾ ബഹിഷ്കരിച്ചതും വരുംതലമുറയ്ക്ക് ഇവയെല്ലാം യാതൊരുവിധ ബന്ധനങ്ങളുമില്ലാതെ അനുഭവേദ്യമാകാനാണ്. വഴിയേ കടന്നുവരുന്നവർക്ക് ജനാധിപത്യത്തിന്റെ രാജപാതയൊരുക്കാൻ സ്വയം എരിഞ്ഞമരുകയായിരുന്നു അവർ. അവനവനേക്കാൾ അപരന് ഭൗതികസുഖത്തിനായ് നിലകൊണ്ട് ജീവൻ ഹോമിച്ച എണ്ണിയാലൊടുങ്ങാത്ത ത്യാഗിവര്യന്മാരെ കൃതജ്ഞതാപൂർവം, അഭിമാനത്തോടെ നമുക്കോർമ്മിക്കാം.

മുമ്പേ ജീവിച്ച മഹാമനീഷികൾ സ്വാർത്ഥതയെ ബലികഴിച്ചില്ലായിരുന്നുവെങ്കിൽ സ്വാതന്ത്ര്യത്തിന്റെ പറുദീസയിൽ സുഖലോലുപരായി ജീവിക്കാൻ നമുക്കിന്ന് സാധിക്കുമായിരുന്നില്ല. ഇന്ത്യൻ ദേശീയപ്രസ്ഥാനത്തിന്റെ ചരിത്രം പോരാട്ടങ്ങളുടെ ചരിത്രമാണ്. ഈ പോരാട്ടങ്ങളുടെ പാരമ്പര്യം ഏതെങ്കിലുമൊരു പാർട്ടിക്കോ ജനവിഭാഗത്തിനോ സംഘശക്തിക്കോ പതിച്ചുനൽകാൻ സാധിക്കുന്നതല്ല. കക്കോരി ഗൂഢാലോചനാ കേസിൽ പിടിക്കപ്പെട്ട മൂന്നു പ്രതികളിൽ ഒരാളായിരുന്നു അശ്ഫാഖുള്ളാ ഖാൻ. അദ്ദേഹത്തെ തൂക്കിലേറ്റാനായി കൊണ്ടുപോകുമ്പോൾ ബ്രിട്ടീഷ് പട്ടാളക്കാർ ചോദിച്ചുവത്രെ, താങ്കളുടെ അവസാനത്തെ ആഗ്രഹം എന്താണെന്ന്. 'തൂക്കിലേറ്റാൻ നിങ്ങൾ വിധിച്ചിരിക്കുന്ന എന്നെയും എന്റെ സഹതടവുകാരായ എന്റെ ഹൈന്ദവ സുഹൃത്തുക്കളെയും ഒറ്റയ്ക്കൊറ്റയ്ക്ക് തൂക്കിലേറ്റരുത്. ഞങ്ങളെ ഒരുമിച്ച് കഴുമരത്തിലേറ്റുക' എന്നായിരുന്നു ധീരനായ ആ ദേശാഭിമാനി മറുപടി നൽകിയത്.

ജാലിയൻവാലാബാഗ് കൂട്ടക്കൊലയ്ക്ക് നേതൃത്വം നൽകിയ ക്രൂരനായ ബ്രിട്ടീഷ് പട്ടാളമേധാവി ജനറൽ ഡയറിനെ ലണ്ടനിൽ വെച്ച് വധിക്കാൻ ശ്രമിച്ച ഉദ്ധംസിംഗ് എന്ന പഞ്ചാബി ചെറുപ്പക്കാരനെ പിടികൂടി കോടതിക്കു മുമ്പിൽ ഹാജരാക്കിയപ്പോൾ കോടതി ചോദിച്ചു: താങ്കളുടെ പേരെന്താണ്? 'മേരാ നാം റാം മുഹമ്മദ് സിംഗ് ഹേ' എന്നായിരുന്നു അദ്ദേഹത്തിന്റെ മറുപടി. ഇന്ത്യയുടെ ദേശീയ സ്വാതന്ത്ര്യസമര പോരാട്ടവീഥിയിലെ മതമൈത്രിയുടെ ഏറ്റവും ഉജ്ജ്വലമായ പ്രതീകമായിരുന്നു ഉദ്ധംസിംഗ് എന്ന സിക്കുകാരനായ ചെറുപ്പക്കാരൻ. അദ്ദേഹം തൂക്കിലേറ്റപ്പെട്ടെങ്കിലും, ലണ്ടനിലെ കോടതിമുറിയെ പ്രകമ്പനം കൊള്ളിച്ച് ഉച്ചത്തിൽ വിളിച്ചുപറഞ്ഞ തന്റെ പേരായ 'റാം മുഹമ്മദ് സിംഗ്' രാജ്യത്തിന്റെ ഒരിക്കലും മറക്കാത്ത മതനിരപേക്ഷതയുടെ എക്കാലവും ജീവിക്കുന്ന ഉദാഹരണമായി നാടിന്റെ മനസ്സിലുണ്ടാകുമെന്ന് ഉറപ്പാണ്.

രാജ്യമൊന്നടങ്കം സ്വാതന്ത്ര്യത്തിന്റെ പൊൻപുലരിയിലേക്ക് കണ്ണു തുറന്നപ്പോൾ രാഷ്ട്രപിതാവായ മഹാത്മാ ഗാന്ധി ആ സന്തോഷനിമിഷത്തിന് സാക്ഷിയാകാൻ തലസ്ഥാനനഗരിയായ ഡൽഹിയിൽ ഉണ്ടായിരുന്നില്ല. ഹിന്ദു-മുസ്ലിം വിഭാഗങ്ങളിലെ വർഗ്ഗീയവാദികൾ കൽക്കത്ത നഗരത്തിൽ കൊളുത്തിവിട്ട കലാപത്തീ അണയ്ക്കാൻ അദ്ദേഹം കൽക്കത്തയിലായിരുന്നു. അവിടെ, ബംഗാൾ പ്രധാനമന്ത്രിയായിരുന്ന സയ്യിദ് സുഹർവർദിയുമായി ഒരുമിച്ചുചേർന്ന് തന്റെ അനിതരസാധാരണമായ നേതൃപാടവത്തിന്റെ മികവിൽ സമാധാനം പുനഃസ്ഥാപിക്കാനുള്ള കഠിനപരിശ്രമത്തിലായിരുന്നു അദ്ദേഹം. ഗാന്ധിജി കൽക്കത്തയിൽ എത്തിയതറിഞ്ഞ് സുഹർവർദി അദ്ദേഹത്തെ ചെന്നുകണ്ട് കുറച്ചു ദിവസം ഗാന്ധിജിയുടെ സാന്നിദ്ധ്യം നഗരത്തിലുണ്ടാകണമെന്ന് അഭ്യർത്ഥിച്ചു. ഇതുകേട്ടമാത്രയിൽ, 'എത്ര ദിവസം വേണമെങ്കിലും ഞാൻ കൽക്കത്തയിൽ നിൽക്കാം. ഒരു വ്യവസ്ഥയേ എനിക്കുള്ളൂ, എന്റെ കൂടെ നിങ്ങളും ഞാൻ നിൽക്കുന്ന വീട്ടിൽ താമസിക്കണം' എന്നാണ് ഗാന്ധിജി അദ്ദേഹത്തോട് പറഞ്ഞത്. അങ്ങനെ അവരിരുവരും തങ്ങളുടെ ഒരു മുസ്ലിംസുഹൃത്തിന്റെ വീട്ടിൽ താമസിച്ചു. വിവരം കാട്ടുതീപോലെ നഗരത്തിൽ പടർന്നു. വർഗ്ഗീയക്കോമരങ്ങൾ മാളത്തിലേക്ക് ഉൾവലിഞ്ഞു. കലാപകലുഷിതമായിരുന്ന പട്ടണം അധികം വൈകാതെ സമാധാനത്തിലേക്ക് തിരിച്ചുവന്നു. ഇതറിഞ്ഞവർ അത്ഭുതംകൂറി. മഹാത്മാ ഗാന്ധിയെ പ്രശംസിച്ച് മൗണ്ട്ബാറ്റൺ പ്രഭു എഴുതി: 'സായുധരായ നൂറു കണക്കിന് പട്ടാളക്കാരെക്കൊണ്ട് സാദ്ധ്യമാക്കാനാകാത്ത സമാധാനമാണ് ഗാന്ധിജിയുടെ സാന്നിദ്ധ്യം കൊണ്ടുമാത്രം കൽക്കത്തയിൽ സാദ്ധ്യമായിരിക്കുന്നത്.' ഇതുവായിച്ച മഹാത്മജി വൈസ്രോയിക്കെഴുതി: 'കൽക്കത്തയെ പൂർവസ്ഥിതിയിലേക്ക് കൊണ്ടുപോകുന്നതിൽ എന്നോടൊപ്പം എന്റെ സ്നേഹിതൻ സുഹർവർദിയും തുല്യപങ്കാണ് വഹിച്ചത്. അദ്ദേഹത്തെയും അങ്ങ് അഭിനന്ദിക്കുന്നതുവരെ താങ്കളുടെ പ്രശംസാപത്രം എനിക്കു സ്വീകാര്യമല്ല.' ഇന്ത്യയുടെ ഈ ഗതകാലപ്രതാപത്തിൽ നിന്ന് പാഠമുൾക്കൊള്ളാൻ പക്ഷേ, വർത്തമാനകാല ഇന്ത്യ ഭരിക്കുന്ന ഭരണാധികാരികൾക്ക് സാധിക്കുന്നില്ല എന്നുള്ളത് എന്തുമാത്രം ഖേദകരമാണ്. ഗോസംരക്ഷണത്തിന്റെ പേരിൽ പാവപ്പെട്ട ജനങ്ങളെ കൂട്ടക്കശാപ്പ് ചെയ്തുകൊണ്ടിരിക്കുന്ന കാഴ്ചയാണ് പല സ്ഥലങ്ങളിലും നാം കാണുന്നത്. ആൾക്കൂട്ടങ്ങളുടെ അടിയും ഇടിയും കൊണ്ട് നാൽപ്പതാളുകൾ അതിക്രൂരമായി കൊലചെയ്യപ്പെടേണ്ടിവന്നു, പ്രധാനമന്ത്രി ഒന്ന് വാ തുറക്കാൻ. അവസാനം 'ഗോസംരക്ഷകർ കപടന്മാരാണെന്ന്' മോദിജിക്കും പറയേണ്ടിവന്നു. അത് വാക്കുകളിലൊതുങ്ങുന്നതാണ് നാം കണ്ടത്. അക്രമികൾ പേരിനുമാത്രം അറസ്റ്റു ചെയ്യപ്പെട്ടു. ഞൊടിയിടയിൽ ജാമ്യം കിട്ടി ജയിൽമോചിതരായ ക്രിമിനലുകളെ സ്വീകരിച്ചാനയിക്കാനും അവർക്ക് പൊതുമേഖലാ സ്ഥാപനങ്ങളിൽ ജോലി നൽകാനും ചില സംസ്ഥാ

നസർക്കാരുകൾ തയ്യാറായത് അത്യന്തം വേദനയോടെയാണ് രാജ്യം കണ്ടത്.

ഒരുപാട് മതങ്ങളും ജാതികളും ജനസമൂഹങ്ങളും ഈ നാട്ടിലുണ്ടായത് ഈ നാടിന്റെ സൗന്ദര്യത്തെയും അഭിവൃദ്ധിയെയും സമാധാനപൂർണ്ണമായ ജീവിതത്തെയും ഒരിക്കലും പ്രതികൂലമായി ബാധിച്ചിട്ടില്ല. 'എന്തിനാണ് ഒരുപാട് മതങ്ങൾ, ഒരുപാട് ഭാഷകൾ, ഒരുപാട് സംസ്കാരങ്ങൾ? ഒന്നുപോരേ?' എന്ന് ചോദിക്കുന്നവരോട് ബഹുസ്വരതയുടെ പ്രണേതാക്കൾക്ക് തിരിച്ചു ചോദിക്കാനുള്ളത് ഒന്നേയുള്ളൂ: 'എന്തിനാണ് നമുക്ക് ഒരുപാട് സംഗീതങ്ങൾ, ഒരുപാട് കലാരൂപങ്ങൾ, ഒരുപാട് രചനാരീതികൾ, ഒരുപാട് നിറഭേദങ്ങൾ? എല്ലാ രംഗങ്ങളിലും ഒന്നുമാത്രം പോരേ?' പ്രപഞ്ചത്തിലെ ഓരോ സൂക്ഷ്മാണുവിലും വൈവിധ്യങ്ങളെ സംവിധാനിച്ച പ്രപഞ്ചശക്തിയെയാണ് ഏകശിലാവാദികൾ നിരാകരിക്കുന്നത്. ലോകത്ത് ഒരുപാട് നിറങ്ങളും പൂക്കളും പുഴുക്കളും പഴങ്ങളും നിലനിൽക്കട്ടെ. അതാണ് ലോകത്തിന്റെ സഹജത. അത്തരമൊരു വിശാലമായ കാഴ്ചപ്പാടിലേക്ക് മനസ്സുകൊണ്ടുയരാൻ മതേതരവിശ്വാസികൾക്കു മാത്രമേ കഴിയൂ. ലോകത്തെ എല്ലാ മതങ്ങളെയും വിശ്വാസികളെയും സംസ്കാരമുൾക്കൊള്ളുന്നവരെയും ഒരു കണ്ണുകൊണ്ട് കാണാൻ കമ്മ്യൂണിസ്റ്റ്-സോഷ്യലിസ്റ്റ് പാർട്ടികൾക്കേ കഴിയൂ. കാരണം, എല്ലാ സാംസ്കാരികഭൂമികകളും ദേശാതിർത്തികളും സാമൂഹ്യവകഭേദങ്ങളും തകർത്ത് മനുഷ്യർ ഒത്തുകൂടുന്നിടം പൊതു രാഷ്ട്രീയപ്ലാറ്റ്ഫോമുകളാണ്. അല്ലാതെ സങ്കുചിത ജാതി-സമുദായ-രാഷ്ട്രീയചിന്തകളുടെ വരണ്ട മണ്ണിലല്ല.

പിറന്ന നാടിന്റെ എല്ലാമെല്ലാമായ മതേതരത്വം കാക്കാൻ തയ്യാറുള്ളവരുടെ മഹാസംഗമമാണ്, വൈദേശികവിരുദ്ധ പോരാട്ടങ്ങളുടെ വീരേതിഹാസങ്ങളാൽ ആവേശം പൂണ്ട മലപ്പുറത്തിന്റെ മണ്ണിൽ സംഘടിപ്പിക്കപ്പെട്ടിരിക്കുന്നത്. മതനിരപേക്ഷതയോട് ചേർന്നുനിൽക്കുന്ന നിലപാടുകൾ സ്വാംശീകരിക്കാനും വർഗ്ഗീയവാദത്തെ ആറടിമണ്ണിൽ കുഴിച്ചുമൂടാനും പുതുതലമുറ തയ്യാറാവണം. വർഗ്ഗീയതയോട് നാം സന്ധിയില്ലാസമരം പ്രഖ്യാപിച്ചേ മതിയാകൂ. മതനിരപേക്ഷതയുടെ കാവൽഭടന്മാരായി നിലകൊള്ളാൻ ചെറുപ്പക്കാർക്കാവണം. ഏറ്റെടുത്തിരിക്കുന്ന ദൗത്യവുമായി നിങ്ങളോരോരുത്തരും സധൈര്യം മുന്നോട്ടുപോവുക. കാലം നിങ്ങളെയാണ് കാത്തിരിക്കുന്നത്. അസാമാന്യമായ ചങ്കുറ്റവും നെഞ്ചൂക്കുമുള്ളവർക്കല്ലാതെ ഫാഷിസ്റ്റ് തേർവാഴ്ച്ചയ്ക്ക് തടയിടാൻ സാധിക്കില്ല. നമ്മളിന്ന് ഒത്തുകൂടിയിരിക്കുന്ന ഈ കുന്നിൻചെരുവിന്റെ പ്രത്യേകതയെക്കുറിച്ച് അധ്യക്ഷപ്രസംഗത്തിൽ സൂചിപ്പിക്കുകയുണ്ടായി. ബ്രിട്ടീഷ് സാമ്രാജ്യത്വത്തിനെതിരേ സന്ധിയില്ലാസമരം ചെയ്ത വാരിയൻകുന്നത്തെന്ന ചുണക്കുട്ടിയെ പരസ്യമായി, ആളുകൾ കാൺകെ വെള്ളപ്പട്ടാളം വെടിവെച്ചുകൊന്നത് ഇവിടെവെച്ചായിരുന്നു. ആ ധീരദേശാ

ഭിമാനിയുടെ മൃതദേഹം പോലും ബന്ധുക്കൾക്കോ നാട്ടുകാർക്കോ വിട്ടുകൊടുത്തില്ല. ചേതനയറ്റ വാരിയൻകുന്നന്റെ ഭൗതികശരീരം തുണ്ടം തുണ്ടമാക്കി കടലിലെറിയുകയോ കത്തിച്ചുകളയുകയോ ചെയ്തെന്നാണ് ചരിത്രം പറയുന്നത്. സാമ്രാജ്യത്വ-ജൻമിത്വ കൂട്ടുകെട്ടിനെതിരേ ധീരമായി പൊരുതിമരിച്ച വീരന്മാരായ പോരാളികളുടെ നേരവകാശികളാകാൻ ഡി.വൈ.എഫ്.ഐ.യ്ക്ക് കഴിയട്ടെ എന്ന് ആശംസിക്കുന്നു. ബ്രഹ്മദത്തൻ നമ്പൂതിരിപ്പാടും എം.പി. നാരായണ മേനോനും ആലി മുസ്ല്യാരും വാരിയൻകുന്നത്ത് കുഞ്ഞഹമ്മദാജിയും മറ്റനേകം സ്വാതന്ത്ര്യസമരപോരാളികളും ഉയർത്തിയ മാനവികൈക്യത്തിന്റെ പതാകാവാഹകരായി നിങ്ങൾ മുന്നോട്ടു പോവുക. വിപ്ലവാഭിവാദ്യങ്ങൾ.

അമ്മമാർക്ക് സ്നേഹപൂർവം

പ്രിയപ്പെട്ടവരേ, ഏറ്റവും മഹിതമായ മാതൃത്വത്തെ ആദരിക്കാൻ വേണ്ടിയാണ് നിങ്ങളുടെ പ്രിയപ്പെട്ട എം.എൽ.എ. വി. അബ്ദുറഹ്മാൻ താനൂർ മണ്ഡലത്തിൽ വേറിട്ട ഒരു പരിപാടി സംഘടിപ്പിച്ചിരിക്കുന്നത്. സ്വാതന്ത്ര്യസമരസേനാനിയും ബ്രിട്ടീഷുകാരുടെ കണ്ണിലെ കരടുമായിരുന്ന, വെള്ളപ്പട്ടാളത്തിന്റെ വെടിയുണ്ടകളേറ്റ് ധീരരക്തസാക്ഷിത്വം വരിച്ച ഉമൈത്താനകത്ത് കുഞ്ഞിക്കാദറിനെ നൊന്തുപെറ്റ ഉമ്മയുടെ പാദസ്പർശമേറ്റ് പുളകമണിഞ്ഞ മണ്ണിലാണ് ഈ ദേശത്തെ അറുപതുവയസ്സിന് മുകളിലുള്ള അമ്മമാരും ഉമ്മമാരും സംഗമിച്ചിരിക്കുന്നത്. നിങ്ങളുടെയെല്ലാവരുടെയും മുഖത്ത് സന്തോഷത്തിന്റെ പൂത്തിരികത്തുന്നത് വേദിയിലിരിക്കുന്ന ഞങ്ങൾക്ക് കാണാനാകുന്നുണ്ട്. ഓണവും പെരുന്നാളും ഒരുമിച്ച് വന്നത് കഴിഞ്ഞകാലത്തെ കലർപ്പില്ലാത്ത സ്നേഹത്തിന്റെയും അടുപ്പത്തിന്റെയും പുതിയ കാലത്തിനുള്ള ഓർമ്മപ്പെടുത്തലാണ്. നിങ്ങളുടെ ചെറുപ്പത്തിലും യൗവ്വനത്തിലും നാട്ടിൽ കളിയാടിയിരുന്ന ചങ്ങാത്തവും സൗഹൃദവും പുതിയ തലമുറയെ നിങ്ങൾ ഓർമ്മപ്പെടുത്തിക്കൊണ്ടേയിരിക്കണം. ആളുകളെ പരസ്പരം അകറ്റാൻ കൊണ്ടുപിടിച്ച ശ്രമങ്ങൾ നടക്കുന്ന ഒരു കാലത്ത് അതിനെ എതിർത്തുനിന്ന്, ഒഴുക്കിനെതിരേ നീന്താൻ കുട്ടികളെ പ്രാപ്തരാക്കേണ്ടവരാണ് നിങ്ങളോരോരുത്തരും. അനുഭവങ്ങളുടെ മൂശയിൽ രൂപംകൊണ്ട സമുദായമൈത്രിയുടെയും ഐക്യത്തിന്റെയും സന്ദേശങ്ങൾ ഇന്ന് ജീവിക്കുന്ന യുവതീയുവാക്കൾക്ക് പകർന്നുനൽകാൻ നിങ്ങളോളം യോഗ്യർ മറ്റാരുമുണ്ടാവില്ല.

നിങ്ങളിൽ ഏതാണ്ട് എല്ലാവർക്കും ക്ഷേമ പെൻഷൻ ലഭിക്കുന്നുണ്ടാകും. 600 രൂപയായിരുന്ന ക്ഷേമ പെൻഷൻ 1200 രൂപയായാണ് സർ

ക്കാർ ഇപ്പോൾ വർധിപ്പിച്ചിരിക്കുന്നത്. മറ്റാരുടെയും അനുമതിക്ക് കാത്തുനിൽക്കാതെ നിങ്ങളുടെ സ്വന്തം ആവശ്യങ്ങൾക്കും കുടുംബാവശ്യങ്ങൾക്കും ഈ പണം ഉപയോഗിക്കാം. വാർദ്ധക്യകാലത്ത് ഈ പെൻഷൻ വയോജനങ്ങൾക്ക് നൽകുന്ന ആത്മവിശ്വാസവും വ്യക്തിത്വവും ചെറുതല്ല. നിങ്ങളുടെ ആരോഗ്യം, ജീവിതസുരക്ഷ, ഭക്ഷണം ഇവയിലെല്ലാം ഗവൺമെന്റിന്റെ കരുതലും സഹായവും ഉണ്ടാകുമ്പോഴാണ് ഒരു സർക്കാർ നിങ്ങളുടെ സർക്കാരാവുന്നത്. അമ്മയെ മക്കൾ സ്നേഹിക്കണമെങ്കിൽ എല്ലാ അർത്ഥത്തിലും അമ്മ, അമ്മയാവണം. രാജ്യത്തെ അമ്മയായിട്ടാണല്ലോ നാം വിശേഷിപ്പിക്കാറ്. രാജ്യമാകുന്ന അമ്മയോട് മക്കളായ പൗരർക്ക് സ്നേഹമുണ്ടാകണമെങ്കിൽ രാജ്യം ഭരിക്കുന്നവർ പൗരരായ നമ്മളുടെ ജീവിതപ്രയാസങ്ങളും ബുദ്ധിമുട്ടുകളും കണ്ടറിഞ്ഞ് പരിഹരിക്കുകയും അത്യാവശ്യ സഹായങ്ങൾ ചെയ്യുകയും വേണം. സ്നേഹം, അതാരോടാണെങ്കിലും വൺവേ ട്രാഫിക്കല്ല. ജനങ്ങൾക്ക് സ്നേഹവും കരുതലും നൽകി കേരളസർക്കാർ തിരിച്ച് അവരുടെ ഇഷ്ടവും ആദരവും ആർജിക്കുകയാണ്. മറ്റാരും ഒട്ടും സ്നേഹം നൽകിയില്ലെങ്കിലും, മാതാവ് നമുക്കത് നിർലോഭം സമ്മാനിക്കും. ഇന്ത്യയുടെ പ്രസിഡന്റായിരുന്ന ഡോ. എ.പി.ജെ. അബ്ദുൾകലാം അദ്ദേഹത്തിന്റെ ആത്മകഥയിൽ ചെറുപ്പകാലത്തെ അനുഭവങ്ങൾ പങ്കുവെക്കവേ പറയുന്നതെല്ലാം തന്റെ ഉമ്മയെക്കുറിച്ചാണ്. സ്കൂൾ വിട്ടുവരുന്ന പലദിവസങ്ങളിലും ചുട്ട ചപ്പാത്തിയെല്ലാം തനിക്ക് നൽകുന്നതും ഒട്ടിയ വയറുമായി അവർ പച്ചവെള്ളം കുടിച്ച് വിശപ്പടക്കിയതും ഒരിക്കൽ ഇക്കാര്യം ജ്യേഷ്ഠൻ പറഞ്ഞപ്പോൾ ആരും കാണാതെ ഉമ്മയെ കെട്ടിപ്പിടിച്ച് കരഞ്ഞതും താൻ ലോകത്ത് ഏറ്റവുമധികം കടപ്പെട്ടിരിക്കുന്നത് തന്റെ അമ്മയോടാണെന്നും പ്രഥമ ഇന്ത്യൻ പൗരനായിരിക്കെ വളച്ചുകെട്ടില്ലാതെ അദ്ദേഹം വെട്ടിത്തുറന്ന് പറഞ്ഞത് ഞാനീ സന്ദർഭത്തിൽ ഓർത്തുപോവുകയാണ്. അമ്മയും അമ്മമ്മയുമില്ലാത്ത മധുരസ്മരണകൾ ആരുടെയെങ്കിലും ബാല്യകാലത്തുണ്ടാകുമോ? അമ്മ എന്ന വാക്കിന്റെ അർത്ഥം പ്രപഞ്ചമെന്നാണെന്ന് തന്റെ നിരവധി കഥകളിലൂടെ മലയാളത്തിന്റെ പ്രിയപ്പെട്ട കഥാകാരി മാധവിക്കുട്ടി എന്ന കമല സുരയ്യ ഹൃദയത്തിൽതട്ടിപ്പറഞ്ഞ വാക്കുകൾ ആർക്കാണ് മറക്കാനാവുക?

സ്വയംപര്യാപ്തതയാണ് മനുഷ്യനെ മനുഷ്യനാക്കുന്ന പ്രധാന ഘടകം. സ്ത്രീ–പുരുഷ സമത്വം യാഥാർത്ഥ്യമാവണമെങ്കിൽ പുരുഷനെപ്പോലെ സ്ത്രീക്കും ക്രയവിക്രയാധികാരമുണ്ടാകണം. ഒറ്റപ്പെടുന്നു എന്ന തോന്നൽ ഇല്ലാതിരിക്കാനും പരിമിതമെങ്കിലും, വാങ്ങാനുള്ള ശേഷി അഥവാ പർച്ചേസിങ്ങ് പവർ ജീവിതസായാഹ്നത്തിൽ ഉണ്ടാക്കാനുമാണ് സംസ്ഥാനസർക്കാർ വാർദ്ധക്യകാല പെൻഷൻ ഏർപ്പെടുത്തിയത്. ഓരോ മാസവും പെൻഷൻ തുക മുടങ്ങാതെ നിങ്ങളുടെ കൈകളിൽ എത്തുമ്പോൾ നിങ്ങളനുഭവിക്കുന്ന ആത്മനിർവൃതി വിവരണാതീതമായിരിക്കും. അതിന്റെ കൂടെയാണ്, ഒരു ചമൽക്കാരം പോലെ നിങ്ങ

ളുടെ എം.എൽ.എ.യുടെ ഈ സ്നേഹസ്പർശം. ഈ മാതൃസംഗമം ഒരു സ്നേഹത്തലോടലാണ്. ഇത് പെറ്റമ്മയോടുള്ള ആദരവിന്റെ നേർസാക്ഷ്യമാണ്. മക്കളെ ചേർത്തുപിടിക്കേണ്ടവർ മാത്രമല്ല, മക്കളാലും സമൂഹത്താലും ചേർത്തുപിടിക്കപ്പെടേണ്ടവരും കൂടിയാണ് ഉമ്മമാരും അമ്മമ്മമാരുമെന്ന് അടയാളപ്പെടുത്തുന്നതാണ് ഈ ഒത്തുചേരൽ. ആർദ്രതയുടെയും തീർത്താൽ തീരാത്ത കടപ്പാടിന്റെയും തിരയിളക്കം സൃഷ്ടിച്ച ഈ അമ്മക്കൂട്ടായ്മ നാടുമുഴുവൻ മനംനിറഞ്ഞ് ആസ്വദിക്കുകയാണ്.

മാതാവിന്റെ സ്നേഹം വാക്കുകളുടെയും വരകളുടെയും വർണ്ണനകളുടെയും വൃത്തത്തിൽ ഒതുങ്ങുന്നതല്ല. അതിനു പകരം നൽകാൻ നൂറ് ജന്മമെടുത്താലും നമുക്ക് സാധിക്കില്ല. മാധവസേവയെന്നാൽ മാനവസേവയാണെന്നത് പ്രസിദ്ധമായ ഒരു മഹദ്വചനമാണ്. മാനവസേവയാകട്ടേ, മാതൃസേവയല്ലാതെ മറ്റൊന്നുമല്ല. മാതാവിനെ സ്നേഹിക്കാൻ കഴിയുന്നവനേ മനുഷ്യനെ സ്നേഹിക്കാനാകൂ. മനുഷ്യനെ സ്നേഹിക്കാൻ കഴിയുന്നവനേ മാധവനെ സ്നേഹിക്കാൻ സാധിക്കൂ. മതങ്ങളും മാനവികതയും ലോകത്തിനെ പഠിപ്പിച്ച ഉൽകൃഷ്ടധർമ്മമത്രെ മാതാവിനോടുള്ള കടപ്പാട്.

പ്രവാചകൻ മുഹമ്മദ് നബി സ്വർഗ്ഗത്തെ പരിചയപ്പെടുത്തിയപ്പോൾ പറഞ്ഞത്, ഒരാളുടെ സ്വർഗ്ഗം ആരാധനാലയങ്ങളിലോ അനുഷ്ഠാനകർമ്മങ്ങളിലോ അല്ല, അയാളുടെ മാതാവിന്റെ കാൽപാദത്തിൻ കീഴിലാണ് കുടികൊള്ളുന്നത് എന്നാണ്. മാതാവിന്റെ കാൽച്ചുവട്ടിൽ സ്ഥിതിചെയ്യുന്ന സ്വർഗ്ഗത്തിലെത്താൻ മക്കൾ എന്തുചെയ്യണം? മാതാപിതാക്കളെ സംരക്ഷിക്കുകയും അവർക്ക് പരിരക്ഷയുടെ തണൽ ഒരുക്കുകയും വേണം. ജീവൻ ബലികൊടുത്തും വിശുദ്ധസമരത്തിനിറങ്ങാൻ സമ്മതം തേടിക്കൊണ്ട് പ്രവാചകസന്നിധിയിലെത്തിയ അനുചരനോട് 'താങ്കൾക്ക് പ്രായമായ മാതാപിതാക്കളുണ്ടോ' എന്നായിരുന്നു പ്രവാചകൻ ചോദിച്ചത്. ഉണ്ടെന്നയാൾ മറുപടി നൽകിയപ്പോൾ 'വൃദ്ധരായ മാതാപിതാക്കളെ സംരക്ഷിക്കുന്നതിലും വലിയ ധർമ്മസമരമില്ല' എന്നായിരുന്നു മുഹമ്മദ് നബി അദ്ദേഹത്തോട് പറഞ്ഞത്.

പണ്ടൊരു മഹർഷിയോട് ചോദിക്കപ്പെട്ടുവത്രെ: ഏറ്റവും വലിയ ആരാധന എന്താണ്? അദ്ദേഹം അതിനേകിയ മറുപടി ഇങ്ങനെയാണ്: മാതാവിനെ ശുശ്രൂഷിക്കലും അവരെ പരിപാലിക്കലുമാണ് ഏറ്റവും ഉദാത്തമായ ധർമ്മം. 'മാതാ പിതാ ഗുരു ദൈവം' എന്ന് ഭാരതീയപൈതൃകം ഉൽഘോഷിച്ചതും ഏറെ പ്രസക്തമാണ്. മാതാപിതാക്കളെ പരിരക്ഷിക്കലും അവർക്ക് സംരക്ഷണത്തിന്റെ തണൽ വിരിച്ചു കൊടുക്കലുമാണ് ഏറ്റവും വലിയ ആരാധനയെന്ന് ആരാധനാകർമ്മങ്ങളിൽ അഭിരമിക്കുന്നവർ മനസ്സിലാക്കുന്നില്ല.

പ്രായമായ മാതാപിതാക്കളുടെ സാന്നിദ്ധ്യം കൊണ്ട് ധന്യമായ 'സ്നേഹപൂർവം അമ്മമാർക്ക്' എന്ന ഈ അനുഗൃഹീതമായ സദസ്സ് ഉൽ

കൃഷ്ണ വേദഗ്രന്ഥമായ ഭഗവദ്ഗീതയിലെയും സന്മാർഗ്ഗദർശനമായ ഖുർ ആനിലെയും സൂക്തങ്ങൾ ഉദ്ധരിച്ച് ഉൽഘാടനം ചെയ്യുവാനാണ് ഞാനാഗ്രഹിക്കുന്നത്. ഭഗവാൻ ശ്രീകൃഷ്ണൻ കുരുക്ഷേത്ര ഭൂമിയിൽ വെച്ച് അർജ്ജുനന് നൽകുന്ന സാരോപദേശവും മാനവികൈക്യം വിളംബരം ചെയ്യുന്ന ദൈവവചനങ്ങളുമാണവ.

‘യദാ യദാ ഹി ധർമ്മസ്യ ഗ്ലാനിർഭവതി ഭാരത
അഭ്യുത്ഥാനമധർമ്മസ്യ തദാത്മാനം സൃജാമ്യഹം
പരിത്രാണായ സാധൂനാം വിനാശായ ച ദുഷ്കൃതാം
ധർമ്മസംസ്ഥാപനാർത്ഥായ സംഭവാമി യുഗേ യുഗേ

അതായത്, ‘ധർമ്മം ക്ഷയിക്കുമ്പോഴൊക്കെ യുഗപുരുഷന്മാർ ധർമ്മസംസ്ഥാപനത്തിനായി അവതരിച്ചുകൊണ്ടേയിരിക്കും’ എന്നർത്ഥം.

‘ഇന്നാ ഖലഖ്നാക്കും മിൻ സകരിൻ വ ഉൻസാ,
വ ജഅൽനാക്കും ശുഊബൻ വ ഖബാഇലൻ
ലി തആറഫൂ, ഇന്ന അക്റമക്കും ഇന്തള്ളാഹി അത്ഖാക്കും”

‘ഹേ മനുഷ്യരേ, നിങ്ങളെ ഒരാണിൽ നിന്നും പെണ്ണിൽ നിന്നും സൃഷ്ടിച്ചിരിക്കുന്നു. നിങ്ങളെ വ്യത്യസ്ത ഗോത്രങ്ങളും വർഗ്ഗങ്ങളുമാക്കിയത് പരസ്പരം തിരിച്ചറിയാൻ വേണ്ടി മാത്രമാണ്’ എന്നാണ് ഇതിന്റെ അർത്ഥം.

മുസ്ലിം നവോത്ഥാനം: ചില ഓർമ്മപ്പെടുത്തലുകൾ

എല്ലാറ്റിനെയും ബഹുമാനിക്കുകയും ആദരിക്കുകയും ചെയ്യുക എന്നുള്ള തലത്തിൽ നിന്നാണ് ഇസ്ലാമിനെ നാം നോക്കിക്കാണേണ്ടത്. ഇസ്ലാമിനെ മാനവികതയിലൂടെയല്ലാതെ വായിക്കപ്പെട്ടയിടങ്ങളിലെല്ലാം ജീർണ്ണതകൾ കടന്നുകൂടിയിട്ടുണ്ട്. പ്രവാചകൻ ഏതൊരു ലക്ഷ്യത്തി നുവേണ്ടി നിലകൊണ്ടുവോ, ആ ലക്ഷ്യത്തിന്റെ സമ്പൂർണ്ണതയ്ക്കു വേണ്ടിയാണ് കാലാകാലങ്ങളിലായി മുസ്ലിംസമുദായത്തിൽ നവോത്ഥാ നനായകർ പിറവിയെടുത്തത്. അതിന്റെ അനുരണനങ്ങൾ അനുസ്യൂതം തുടർന്നുകൊണ്ടിരിക്കുകയാണ്. ഒരു സമൂഹത്തിനും യാഥാസ്ഥിതിക ചിന്തകളുമായി അധികകാലം മുന്നോട്ടുപോകാൻ കഴിയില്ല. ഒരു തരത്തി ലല്ലെങ്കിൽ മറ്റൊരു തരത്തിൽ കാലം മനുഷ്യന്റെ ചിന്തകളിൽ മാറ്റം വരുത്തിക്കൊണ്ടിരിക്കും.

ഹൈന്ദവ-ക്രൈസ്തവ സമൂഹങ്ങളിലെന്നപോലെ മുസ്ലിംസമുദാ യത്തിലും ചില ജീർണ്ണതകളും മിഥ്യാധാരണകളും വിവിധ കാലഘട്ട ങ്ങളിൽ പിറവിയെടുക്കുകയും നിലനിൽക്കുകയും ചെയ്തിരുന്നു. അവ യെയൊക്കെ അതിജീവിച്ചുകൊണ്ടാണ് എല്ലാ മതസമൂഹങ്ങളും ഇ ന്നുവരെ എത്തിനിൽക്കുന്ന അവസ്ഥയിൽ എത്തിച്ചേർന്നത്. 1968ൽ രണ്ടാം ഇ.എം.എസ്. മന്ത്രിസഭയിൽ സി.എച്ച്. മുഹമ്മദ് കോയാ സാഹിബ് വിദ്യാഭ്യാസമന്ത്രിയായിരുന്ന കാലത്ത്, മലപ്പുറം ജില്ലയിലെ തിരൂർക്കാട് എന്ന മുസ്ലിംഭൂരിപക്ഷമുള്ള പ്രദേശത്തെ ഹൈസ്കൂളിൽ എത്ര മുസ്ലിംപെൺകുട്ടികളാണ് പഠിച്ചിരുന്നത് എന്നതിനെ സംബന്ധിച്ച് നടന്ന ഒരന്വേഷണത്തെക്കുറിച്ച് കൊളത്തൂർ ടി. മുഹമ്മദ് മൗലവി പറയു ന്നത് നമ്മിൽ പലരും കേട്ടിട്ടുണ്ടാകും. ഒരേയൊരു മുസ്ലിംപെൺകുട്ടി മാത്രമായിരുന്നുവത്രെ അക്കാലത്ത് തിരൂർക്കാട് ഹൈസ്കൂളിൽ എട്ടാം

ക്ലാസിൽ പഠിച്ചിരുന്നത്. ആ കുട്ടിയെത്തന്നെ ഒൻപതാം ക്ലാസിലേക്ക് പാസായപ്പോൾ വിവാഹം കഴിച്ചു പറഞ്ഞയച്ചു. പിന്നീട് ഒരൊറ്റ മുസ്ലിംപെൺകുട്ടിയും ആ സ്കൂളിൽ ഉണ്ടായിരുന്നില്ല. അങ്ങനെയുള്ളൊരു സാഹചര്യത്തിൽ നിന്നാണ് മെഡിക്കൽ കോളേജുകളിലെയും മറ്റു പ്രൊഫഷണൽ കോളേജുകളിലെയും മഹാഭൂരിപക്ഷം വരുന്ന സീറ്റുകളിലും ആൺകുട്ടികളേക്കാൾ മുസ്ലിംസമുദായത്തിലെ പെൺകുട്ടികൾ മെറിറ്റ് അടിസ്ഥാനത്തിൽ അഡ്മിഷൻ നേടുന്ന അവസ്ഥയിലേക്ക് മാറിയത്.

സ്ത്രീസമൂഹത്തിന്റെ വിദ്യാഭ്യാസത്തിന് നൽകേണ്ട പ്രാധാന്യത്തെക്കുറിച്ച് സമൂഹത്തിലെ എല്ലാ വിഭാഗങ്ങളിലും വലിയ ഉണർവുണ്ടായിട്ടുണ്ട്. പെൺകുട്ടികളുടെ വിദ്യാഭ്യാസത്തിന് മാത്രമായി സ്ഥാപനങ്ങൾ നടത്താത്ത ഒരു സമുദായസംഘടനയും ഇന്ന് നാട്ടിലില്ലെന്നു പറയാം. എല്ലാ വിഭാഗങ്ങളുമെന്ന പോലെ മുസ്ലിംസമുദായവും അതംഗീകരിച്ചു. ഇതിനെ ഗുണപരമായ ഒരു മാറ്റമായാണ് നാം കാണേണ്ടത്. ഇക്കാലമത്രയും വേണ്ടെന്നുവെച്ചത് എന്തിന് അംഗീകരിച്ചു എന്നു ചോദിച്ച് ആരും ആരെയും പ്രകോപിപ്പിക്കുകയോ പരിഹസിക്കുകയോ അല്ല ചെയ്യേണ്ടത്.

പെൺകുട്ടികളുടെ വിദ്യാഭ്യാസത്തിനുണ്ടായിരുന്ന വിലക്ക് ലോകത്തും ഇന്ത്യയിലും നീങ്ങി. വൈജ്ഞാനികരംഗത്ത് ആൺകുട്ടികളേക്കാൾ പെൺകുട്ടികൾ മികവുപുലർത്താൻ തുടങ്ങിയത് വലിയ വിദ്യാഭ്യാസവിപ്ലവം തന്നെയാണ് നാട്ടിൽ സൃഷ്ടിച്ചത്. നാലഞ്ചുവർഷം കഴിയുമ്പോൾ സർക്കാർ സർവ്വീസുകളിൽ നിയമനം ലഭിക്കുന്ന പുരുഷന്മാരേക്കാൾ സ്ത്രീകളാകും കൂടുതൽ. മുസ്ലിംസമുദായത്തിലും സ്ഥിതി ഭിന്നമാവില്ല. മുസ്ലിംസമുദായത്തിൽ മാത്രമല്ല, എല്ലാ മതസമുദായങ്ങളിലും സ്ത്രീശാക്തീകരണം നടന്നുകൊണ്ടിരിക്കുകയാണ്. ഈയുള്ളവൻ തദ്ദേശവകുപ്പിന്റെ ചുമതലക്കാരനായിരുന്ന കാലത്താണ് പി.എസ്.സി. വഴി 1200 എഞ്ചിനീയർമാരുടെ നിയമനം സംസ്ഥാനത്ത് നടന്നത്. ഞാൻ കരുതിയത് എഞ്ചിനീയർമാർ ആയതുകൊണ്ടു തന്നെ ലിസ്റ്റിൽ ആൺകുട്ടികളായിരിക്കും കൂടുതൽ എന്നാണ്. ലിസ്റ്റ് പരിശോധിച്ചു നോക്കിയപ്പോഴാണ് ഞാൻ അത്ഭുതപ്പെട്ടുപോയത്. ആയിരത്തി ഇരുന്നൂറു പേരുടെ ആ ലിസ്റ്റിൽ ഇടം നേടിയവരിൽ എണ്ണൂറ്റിയമ്പതിലധികംപേർ പെൺകുട്ടികളായിരുന്നു.

പെൺകുട്ടികൾക്ക് വിദ്യാഭ്യാസത്തിനുള്ള അവസരം നാനാജാതി സമൂഹവും പല കാരണങ്ങൾ പറഞ്ഞാണ് നിഷേധിച്ചത്. പെൺകുട്ടികളെ കയ്യും കാലും കെട്ടി കുളത്തിലേക്ക് തള്ളിയിട്ട് അവരോട് നാം നീന്താൻ പറഞ്ഞു. അവരുടെ കൈകാലുകളിലെ ബന്ധനങ്ങൾ കാലം അഴിച്ചുമാറ്റി. അവർ നീന്തുകയും പറക്കുകയും ചെയ്തു. നമ്മുടെ പെൺകുട്ടികൾക്ക് അതിരുകളില്ലാതെ ആകാശത്ത് പറക്കാൻ നാം അവസരം നൽകിയാൽ, അവർ ലോകം കീഴടക്കി നമ്മുടെ കൈവെള്ളയിൽ കൊ

ണ്ടുവന്നുതരും. പെൺകുട്ടികളുടെ വിദ്യാഭ്യാസം നാട്ടിലുണ്ടാക്കിയ മാറ്റം സമൂഹത്തിന്റെ മുഖച്ഛായതന്നെ മാറ്റിമറിച്ചു. എന്തൊക്കെ തെറ്റായ ധാരണകളായിരുന്നു ജനങ്ങൾ വെച്ചുപുലർത്തിയിരുന്നത്. അത്തരം അബദ്ധജടിലമായ ധാരണകളിൽനിന്നെല്ലാം നാം മുക്തരായി. ഇപ്പോൾ ശരിയായ വഴിയിലൂടെയാണ് നമ്മൾ സഞ്ചരിച്ചുകൊണ്ടിരിക്കുന്നത്. ഇസ്ലാമിനെ സങ്കുചിതമായി അവതരിപ്പിക്കുന്നതിനു പകരം, ഇസ്ലാമിന്റെ പുരോഗമനപരവും ആധുനികവുമായ മുഖമാണ് സമൂഹത്തിനു മുമ്പിൽ അവതരിപ്പിക്കേണ്ടത്. ഒറ്റ അഭിപ്രായത്തിന്റെ സ്ഥാനത്ത്, ഒരു കാര്യത്തിൽ തന്നെ വിവിധ അഭിപ്രായങ്ങൾ അംഗീകരിച്ച പാരമ്പര്യമാണ് ഇസ്ലാമിനുള്ളത്. ഏകശിലാബന്ധിതമായ അഭിപ്രായമായിരുന്നു ഇസ്ലാമിന്റേതെങ്കിൽ, ഒരിക്കലും നാല് കർമ്മശാസ്ത്ര സരണികൾ ഇസ്ലാമിൽ അംഗീകരിക്കപ്പെടുമായിരുന്നില്ല. ആ നാല് ചിന്താധാരകളിലേയും വ്യത്യസ്തമായ അഭിപ്രായങ്ങൾ വിലയിരുത്തുമ്പോൾ ഗവേഷണങ്ങൾക്കും നിരീക്ഷണങ്ങൾക്കും നിതാന്തമായ അന്വേഷണങ്ങൾക്കും ഇസ്ലാം എത്രമാത്രമാണ് പ്രാധാന്യം കൽപിച്ചത് എന്നു കാണാം.

ലോകത്തുള്ള എല്ലാ മതദർശനങ്ങളും രണ്ടു രീതിയിൽ വ്യാഖ്യാനിക്കപ്പെട്ടിട്ടുണ്ട്. ഹൈന്ദവദർശനം തീവ്രവലതുപക്ഷ കോണിലൂടെയും മാനവികവീക്ഷണത്തിലൂടെയും അപഗ്രഥിക്കപ്പെട്ടിട്ടുണ്ട്. രാജാറാം മോഹൻറോയിയും സ്വാമി വിവേകാനന്ദനും മഹാത്മാ ഗാന്ധിയുമെല്ലാം ഹിന്ദുമതത്തെ വായിച്ചത് മാനവികതയുടെ കണ്ണടയിലൂടെയാണ്. അതേസമയം, ആർ.എസ്.എസും ഗോൾവാൾക്കറും അതിസങ്കുചിത വലതുപക്ഷമനസ്സോടെ ഹൈന്ദവധർമ്മങ്ങളെ നിരീക്ഷിച്ചവരാണ്. ഇസ്ലാമിനെ മാനവികപക്ഷത്തുനിന്ന് വ്യാഖ്യാനിക്കാനാണ് മുസ്ലിം നവോത്ഥാനനായകർ ശ്രമിച്ചത്. എന്നാൽ യാഥാസ്ഥിതിക വലതുപക്ഷം പുരോഗമനപരമായല്ല ഇസ്ലാമിനെ വ്യാഖ്യാനിച്ചത്. ഇസ്ലാമിക നവോത്ഥാനത്തിന് പ്രത്യേക ലേബലുകളില്ല. എല്ലാക്കാലത്തും എല്ലാ മുസ്ലിംഗ്രൂപ്പുകളിലും ഏറ്റക്കുറച്ചിലുകളോടെയാണെങ്കിലും ആ ദൗത്യം നിർവഹിക്കപ്പെട്ടിട്ടുണ്ട്.

ശൈഖ് സൈനുദ്ദീൻ മഖ്ദൂം കൊളുത്തിവെച്ച പരിഷ്കരണത്തിന്റെ ദീപശിഖ ആ കാലത്ത് വലിയ കോളിളക്കം തന്നെയാണ് സൃഷ്ടിച്ചത്. 'തുഹ്ഫത്തുൽ മുജാഹിദീൻ' എന്ന വിഖ്യാതമായ ചരിത്രഗ്രന്ഥം രചിച്ച അദ്ദേഹം, എല്ലാ ജനവിഭാഗങ്ങളെക്കുറിച്ചും ഗാഢമായ പഠനങ്ങളാണ് നടത്തിയത്. 'ഫത്ഹുൽ മുഈൻ' എന്ന ഗ്രന്ഥം രചിച്ചുകൊണ്ട് സൈനുദ്ദീൻ മഖ്ദൂം രണ്ടാമൻ കർമ്മശാസ്ത്രരംഗത്ത് നടത്തിയ ഇടപെടൽ സുവിദിതമാണ്. ആ കാലത്തെ സംബന്ധിച്ചിടത്തോളം വിപ്ലവകരമായ ചില അഭിപ്രായങ്ങളുടെ പ്രകടനവും കൂടിയായിരുന്നു അത്. വെളിയംകോട് ഉമർഖാളിയെ സ്വാതന്ത്ര്യസമരത്തിൽ ധീരമായി പങ്കുകൊണ്ട വീരനായ ദേശാഭിമാനി എന്ന രീതിയിലാണ് സമൂഹത്തിലെ വലിയൊരു ശതമാനം ആളുകൾ കാണുന്നത്. അദ്ദേഹത്തിന്റെ സാമൂഹികപരിഷ്കരണത്വര വേണ്ടവിധം ഇനിയും പ്രക്ഷേപിക്കപ്പെട്ടിട്ടില്ല. മു

സ്ലിംസമുദായത്തിനിടയിൽ ഒരുതരം സവർണ്ണബോധം നിലനിന്നിരുന്ന കാലഘട്ടത്തിലാണ് ഉമർഖാളി ജീവിച്ചിരുന്നത്. തീരപ്രദേശത്ത് ജീവിച്ചിരുന്ന മുസ്ലിംസമുദായത്തിലെ അധഃസ്ഥിതരായ മത്സ്യത്തൊഴിലാളികളോട് അന്നത്തെ മുസ്ലിംപ്രമാണിമാർ പ്രകടിപ്പിച്ചിരുന്ന മേധാവിത്ത മനസ്ഥിതിക്കെതിരേ അദ്ദേഹം ആഞ്ഞടിച്ചു. മുഹമ്മദ് അബ്ദുറഹ്മാൻ സാഹിബ് എന്ന സ്വാതന്ത്ര്യസമര സേനാനിയെ മാത്രമേ നമുക്ക് പരിചയമുള്ളൂ. മുസ്ലിംസമുദായത്തിനിടയിൽ നടന്നിരുന്ന കാതുകുത്ത് കല്യാണത്തിനെതിരേ 'അൽ അമീൻ' എന്ന തന്റെ പ്രസിദ്ധീകരണത്തിൽ അദ്ദേഹമെഴുതിയ പണ്ഡിതോജ്ജ്വലമായ ലേഖനങ്ങളെക്കുറിച്ച് എത്രപേർക്കറിയാം? കൊളംബോയിലെ വലിയ വ്യാപാരിയും ഉദാരമതിയുമായിരുന്ന കോഴിക്കോട്ടുകാരനായ ഇമ്പിച്ചിയെ അബ്ദുറഹ്മാൻ സാഹിബ് ചെന്നുകണ്ട ഒരു സംഭവമുണ്ട്. സാമ്പത്തികപ്രയാസത്താൽ 'അൽ അമീൻ' പ്രസിദ്ധീകരണം നിലച്ചുപോകുമോ എന്ന് ഭയപ്പെട്ട സമയത്തായിരുന്നു കൊളംബോ ഇമ്പിച്ചി എന്ന വ്യാപാരപ്രമുഖനെ സഹായാഭ്യർത്ഥനയുമായി അബ്ദുറഹ്മാൻ സാഹിബ് സമീപിച്ചത്. കാതുകുത്ത് കല്യാണത്തിനെതിരേ നിങ്ങളെഴുതിയ ലേഖനം പ്രസിദ്ധപ്പെടുത്തിയ പത്രത്തിനാണ് സഹായം ചോദിച്ചതെങ്കിൽ പത്തുപൈസ തരില്ലെന്ന് ഇമ്പിച്ചി കട്ടായം പറഞ്ഞു. ഇതുകേട്ട സാഹിബ് 'താങ്കളുടെ പണം എനിക്കു വേണ്ട' എന്നുപറഞ്ഞ് ഇറങ്ങിപ്പോന്നു. പണം കാണുമ്പോൾ കവാത്ത് മറക്കുന്നവരെ മാത്രം കണ്ടുശീലിച്ച കൊളംബോ ഇമ്പിച്ചിക്ക് അതൊരു പുതിയ അനുഭവമായിരുന്നിരിക്കണം. കാഴ്ചപ്പാടിൽ വിട്ടുവീഴ്ച ചെയ്യാത്ത പരിഷ്കർത്താവിനെയാണ് മുഹമ്മദ് അബ്ദുറഹ്മാൻ സാഹിബിൽ നമുക്കിവിടെ കാണാനാകുന്നത്. വ്യത്യസ്ത മതവിഭാഗങ്ങളുമായി മുസ്ലിംസമുദായം എങ്ങനെ അനുവർത്തിക്കണം എന്നതിനെക്കുറിച്ചുള്ള വിശാലമായ കാഴ്ചപ്പാട് അവതരിപ്പിച്ച മഹാന്മാരായിരുന്നു മമ്പുറം സയ്യിദ് അലവി തങ്ങൾ, ഫസൽ പൂക്കോയ തങ്ങൾ തുടങ്ങിയവരൊക്കെ. വക്കം അബ്ദുൾഖാദർ മൗലവി, സനാഉള്ള മക്തി തങ്ങൾ, ചാലിലകത്ത് കുഞ്ഞഹമ്മദാജി, കെ.എം. മൗലവി, സി.എൻ. അഹമ്മദ് മൗലവി, കെ.എം. സീതി സാഹിബ് എന്നിവരുൾപ്പെടെ മുസ്ലിംസമുദായത്തിലെ പരിഷ്കരണത്തിനും നവോത്ഥാനത്തിനും നേതൃത്വം നൽകിയ പ്രഗത്ഭരുടെ വലിയ നിരതന്നെ നമുക്ക് കാണാൻ കഴിയും. അവരിൽ നിന്ന് ആവേശം ഉൾക്കൊണ്ടാണ് മുസ്ലിംസമൂഹം ഇന്നെത്തി നിൽക്കുന്ന അഭിമാനകരമായ അവസ്ഥയിൽ എത്തിച്ചേർന്നത്.

വ്യത്യസ്ത മതവിഭാഗങ്ങൾ അധിവസിക്കുന്ന, മതാടിസ്ഥാനത്തിൽ വിഭജിക്കപ്പെട്ട ചരിത്രമുള്ള നമ്മുടെ രാജ്യത്ത് ജീവിക്കുന്ന ഓരോ വ്യക്തിയും താൻ ജീവിക്കുന്ന സമൂഹത്തെക്കുറിച്ചുള്ള വ്യക്തമായ ധാരണ ആർജിക്കേണ്ടതുണ്ട്. മതാടിസ്ഥാനത്തിൽ വിഭജിതമായ ഇന്ത്യൻ സാഹചര്യങ്ങളെ വിസ്മരിച്ചുകൊണ്ട് ആരെങ്കിലും സംസാരിക്കാൻ തുടങ്ങിയാൽ, സ്വാഭാവികമായും അതൊരുപാട് സാമൂഹിക പ്രശ്നങ്ങൾ

ക്ക് വഴിവെക്കും. നാം അഭിമുഖീകരിച്ച സാഹചര്യങ്ങൾ, നാം കടന്നുപോയ ജീവിതാവസ്ഥകൾ ഇവയെല്ലാം മനസ്സിലാക്കി ഒരു സമൂഹത്തോട് സംവദിക്കുമ്പോഴേ ഒരു ദർശനത്തിന്റെ മാനവികമായ ഉൾക്കാമ്പ് മറ്റുള്ളവർക്ക് മനസ്സിലാക്കിക്കൊടുക്കാൻ സാധിക്കൂ. പുതിയ കാലത്ത് മതരംഗത്ത് പ്രവർത്തിക്കുന്നവർ അത്തരം ജനാധിപത്യപരമായ മാർഗ്ഗങ്ങളാണ് തേടേണ്ടത്.

ഇസ്ലാം ഏറെ തെറ്റിദ്ധരിപ്പിക്കപ്പെട്ടുകൊണ്ടിരിക്കുന്ന സാഹചര്യത്തിലൂടെയാണ് നാം കടന്നു പോകുന്നത്. ഇസ്ലാം എന്ന വാക്കുപോലും പലർക്കും വല്ലാത്ത അസ്വസ്ഥതയുണ്ടാക്കുന്നു എന്നതാണ് വസ്തുത. അത്തരമൊരു ഇസ്ലാമികവിരുദ്ധതയുടെ മാനസികതലം മനസ്സിലാക്കാതെ വർത്തമാനകാലത്ത് ഇസ്ലാമിനെ പരിചയപ്പെടുത്താനാവില്ല. ശാന്തിയും സമാധാനവുമാണ് ഇസ്ലാമെന്ന് പൊതുസമൂഹത്തെ ബോധ്യപ്പെടുത്തേണ്ടത് പ്രസംഗങ്ങളിലൂടെയല്ല, പ്രവർത്തനങ്ങളിലൂടെയാണ്. വാക്കുകളേക്കാൾ പ്രയോഗവൽക്കരണത്തിന് പ്രസക്തി കൈവന്നിരിക്കുന്ന ഒരു കാലത്താണ് നാം ജീവിക്കുന്നത്. ഏതൊരു കാര്യമാണെങ്കിലും, അത് പറയുന്നവന്റെ യോഗ്യത മർമ്മപ്രധാനമാണെന്ന് നാമോർക്കണം. ആശയങ്ങളും ആദർശങ്ങളും കാൽപനികവ്യവഹാരത്തിനുള്ളതല്ല. നമ്മുടെ വിശ്വാസത്തെയും ചിന്തകളെയും പ്രവൃത്തിപഥത്തിലൂടെ ജനങ്ങൾക്ക് ബോധ്യപ്പെടുത്തിക്കൊടുക്കേണ്ട വലിയ ഉത്തരവാദിത്തമാണ് സാമൂഹ്യപരിഷ്കർത്താക്കൾ ഏതുകാലത്താണെങ്കിലും നിർവഹിക്കേണ്ടത്.

ഇന്ത്യയിലെ മുസ്ലിങ്ങൾക്ക് എതിരാളികളെയും ശത്രുക്കളെയുമല്ല, സുഹൃത്തുക്കളെയും മിത്രങ്ങളെയുമാണ് വേണ്ടത്. നിർദാക്ഷിണ്യ വിമർശനങ്ങളിലും ഒരുതരം അന്ധമായ ദുശ്ശാഠ്യങ്ങളിലും ആനന്ദം കണ്ടെത്തുന്നവരാണ് നമുക്കിടയിലെ പലരും. എല്ലാവരെയും ശത്രുപക്ഷത്ത് നിർത്തി വിചാരണ ചെയ്യാനാണ് അത്തരക്കാർക്ക് താൽപര്യം. മതവേദികളിൽ സഹോദരമതങ്ങളെയും പ്രത്യയശാസ്ത്രങ്ങളെയും കേട്ടാൽ പ്രകോപിതമാകുന്ന ഭാഷയിൽ കുറ്റം പറയാതെയും വിമർശിക്കാതെയും സംസാരിച്ചാൽ അത് പൂർണ്ണമാവില്ലെന്നാണ് പലരും കരുതുന്നത്. ഏറ്റവുമധികം അഭ്യുദയകാംക്ഷികളെയും ചങ്ങാതിമാരെയും മുസ്ലിംസമുദായം ആഗ്രഹിക്കുന്ന ഘട്ടത്തിൽ അതു സാദ്ധ്യമാക്കാനാണ് നവോത്ഥാനാശയങ്ങൾ പേറുന്നവർ ശ്രമിക്കേണ്ടത്. മുസ്ലിംസമുദായത്തിന്റെ നന്മയും പുരോഗതിയും ആഗ്രഹിച്ച് ആരെങ്കിലും എന്തെങ്കിലും ചെയ്താൽ, അവർ ഏതു പാർട്ടിക്കാരായാലും ഏതു മതക്കാരായാലും, അവരെ കലവറയില്ലാതെ അഭിനന്ദിക്കുകയാണ് വേണ്ടത്. പരിഷ്കരണസംരംഭങ്ങളുടെ കാതൽ സ്വയംവിമർശനമാണ്. കേരളത്തിലെ മുസ്ലിംസമൂഹത്തിന്റെ അമിതമായ സാമുദായികരാഷ്ട്രീയാഭിമുഖ്യമാണ്, മുസ്ലിംസമുദായവുമായി സൗഹൃദം ആഗ്രഹിക്കുന്ന വലിയൊരു സമൂഹത്തെ പലപ്പോഴും നമ്മിൽനിന്ന് അകറ്റി നിർത്തുന്നത്. ന്യൂനപക്ഷങ്ങളോട് അടുപ്പവും താൽപര്യവുമുള്ളവരാണ് മഹാഭൂരിപക്ഷം ജനങ്ങളും. ആ യാ

ഥാർത്ഥ്യം തിരിച്ചറിഞ്ഞ്, ആരെയും ശത്രുപക്ഷത്ത് പ്രതിഷ്ഠിക്കാതെ നോക്കേണ്ട ചുമതലയും നവോത്ഥാനവാദികൾക്കുണ്ട്. മുസ്ലിംസമുദായവുമായി ബന്ധപ്പെട്ട നിരവധി പ്രശ്നങ്ങളിൽ ഒരുവേള മുസ്ലിങ്ങളേക്കാൾ ശക്തമായി ഇടപെടുകയും പ്രതികരിക്കുകയും ചെയ്ത മുസ്ലിമേതരരായ നിരവധി വ്യക്തികളും സംഘടനകളും ഇന്ത്യയിലുണ്ട്.

മുത്ത്വലാഖ് ബില്ലിൽ അടങ്ങിയിട്ടുള്ള മനുഷ്യത്വരഹിതവും ജനാധിപത്യവിരുദ്ധവുമായ അജണ്ടകൾക്കെതിരേ ഏറ്റവും ശക്തമായി രംഗത്തുവന്ന കക്ഷികളിൽ ഇടതുപക്ഷപാർട്ടികളുടെ സ്ഥാനം വളരെ വലുതാണ്. ആരാധനാലയങ്ങളിലെ സ്ത്രീസാന്നിദ്ധ്യത്തെക്കുറിച്ച് ചർച്ചകൾ നടന്നപ്പോൾ, സ്ത്രീയുടെ പാദസ്പർശമേറ്റാൽ മലിനമാകുന്നതല്ല ആരാധനാലയങ്ങൾ എന്ന മതേതരകാഴ്ചപ്പാട് ഉയർത്തിപ്പിടിക്കേണ്ട ഒരു ചരിത്രസന്ധിയിൽ, അതിനു തയ്യാറാകാതെ സമുദായനേതൃത്വം മൗനത്തിൽ ഒളിച്ചത് ആരെ പ്രീതിപ്പെടുത്താൻ വേണ്ടിയായിരുന്നു? സമുദായപ്പാർട്ടികളുടെ രാഷ്ട്രീയസഖ്യങ്ങളെ മുൻനിർത്തി മതസംഘടനാ നേതാക്കൾ 'അനുവദനീയവും നിഷിദ്ധവും' തീരുമാനിക്കാൻ മുതിർന്നാൽ അതിനെ എങ്ങനെയാണ് വിശേഷിപ്പിക്കേണ്ടത്? മനുഷ്യത്വത്തിന്റെ പേരിൽ എടുക്കുന്ന തീരുമാനങ്ങളെ മാനവികത ഉയർത്തിപ്പിടിക്കുന്ന ആരും സ്വാഗതം ചെയ്യാനോ അംഗീകരിക്കാനോ ഒരു പിശുക്കും കാണിക്കേണ്ടതില്ല. യുവതികളായ സ്ത്രീകളുടെ ആരാധനാലയപ്രവേശനവുമായി ബന്ധപ്പെട്ട പ്രശ്നം സമൂഹത്തിൽ ചർച്ചയായപ്പോൾ അക്കാര്യത്തിൽ ഇടപെട്ട് അഭിപ്രായം പറയാൻ ബാദ്ധ്യതയുണ്ടായിരുന്നവർ ആരെപ്പേടിച്ചാണ് മിണ്ടാവ്രതമിരുന്നത്? ഏതു സമുദായത്തിന്റെ വിഷയത്തിലാണെങ്കിലും, സ്ത്രീപുരുഷസമത്വവുമായി ബന്ധപ്പെട്ട് സ്വീകരിക്കേണ്ടിയിരുന്ന നിലപാട് പൊതുസമൂഹം സ്വീകരിച്ചപ്പോൾ മുസ്ലിംസമുദായനേതൃത്വത്തിന്റെ പ്രതികരണം എന്തായിരുന്നു? ഒരുപക്ഷേ, സഹോദരമതസ്ഥരുടെ ആചാരകാര്യങ്ങളിൽ മുസ്ലിംസമുദായം പ്രതികരിച്ചാൽ അതിനെ തെറ്റായി വ്യാഖ്യാനിക്കാൻ ഇടവരുത്തിയേക്കുമോ എന്ന ചിന്തയും ആശങ്കയുമാകാം അത്തരമൊരു അകലം പാലിക്കലിന് നിദാനമായത്. മുസ്ലിങ്ങൾക്കുവേണ്ടി പറയാനും പോരാടാനും മുസ്ലിങ്ങൾ മാത്രമല്ല, മുസ്ലിങ്ങളല്ലാത്ത കോടാനുകോടി മനുഷ്യരുമുണ്ടെന്ന യാഥാർത്ഥ്യം നാം വിസ്മരിച്ചുപോകരുത്. നമ്മുടെ രാജ്യത്തിന്റെ മതനിരപേക്ഷത അതിന്റെ സമ്പൂർണ്ണത കൈവരിക്കുന്ന മുഹൂർത്തങ്ങളാണ് അത്തരം അവസരങ്ങളെല്ലാം. ഓരോ മതക്കാരുടെയും വിഷയങ്ങൾ അതത് മതക്കാർ അവരവരുടെ പ്ലാറ്റ്ഫോമുകളിൽ മാത്രം പറയേണ്ടതാണ് എന്നതിനുപകരം, ന്യൂനപക്ഷങ്ങളുമായി ബന്ധപ്പെട്ട വിഷയങ്ങളെ പൊതുതലത്തിലേക്ക് കൊണ്ടുവരാൻ സാധിക്കുമ്പോഴേ ന്യൂനപക്ഷപ്രശ്നങ്ങൾക്ക് പൊതുസ്വീകാര്യത കിട്ടുകയുള്ളൂ. ഒരു ബഹുമതസമൂഹത്തിൽ മുത്ത്വലാഖ് പോലെയുള്ള വിഷയങ്ങൾ മുസ്ലിംപ്രശ്നമായിട്ടല്ല അവതരിപ്പിക്കപ്പെടേണ്ടത്.

ഉത്തരേന്ത്യയുടെ വിവിധ ഭാഗങ്ങളിൽ നൂറുകണക്കിന് മുസ്ലിംപുരുഷന്മാരെ കൽത്തുറുങ്കിലടയ്ക്കാനുള്ള ഭരണകൂടത്തിന്റെ നിഗൂഢമായ ശ്രമങ്ങളിൽ ഒന്നാണ് മുത്വലാഖ് നിയമമെന്ന് വിലയിരുത്തപ്പെടുമ്പോൾ കേവല മതപ്രശ്നം എന്ന നിലക്കല്ല, ഇന്ത്യൻ ജനാധിപത്യത്തിന്റെ ആണിക്കല്ലായ സമത്വസങ്കൽപത്തെ തകർക്കുന്ന വിഷയമായാണ് മതേതര പാർട്ടികൾ അതിനെ പൊതുസമൂഹത്തിനു മുന്നിൽ അവതരിപ്പിച്ചിട്ടുള്ളത്. ആ നിലയ്ക്കാണ് ഇത്തരം പ്രശ്നങ്ങൾ കൈകാര്യം ചെയ്യപ്പെടേണ്ടത്. രാഷ്ട്രീയ-സാമൂഹ്യപ്രശ്നങ്ങളുടെ മതവൽക്കരണം ഗുണത്തേക്കാളേറെ ദോഷമാണ് നാട്ടിലുണ്ടാക്കുക. സ്വന്തം സ്വത്വം പോലും പ്രകടിപ്പിക്കാൻ സാധിക്കാത്ത ഒരു സാഹചര്യത്തിൽ ബന്ധപ്പെട്ടവർക്കു വേണ്ടി സംസാരിക്കുന്നത് ആരൊക്കെയാണെന്ന് നാം തിരിച്ചറിയേണ്ടതുണ്ട്. സധൈര്യം അഭിപ്രായങ്ങൾ പറയുന്നവരേയും കാര്യങ്ങൾ ഗോപ്യമാക്കിവെച്ച് വസ്തുതകൾ വിഴുങ്ങുന്നവരേയും ഒരേ തുലാസിലിട്ട് തൂക്കരുത്. രാഷ്ട്രീയമായ അഭിപ്രായവ്യത്യാസം ഒരിക്കലുമതിന് തടസ്സവുമാവരുത്.

മുമ്പ് തെറ്റായിരുന്നു എന്ന് കരുതപ്പെട്ടിരുന്ന പലതും ഇന്ന് നമ്മുടെ മുമ്പിൽ ശരിയാണെന്ന് വന്നിരിക്കുന്നു. ഫോട്ടോ എടുക്കുന്നത് നിഷിദ്ധമായി കരുതിയിരുന്ന ഒരു കാലം നമുക്കുണ്ടായിരുന്നു. വീട്ടിൽ ടിവി സ്ഥാപിക്കാൻ പാടില്ല എന്ന് കരുതിയിരുന്ന ഒരു ഇന്നലെയുമുണ്ടായിരുന്നു. കല്യാണദൃശ്യങ്ങൾ വീഡിയോയിൽ പകർത്തിയതിന്റെ പേരിൽ നിക്കാഹ് നടത്താതെ വേദി വിട്ടുപോയ പുരോഹിതനെക്കുറിച്ച് പത്രങ്ങളിൽ വാർത്തയുണ്ടായിരുന്നു. ഭൗതികവിദ്യാഭ്യാസം, വിശിഷ്യാ ഇംഗ്ലീഷ് ഭാഷാപഠനം തെറ്റാണെന്ന് ബ്രിട്ടീഷുകാരോടുള്ള എതിർപ്പ് മുൻനിർത്തി പ്രചരിപ്പിക്കപ്പെട്ട ഒരു ഭൂതകാലവും നമുക്കുണ്ടായിരുന്നു. അവിടെ നിന്നൊക്കെ എത്രമാത്രമാണ് മുസ്ലിംസമൂഹം മുന്നോട്ടുപോയിരിക്കുന്നത്. ഏതൊരു നാട്ടിലും ഏതൊരു സമൂഹത്തിലും വിശ്വാസത്തിന്റെ പേരിലാണ് ഇത്തരം വിലക്കുകളൊക്കെ നിലനിന്നിരുന്നത്. സ്ത്രീകൾ മാറുമറയ്ക്കാൻ പാടില്ലെന്ന് നിഷ്കർഷിക്കപ്പെട്ടത് വിശ്വാസത്തിന്റെ പേരിലായിരുന്നില്ലേ? അധഃസ്ഥിതവിഭാഗത്തിൽ പെട്ട സ്ത്രീകൾ കല്ലുമാലയേ ധരിക്കാവൂ എന്ന് കരുതപ്പെട്ടിരുന്നതും വിശ്വാസത്തിന്റെ പേരിലായിരുന്നു. വേദമന്ത്രങ്ങളിൽ പാണ്ഡിത്യമുണ്ടെങ്കിലും, അധഃസ്ഥിതർക്ക് ശ്രീകോവിലുകളിലേക്ക് പ്രവേശനമില്ലെന്ന് കൽപിക്കപ്പെട്ടിരുന്നതും മതനിയമത്തിന്റെ പേരുപറഞ്ഞായിരുന്നു. സമാനമായ രീതിയിൽ തന്നെയാണ് എല്ലാ മതങ്ങളിലും വിഭാഗങ്ങളിലുമുള്ള അന്ധവിശ്വാസങ്ങൾ കാലങ്ങളോളം സമൂഹത്തിൽ നിലനിന്നത്. അവയെല്ലാം കാലത്തിന്റെ ചവറ്റുകൊട്ടയിലേക്ക് വലിച്ചെറിയപ്പെട്ടു. നിലനിൽക്കാൻ അർഹതയുള്ളതേ നിലനിൽക്കൂ. മുന്നോട്ടാണ് നാം നടക്കേണ്ടത്, പിന്നോട്ടല്ല. മുന്നോട്ടുകുതിക്കാൻ സമൂഹത്തെ പ്രചോദിപ്പിക്കലാണ് നവോത്ഥാനനായകരുടെയും സംഘടനകളുടെയും ദൗത്യം. സഹിഷ്ണുതയുടെ

യും സൗഹൃദത്തിന്റെയും വിശാലമായ തലങ്ങൾ രൂപപ്പെട്ടു വരണം. വിശ്വാസത്തിന്റെയും മതത്തിന്റെയും മാനവികമായ വ്യാഖ്യാനങ്ങൾ പ്രചരിപ്പിക്കപ്പെടുകയും വേണം. ഓരോ മതത്തിന്റെയും അന്തഃസത്ത ഉൾക്കൊണ്ട് ജീവിക്കുന്ന മനുഷ്യരുടെ വലിയ നിര രൂപപ്പെട്ടു വരികയും വേണം. നമ്മുടെ വിശ്വാസവും മതവും മറ്റുള്ളവരുമായി സംഘർഷത്തിലേർപ്പെടുന്നതിന് ഒരിക്കലും നാം നിമിത്തമായിക്കൂടാ. ഇസ്ലാമിന്റെ മാനവികമുഖം കാണാൻ ലോകം ആഗ്രഹിക്കുന്നുണ്ട്. സഹോദരമതസ്ഥരായ ആളുകൾ ഇസ്ലാമിന്റെയോ മുസ്ലിങ്ങളുടെയോ സാന്നിദ്ധ്യം ഒരിക്കലും അനിഷ്ടത്തോടു കൂടിയല്ല കാണുന്നത്.

ഇസ്ലാമികനാഗരികത പൂത്തുലഞ്ഞ് നിന്ന ബാഗ്ദാദ് പട്ടണത്തിന്റെ ചരിത്രത്തിൽ രേഖപ്പെടുത്തിയ ഒരു സംഭവം ഓർമ്മിച്ചുകൊണ്ട് ഞാൻ അവസാനിപ്പിക്കുകയാണ്. ബാഗ്ദാദിൽ ജനങ്ങൾ കൂടുന്ന ഒരു മാർക്കറ്റിൽ വന്ന് ജൂതമതക്കാരനായ ഒരാൾ വിളിച്ചുപറഞ്ഞു: 'എനിക്ക് ഈ പട്ടണത്തിൽ ഒരു വീടും കുറച്ചു സ്ഥലവുമുണ്ട്. എന്റെ പുരയിടത്തിന് യഥാർത്ഥവിലയുടെ പത്തിരട്ടി വർദ്ധിപ്പിച്ചു നൽകുന്നതാരോ അയാൾക്കത് വിൽക്കാൻ ഞാൻ ആഗ്രഹിക്കുന്നു.' താങ്കളുടെ പുരയിടത്തിന് യഥാർത്ഥവിലയേക്കാൾ പത്തിരട്ടി വർദ്ധിപ്പിച്ചു പറയാൻ എന്താണ് കാരണമെന്നന്വേഷിച്ച അവിടെ കൂടിനിന്ന ആളുകളോടായി അയാൾ പറഞ്ഞ മറുപടി ഇങ്ങനെയായിരുന്നു: 'എന്റെ വീടിന്റെ ചുറ്റും താമസിക്കുന്നത് ഒരുപറ്റം മുസ്ലിങ്ങളാണ്. നിങ്ങൾക്ക് നിങ്ങളുടെ കുടുംബത്തെ അവിടെയാക്കി ലോകത്തെവിടേക്കും പോകാം. എത്ര വർഷങ്ങൾ കഴിഞ്ഞ് നിങ്ങൾ തിരിച്ചെത്തിയാലും നിങ്ങളുടെ കുടുംബം അവിടെ സുരക്ഷിതമായിട്ടുണ്ടാകും.' ഒരു ജനതയെ ഒരു വിശ്വാസം എത്രമാത്രം ഗുണപരമായി സ്വാധീനിക്കുമെന്നതിന്റെ ഉത്തമ ഉദാഹരണമാണിത്. നമ്മുടെ അയൽവാസികളായി ജീവിക്കുന്ന അമുസ്ലിം സുഹൃത്തുക്കൾ നമ്മളെക്കുറിച്ച് ഇങ്ങനെ ചിന്തിക്കുകയും പറയുകയും ചെയ്യുമെന്ന് നെഞ്ചത്ത് കൈവെച്ച് പറയാൻ എത്രപേർക്കാകും? അതിന് ധൈര്യം വരുന്ന അന്ന് മുസ്ലിംനവോത്ഥാനത്തിന്റെ ഫലങ്ങളെക്കുറിച്ചും നമുക്ക് ചർച്ച ചെയ്യാം.

വഖഫും മതനിരപേക്ഷതയും

അർഹതപ്പെട്ടവർക്ക് ന്യായമായ അവകാശങ്ങൾ ലഭ്യമാക്കാൻ സർക്കാർ പ്രതിജ്ഞാബദ്ധമാണ്. വഖഫ് കേസുകൾ കൈകാര്യം ചെയ്യാൻ സംസ്ഥാനത്ത് ഒരു മുഴുസമയ ട്രിബ്യൂണൽ ഇതുവരെ ഉണ്ടായിരുന്നില്ല. ഭാഗികമായി മാത്രം വഖഫ് തർക്കങ്ങൾ കൈകാര്യം ചെയ്തിരുന്ന ഏകാംഗ ട്രിബ്യൂണലുകൾക്ക് സമയബന്ധിതമായി കേസുകൾ തീർപ്പാക്കാനാകാതെ കെട്ടിക്കിടക്കുന്ന സ്ഥിതിയാണ് നിലനിന്നിരുന്നത്. കേന്ദ്ര വഖഫ് നിയമത്തിനനുസൃതമായ ചട്ടം നിലവിൽ വരാതിരുന്നതുകൊണ്ടാണ് കഴിഞ്ഞ കുറച്ചുകാലമായി മുഴുസമയ വഖഫ് ട്രിബ്യൂണൽ രൂപീകരിക്കാൻ സാധിക്കാതെ പോയത്. നടപടിക്രമങ്ങളുടെ നൂലാമാലകൾ പടിപടിയായി പൂർത്തിയാക്കി കാര്യങ്ങളിപ്പോൾ അതിന്റെ പൂർണ്ണതയിൽ എത്തിയിരിക്കുകയാണ്. വഖഫ് സ്വത്തുക്കളുമായി ബന്ധപ്പെട്ട എല്ലാ തർക്കങ്ങളും ബോർഡിന് പരിഹരിക്കാൻ കഴിയാത്ത സാഹചര്യങ്ങൾകൂടി പരിഗണിച്ചാണ് ഇത്തരമൊരു സ്ഥായിയായ വ്യവഹാരപരിഹാര സംവിധാനം സർക്കാർ യാഥാർത്ഥ്യമാക്കിയിരിക്കുന്നത്. ഇക്കാലമത്രയും മൂന്നു മേഖലകളിലായി ഓരോ ജഡ്ജിമാർ വീതമുള്ള ട്രിബ്യൂണലുകളാണ് പ്രവർത്തിച്ചിരുന്നത്. അവർ മറ്റു കേസുകളും കൈകാര്യം ചെയ്തിരുന്നതുകൊണ്ട് വഖഫ് കേസുകളിൽ മാത്രം ശ്രദ്ധ കേന്ദ്രീകരിക്കാൻ സാധിക്കാത്ത പ്രശ്നമാണ് ഇപ്പോൾ ശാശ്വതമായി പരിഹരിക്കപ്പെട്ടിരിക്കുന്നത്. ജില്ലാ ജഡ്ജിയാണ് മൂന്നംഗ ട്രിബ്യൂണലിന്റെ ചെയർമാൻ. കേസുകൾ തീർപ്പുകൽപിക്കുന്നതിൽ അദ്ദേഹത്തെ സഹായിക്കുവാനായി നിയമപരിജ്ഞാനമുള്ള മറ്റു രണ്ടംഗങ്ങൾ കൂടിയുണ്ട്. കോഴിക്കോട് ആസ്ഥാനമായി നിലവിൽ വന്ന വഖഫ് ട്രിബ്യൂണലാകും

മേലിൽ കേരളത്തിന്റെ എല്ലാ ഭാഗങ്ങളിൽനിന്നുമുള്ള വഖഫുമായി ബന്ധപ്പെട്ട മുഴുവൻ കേസുകളും നോക്കുക.

എല്ലാ മതസ്ഥാപനങ്ങൾക്കും വഖഫ് ബോർഡിൽ രജിസ്റ്റർ ചെയ്യാനുള്ള അവകാശമുണ്ട്. ദൗർഭാഗ്യവശാൽ, യോഗ്യതയുള്ള പല സ്ഥാപനങ്ങളെയും രാഷ്ട്രീയ-കക്ഷി വ്യത്യാസങ്ങളു ടെ പേരിൽ ബോർഡിൽ രജിസ്റ്റർ ചെയ്യാൻ അനുവദിക്കാത്ത സ്ഥിതിവിശേഷം കേരളത്തിൽ നിലനിൽക്കുന്നുണ്ട്. ജനറൽ ബോഡി അംഗീകരിച്ച ഏതെങ്കിലുമൊരു സംഘത്തിന്റെ ബൈലോ ഔദ്യോഗികമായി ബോർഡിനു കിട്ടിയാൽ, അതനുസരിച്ച് പ്രസ്തുത സംഘത്തിന് ബോർഡിൽ രജിസ്ട്രേഷൻ നൽകാവുന്നതാണ്. എന്നാൽ, പലപല പരിഗണനകൾ വെച്ച് ആ ചുമതല നിർവഹിക്കപ്പെടാതെ പോകുന്ന സ്ഥിതി തുടർന്നുകൂടാ. വഖഫ് സ്വത്തുക്കൾ കൈകാര്യം ചെയ്യുന്ന മേഖലയിൽ ഒരുപാടുകാലം ഒരേ ആളുകൾ ഇരുന്നാൽ, സ്വാഭാവികമായും സ്വജനപക്ഷപാതത്തിനും അഴിമതിക്കും അത് ഇടവരുത്തും. അതുകൊണ്ടാണ്, മുതവല്ലിമാരുടെ ക്വോട്ടയിൽ ഉൾപ്പെടെ തുടർച്ചയായി രണ്ടിൽ കൂടുതൽ തവണ ജുഡീഷ്യൽ അധികാരത്തോടുകൂടിയ അംഗങ്ങളായി ആരും വരാൻ പാടില്ല എന്ന് ചട്ടത്തിൽ നിഷ്കർഷിച്ചിട്ടുള്ളത്. സർക്കാർ സദുദ്ദേശത്തോടെ എടുത്ത പ്രസ്തുത തീരുമാനം ബഹുമാനപ്പെട്ട ഹൈക്കോടതി അംഗീകരിച്ചില്ല. അതിനെതിരേ ഗവൺമെന്റ് സുപ്രീംകോടതിയെ സമീപിച്ചിരിക്കുകയാണ്. നിയമസഭയിലേക്കോ തദ്ദേശസ്ഥാപനങ്ങളിലേക്കോ സഹകരണമേഖലയിലേക്കോ മത്സരിക്കാൻ ഇത്തരമൊരു നിബന്ധന ബാധകമല്ലെന്നുള്ള നിയമം വഖഫ് ബോർഡിലേക്കുള്ള തെരഞ്ഞെടുപ്പിനോ നാമനിർദേശത്തിനോ ബാധകമാക്കാനാവില്ല. കാരണം, വഖഫ് ബോർഡ് അംഗം മറ്റു സ്ഥാപനങ്ങളിലെ മെമ്പറെപ്പോലുള്ള ഒരു മെമ്പറല്ല. ജുഡീഷ്യൽ അധികാരത്തോടുകൂടിയ അംഗമാണ്. അതുകൊണ്ടുതന്നെ അവ രണ്ടിനേയും രണ്ടായിത്തന്നെ കാണണം. ഇക്കാര്യം ബഹുമാനപ്പെട്ട പരമോന്നതനീതിപീഠത്തെ ബോദ്ധ്യപ്പെടുത്താനാകുമെന്നാണ് പ്രതീക്ഷ. വഖഫ് ബോർഡിലെ പത്ത് അംഗങ്ങളിൽ ആറുപേരും വിവിധ മണ്ഡലങ്ങളിൽ നിന്ന് തെരഞ്ഞെടുക്കപ്പെട്ട് വരുന്നവരാണ്. വഖഫ് സ്വത്തുക്കളുടെ കൈകാര്യകർത്താക്കളിൽ നിന്ന് രണ്ടുപേരും ബാർ കൗൺസിലിൽ നിന്ന് ഒരാളും മുസ്ലിം എം.എൽ.എ.മാരിൽ നിന്ന് രണ്ടുപേരും മുസ്ലിം എം.പി.മാരിൽ നിന്ന് ഒരാളും തെരഞ്ഞെടുപ്പിലൂടെ വരുന്നവരാണ്. വിവിധ ക്വോട്ടകളിലായി നാലുപേരെ സർക്കാരിനും നാമനിർദേശം ചെയ്യാം. സുന്നി-ഷിയാ കർമ്മശാസ്ത്രങ്ങളിൽ ഗ്രാഹ്യമുള്ള രണ്ടുപേർ, ഗവൺമെന്റ് അണ്ടർസെക്രട്ടറി റാങ്കിലുള്ള ഒരാൾ, പൊതുപ്രവർത്തകരിൽ നിന്നൊരാൾ എന്നിങ്ങനെയാണ് ആ നാലുപേർ. ആ നാലുപേരിൽ രണ്ടുപേർ വനിതകളാവണമെന്നും നിബന്ധനയുണ്ട്. കേന്ദ്ര വഖഫ് നിയമത്തിന്റെ അടിസ്ഥാനത്തിലാണ് ഈ തെരഞ്ഞെടുപ്പുകളും നാമനിർദേശങ്ങളും നടക്കുന്നത്.

കേരളത്തിൽ വിശ്വാസികൾ ദാനം നൽകിയ വഖഫ് സ്വത്തുക്കളിൽ പലതും വലിയ നഗരങ്ങളുടെ കണ്ണായ സ്ഥലങ്ങളിലുണ്ട്. ചിലതൊക്കെ ചോദിക്കാനും പറയാനും ആളില്ലാതെ അന്യാധീനപ്പെട്ട അവസ്ഥയിലുമാണ്. സംസ്ഥാനത്ത് ഇന്നുവരെ വഖഫ് സ്വത്തുക്കൾ പൂർണ്ണമായും അളന്നു തിട്ടപ്പെടുത്തി സമ്പൂർണ്ണമായി ഡിജിറ്റലൈസ് ചെയ്യപ്പെട്ടിട്ടുമില്ല. വിലപിടിപ്പുള്ള സ്ഥലങ്ങൾ പലരും ഉപയോഗിക്കുന്നുണ്ടെങ്കിലും, പത്തുപൈസ ബോർഡിന് കിട്ടാത്ത സാഹചര്യവും നിലനിൽക്കുന്നുണ്ട്. ഈ കുറവ് പരിഹരിക്കാൻ 2018ൽ ഒരു ഐ.എ.എസ്. ഉദ്യോഗസ്ഥന്റെ നേതൃത്വത്തിൽ വഖഫ് സർവ്വേ കമ്മീഷൻ രൂപീകരിച്ച് സർക്കാർ ഉത്തരവിറക്കി. ഓരോ ജില്ലയിലും കളക്ടർമാരുടെ നേരിട്ടുള്ള മേൽനോട്ടത്തിൽ വഖഫ് ഭൂമി അളന്നു തിട്ടപ്പെടുത്തി സർവ്വേ സ്കെച്ചുകൾ രൂപപ്പെടുത്തിക്കൊണ്ടിരിക്കുകയാണ്. 2020 ഡിസംബറിനു മുമ്പ് സർവ്വേ പൂർത്തിയാക്കി കേരളം രാജ്യത്തിനുതന്നെ മാതൃകയാകും. നഷ്ടപ്പെടുമായിരുന്ന വഖഫ് സ്വത്തുക്കൾ മുഴുവൻ തിരിച്ചുപിടിച്ച് ഒരുരൂപയുടെ സ്വത്തുപോലും ഒരാളുടെ കയ്യിലും ഇല്ലെന്ന് ഉറപ്പുവരുത്താൻ സർക്കാർ പ്രതിജ്ഞാബദ്ധമാണെന്ന കാര്യം അർത്ഥശങ്കയ്ക്കിടയില്ലാത്ത വിധം വ്യക്തമാക്കാൻ ഞാനാഗ്രഹിക്കുകയാണ്.

കോടാനുകോടി രൂപ വിലമതിക്കുന്ന സ്വത്തുക്കളാണ് വഖഫ് ചെയ്യപ്പെട്ടതായിട്ടുള്ളത്. സത്യത്തിൽ, നമ്മുടെ പ്രഥമ പ്രധാനമന്ത്രിയായിരുന്ന പണ്ഡിറ്റ് ജവഹർലാൽ നെഹ്റുവിന്റെ അതീവതൽപരതയിലായിരുന്നു വിഭജനാനന്തര സ്വതന്ത്ര ഇന്ത്യയിലെ വഖഫ് ഭരണസംവിധാനം നിലവിൽ വന്നത്. ഉത്തരേന്ത്യയിൽ നിന്നൊക്കെ സമ്പന്നരും പ്രമാണിമാരുമായ നിരവധി മുസ്ലിങ്ങളാണ് രാജ്യവിഭജനത്തെ തുടർന്ന് പാക്കിസ്ഥാനിലേക്ക് പോയത്. ഭൂരിപക്ഷം പാവപ്പെട്ട സാധാരണക്കാരായ മുസ്ലിങ്ങളും ഇന്ത്യയിൽ തന്നെ തുടർന്നു. ഉടമസ്ഥരില്ലാതെ കിടന്ന മുസ്ലിംസമ്പന്നരുടെ സ്വത്തുക്കൾ എന്തുചെയ്യണം എന്നതിനെച്ചൊല്ലി രണ്ടഭിപ്രായങ്ങളാണ് ഉയർന്നുവന്നത്. അത്തരം സ്വത്തുക്കൾ ദേശസാൽക്കരിക്കണം എന്നായിരുന്നു ഒന്നാമത്തെ അഭിപ്രായം. ഇന്ത്യയിൽ അവശേഷിക്കുന്ന മുസ്ലിംജനവിഭാഗത്തിന്റെ പൊതു ഉടമസ്ഥതയിൽ, അവരുടെതന്നെ പുരോഗതിക്കുവേണ്ടി അത്തരം സ്വത്തുക്കൾ വിനിയോഗിക്കണം എന്നതായിരുന്നു രണ്ടാമത്തെ അഭിപ്രായം. ജനാധിപത്യവാദിയും കറകളഞ്ഞ മതേതരവാദിയുമായിരുന്ന നെഹ്റു രണ്ടാമത്തെ അഭിപ്രായമാണ് സ്വീകരിച്ചത്. അങ്ങനെയാണ്, സ്വാതന്ത്ര്യാനന്തരം നമ്മുടെ രാജ്യത്ത് വഖഫ് സ്വത്തുക്കൾ ഒരുക്കൂട്ടി കൈകാര്യം ചെയ്യുന്നതിനായി അർദ്ധജുഡീഷ്യറി അധികാരങ്ങളോടെ പ്രത്യേകമായ ഒരു കൈകാര്യകർതൃത്വ സംവിധാനം വഖഫ് ബോർഡെന്ന പേരിൽ നിലവിൽ വന്നത്. ബ്രിട്ടീഷ് ഇന്ത്യയിൽ ന്യൂനതകളോടെ നിലനിന്നിരുന്ന വഖഫ്

നിയമം സ്വാതന്ത്ര്യാനന്തര ഭാരതത്തിൽ കുറ്റമറ്റ രീതിയിലാക്കി നിലനിർത്തിയത് നെഹ്റുവിന്റെ ദീർഘവീക്ഷണമാണ്.

കേരളത്തിൽ വഖഫ് ബോർഡിന് സർക്കാർ ഗ്രാന്റ് ലഭിച്ചുതുടങ്ങിയതിനു പിന്നിലും മതനിരപേക്ഷ നിലപാടെടുത്ത ഒരു നല്ല മനുഷ്യന്റെ ഇടപെടലിന്റെ ചരിത്രമുണ്ട്. കേരളത്തിൽ വഖഫ് ബോർഡ് രൂപീകരിച്ച് 43 വർഷങ്ങൾ കഴിഞ്ഞതിനുശേഷമായിരുന്നു അത്. തന്റെ ജന്മനാടു കൂടിയായ കൊച്ചിയിലെത്തിയ അന്നത്തെ റവന്യൂ സെക്രട്ടറി ഡോ. എസ്. സുന്ദരേശൻ അപ്രതീക്ഷിതമായി വഖഫ് ബോർഡ് ആസ്ഥാനത്തെത്തി. ദീർഘനേരം അവിടെ ചെലവഴിച്ച അദ്ദേഹം ഫയലുകളെല്ലാം പരിശോധിച്ചു. കഴിഞ്ഞ നാലര പതിറ്റാണ്ടായി സർക്കാരിൽ നിന്ന് ഒരു ഗ്രാന്റും വഖഫ് ബോർഡിന് കിട്ടുന്നില്ലെന്നു കണ്ട് അദ്ദേഹം അത്ഭുതപ്പെട്ടു. 50 ലക്ഷം സർക്കാർ വാർഷികഗ്രാന്റ് വഖഫ് ബോർഡിന് കൊടുക്കണമെന്ന് ഡോ. സുന്ദരേശനാണ് ചരിത്രത്തിലാദ്യമായി ശുപാർശ ചെയ്തത്. കേന്ദ്ര പെട്രോളിയം സെക്രട്ടറിയായി പിന്നീട് സ്ഥാനക്കയറ്റം കിട്ടിപ്പോയ ഡോ. എസ്. സുന്ദരേശനെന്ന വിശാലഹൃദയനായ ഉദ്യോഗസ്ഥന്റെ അവസരോചിതമായ ഇടപെടലിലൂടെ ലഭിച്ച 50 ലക്ഷം ഗ്രാന്റ് പതിനേഴുവർഷങ്ങൾക്ക് ശേഷം ഒരു കോടിയാക്കി വർധിപ്പിച്ചത് ഈ സർക്കാരാണ്. 43 വർഷത്തിനിടയിൽ ആദ്യമായി വഖഫ് ബോർഡ് ചെയർമാനും സി.ഇ.ഒ.യ്ക്കും കാറുകൾ വാങ്ങാനുള്ള അനുമതി നൽകിയതും ഇതേ സുന്ദരേശൻ തന്നെയാണ്. സി. കൃഷ്ണമൂർത്തി ചീഫ് സെക്രട്ടറിയായിരിക്കെയാണ് വഖഫ് ബോർഡിന് ഒരു സ്ഥിരം സി.ഇ.ഒ. ഉണ്ടായത്. വഖഫ് ബോർഡിന്റെ ചരിത്രം മതേതരത്വത്തിന്റെ ചരിത്രവും കൂടിയാണെന്ന് ചുരുക്കം. നമ്മുടെ നാട്ടിലെ സഹോദരസമുദായങ്ങൾ മുസ്ലിംസമുദായത്തോട് കാണിച്ച സ്നേഹത്തിന്റെയും അടുപ്പത്തിന്റെയും സമാനമായ ഉദാഹരണങ്ങൾ എത്രവേണമെങ്കിലും ചൂണ്ടിക്കാണിക്കാനാകും.

ജനാധിപത്യ ഇന്ത്യയിൽ എല്ലാ ജനവിഭാഗങ്ങളെയും സംബന്ധിച്ച് ഏറ്റവും പ്രധാനം ഭരണഘടന തന്നെയാണ്. വിശ്വാസമുൾപ്പെടെ മറ്റെല്ലാം അതിനു താഴെയാണ്. ഭൂരിപക്ഷ-ന്യൂനപക്ഷ മതവിഭാഗങ്ങളുടെ വിശ്വാസവികാരവും ആചാരവിചാരങ്ങളും ചൂഷണം ചെയ്ത് രാഷ്ട്രീയാധികാരം നേടിയവരും നേടാനിരിക്കുന്നവരും ഒരുപോലെ ഇപ്പോൾ പറയുന്നത് വിശ്വാസമാണ് പ്രധാനം, ഭരണഘടന അതിനു താഴെയാണ് എന്നാണ്. ഇതംഗീകരിക്കപ്പെട്ടാൽ അതിന്റെ ഏറ്റവും വലിയ ദുരന്തങ്ങൾ ഏറ്റുവാങ്ങേണ്ടിവരിക രാജ്യത്തെ ന്യൂനപക്ഷങ്ങളാകും. ഇന്ത്യയുടെ നിലനിൽപ്പിനെ തന്നെ ആത്യന്തികമായി അപകടപ്പെടുത്തുന്ന വാദമാണിത്.

ഭാരതത്തെപ്പോലൊരു മതേതര ജനാധിപത്യ രാജ്യത്ത് ഇത്തരം വൈകാരികവാദങ്ങൾ അംഗീകരിക്കപ്പെട്ടാൽ തൊട്ടുടനെ ഉയർന്നുവരുന്ന ചോദ്യം ഏതു മതവിശ്വാസം, ആരുടെ മതവിശ്വാസം എന്നുള്ളതാ

യിരിക്കും. ഭരണഘടനയുടെ മുകളിൽ വിശ്വാസം പ്രതിഷ്ഠിക്കപ്പെട്ടപ്പോഴാണ് ബാബരി മസ്ജിദിന്റെ തകർച്ചയുണ്ടായത്. ബാബരി മസ്ജിദ് തകർക്കപ്പെടുമ്പോൾ ഇന്ത്യയിലെ ബഹുഭൂരിഭാഗം വരുന്ന മതേതരവിശ്വാസികളും അത് തകർക്കപ്പെടരുത് എന്നാഗ്രഹിച്ചവരായിരുന്നു. തങ്ങളുടെ ആരാധനാലയം സംരക്ഷിക്കപ്പെടണമെന്ന ഉദ്ദേശത്തോടെയാണ് മുസ്ലിങ്ങൾ അങ്ങനെ ആഗ്രഹിച്ചതെങ്കിൽ, എല്ലാ വിശ്വാസങ്ങളും ആരാധനാലയങ്ങളും സംരക്ഷിക്കപ്പെടണമെന്ന ലക്ഷ്യത്തോടെയാണ് സഹോദരമതസ്ഥരായ മതേതരവാദികൾ അതാഗ്രഹിച്ചത്. ലോകത്തെ ഏതു രാജ്യത്താണെങ്കിലും, മനുഷ്യാവകാശങ്ങൾ ഉയർത്തിപ്പിടിക്കുന്ന ഒരു ഭരണഘടന അവിടെ നിലനിൽക്കുന്നുണ്ടെങ്കിലേ ജനങ്ങൾക്ക് അവരിഷ്ടപ്പെടുന്ന മതങ്ങളിൽ വിശ്വസിക്കാനുള്ള സ്വാതന്ത്ര്യമുണ്ടാവുകയുള്ളൂ.

ഫ്രാൻസിലെ ഭരണഘടന അനുസരിച്ച് പൊതുഇടങ്ങളിൽ മതാഭിമുഖ്യമുള്ള ചിഹ്നങ്ങളോ വസ്ത്രധാരണരീതികളോ അനുവദനീയമല്ല. ഒരു ഫ്രഞ്ച് പൗരൻ പുറത്തിറങ്ങുമ്പോൾ തൊപ്പിയോ തലപ്പാവോ കാവി വസ്ത്രമോ ളോഹയോ, അങ്ങനെ ഏതെങ്കിലും മതങ്ങളുമായി ആഭിമുഖ്യമുള്ള വസ്ത്രധാരണരീതികളോ ചിഹ്നങ്ങളോ ഉപയോഗിക്കാൻ പാടില്ല. സ്ത്രീകൾ പർദ്ദയോ ശിരോവസ്ത്രമോ ധരിക്കാൻ പാടില്ലെന്നാണ് ഫ്രഞ്ച് ഭരണഘടന അനുശാസിക്കുന്നത്. ഇതിനർത്ഥം വിശ്വാസം ഭരണഘടനയുടെ താഴെയാണ് എന്നുള്ളതാണ്. നേരേമറിച്ച്, ഏതു മതക്കാരായ സ്ത്രീകളായാലും പുറത്തിറങ്ങുമ്പോൾ പർദ്ദയോ ശിരോവസ്ത്രമോ നിർബന്ധമായും ധരിച്ചിരിക്കണമെന്നാണ് സൗദി അറേബ്യയിലെ നിയമം അനുശാസിക്കുന്നത്. വിശ്വാസത്തിനു മുകളിലാണ് ഭരണഘടന എന്നുള്ളതുകൊണ്ടാണ്, അവിടങ്ങളിലെത്തുന്ന നാനാജാതി മതസ്ഥരും അവരുടെ വിശ്വാസം ഏതാണെങ്കിലും, ഭരണഘടന പറയുന്നത് കേൾക്കുന്നത്. വിശ്വാസമാണ് ഭരണഘടനയ്ക്ക് മുകളിലെന്ന് പലരും അവകാശപ്പെടുന്നത് വസ്തുതകൾ മനസ്സിലാക്കാതെയാണ്. യഥാർത്ഥത്തിൽ ഭരണഘടനാനുസൃതമായി മാത്രമേ വിശ്വാസത്തിന്റെ പ്രയോഗവൽക്കരണം ഏതു രാജ്യത്താണെങ്കിലും സാധ്യമാകൂ.

ഇന്ത്യയിൽ ഭരണഘടനയല്ല, വിശ്വാസമാണ് മുകളിലെന്ന് ആരെങ്കിലും പറഞ്ഞാൽ ഭൂരിപക്ഷമായ ഹിന്ദുക്കളുടെ വിശ്വാസമാണോ മറ്റേതെങ്കിലും ന്യൂനപക്ഷങ്ങളുടെ വിശ്വാസമാണോ ഭരണഘടനയുടെ മുകളിൽ എന്ന മറുചോദ്യമുയരും. ചരിത്രപ്രമാണങ്ങൾക്കും തെളിവുകൾക്കുമനുസരിച്ചാണ് ഭരണഘടനയ്ക്കു കീഴിലുള്ള നീതിന്യായ സംവിധാനങ്ങൾ പ്രവർത്തിക്കുന്നത്. ഓരോരുത്തരും വിശ്വാസത്തെയാണ് മർമ്മപ്രധാനമായി കാണുന്നതെങ്കിൽ കോടതിയും നിയമപാലനസംവിധാനങ്ങളും നോക്കുകുത്തികളാകും. ഞങ്ങൾക്ക് ഭരണഘടനയോ നിയമമോ തെളിവുകളോ അല്ല പ്രധാനം, വിശ്വാസമാണെന്നാണ് ബാബരി മസ്ജിദ് തകർത്തെറിഞ്ഞവർ പറഞ്ഞത്. സ്വാർത്ഥമായ രാഷ്ട്രീയലാഭം

കൊയ്യാൻ ഇത്തരം തലതിരിഞ്ഞ ചിന്തകൾ വ്യാപകമായി ദുരുപയോഗം ചെയ്യുന്നത് വർത്തമാന ഇന്ത്യൻ രാഷ്ട്രീയത്തിന് ഏറെ പരിചിതമാണെന്ന് പ്രത്യേകം പറയേണ്ടതില്ലല്ലോ. ശബരിമലയിലെ യുവതീപ്രവേശന വിഷയവുമായി ബന്ധപ്പെട്ട്, സംഘ്പരിവാർ നിലപാടുകളെ അനുകൂലിച്ചുകൊണ്ട് മുസ്ലിംലീഗ് സ്വീകരിച്ച സമീപനം എത്രമാത്രം അപകടകരമായിരുന്നു എന്ന് അവർ ചിന്തിച്ചു നോക്കിയിട്ടുണ്ടോ? ശബരിമലയുടെ കാര്യത്തിൽ വിശ്വാസമാണ് പ്രധാനം എന്ന മുസ്ലിംലീഗിന്റെ അഭിപ്രായം ബാബറി മസ്ജിദിലേക്ക് നീട്ടിവെച്ചാൽ എന്തു സംഭവിക്കുമെന്ന് സമുദായത്തിലെ വിവേകികൾ ശാന്തമായി ചിന്തിക്കുന്നത് നല്ലതാണ്.

സഹോദരമതസ്ഥർക്ക് പ്രാർത്ഥനയ്ക്കായി പള്ളിയിൽ ഇടം അനുവദിച്ച പാരമ്പര്യമാണ് ഇസ്ലാമിനുള്ളത്. കേരളത്തിലെത്തിയ മുസ്ലിംകച്ചവടക്കാർക്ക് ഹിന്ദുസ്ത്രീകളെ വിവാഹം കഴിക്കാൻ അനുവാദം നൽകിയ കോഴിക്കോട്ടെ സാമൂതിരി ഉൾപ്പെടെയുള്ള ഹിന്ദുരാജാക്കന്മാരുടെ മാതൃകയാണ് ഭാരതത്തിന്റേത്. പല മുഗൾചക്രവർത്തിമാരും ഹിന്ദുസ്ത്രീകളെ മതം മാറ്റാതെ തന്നെ വിവാഹം കഴിച്ചത് രണ്ടു മതവിഭാഗങ്ങൾ തമ്മിലുള്ള ഇഴയടുപ്പത്തിന്റെ സാക്ഷ്യപത്രങ്ങളാണ്. ആരാധനാലയങ്ങളുടെ അകത്തളങ്ങൾ എല്ലാ മതസ്ഥർക്കും ആരാധനകൾ നടത്താനായി സസന്തോഷം വിട്ടുനൽകിയ എത്ര വാർത്തകളാണ് കഴിഞ്ഞ പ്രളയകാലത്ത് നാം കണ്ടതും കേട്ടതും. അമുസ്ലിം സഹോദരങ്ങൾക്ക് താമസിക്കാനായി മുസ്ലിം പള്ളികൾ തുറന്നുകൊടുത്തതും ജുമുആ നമസ്കാരം നിർവഹിക്കാൻ അമ്പലങ്ങളും ചർച്ചുകളും വിട്ടുകൊടുത്തതും ദുരിതഭൂമിയിലും നാം കണ്ട കുളിരണിയിച്ച കാഴ്ചകളായിരുന്നു. ഈ സ്നേഹവും സാഹോദര്യവും കൂടുതൽ ശക്തമായി ഇനിയും നിലനിൽക്കണം.

ഒരു ബഹുമത സാമൂഹ്യഘടനയിൽ ജീവിക്കുന്നവർ എന്ന നിലയിൽ ഭൂരിപക്ഷസമുദായമാണെങ്കിലും ന്യൂനപക്ഷസമുദായമാണെങ്കിലും പരസ്പരവിശ്വാസവും മര്യാദയുമാണ് അന്യോന്യം പുലർത്തേണ്ടത്. അതൊരിക്കലും കീഴടങ്ങലോ തോൽവി സമ്മതിക്കലോ അല്ല. സൗഹാർദ്ദപൂർണ്ണമായ ആശയവിനിമയങ്ങളും ചിന്താപരമായ ക്രയവിക്രയങ്ങളുമായി അവയെ കാണാൻ നമുക്കാകണം. ഇന്ത്യയെ മതഭ്രാന്തന്മാരുടെ വിഹാരകേന്ദ്രമാക്കി മാറ്റാനുള്ള വലതുപക്ഷ പിന്തിരിപ്പൻശക്തികളുടെ നിഗൂഢനീക്കങ്ങളെ നാം ഒറ്റക്കെട്ടായി ചെറുക്കണം.

വഖഫ് സ്വത്തുക്കളുടെ നടത്തിപ്പുമായി ബന്ധപ്പെട്ടുള്ള തർക്കങ്ങളിലും പരാതികളിലും ന്യായം ആരുടെ ഭാഗത്താണോ, അവർക്ക് നീതി ലഭ്യമാക്കലാണ് സർക്കാരിന്റെ ലക്ഷ്യം. മുസ്ലിംസമുദായത്തിലെ അവാന്തരവിഭാഗങ്ങളെ തമ്മിലടിപ്പിച്ച് ഭിന്നിപ്പിച്ചുനിർത്തി രാഷ്ട്രീയലാഭം കൊയ്യാൻ സർക്കാരിന് ഉദ്ദേശമേയില്ല. നമ്മളെല്ലാവരും വിശ്വാസികളാണെ

ന്നാണ് നാം അവകാശപ്പെടുന്നത്. അത് സമുഹത്തിന് ബോദ്ധ്യപ്പെടുത്തിക്കൊടുക്കേണ്ടത് നമ്മുടെ പെരുമാറ്റത്തിലൂടെയും പ്രവൃത്തികളിലൂടെയുമാണ്. തർക്കങ്ങളും വ്യവഹാരങ്ങളുമില്ലാത്ത ഒരു വഖഫ് സംവിധാനം രൂപപ്പെടുത്താൻ നമ്മിലെ വിശ്വാസിക്ക് കഴിയുന്നില്ലെങ്കിൽ നാമുൾക്കൊള്ളുന്ന വിശ്വാസം യഥാർത്ഥവിശ്വാസത്തിൽ നിന്ന് എത്രയോ അകലെയാണെന്നാണ് മനസ്സിലാക്കേണ്ടത്. ഇതുപോലുള്ള കൂടിച്ചേരലുകൾ നമ്മുടെയൊക്കെ മനസ്സിലെ കറകൾ വെടിപ്പാക്കാൻ സഹായകമാകട്ടെ എന്ന പ്രാർത്ഥനയോടെ, എസ്.എം.എ.യുടെ നേതൃത്വത്തിൽ സംഘടിപ്പിച്ച ഈ വഖഫ് സംരക്ഷണസമ്മേളനം ഉൽഘാടനം ചെയ്തതായി ഞാൻ അറിയിക്കുന്നു.

വേദനയിൽ കുളിച്ച ഉസ്താദുമാർ

ഒന്നാം ക്ലാസുമുതൽ എട്ടാം ക്ലാസുവരെ മദ്രസയിൽ പഠിച്ചുവളർന്ന ഒരാളെന്ന നിലയിൽ സ്നേഹമസൃണമായ ഒരുപാട് അനുഭവങ്ങളുടെ ആകെത്തുകയാണ് എനിക്കെന്റെ മദ്രസാ പഠനകാലം. പൊതുവേ സാമ്പത്തികശേഷി കുറഞ്ഞ കുടുംബങ്ങളിൽനിന്നുള്ളവരാണ് മദ്രസാ ധ്യാപകർ. ഏതു തൊഴിൽമേഖലയിൽ ജോലി ചെയ്യുന്നവരാണെങ്കിലും അവരുടെ ഇല്ലായ്മകളും വല്ലായ്മകളും മനസ്സിലാക്കാൻ കഴിയുന്ന ഒരു സർക്കാരിനു മാത്രമേ ജീവിതപ്രാരാബ്ധങ്ങളുടെ ദുരിതക്കയങ്ങൾ നീന്തി ക്കടക്കാൻ അവരെ സഹായിക്കാൻ കഴിയൂ. 2010 ൽ മന്ത്രി പാലോളി മുഹമ്മദ് കുട്ടിയുടെ കാലത്താണ് മദ്രസാധ്യാപക ക്ഷേമനിധി രൂപീകരിച്ചത്. മറ്റുള്ള ക്ഷേമനിധികളുടെ പോലുള്ള വ്യവസ്ഥാപിതമായ ഒരു ഭരണസംവിധാനം ഈ ക്ഷേമനിധിക്കും നിയമനിർമ്മാണം വഴി കൊണ്ടുവരാൻ പിണറായി സർക്കാരിന്റെ ഭാഗമെന്ന നിലയിൽ കഴിഞ്ഞു എന്നുള്ളതിൽ എനിക്ക് അതിയായ സന്തോഷവും അഭിമാനവുമുണ്ട്.

രാവിലെ ഏഴുമണി മുതൽ ഒമ്പതര വരെയാണ് മദ്രസകളിലെ അധ്യയനസമയമെങ്കിലും, ബാക്കി സമയങ്ങളിൽ അധ്യാപകർ മറ്റു ജോലികളിൽ വ്യാപൃതരാവുന്നത് ഒരു ആശാസ്യമായ കാര്യമായിട്ടല്ല ബന്ധപ്പെട്ട സമൂഹം കാണുന്നത്. നമ്മുടെ രാജ്യത്ത് ചുരുങ്ങിയ ശമ്പള ത്തിന് ജോലി ചെയ്യുന്ന ജനവിഭാഗങ്ങൾ ആരൊക്കെയെന്ന് തിരക്കിയാൽ അക്കൂട്ടത്തിൽ മദ്രസാധ്യാപകർ ഉണ്ടാകുമെന്ന കാര്യം ഉറപ്പാണ്. മദ്രസാധ്യാപകരുടെ കണ്ണീരും കിനാവും ഇതിവൃത്തമാക്കി കഥകളും മാപ്പിളപ്പാട്ടുകളും സിനിമകളുമടക്കം നിരവധി രചനകൾ വന്നിട്ടുണ്ട്. ചിലതെല്ലാം കേട്ടുകേൾവിയുടെ അടിസ്ഥാനത്തിൽ ഉള്ളവയായിരു ന്നെങ്കിലും മദ്രസാധ്യാപകരുടെ ദൈന്യത ഒപ്പിയെടുത്തതായിരുന്നു

അവയിൽ പലതും. ഈയടുത്ത് പച്ചക്കുതിരയിൽ എം.എ. റഹ്മാൻ എഴുതിയ 'കിത്താബ്മഹൽ' എന്ന ചെറുകഥ അക്കൂട്ടത്തിൽ ഏറ്റവും അവസാനത്തേതായിരുന്നു. മദ്രസയിലെ ഉയർന്ന ക്ലാസുകളിൽ പഠിപ്പിക്കപ്പെടുന്ന 'പത്ത് കിത്താബ്' അത് സൂക്ഷിക്കാൻ ഏൽപ്പിക്കപ്പെട്ട കുട്ടിയുടെ കയ്യിൽ നിന്ന് ചായക്കോപ്പ മറിഞ്ഞ് നനഞ്ഞുകുതിർന്നതും പേജുകൾ വൃത്തിയാക്കവേ ഏടുകൾക്കിടയിൽ നിന്ന് കിട്ടിയ വെള്ളപേപ്പറിലെ എഴുത്തും തനിമ ചോർന്നുപോകാതെയാണ് റഹ്മാൻ കഥയിൽ ആവിഷ്കരിച്ചിരിക്കുന്നത്. ഹൃദയസ്പർശിയായ ആ ഭാഗം സഭയുടെ ശ്രദ്ധയിൽ കൊണ്ടുവരാൻ ഞാൻ ആഗ്രഹിക്കുകയാണ്.

'പത്ത് കിത്താബുമായി ഞാൻ മുന്നിൽ നടന്നു. ഉസ്താദ് ഞങ്ങളെ യാത്രയാക്കി. വഴിമധ്യേ ഞങ്ങളെ കണ്ട ചായക്കടക്കാരൻ കുട്ടിയപ്പ പറഞ്ഞു: ഉസ്താദ് നിങ്ങൾക്ക് ഒരു ചായ ഓർഡർ ആക്കിയിട്ടുണ്ട്. കുടിച്ചിട്ട് പൊയ്ക്കോളീ. ഞങ്ങൾ ചായ കുടിക്കാൻ കടയിൽ കയറി. മരബെഞ്ചിൽ അഞ്ച് ചായക്കോപ്പകൾ നിരന്നു. ഞാൻ പത്ത് കിത്താബ് ഇറുക്കിപ്പിടിച്ച് മടിയിൽ വെച്ചു. കുട്ടിയപ്പ ആവി പറക്കുന്ന ചായ ചായക്കോപ്പയിലേക്കൊഴിച്ചു. കോപ്പയെടുത്തപ്പോൾ എന്റെ കൈ വഴുതി ചായ എന്റെ മടിയിലേക്കും പത്ത് കിത്താബിലേക്കും തൂവി. എന്റെ ഉള്ളു കാളി. ഇത്രയും കാലം ഒരു കോട്ടവും പറ്റാതെ കൊണ്ടുനടന്ന പത്ത് കിത്താബിന് കേടുപാടുകൾ സംഭവിച്ചു എന്നറിയുമ്പോൾ എന്ത് ശിക്ഷയായിരിക്കും ഉസ്താദ് എനിക്ക് തരിക. കുട്ടിയപ്പ ഓടിവന്ന് പത്ത് കിത്താബിന്റെ നനഞ്ഞ തുണി ഉറ ഊരി എടുത്തു. ഞാൻ പതുക്കെ പത്ത് കിത്താബിന്റെ പുറങ്ങൾ വിടർത്താൻ തുടങ്ങി. പന്ത്രണ്ടാം പുറത്തിൽ നീട്ടി കിടത്തിയ ഒരു മയിൽപീലിയും പതിനെട്ടാം പുറത്ത് പറ്റിപ്പിടിച്ച് നിൽക്കുന്ന ഉണങ്ങിയ വേപ്പിലയും നാൽപത്തിയാറാം പുറം ആകെ നിറഞ്ഞുനിൽക്കുന്ന തങ്ങളുപ്പാപ്പ ഉറൂസിന്റെ മടക്കിവെച്ച പച്ചനിറത്തിലുള്ള നോട്ടീസും ചായയിൽ കുതിർന്ന വേവാത്ത ദോശപോലെ കിടന്നു. അവസാനപേജിൽ ഒട്ടും നനയാതെ ഹമാം സോപ്പിന്റെ തൂവെള്ളനിറമുള്ള കട്ടിയുള്ള ഒരു കടലാസ് ഉണ്ടായിരുന്നു. അതിന്റെ മറുപുറത്ത് ചിതറിക്കിടക്കുന്ന കൈപ്പടയിലുള്ള അക്കങ്ങളും അക്ഷരങ്ങളും കണ്ടപ്പോൾ എന്റെ കൈ അറിയാതെ അതിലേക്ക് നീണ്ടു. ഒരു ആയിഷാബി എഴുതിയ കത്തായിരുന്നു അത്. പടച്ച തമ്പുരാന്റെ ദയാകൃപയാൽ എന്ന അഭിസംബോധനയോടെ ആരംഭിക്കുന്ന കത്തിൽ, ബാങ്കിലടയ്ക്കാനുള്ള തുകയുടെ കണക്ക് രേഖപ്പെടുത്തിയിട്ടുണ്ട്. ജപ്തി നോട്ടീസ് കാത്തിരിക്കുന്ന ആ കുടുംബത്തിന്റെ വേദനയിലൂടെ ഞാനാദ്യമായി പത്ത് കിത്താബിന്റെ അകം കാണുകയായിരുന്നു. തുടർന്നുള്ള വാചകങ്ങൾ ഇങ്ങനെയായിരുന്നു: 'ജപ്തി നോട്ടീസ് വരാൻ ഇനി അധികസമയം ഉണ്ടാവില്ല. അത് വന്നാൽ വീടൊഴിഞ്ഞു കൊടുത്ത് മക്കളെയും കൊണ്ട് നമ്മൾ എങ്ങോട്ടാണ് പോവുക? റബ്ബേ, അതോർക്കുമ്പോൾ ഖൽബ് പിടക്കുകയാണ്. കണ്ണീരുകൊണ്ട് കണ്ണാകെ മൂടിയപോലെ തോന്നുന്നു.

തല കറങ്ങുന്നുമുണ്ട്. ഞാൻ നിർത്തുകയാണ്. എന്ന് പിരിശത്തിൽ സ്വന്തം ബീടർ ആയിഷാബി.'

ഏറ്റവും മുകളിൽ 786 എന്നും എഴുതിയിട്ടുണ്ട്. രാവുണ്ണി പൂമാർക്ക് ചുരുട്ടിന്റെ കീറിയെടുത്ത കൂടിന്റെ വിടർത്തിയ പുറത്ത് മോശമല്ലാത്ത കൈപ്പടയിൽ കട്ടിപ്പേനകൊണ്ടെഴുതിയ വാചകങ്ങൾ അപ്പോഴാണ് എന്റെ കണ്ണിൽപ്പെട്ടത്. 'ഉപ്പാ, ഇനി വരുമ്പോ കിത്താബ് കൊണ്ടുവരണ്ട. സുൽഫത്തിനും എനിക്കും സ്കൂളിൽ കൊടുക്കാനുള്ള ഫീസ് കൊണ്ടുവന്നാൽ മതി. തങ്ങളുപ്പാപ്പ ഉറൂസിന് എന്തായാലും ഇക്കുറി ഉപ്പ വരണം. കഴിഞ്ഞ കൊല്ലത്തെപ്പോലെ ആവരുത്. ഇക്കുറി ഞമ്മക്ക് ഹലുവയും ജിലേബിയുമൊക്കെ വാങ്ങണം. പൂതി തീരോളം തിന്നണം. എന്നും ങ്ങള് കൊണ്ടുവരാന്ന് പറയാറ്ള്ള വാച്ച് മറക്കര്ത്. ഇന്റെ ക്ലാസിലെ എല്ലാരെടട്ത്തും വാച്ച്ണ്ട്. ഇന്ക്ക് മാത്രാണ് ഇല്യാത്തത്. ഇങ്ങളെ ദേഹം മുത്തി മണത്ത് മഅറൂഫ്.'

അതുംകൂടി വായിച്ചപ്പോ ഞാനറിയാതെ വിങ്ങിപ്പോയി. പത്ത് കിത്താബിന്റെ എല്ലാ രഹസ്യങ്ങളും ഒറ്റയടിക്ക് ചോർന്നപോലെ. അതിനകത്തെ പുരാതന അക്ഷരങ്ങളിലെ അറിവിനേക്കാൾ വലിയ അറിവാണ് ഞാൻ നേടിയിരിക്കുന്നത്. അതെനിക്ക് കിട്ടിയ ഏറ്റവും വലിയ ബിരുദമായിത്തോന്നി. പ്രകൃതിയുടെ വിചിത്രപ്രതിഭാസം പോലെ അന്ന് രാത്രി കുന്നിനു മുകളിൽ കനത്ത മഴ പെയ്തു. കുന്നിൻനെറുകയിൽ നിന്ന് കണ്ണുനീർചാലുകൾ പോലെ ഒലിച്ചിറങ്ങിയ പുതുമഴത്തുള്ളികൾ ഇരുണ്ട തിരകളായ് പൊട്ടിയൊലിച്ച് താഴ്‌വാരത്തെ തോട്ടിലേക്ക് തള്ളിത്തള്ളി വരുന്നതും, ഉസ്താദ് മദ്രസയിലേക്ക് വരുന്ന കുട്ടികളെ ഒഴുക്കിൽ പെടാതെ തോട് കടത്താൻ ഒച്ച വെച്ച് ബേജാറായി പാഞ്ഞുപോകുന്നതും മദ്രസയുടെ ജാലകത്തിലൂടെ ഞാൻ കണ്ടു.

ഒരു മദ്രസാധ്യാപകന്റെ ജീവിതത്തിന്റെ ദൈന്യമാർന്ന മുഖമാണ് ഇവിടെ അനാവരണം ചെയ്യപ്പെടുന്നത്. അങ്ങനെ ഒരു ജനവിഭാഗത്തിന് വേണ്ടിയുള്ളതാണ് ഈ ബില്ല് എന്നുള്ളത് ഈ സഭയിലെ ഓരോ അംഗത്തെയും വളരെയധികം സന്തോഷിപ്പിക്കുന്നുണ്ടാകും എന്നാണ് ഞാൻ കരുതുന്നത്. മദ്രസാധ്യാപക ക്ഷേമനിധിയിലേക്ക് 21/6/2019ന് ഈ സർക്കാർ പ്രഖ്യാപിച്ച ആനുകൂല്യങ്ങൾ ഇപ്രകാരം സംഗ്രഹിക്കാം:

പെൻഷൻ പ്രായം 65ൽ നിന്ന് 60 വയസ്സായി കുറച്ചു. അഞ്ചുവർഷം വരെയുള്ള അംഗത്വ കാലത്തിന് 500 രൂപയിൽ നിന്ന് 1500 രൂപയായി പെൻഷൻ തുക വർധിപ്പിച്ചു. അധികം വരുന്ന ഓരോ വർഷത്തിനും 10 ശതമാനം മുതൽ 15 ശതമാനം വരെ വർധനവ് വരുത്തി. കൂടിയ പെൻഷൻ 7500 രൂപയാക്കി നിജപ്പെടുത്തി.

വിദ്യാഭ്യാസ ധനസഹായം: എം.ബി.ബി.എസ്., ബി.ടെക്, ബി.ഡി.എസ്., എൽ.എൽ.ബി., ബി.എഡ്. തുടങ്ങിയ പ്രൊഫഷണൽ കോഴ്സുകൾക്ക് ഗവൺമെന്റ് കോളേജിലോ ഗവൺമെന്റ് അംഗീകൃത കോളേജിലോ മെറിറ്റിൽ പ്രവേശനം ലഭിക്കുന്ന വിദ്യാർത്ഥിക്ക് സർക്കാർ

സ്ഥാപനങ്ങളിൽ ഈ കോഴ്സുകൾക്ക് ഈടാക്കുന്ന ഫീസിന് തുല്യമായ തുക ക്ഷേമനിധിയിൽ നിന്നും നൽകാൻ തീരുമാനിച്ചു.

വിവാഹ ധനസഹായം: അംഗങ്ങളുടെ വിവാഹത്തിനും രണ്ട് പെൺ മക്കളുടെ വിവാഹത്തിനും നൽകിയിരുന്ന 10,000 രൂപ ധനസഹായം 25,000 രൂപയാക്കി വർധിപ്പിച്ചു. കൂടാതെ കേരളസംസ്ഥാന ന്യൂനപക്ഷധനകാര്യ കോർപ്പറേഷനിൽ നിന്ന് വിവാഹാവശ്യത്തിനു വേണ്ടി രണ്ടുലക്ഷം രൂപ വരെ പലിശരഹിതവായ്പയ്ക്കുള്ള സംവിധാനങ്ങളും ഒരുക്കിയിട്ടുണ്ട്. 50 മാസം തുല്യതവണകളായി തിരിച്ചടയ്ക്കുന്ന രീതിയിലാണ് വായ്പ വിഭാവനം ചെയ്തിട്ടുള്ളത്. മൂന്നുവർഷത്തിൽ കുറയാത്ത അംശാദായം അടച്ചുവരുന്ന അംഗത്തിന് അപകടം മൂലമോ രോഗം മൂലമോ സ്ഥിരവും പൂർണ്ണവുമായ അവശത വന്നുപെട്ടാൽ മെഡിക്കൽ ബോർഡ് സാക്ഷ്യപത്രത്തിന്റെ അടിസ്ഥാനത്തിൽ പ്രതിമാസം 1000 രൂപ അവശതാ പെൻഷൻ നൽകുന്നതിനും തീരുമാനിച്ചിട്ടുണ്ട്.

പെൻഷൻ ലഭിക്കാൻ അർഹതയുള്ള ഒരു അംഗം മരണമടഞ്ഞാൽ, ആശ്രിതന് കുറഞ്ഞത് 1000 രൂപയോ, അംഗത്തിന് ലഭിക്കാൻ അർഹതയുള്ള പെൻഷന്റെ പകുതിയോ, ഏതാണ് കൂടുതൽ ഉള്ളതെങ്കിൽ ആ തുക കുടുംബപെൻഷനായി ലഭ്യമാക്കും. ഒരു അംഗം മരണപ്പെട്ടാൽ അദ്ദേഹത്തിന്റെ അംഗത്വകാലം അനുസരിച്ച് 10,000 രൂപ മുതൽ 50,000 രൂപ വരെ ആശ്രിതർക്ക് മരണാനന്തര ധനസഹായവും എൽ.ഡി.എഫ്. സർക്കാർ ഉറപ്പാക്കിയിട്ടുണ്ട്.

മരണാനന്തര സംസ്കാരച്ചടങ്ങുകൾക്കുള്ള ധനസഹായം: ഒരു അംഗം മരണപ്പെട്ടാൽ 5000 രൂപയും ക്ഷേമനിധിയിൽനിന്ന് പെൻഷൻ വാങ്ങുന്ന ഒരു അംഗം മരണപ്പെട്ടാൽ 3000 രൂപയും സഹായമായി നൽകാനാണ് ഉത്തരവിൽ വ്യക്തമാക്കിയിട്ടുള്ളത്. മദ്രസാധ്യാപക ക്ഷേമ നിധി ഓഫീസ് പുതിയ കെട്ടിടത്തിലേക്ക് എല്ലാ സൗകര്യങ്ങളോടും കൂടി മാറുകയാണ്. ഓഫീസ് ഫർണിഷിങ്ങിനായി 32 ലക്ഷം രൂപയാണ് സർക്കാർ അനുവദിച്ചിരിക്കുന്നത്.

പല ബഹുമാന്യരായ അംഗങ്ങളും നല്ല പല നിർദേശങ്ങളും മുന്നോട്ടുവെക്കുകയുണ്ടായി. അവ പരമാവധി നടപ്പിലാക്കാൻ സർക്കാർ ശ്രമിക്കുകതന്നെ ചെയ്യും. ബുദ്ധിമുട്ടുകളുടെയും ദുരിതങ്ങളുടെയും മാറാപ്പുപേറി ജീവിക്കുന്ന ഒരുപാട് മനുഷ്യർക്ക് ദാഹജലം പകർന്നു നൽകാൻ ഈ നിയമനിർമ്മാണത്തിനാകും എന്ന കാര്യം എനിക്ക് നൽകുന്ന സന്തോഷം അനിർവചനീയമാണ്. ഇത്തരുണത്തിൽ എന്റെ സ്മൃതിപഥത്തിൽ തെളിയുന്ന ഒരുപാട് മുഖങ്ങളുണ്ട്. ഞാൻ മൂച്ചിക്കൽ മഹീസുന്നാ മദ്രസയിൽ പഠിച്ചിരുന്നപ്പോൾ എന്നെ അലിഫും ബാളം താളം സാളം പഠിപ്പിച്ച, ഗൗരവക്കാരനെങ്കിലും ഉള്ളുമുഴുവൻ സ്നേഹം നിറച്ചെത്തിയിരുന്ന കാട്ടിപ്പരുത്തിക്കാരൻ സൈതലവി മുസ്ല്യാരും, ഇളംപുഞ്ചിരിയോടെ തല ഒരു ഭാഗത്തേക്ക് ചെരിച്ചുപിടിച്ച് സൗമ്യമായി പാഠഭാഗങ്ങൾ പറഞ്ഞുതന്ന കൊടുമുടിക്കാരൻ സൈനുദ്ദീൻ മുസ്ല്യാരും,

മദ്രസയിലെ പ്രധാനാധ്യാപകനും അനുകമ്പയിൽ പൊതിഞ്ഞ കാർക്കശ്യത്തിൽ എല്ലാം നോക്കിനടത്തിയിരുന്ന എടരിക്കോട്ടുകാരൻ ഇബ്രാഹിം മുസ്ല്യാരും, ഖുർആൻ ഓതിപ്പഠിപ്പിച്ച മുച്ചിക്കലെ സി.പി. ഉസ്താദും, പിന്നീടൊരിക്കലും ഞാൻ കണ്ടിട്ടില്ലാത്ത, ഞങ്ങളൊരുപാട് ഇഷ്ടപ്പെട്ടിരുന്ന ഹുസൈൻ മുസ്ല്യാരും അവരിൽ ചിലരാണ്. ജീവിതപ്രാരാബ്ധങ്ങൾക്കിടയിലും കഷ്ടപ്പാടുകളൊന്നും മുഖത്ത് പ്രകടിപ്പിക്കാതെ ലക്ഷോപലക്ഷം വിദ്യാർത്ഥികൾക്ക് ധർമ്മോപദേശങ്ങൾ നൽകിയ നിശ്ശബ്ദസേവകരായ ഉസ്താദുമാരെ പ്രാർത്ഥനയോടെ മനസ്സിൽ ഓർത്തുകൊണ്ട് സബ്ജക്റ്റ് കമ്മിറ്റി റിപ്പോർട്ട് ചെയ്ത പ്രകാരമുള്ള മദ്രസാധ്യാപക ക്ഷേമനിധി ബിൽ ഏകകണ്ഠമായി പാസാക്കിത്തരണമെന്ന് അഭ്യർത്ഥിക്കുന്നു.

ഭാഗം മൂന്ന്
അഭിമുഖം

ധാർമ്മികതയുടെ വർത്തമാനരാഷ്ട്രീയം

ഡോ. കെ ടി ജലീൽ / അലിഫ് ഷാഹ്

മലപ്പുറം ജില്ലയിലെ തവനൂർ മണ്ഡലത്തിലെ ജനപ്രതിനിധിയായ ഡോ. കെ.ടി. ജലീൽ കേരളരാഷ്ട്രീയത്തിലെ നിശ്ശബ്ദവിപ്ലവകാരിയായാണ് പൊതുവേ അറിയപ്പെടുന്നത്. ശബ്ദഘോഷങ്ങളോ പരസ്യകോലാഹലങ്ങളോ ഇല്ലാതെ ഒരു പ്രദേശത്തിന്റെ ശബ്ദമാകാനും, അതുവഴി തന്റെ പ്രതിനിധാനകാലത്തെ എന്നെന്നും ഓർമ്മിക്കത്തക്കതാക്കി മാറ്റാനും ഇദ്ദേഹത്തിനു കഴിഞ്ഞിട്ടുണ്ട്. മറ്റുള്ളവരിൽ നിന്ന് വ്യത്യസ്തനായി സാമൂഹിക സാംസ്കാരിക രംഗത്തെ ധീരമായ ഇടപെടലുകളിലൂടെയും നയങ്ങളിലൂടെയും സ്വയം സംസ്കരിച്ചെടുത്ത ഒരു വേറിട്ട രാഷ്ട്രീയനേതാവാണ് ജലീൽ. മതവും ജാതിയും ഇസവും മനുഷ്യനെ വ്യത്യസ്ത പ്ലാറ്റ്ഫോമുകളിൽ വേർതിരിച്ചു നിർത്തുമ്പോൾ ഇസങ്ങൾക്കും വിശ്വാസങ്ങൾക്കും ഇടയിൽ സ്നേഹത്തിന്റെ ഒരു പാലം പണിയുകയാണ് അദ്ദേഹം. സമീപകാല രാഷ്ട്രീയ സാമൂഹിക അവസ്ഥകളിൽ ധാർമ്മികരാഷ്ട്രീയത്തിന്റെ പ്രസക്തിയെക്കുറിച്ച് 'വർത്തമാനം' പത്രത്തോട് ഡോ. കെ.ടി. ജലീൽ തന്റെ ചിന്തകൾ പങ്കുവെയ്ക്കുന്നു.

മതത്തിന്റെ ധാർമ്മികമൂല്യങ്ങൾ ജീവിതത്തിൽ പകർത്തുന്ന ഒരാളാണ് താങ്കൾ. കമ്മ്യൂണിസം പോലെയുള്ള ഒരു പ്രത്യയശാസ്ത്രവുമായി ബന്ധപ്പെട്ട രാഷ്ട്രീയപ്പാർട്ടിയുമായി ഒത്തുപോകുമ്പോൾ എന്തെങ്കിലും വൈരുദ്ധ്യങ്ങൾ അനുഭവപ്പെട്ടിട്ടുണ്ടോ? അല്ലെങ്കിൽ എങ്ങനെയാണ് അത് ജീവിതത്തെ സ്വാധീനിച്ചിട്ടുള്ളത്?

ഒരു മതേതര ജനാധിപത്യ സംവിധാനത്തിനകത്ത് പ്രവർത്തിക്കുന്ന ഒരു പാർട്ടി എന്ന നിലയിൽ ഇത്തരം വൈരുദ്ധ്യങ്ങളെക്കുറിച്ചുള്ള ചോദ്യം തന്നെ അപ്രസക്തമാണെന്ന് ഞാൻ കരുതുന്നു. പുറത്തുനിന്ന്

പാർട്ടിയെ നോക്കിക്കാണുന്നവരാണ് ഇത്തരം ധാരണകൾ വെച്ചുപുലർത്തുന്നത്. എന്റെ അനുഭവത്തിൽ നിന്നാണല്ലോ ഞാൻ ഇതിനെക്കുറിച്ച് പറയേണ്ടത്. ഞാൻ സി.പി.ഐ.എമ്മിന്റെ അന്നത്തെ സംസ്ഥാന സെക്രട്ടറി, ഇപ്പോഴത്തെ പോളിറ്റ് ബ്യൂറോ അംഗം സഖാവ് പിണറായി വിജയൻ നയിച്ച കേരളയാത്രയിൽ അദ്ദേഹത്തെ അനുഗമിച്ച് ഒരു മാസത്തോളം ഒന്നിച്ചുണ്ടായിരുന്നു. ആ സമയത്താണ് എനിക്ക് പാർട്ടിയുമായും അതിന്റെ നേതാക്കളുമായും വളരെ അടുത്ത് ഇടപഴകാൻ അവസരമുണ്ടായത്. അതിനുമുമ്പും പല പരിപാടികളിലും പങ്കെടുത്തിട്ടുണ്ടായിരുന്നുവെങ്കിലും, ദിവസങ്ങളോളം സഹോദരസമുദായത്തിലെ ആളുകളുമായും നേതാക്കളുമായും ഒന്നിച്ചു കൂടുതൽ സമയം ചെലവഴിക്കാൻ കഴിഞ്ഞത് ഈ ദിവസങ്ങളിലായിരുന്നു. ഒരുമിച്ചായിരുന്നു ഞങ്ങൾ താമസിച്ചിരുന്നതും ഭക്ഷണം കഴിച്ചിരുന്നതുമെല്ലാം. ഈ യാത്രയിലാണ് കമ്മ്യൂണിസ്റ്റുകാരെക്കുറിച്ച് പുലർത്തിയിരുന്ന പല ധാരണകളിൽ നിന്നും എനിക്ക് പുറത്തുവരാൻ കഴിഞ്ഞത്. യാത്ര തുടങ്ങുംമുമ്പ് സ്വാഭാവികമായും പല ആശങ്കകളും എന്റെ മനസ്സിൽ ഉണ്ടായിരുന്നു. എന്നാൽ, ആ യാത്രയിൽ ഒരിക്കൽ പോലും ഒരു നേരത്തെ നമസ്കാരം എനിക്ക് ഉപേക്ഷിക്കേണ്ടി വന്നിട്ടില്ല. ജാഥാ ക്യാപ്റ്റൻ ആയിരുന്ന പിണറായി വിജയൻ വെള്ളിയാഴ്ചകളിൽ എനിക്ക് ജുമുഅക്ക് പോകാൻ പ്രത്യേകവാഹനംതന്നെ ഏർപ്പാട് ചെയ്തുതന്നിരുന്നു. ഇതൊരു ഉദാഹരണം മാത്രം. സത്യത്തിൽ പുറത്തുനിന്ന് മാത്രം നോക്കിക്കണ്ടു പാർട്ടിയെ വിമർശിക്കുന്നവർ ഉന്നയിക്കുന്ന പല ആക്ഷേപങ്ങൾക്കും യാതൊരു അടിസ്ഥാനവും ഇല്ലെന്ന് അതിനോട് ചേർന്ന് പ്രവർത്തിക്കുമ്പോൾ, അല്ലെങ്കിൽ അതിനെ ആഴത്തിൽ പഠിക്കാൻ ശ്രമിക്കുമ്പോൾ ബോധ്യമാകും.

നമ്മൾ വിദ്യാസമ്പന്നരാണ്. സാമൂഹികമായും സാംസ്കാരികമായും ഒരുപാട് മുന്നേറിക്കഴിഞ്ഞിട്ടുമുണ്ട്. എന്നിട്ടും നിലവിളക്ക് കൊളുത്തുന്നതിലെ മതവിധിയും സാംസ്കാരിക പ്രതിനിധാനവുമൊക്കെയാണ് ഇപ്പോഴും ചർച്ചകളിൽ നിറയുന്നത്. എന്താണ് ഈയടുത്ത കാലത്ത് നമുക്കിടയിൽ ഇത്തരം ചർച്ചകൾ ഉയർന്നുവരാനുണ്ടായ കാരണം എന്ന് ആലോചിച്ചിട്ടുണ്ടോ?

നിലവിളക്കുവിവാദം സമീപകാലത്ത് മാത്രം ഉയർന്നുവന്ന ഒന്നാണ്. നേരത്തേ എന്തുകൊണ്ടാണ് ഇത് ഉയർന്നുവരാതിരുന്നത് എന്നു ചേർത്തുവായിക്കുന്നിടത്ത് അതിന്റെ ഉത്തരമുണ്ട്. ഒരുപാടു മന്ത്രിമാർ, അവർ പങ്കെടുക്കുന്ന ചടങ്ങുകൾ ഒക്കെ ഇവിടെ ഉണ്ടായിട്ടുണ്ട്. അന്നൊക്കെ ഇത്തരം വേദികളിൽ ഇതുപോലെയുള്ള ചടങ്ങുകൾ ഒഴിവാക്കാൻ ശ്രദ്ധിച്ചിരുന്നു. അങ്ങനെ ഒരു ശ്രദ്ധ ഇപ്പോഴില്ല. കൊളുത്താൻ താൽപര്യം ഇല്ലാത്തവർ പങ്കെടുക്കുന്ന ചടങ്ങിൽനിന്ന് സംഘാടകർക്ക് അത് ഒഴിവാക്കാവുന്നതേ ഉള്ളൂ. കൊളുത്താനും കൊളുത്താതിരിക്കാനുമുള്ള സ്വാതന്ത്ര്യം ഉണ്ടാവണം. എന്റെ പരിമിതമായ ജ്ഞാനം വെച്ച് ഞാൻ

നിരീക്ഷിക്കുന്നത് നിലവിളക്ക് കൊളുത്തുന്നതുകൊണ്ട് യാതൊരു കുഴപ്പവും ഇല്ലെന്നാണ്. എന്നാൽ കൊളുത്താൻ താൽപര്യമില്ലാത്തയാളെ അധിക്ഷേപിക്കുന്നത് ശരിയുമല്ല. കൊളുത്താതിരിക്കുന്നത് ഹിന്ദുവിരുദ്ധതയും കൊളുത്തുന്നത് മുസ്ലിംവിരുദ്ധതയുമായി കാണുന്നു എന്നുള്ളിടത്താണ് വിഷയം. നിരുപദ്രവമെന്ന് തോന്നുന്ന ഒരു ചടങ്ങ് എന്ന നിലയിൽ കൊളുത്തുന്നവർക്ക് കൊളുത്താം, കൊളുത്താത്തവർക്ക് കൊളുത്താതിരിക്കാം. എന്നാൽ രണ്ടിനും മതമാനം നൽകി കൊളുത്തണം എന്ന് കൽപിക്കുന്നതും കൊളുത്തില്ലെന്നു ശഠിക്കുന്നതും മതാന്ധതയാണ്. തീവ്ര മതാന്ധതയെ ഉത്തേജിപ്പിക്കുന്ന ഇത്തരം ശാഠ്യക്കചേരികൾ ജനങ്ങൾക്കിടയിൽ ഭിന്നിപ്പേ ഉണ്ടാക്കൂ. നിലവിളക്ക് കൊളുത്താനും കൊളുത്താതിരിക്കാനുമുള്ള വ്യക്തിയുടെ അവകാശം വിലമതിക്കേണ്ടതാണ്.

ഒരു ജനപ്രതിനിധി എന്നതിനപ്പുറം വളരെ വൈകാരികമായ ഒരു അടുപ്പമാണ് തവനൂരിലെ വൃദ്ധസദനവുമായി താങ്കൾക്കുള്ളത്. എന്നാൽ വൃദ്ധസദനം എന്ന പ്രയോഗത്തിലെ സാമൂഹികവശം കൂടി നമ്മൾ ചിന്തിക്കേണ്ടിയിരിക്കുന്നു. ഇത്തരം സദനങ്ങൾ ഉയർന്നുവരുന്നത് അത്ര നല്ല സന്ദേശമാണോ നമുക്ക് നൽകുന്നത്?

എല്ലാ വൃദ്ധസദനങ്ങളിലും മക്കളാൽ ഉപേക്ഷിക്കപ്പെടുന്നവർ മാത്രമല്ല അന്തേവാസികളായിട്ടുള്ളത്. സംരക്ഷിക്കാൻ ആരുമില്ലാത്തവർ, സംരക്ഷിക്കാനുള്ള സംവിധാനമില്ലാത്തവർ, ഒറ്റപ്പെട്ടു പോയവർ എന്നിവർ കൂടി ഉൾപ്പെടുന്നതാണ് ഇത്തരം സ്ഥാപനങ്ങൾ. ഓൾഡേജ് ഹോമുകൾ ഒരുപാട് നിരാലംബർക്ക് തണലാകുന്നുണ്ടെന്ന യാഥാർത്ഥ്യം മറന്നുകൊണ്ട് ഇത്തരം സംവിധാനങ്ങളെ അടച്ചാക്ഷേപിക്കരുത്. അതിനെ പ്രോത്സാഹിപ്പിക്കാൻ പാടില്ലെന്നു തന്നെയാണ് എന്റെയും പക്ഷം. എന്നാൽ മക്കളാലും ഭർത്താക്കന്മാരാലും ഭാര്യമാരാലും ഉപേക്ഷിക്കപ്പെടുന്ന നിരവധിയാളുകളും ഇത്തരം അഭയകേന്ദ്രങ്ങളിൽ സ്ത്രീപുരുഷ ഭേദമെന്യേ എത്തുന്നുണ്ട്. മനുഷ്യന്റെ സാമൂഹികമായ അധഃപതനത്തിന്റെ ഭാഗം കൂടിയാണ് വൃദ്ധസദനങ്ങളിൽ എത്തിപ്പെടുന്നവരെന്ന് പറയാതെ വയ്യ. എന്നാൽ ഇത്തരം സ്ഥാപനങ്ങൾ കൂടി ഇല്ലെങ്കിൽ പല കാരണങ്ങളാൽ വീടുകളിൽനിന്ന് പുറംതള്ളപ്പെടുന്നവർ ജീവിതത്തിന്റെ തിരശ്ശീല സ്വയം പിടിച്ചുവലിച്ച് താഴ്ത്താൻ അതൊരു കാരണമാകും എന്നുള്ളതും കാണാതെ പോകരുത്. തവനൂരിലെ വൃദ്ധസദനം സർക്കാർ ഉടമസ്ഥതയിൽ പ്രവർത്തിക്കുന്ന വൃദ്ധസദനങ്ങളിൽ ഏറ്റവും നല്ല നിലയിൽ പോകുന്ന ഒന്നാണ്. ഭക്ഷണവും താമസവും പരിചരണവും മാത്രമല്ല, അവർക്ക് വേണ്ടുവോളം സ്നേഹവും കൂടി ലഭിക്കുന്നു എന്നതാണ് തവനൂരിലെ വൃദ്ധസദനത്തെ സമാന സ്ഥാപനങ്ങളിൽനിന്ന് വേറിട്ടുനിർത്തുന്നത്. ഞാനവിടെ മാസത്തിൽ ചുരുങ്ങിയത് രണ്ടു പ്രാവശ്യമെങ്കിലും സന്ദർശിക്കും. അവരിൽ പലർക്കും ഞാൻ ഒരു മകനും സ

ഹോദരനുമൊക്കെയാണ്. എന്റെ ആരൊക്കെയോ ആണ് അവരും. ഈ വൃദ്ധസദനത്തോടു ചേർന്ന് അഞ്ചു സ്ഥാപനങ്ങളുണ്ട്. അവിടങ്ങളിലൊക്കെ ഇടയ്ക്കിടെ ഞാൻ പോകാറുണ്ട് എന്നതുകൊണ്ട് ജീവനക്കാർ അവരുടെ ജോലിയിൽ കൂടുതൽ സൂക്ഷ്മത പുലർത്തുന്നുണ്ട്. എന്നാൽ അതിനപ്പുറം അവിടെയുള്ള ജീവനക്കാർ കേവലാർത്ഥത്തിൽ ജീവനക്കാരല്ല എന്ന് പറയാനാണ് എനിക്കിഷ്ടം. വളരെ സാമൂഹികപ്രതിബദ്ധതയുള്ളവരാണ് അവരെന്ന് നിസ്സംശയം പറയാം.

സുരേഷ് എന്ന സൂപ്രണ്ടിനെക്കുറിച്ച് പറയാതെ വൃദ്ധസദനത്തെകുറിച്ച് പറയുന്നത് പൂർണ്ണമാകില്ല. അദ്ദേഹം സർവ്വീസിൽനിന്ന് റിട്ടയർ ചെയ്തിട്ടും അന്തേവാസികളെ വിട്ടുപോകാതെ ഇടയ്ക്കിടെ ഇവിടെ വന്നുപോകുന്നു. സുരേഷ് ഇല്ലാത്ത ഓൾഡേജ് ഹോമിനെക്കുറിച്ച് അവർക്കോ സുരേഷിനോ ചിന്തിക്കാൻ കഴിയാത്ത ഒരാത്മബന്ധം അവർക്കിടയിൽ നിലനിൽക്കുന്നു. മനുഷ്യത്വമുള്ള മുഖങ്ങളാണ് നമ്മുടെ ഓരോ സർക്കാർ സംവിധാനങ്ങളുടെയും തലപ്പത്ത് ഉണ്ടാകേണ്ടത് എന്ന് നമ്മെ ഓർമ്മിപ്പിക്കുകയാണ് സുരേഷിനെപ്പോലെയുള്ളവർ.

സോഷ്യൽ മീഡിയ ഇന്ന് വളരെ ഫലപ്രദമായി ഉപയോഗിക്കാൻ കഴിയുന്ന ഒരു മാധ്യമമാണ് എന്നതിൽ രണ്ടഭിപ്രായമില്ല. രാഷ്ട്രീയ നയ-നിലപാടുകൾ വിശദീകരിക്കുന്നതിനേക്കാൾ കൂടുതൽ, ജനകീയവിഷയങ്ങൾ ഏറ്റെടുക്കുന്നതാണ് താങ്കളുടെ പല പോസ്റ്റുകളും. സോഷ്യൽ മീഡിയ ഇടപെടലുകളെക്കുറിച്ച് ഒന്ന് വ്യക്തമാക്കാമോ?

സോഷ്യൽ മീഡിയ നേരിട്ട് പൊതുജനങ്ങളോട് സംവദിക്കാൻ കഴിയുന്ന ഒരു മാധ്യമം തന്നെയാണ്. സാധാരണക്കാർക്കും ഇടപെടാൻ കഴിയുന്ന, ആത്മപ്രകാശനത്തിന്റെ വേദി എന്ന വളരെ പോസിറ്റീവായ ഒരു വശം അതിനുണ്ട്. മുഖ്യധാരാ മാധ്യമങ്ങളിൽ ഇടം കിട്ടാത്തവർക്ക് അവരുടെ പ്രതിഭ വെളിച്ചത്തു കൊണ്ടുവരാനുള്ള ഒരു മാധ്യമം എന്ന നിലക്ക് സോഷ്യൽ മീഡിയ വളരെ വലിയ സ്പേസ് തന്നെയാണ് നമുക്ക് തരുന്നത്. എന്നാൽ, അസഹിഷ്ണുതയോടെ എന്തിനെയും നേരിടുന്ന ഒരു വിഭാഗവും ഇതിനൊപ്പം വളർന്നുവരുന്നുവെന്ന ന്യൂനത കാണാതെപോകുകയുമരുത്. തങ്ങൾക്ക് ഇഷ്ടമില്ലാത്തവരെ ഇകഴ്ത്തുന്നതിനും അവരെ വ്യക്തിപരമായി അധിക്ഷേപിക്കുന്നതിനും ഈ സൗകര്യം ഉപയോഗിക്കുന്നവർ ധാരാളമാണ്. ഓരോരുത്തരുടെയും പ്രതികരണങ്ങൾ അവനവൻ പ്രതിനിധാനം ചെയ്യുന്ന വിശ്വാസം, രാഷ്ട്രീയം, സമുദായം എന്നിവയെത്തന്നെയാണ് പ്രതിഫലിപ്പിക്കുന്നതെന്ന് ഇവരിൽ പലരും ചിന്തിക്കുന്നില്ലെന്നത് കഷ്ടമാണ്. മണ്ഡലത്തിലെ വികസനവിഷയങ്ങൾ പലപ്പോഴും എന്റെ സോഷ്യൽ മീഡിയാചർച്ചകളിൽ ഉയർന്നുവരാറുണ്ട്. അതിൽ നിർദേശങ്ങൾ ലഭിക്കാറുണ്ട് എന്നതും സത്യമാണ്. നിരന്തരം മണ്ഡലത്തിൽ ഇടപെടുന്ന ഒരാൾ എന്ന നിലയിൽ സോഷ്യൽ മീഡിയ ഇടപെടലുകളേക്കാൾ കൂടുതലായി ജനങ്ങളോട് നേരിട്ട് ഇടപഴകാൻ

എനിക്ക് സാധിക്കാറുണ്ട്. അവരുടെ സന്തോഷങ്ങളിലും വിഷമങ്ങളിലും ഒത്തുചേരാറുണ്ട്. പലരും ചോദിക്കാറുണ്ട്, ജനപ്രതിനിധികൾ കല്യാണവീടുകളും മരണ വീടുകളും ഒക്കെ സന്ദർശിച്ച് സമയം കളയേണ്ടവരാണോ എന്ന്. എന്നാൽ ഓരോരുത്തരെയും നേരിട്ടു കാണാനും നമ്മുടെ മണ്ഡലത്തിലെ ഓരോ മുക്കിനെയും മൂലയെയും കുറിച്ച് അറിയാനും അവരുടെ പ്രാദേശികമായ വിഷയങ്ങൾ മനസ്സിലാക്കാനും ഇത്തരം യാത്രകൾ വലിയതോതിൽ നമ്മെ സഹായിക്കും.

രാഷ്ട്രീയപ്പാർട്ടികളിൽ നിന്നൊക്കെ വ്യത്യസ്ത കാരണങ്ങളാൽ വിട്ടുപോകുന്നവരെയൊക്കെ ശത്രുതാപരമായാണ് മാതൃസംഘടനകൾ കാണാറുള്ളത്. എന്നാൽ അവരിൽനിന്നൊക്കെ വ്യത്യസ്തമായി മാതൃസംഘടനയുമായും നേതാക്കളുമായും അണികളുമായുമൊക്കെ വളരെ അടുത്ത ബന്ധം പുലർത്താൻ താങ്കൾക്കു കഴിയുന്നുണ്ട്. എങ്ങനെയാണ് അത് സാധ്യമാകുന്നത്?

എന്റെ പഴയ സഹപ്രവർത്തകരുമായി ഇപ്പോഴും നല്ല ബന്ധം പുലർത്താൻ കഴിയുന്നുണ്ടെന്നത് ശരിയാണ്. ചുരുക്കം ചിലർ അവരുടെ സ്വാർത്ഥതാൽപര്യം സംരക്ഷിക്കാൻ വേണ്ടി അകലം സൂക്ഷിക്കുന്നു എന്നതൊഴിച്ചാൽ കാര്യമായി ആരുമായും യാതൊരു അനിഷ്ടവും വ്യക്തിപരമായി ഞാൻ സൂക്ഷിക്കുന്നില്ല. നമ്മുടെയൊക്കെ വളരെ അടുത്ത സൗഹൃദങ്ങൾ രൂപപ്പെടുന്നത് നമ്മുടെ പതിനേഴു വയസ്സിനും മുപ്പത്തഞ്ചു വയസ്സിനും ഇടയ്ക്കാണ്. ആ സമയത്ത് ഞാൻ പ്രവർത്തിച്ച എം.എസ്.എഫ്., യൂത്ത് ലീഗ് തുടങ്ങിയ സംഘടനകളിലെ എന്റെ സഹപ്രവർത്തകരുമായി ഇപ്പോഴും നല്ല സുഹൃദ്ബന്ധം പോറലേൽക്കാതെ തുടരാൻ സാധിക്കുന്നുണ്ട്. തിരിച്ചും അങ്ങനെത്തന്നെ. ഞാൻ തെരഞ്ഞെടുപ്പുകളിൽ നിന്നപ്പോഴെല്ലാം വോട്ടുനൽകുന്നതിലും പ്രവർത്തിക്കുന്നതിലും അത്തരം സുഹൃത്തുക്കൾ നടത്തിയ ഇടപെടലുകൾ മറക്കാൻ കഴിയില്ല. ലീഗിൽ രൂപപ്പെട്ട, യോജിക്കാൻ കഴിയാത്ത ചില പ്രവണതകളോട് സത്യസന്ധനായ ഒരു ലീഗ് പ്രവർത്തകൻ എന്ന നിലയിൽ എനിക്ക് യോജിച്ചുപോകാൻ കഴിഞ്ഞില്ല. കരിമണൽ ഖനനം, എക്സ്പ്രസ് ഹൈവേ, ഗുജറാത്ത് ഫണ്ട്, സുനാമി ഫണ്ട് തുടങ്ങിയ കാര്യങ്ങളിൽ ഞാൻ ലീഗിനോട് കൂടുതൽ വ്യക്തത ആവശ്യപ്പെട്ടിരുന്നു. കാര്യങ്ങളിൽ സുതാര്യത വേണം എന്ന് പറഞ്ഞതിന്റെ അടിസ്ഥാനത്തിലാണ് എനിക്കെതിരേ ലീഗ് അച്ചടക്കനടപടി സ്വീകരിച്ചത്. സ്വാഭാവികമായും അത്തരം നടപടികളോട് അതേ നാണയത്തിൽ എനിക്ക് പ്രതികരിക്കേണ്ടി വന്നു. ലീഗിന്റെ ഭാഗത്ത് നിന്നുണ്ടാകുന്ന അരുതായ്മകളെ ഇന്നും ശക്തമായ ഭാഷയിൽ ഞാൻ എതിർക്കാറുണ്ട്. എന്റെ പ്രഭാഷണങ്ങളും എഴുത്തും ശ്രദ്ധിച്ചാൽ ആർക്കും അതൊക്കെ ബോധ്യപ്പെടുകയും ചെയ്യും. മുമ്പ് നാം പ്രവർത്തിച്ചിരുന്ന പാർട്ടിക്ക് സ്വാഭാവികമായും ഗുണവും ദോഷവും ഉണ്ടാകും. എന്നുകരുതി സദാസമയം അതി

നെ വിമർശിച്ചു കൊണ്ടിരിക്കുക എന്നത് എന്റെ രീതിയല്ല. അത്തരം സമീപനം സ്വീകരിക്കുന്നപക്ഷം ഇപ്പോൾ നിൽക്കുന്ന പ്ലാറ്റ്ഫോമിൽ എന്നെ സ്നേഹിക്കുന്നവർതന്നെ ഞാൻ ഒരു കാപട്യക്കാരനാണെന്നേ കരുതൂ. വിമർശിക്കേണ്ടിടത്ത് ലീഗിനെ വിമർശിക്കുകതന്നെ വേണം. രാഷ്ട്രീയത്തിലെ പെറ്റമ്മയായ ലീഗ് എന്നെ പുറത്താക്കിയപ്പോൾ അഭയം നൽകി സ്വീകരിച്ച പോറ്റമ്മയാണ് എനിക്ക് സി.പി.എം. ജനങ്ങൾ പ്രതീക്ഷിക്കുന്നതിനോട് നീതിപുലർത്താൻ ഇടതുപക്ഷത്തോട് ചേർന്നുനിന്ന് പ്രവർത്തിക്കുമ്പോൾ സാധ്യമാകുന്നു എന്നുള്ളത് തന്നെയാണ് പിന്നിട്ട വഴികൾ എന്നെ ബോധ്യപ്പെടുത്തുന്നത്. പ്രസ്തുത തീരുമാനത്തെ അവർ അവരുടെ പിന്തുണകൊണ്ട് സാധൂകരിക്കുകയായിരുന്നുവെന്നർത്ഥം.

മുമ്പ് കുറ്റിപ്പുറത്ത് ആയിരുന്നപ്പോഴും ഇപ്പോൾ തവനൂർ ആയപ്പോഴും നിളാസംരക്ഷണം എപ്പോഴും താങ്കളുടെ അജണ്ടകളിൽ മുന്നിൽ ഉണ്ടാകാറുണ്ട്. നിള ഒരു പുഴ എന്നതിലുപരി ഇന്ന് നശിച്ചുകൊണ്ടിരിക്കുന്ന ഒരു സംസ്കാരത്തിന്റെ നാമമാണ്. അതിനെ വീണ്ടെടുക്കാൻ നമുക്ക് എന്തൊക്കെ ചെയ്യാൻ കഴിയും?

മണൽ നമ്മുടെ അടിസ്ഥാന ആവശ്യങ്ങൾക്ക് മാത്രം എടുത്തതുകൊണ്ടല്ല ഭാരതപ്പുഴയ്ക്ക് ഇങ്ങനെയൊരു ദുര്യോഗം ഉണ്ടായത്. മണലിനെ വ്യാവസായികാടിസ്ഥാനത്തിൽ ചൂഷണം ചെയ്തതുകൊണ്ടാണ് നിള ഈ ഗതിയിലായത്. ഇനി അതിനെക്കുറിച്ച് വിലപിക്കുകയല്ല, മറികടക്കാനുള്ള ശ്രമങ്ങൾ നടത്തുകയാണ് വേണ്ടത്. ഭാരതപ്പുഴയുടെ ഓരം സംരക്ഷിക്കണം. മണലെടുപ്പുമൂലം രൂപപ്പെട്ട ചളിക്കുളങ്ങളിൽ വളർന്നുവന്ന കുറ്റിപ്പൊന്തകൾ വേരോടെ പിഴുതുമാറ്റണം. ഈ പുൽക്കാടുകളാണ് പുഴയുടെ രൂപവും ഭാവവും നഷ്ടപ്പെടുത്തി ഒഴുക്കിനെ തടസ്സപ്പെടുത്തുന്നത്. പുഴകൾ ജനങ്ങളോട് ചേർന്നുനിൽക്കുന്ന രീതിയിൽ അവയോട് അടുപ്പം സൃഷ്ടിക്കണം. നിള എങ്ങനെയായിരുന്നെന്നും ഇപ്പോഴത്തെ സ്ഥിതി എന്താണെന്നും നേരിട്ട് ഏവർക്കും ബോധ്യപ്പെടണം. ഞാൻ കുറ്റിപ്പുറത്ത് ആയിരുന്നപ്പോൾ നടപ്പിലാക്കിയ 'നിളാ പാർക്ക്' എന്ന പദ്ധതിയിലൂടെ ധാരാളം ആളുകൾ ഇന്ന് പുഴയോരത്ത് ഒത്തുകൂടുന്നു. പുഴ നമ്മുടെ നിരന്തരചർച്ചകളിൽ നിറയുന്നു. പുഴയെ നമ്മുടെ ജീവിതത്തിന്റെ ഭാഗമായി ചേർക്കുന്നു.

സമാനരീതിയിൽ നിളയുടെ രണ്ടു പാർശ്വങ്ങളിലും പാതകൾ വരണമെന്നാണു ഞാൻ ആഗ്രഹിക്കുന്നത്. നമ്മുടെ കൺമുന്നിൽ ആയിരിക്കണം പുഴ. എല്ലാവരും പുഴകളുമായി ചേർന്നുനിൽക്കുമ്പോൾ നമ്മുടെ തന്നെ ആവശ്യവും വികാരവുമായി മാറും നിളയുടെ സംരക്ഷണം. ഒരുപാടു സമയവും സമ്പത്തും ആവശ്യപ്പെടുന്ന ഒന്നാണ് ഇതെന്ന് അറിയാം. കഠിനശ്രമം നടത്തിയാണെങ്കിലും പദ്ധതി നടപ്പിലാക്കാൻ കഴിഞ്ഞാൽ നിളാസംരക്ഷണം സാദ്ധ്യമാകുമെന്നാണ് കരുതുന്നത്.

മതം, ജാതി എന്നൊക്കെ വ്യത്യസ്ത പ്ലാറ്റ്ഫോമുകളിൽ മനുഷ്യനെ വർഗ്ഗീകരിച്ച് നിർത്താനാണ് ഇന്ന് പലരുടെയും ശ്രമം. ഈ ഐഡന്റിറ്റികൾ സൂക്ഷിച്ചുകൊണ്ട് തന്നെ ജനാധിപത്യസംവിധാനത്തിൽ ഒരു ധാർമ്മികരാഷ്ട്രീയം സാധ്യമാണെന്ന് കരുതുന്നുണ്ടോ?

വാസ്തവത്തിൽ മതവും ജാതിയുമൊന്നും മനുഷ്യനെ വേർതിരിക്കാനല്ല, ഒന്നിപ്പിക്കാനാണ് ലക്ഷ്യമിടുന്നത്. വളരെ ആസൂത്രിതമായി മനുഷ്യനെ ഭിന്നിപ്പിച്ച് മുതലെടുപ്പു നടത്താൻ ചിലർ അതിനെ ഉപയോഗിക്കുന്നു എന്നുള്ളിടത്താണ് വിഘടന പ്രവർത്തനങ്ങൾ വിജയിക്കുന്നത്. ഇവയെ പ്രതിരോധിക്കാൻ സമൂഹം വിശ്വാസങ്ങളിലെ ധാർമ്മികതയെ തിരിച്ചറിയുകയാണ് വേണ്ടത്. രാഷ്ട്രീയമായാലും മറ്റു വിശ്വാസങ്ങളായാലും അവനവൻ പ്രതിനിധീകരിക്കുന്നത് എന്താണോ അതുതന്നെയാണ് ഓരോരുത്തരുടെയും വാക്കിലും പ്രവൃത്തിയിലും ചിന്തയിലും നിറയേണ്ടത്. അവനവനിലൂടെ പ്രതിഫലിക്കേണ്ടതും അതുതന്നെ. ശാസ്ത്രസാങ്കേതികവിദ്യകൾ വളർന്നതോടൊപ്പം സാംസ്കാരികബോധം പിറകോട്ടു പോവുകയാണോ ഉണ്ടായത് എന്ന് നാം ചിന്തിക്കണം. ലാഭവും വിജയവും മാത്രം ലക്ഷ്യമിടുന്ന ഒരു സമൂഹമാണ് ഇവിടെ വളർന്നുവരുന്നത്. അവരുടെ മതവും വിശ്വാസവും ഒന്നും അവരുടെ പ്രവർത്തനങ്ങളിലോ ചിന്തകളിലോ നിറയുകയോ പ്രതിഫലിക്കുകയോ ചെയ്യുന്നില്ലെങ്കിൽ അവകൊണ്ട് എന്ത് പ്രയോജനം? സർക്കാർ സംവിധാനങ്ങളിലെ സൗജന്യങ്ങളുടെ പങ്കുപറ്റാൻ വേണ്ടി മാത്രമാണ് പലരും മതവും ജാതിയും ഉപയോഗപ്പെടുത്തുന്നത്. സർക്കാരിനെ കബളിപ്പിച്ച് അനർഹമായ വിഹിതങ്ങൾ സ്വന്തമാക്കുന്നതിൽ പോലും പാപബോധം ഇല്ലാത്തവർ ഏതു പ്രത്യയശാസ്ത്രത്തിലാണ് വിശ്വസിക്കുന്നത് എന്ന് അത്ഭുതം തോന്നിപ്പോകാറുണ്ട്. ഭൂമിയിൽ തന്നെ സ്വർഗ്ഗം സാധ്യമാക്കാനുള്ള പ്രവർത്തനങ്ങളാണ് യഥാർത്ഥവിശ്വാസത്തിന്റെ അടിസ്ഥാനമെന്നാണ് ഞാൻ കരുതുന്നത്. രാഷ്ട്രീയത്തിലായാലും മതത്തിലായാലും അടിസ്ഥാനപരമായി മാറേണ്ടത് നമ്മുടെ മനോഭാവമാണ്. അപരനുവേണ്ടി ത്യജിക്കാൻ കഴിയുക. അപരന്റെ വിഹിതങ്ങൾ അനർഹമായി തട്ടിയെടുക്കാതിരിക്കുക, പൊതുനന്മയ്ക്കായി സമയം മാറ്റിവെക്കാൻ കഴിയുക എന്നതൊക്കെയാണ് ഓരോ പൊതുപ്രവർത്തകനും സമൂഹത്തിനുവേണ്ടി ചെയ്യാൻ കഴിയുന്ന നന്മകൾ. അങ്ങനെയൊരു രാഷ്ട്രീയം ഇവിടെ വളർന്നുവരട്ടെ.

www.ingramcontent.com/pod-product-compliance
Lightning Source LLC
LaVergne TN
LVHW100819051026
849519LV00006B/2130
9789390301041